ग्रेट स्पोर्ट्समन इन द वर्ल्ड मराठी

मनोज डोळे

Made with ♥ on the Notion Press Platform
www.notionpress.com

क्रीडा विज्ञानाचा अभ्यास हा वैयक्तिक खेळाडूंच्या यशाचा अविभाज्य भाग आहे. खेळाडू हे पृथ्वीवरील सर्वात लोकप्रिय लोकांपैकी काही आहेत. ते मैदानाबाहेर प्रचंड स्टारडम एन्जॉय करतात. जेव्हा लोक जगातील महान खेळाडू मानतात तेव्हा प्रत्येकाचे स्वतःचे मत असेल.

जेव्हा सध्या जगातील सर्वात प्रसिद्ध खेळाडूंचा विचार केला जातो, तेव्हा काही निवडक नावे सहजपणे यादीत शीर्षस्थानी येतात. इतकेच नाही तर या लोकप्रिय खेळाडूंपैकी अनेक खेळाडू आपापल्या खेळातील काही सर्वोत्तम खेळाडूही आहेत. तथापि, कौशल्य आणि आकडेवारी हे प्रसिद्धीनुसार खेळाडूंच्या क्रमवारीत निश्चितच प्रमुख घटक असले तरी, सर्वात प्रसिद्ध खेळाडू हा सर्वोत्तम असावा असे नाही.

खेळ खेळल्याने आपले मनोरंजन तर होतेच पण त्याचबरोबर आपण शारीरिक आणि मानसिकदृष्ट्या तंदुरुस्त राहतो. कोणत्याही खेळात भाग घेणे आपल्याला निरोगी जीवनशैली शिकवते.

देशाला अभिमान वाटणाऱ्या काही सर्वोच्च भारतीय आणि आंतरराष्ट्रीय क्रीडा व्यक्तींची यादी पाहूया. त्यांच्या प्रेरणादायी कामगिरीसह.

येथे आम्ही Google शोधांच्या संख्येवर आधारित जगातील सर्वात लोकप्रिय खेळाडूंवर एक नजर टाकली आहे.

अनुक्रमणिका

अनुक्रमणिका

1

सचिन तेंडुलकर

सचिन तेंडुलकर

Top Sportsmans

Scan for Story Videos - www.itibook.com

सचिन रमेश तेंडुलकर (जन्म 24 एप्रिल 1973) एक भारतीय माजी आंतरराष्ट्रीय क्रिकेटपटू आहे ज्याने भारतीय राष्ट्रीय संघाचे नेतृत्व केले. तो क्रिकेटच्या इतिहासातील महान फलंदाजांपैकी एक म्हणून ओळखला जातो.

तेंडुलकरने वयाच्या अकराव्या वर्षी क्रिकेट स्वीकारले, वयाच्या सोळाव्या वर्षी 15 नोव्हेंबर 1989 रोजी पाकिस्तान विरुद्ध कराची येथे कसोटी सामन्यात पदार्पण केले आणि जवळपास 24 वर्षे मुंबईचे स्थानिक आणि भारताचे आंतरराष्ट्रीय स्तरावर प्रतिनिधित्व केले. 2002 मध्ये, त्याच्या कारकिर्दीच्या अर्ध्या वाटेवर, विस्डेनने त्याला डॉन ब्रॅडमनच्या मागे, आणि व्हिव्ह रिचर्ड्सच्या खालोखाल सर्व काळातील दुसरा-सर्वश्रेष्ठ कसोटी फलंदाज म्हणून स्थान दिले. 5 नंतरच्या कारकिर्दीत, तेंडुलकर 2011 क्रिकेट विश्वचषक जिंकणाऱ्या भारतीय संघाचा भाग होता, हा भारतासाठी सहा विश्वचषक स्पर्धेतील पहिला विजय होता. याआधी त्याला स्पर्धेच्या 2003 आवृत्तीत "प्लेअर ऑफ द टूर्नामेंट" म्हणून गौरविण्यात आले होते.

तेंडुलकरला त्याच्या उत्कृष्ट क्रीडा कामगिरीबद्दल 1994 मध्ये अर्जुन पुरस्कार, 1997 मध्ये भारतातील सर्वोच्च क्रीडा सन्मान, खेलरत्न पुरस्कार, आणि 1999 आणि 2008 मध्ये अनुक्रमे पद्मश्री आणि पद्मविभूषण पुरस्कार, भारतातील दोन सर्वोच्च नागरी पुरस्कार मिळाले. नोव्हेंबर 2013 मध्ये त्यांचा शेवटचा सामना संपल्यानंतर काही तासांनी, पंतप्रधान कार्यालयाने त्यांना भारताचा सर्वोच्च नागरी पुरस्कार भारतरत्न प्रदान करण्याचा निर्णय जाहीर केला. 2021 पर्यंत, तो आजपर्यंतचा सर्वात तरुण प्राप्तकर्ता आहे आणि हा पुरस्कार प्राप्त करणारा तो पहिला खेळाडू होता. 2012 मध्ये, तेंडुलकरला भारताच्या संसदेचे वरिष्ठ सभागृह, राज्यसभेवर नामनिर्देशित करण्यात आले. 2010 मध्ये, टाईम मासिकाने आपल्या वार्षिक टाइम 100 यादीत तेंडुलकरचा जगातील सर्वात प्रभावशाली

व्यक्तींपैकी एक म्हणून समावेश केला.

तेंडुलकरला 2010 ICC पुरस्कारांमध्ये वर्षातील सर्वोत्कृष्ट क्रिकेटर म्हणून सर गारफिल्ड सोबर्स ट्रॉफी देण्यात आली. 2012 मध्ये एकदिवसीय क्रिकेटमधून निवृत्ती घेतल्यानंतर, त्याने 200 वा कसोटी सामना खेळल्यानंतर नोव्हेंबर 2013 मध्ये सर्व प्रकारच्या क्रिकेटमधून निवृत्ती घेतली. तेंडुलकरने एकूण 664 आंतरराष्ट्रीय क्रिकेट सामने खेळले, 357 धावा केल्या.

2013 मध्ये, विस्डेन क्रिकेटर्स अल्मॅनॅकच्या 150 व्या वर्धापन दिनानिमित्त 2013 मध्ये संकलित केलेल्या सर्वकालीन कसोटी विश्व XI मध्ये सचिनचा समावेश करण्यात आला होता आणि संघात वैशिष्ट्यीकृत व्हिव रिचड्र्ससह तो केवळ युद्धोत्तर काळातील फलंदाज होता.

तेंडुलकर यांचा जन्म 24 एप्रिल 1973 रोजी मुंबईतील दादर येथील निर्मल नर्सिंग होम येथे झाला राजापूर सारस्वत ब्राह्मण महाराष्ट्रीय कुटुंबात त्यांचे वडील रमेश तेंडुलकर हे होते. एक सुप्रसिद्ध मराठी कादंबरीकार आणि कवी आणि त्यांची आई रजनी यांनी विमा उद्योगात काम केले. रमेशने तेंडुलकरचे नाव त्यांचे आवडते संगीत दिग्दर्शक सचिन देव बर्मन यांच्या नावावर ठेवले. तेंडुलकरला तीन मोठी भावंडं आहेत: दोन सावत्र भाऊ नितीन आणि अजित आणि सावत्र बहीण सविता. ती रमेशची त्याच्या पहिल्या पत्नीपासून झालेली मुले होती, जी तिच्या तिसऱ्या मुलाच्या जन्मानंतर मरण पावली.

तेंडुलकरांनी वांद्रे (पूर्व) येथील साहित्य सहवास सहकारी गृहनिर्माण संस्थेत आपली सुरुवातीची वर्षे घालवली. एक लहान मुलगा असताना, तेंडुलकरला गुंड समजले जायचे, आणि त्याच्या शाळेतील नवीन मुलांशी अनेकदा भांडणे होत असत.

त्याने टेनिसमध्येही रस दाखवला, जॉन मॅकेनरोला आदर्श मानून. जेव्हा तो 7 ते 8 वर्षांचा होता, तेव्हा तो मॅकेनरोचा चाहता होता आणि त्याचे टेनिसवरील प्रेम क्रिकेटच्या समान पातळीवर होते, त्याच्या मते मी टेनिस खेळू किंवा क्रिकेट खेळू का हीच वेळ होती. त्या वेळी त्याने मॅकेनरोसारखे लांब केस वाढवले होते आणि तो आपल्या टेनिस नायकाप्रमाणे मनगटावर बँड आणि डोक्यावर बँड घालायचा आणि टेनिस रॅकेट कुठेही नेण्यासाठी वापरायचा.

त्याच्या खोडकर, गुंडगिरीच्या प्रवृत्तींना आळा घालण्यासाठी, अजित तेंडुलकर, त्याचा मोठा भाऊ याने 1984 मध्ये सचिनची क्रिकेटशी ओळख करून दिली. त्याने त्याची ओळख रमाकांत आचरेकर, एक प्रसिद्ध क्रिकेट प्रशिक्षक आणि क्लब क्रिकेटर, शिवाजी पार्क, दादर येथे करून दिली. पहिल्याच भेटीत सचिनला आपला सर्वोत्तम खेळ करता आला नाही. अजितने आचरेकरांना सांगितले की प्रशिक्षक त्याचे निरीक्षण करत असल्यामुळे तो स्वतः ला जागरूक वाटत आहे आणि आपला नैसर्गिक खेळ दाखवत नाही. अजितने प्रशिक्षकाला विनंती केली की त्याला खेळण्याची आणखी एक संधी द्या, पण झाडामागे लपून पहा. या वेळी, सचिन, वरवर पाहता न पाहिलेला, अधिक चांगला खेळला आणि त्याला

आचरेकरांच्या अकादमीमध्ये स्वीकारण्यात आले. अधिक चांगल्या स्रोताची आवश्यकता अजित तेंडुलकरला बॉम्बेच्या कांगा क्रिकेट लीगमध्ये क्रिकेट खेळण्याचा अनुभवही होता.

आचरेकर तेंडुलकरच्या प्रतिभेने प्रभावित झाले आणि त्यांनी त्यांचे शालेय शिक्षण शारदाश्रम विद्यामंदिर (इंग्रजी) हायस्कूल, दादर येथील शाळेमध्ये हलवण्याचा सल्ला दिला, ज्यामध्ये क्रिकेट संघाचा दबदबा होता आणि अनेक उल्लेखनीय क्रिकेटपटू निर्माण केले होते. याआधी तेंडुलकरने वांद्रे (पूर्व) येथील इंडियन एज्युकेशन सोसायटीच्या न्यू इंग्लिश स्कूलमध्ये शिक्षण घेतले होते. शिवाजी पार्कवर सकाळी आणि संध्याकाळी आचरेकर यांच्या मार्गदर्शनाखाली त्यांना प्रशिक्षणही देण्यात आले. तेंडुलकर तासन्तास नेटवर सराव करायचा. जर तो थकला तर आचरेकर एक रुपयाचे नाणे स्टंपच्या वर ठेवायचे आणि तेंडुलकरला बाद करणाऱ्या गोलंदाजाला ते नाणे मिळेल. तेंडुलकरने आऊट न होता संपूर्ण सत्र पार केले तर प्रशिक्षक त्याला नाणे द्यायचे. तेंडुलकर आता जिंकलेल्या 13 नाण्यांना त्याची सर्वात मौल्यवान संपत्ती मानतो. या काळात त्याच्या व्यस्त वेळापत्रकामुळे तो शिवाजी पार्कजवळ राहणाऱ्या त्याच्या काकू आणि काकांसोबत राहायला गेला.

सचिन तेंडुलकर आणि त्याची पत्नी अंजली

दरम्यान, शाळेत, तो स्थानिक क्रिकेट मंडळांमध्ये सामान्य संभाषणाचा मुद्दा बनला होता, जिथे तो महान खेळाडूंपैकी एक होईल अशा सूचना आधीच होत्या. माटुंगा गुजराती सेवा मंडळ (MGSM) शिल्डमध्ये सचिनने शाळेच्या संघात सातत्याने स्थान मिळवले. शालेय क्रिकेट व्यतिरिक्त, तो क्लब क्रिकेट देखील खेळला, सुरुवातीला बॉम्बेच्या प्रीमियर क्लब क्रिकेट स्पर्धा, कांगा क्रिकेट लीग, ३७ मध्ये जॉन ब्राइट क्रिकेट क्लबचे प्रतिनिधित्व केले आणि नंतर क्रिकेट क्लब ऑफ इंडिया (CCI) कडून खेळला. 1987 मध्ये, वयाच्या 14 व्या वर्षी, ते वेगवान गोलंदाज म्हणून प्रशिक्षण घेण्यासाठी मद्रास (आताचे चेन्नई) येथील एमआरएफ पेस फाउंडेशनमध्ये उपस्थित होते, परंतु ऑस्ट्रेलियन वेगवान गोलंदाज डेनिस लिली, ज्याने विश्वविक्रमी 355 कसोटी बळी घेतले होते, तो प्रभावित झाला नाही, असे सुचवले. तेंडुलकरने त्याऐवजी त्याच्या फलंदाजीवर लक्ष केंद्रित केले. 20 जानेवारी 1987 रोजी, क्रिकेट क्लब ऑफ इंडियाच्या सुवर्णमहोत्सवी वर्षानिमित्त बॉम्बे येथील ब्रेबॉर्न स्टेडियममधील प्रदर्शनीय खेळात इम्रान खानच्या बाजूने तो पर्यायी खेळाडू म्हणूनही उतरला. काही महिन्यांनंतर, माजी भारतीय फलंदाज सुनील गावसकर यांनी त्याला स्वतःचे अल्ट्रा लाईट पॅड दिले आणि बॉम्बे क्रिकेट असोसिएशनचा "सर्वोत्कृष्ट ज्युनियर क्रिकेटर पुरस्कार" न मिळाल्याने निराश न होण्याचे सांत्वन केले (त्यावेळी तो 14 वर्षांचा होता). गावसकरचा ३४ कसोटी शतकांचा विश्वविक्रम मागे टाकल्यानंतर जवळपास २० वर्षांनंतर सचिन म्हणाला, "माझ्यासाठी हा सर्वात मोठा प्रोत्साहनाचा स्रोत होता."1987 च्या क्रिकेट विश्वचषकात सचिनने बॉल बॉय म्हणून काम केले होते जेव्हा भारत बॉम्बे येथे उपांत्य फेरीत इंग्लंडविरुद्ध खेळला होता. 1988 मध्ये त्याच्या हंगामात स्पष्टीकरण आवश्यक , सचिनने खेळलेल्या प्रत्येक डावात शतक झळकावले. उद्धरण आवश्यक सेंट झेवियर्स

हायस्कूल विरुद्ध लॉर्ड हॅरिस शिल्ड आंतरशालेय सामन्यात त्याने 664 धावांची अखंड भागीदारी केली. 1988 मध्ये त्याचा मित्र आणि सहकारी विनोद कांबळी, जो पुढे भारताचे प्रतिनिधित्व करणार होता. तेंडुलकरने या डावात ३२६ (नाबाद) धावा केल्या आणि स्पर्धेत हजाराहून अधिक धावा केल्या. 2006 पर्यंत क्रिकेटच्या कोणत्याही प्रकारातील ही विक्रमी भागीदारी होती, जेव्हा भारतातील हैदराबाद येथे झालेल्या सामन्यात 13 वर्षाखालील दोन फलंदाजांनी ती मोडली.

कारकीर्दीची सुरुवात

14 नोव्हेंबर 1987 रोजी, 14 वर्षीय तेंडुलकरची 1987-88 सीझनसाठी रणजी करंडक, भारताची प्रमुख देशांतर्गत प्रथम श्रेणी क्रिकेट स्पर्धा, मुंबईचे प्रतिनिधित्व करण्यासाठी निवड झाली. तथापि, त्याला कोणत्याही सामन्यात अंतिम अकरा स्थानासाठी निवडण्यात आले नाही, जरी तो अनेकदा पर्यायी क्षेत्ररक्षक म्हणून वापरला जात असे. 1987 च्या क्रिकेट विश्वचषकानंतर सर्व प्रकारच्या क्रिकेटमधून निवृत्ती घेतलेल्या गावसकर यांच्या सोबत खेळण्यास तो थोडक्यात चुकला. एका वर्षानंतर, 11 डिसेंबर 1988 रोजी, वयाच्या 15 वर्षे आणि 232 दिवस, सचिनने वानखेडे स्टेडियमवर गुजरात विरुद्ध बॉम्बेकडून पदार्पण केले आणि त्या सामन्यात नाबाद 100 धावा केल्या, ज्यामुळे तो पहिल्या सामन्यात पदार्पणात शतक झळकावणारा सर्वात तरुण भारतीय ठरला- वर्ग क्रिकेट. वानखेडे स्टेडियमच्या क्रिकेट सराव जाळी जेथे भारतीय संघ खेळायला आला होता, त्यावेळचा भारताचा सर्वोत्तम वेगवान गोलंदाज कपिल देव यांना सहज खेळताना पाहिल्यानंतर मुंबईचे तत्कालीन कर्णधार दिलीप वेंगसरकर यांनी संघासाठी खेळण्यासाठी त्यांची निवड केली. दौऱ्यावर आलेल्या न्यूझीलंड संघाविरुद्ध. त्यानंतर त्याने आपल्या पहिल्या देवधर आणि दुलीप ट्रॉफीमध्ये शतक झळकावले, जे भारतीय देशांतर्गत स्पर्धा देखील आहेत.

तेंडुलकरने 1988-89 रणजी ट्रॉफी हंगाम मुंबईचा सर्वाधिक धावा करणारा खेळाडू म्हणून संपवला. त्याने 67.77 च्या सरासरीने 583 धावा केल्या आणि एकूण आठव्या क्रमांकाचा सर्वाधिक धावा करणारा खेळाडू होता. 1995-96 मध्ये इराणी ट्रॉफीमध्ये त्याने बाकीच्या भारत संघाविरुद्ध मुंबईचे नेतृत्व केले. त्याने 1989-90 हंगामाच्या सुरुवातीला दिल्ली विरुद्ध इराणी ट्रॉफी सामन्यात शेष भारताकडून खेळताना नाबाद शतक केले. सचिनची 1988 आणि 1989 मध्ये स्टार क्रिकेट क्लबच्या बॅनरखाली दोनदा इंग्लंड दौऱ्यासाठी युवा भारतीय संघात निवड करण्यात आली होती. 1990-91 च्या प्रसिद्ध रणजी ट्रॉफी फायनलमध्ये, ज्यामध्ये पहिल्या डावात आघाडी घेतल्यानंतर हरियाणाने बॉम्बेचा दोन धावांनी पराभव केला, तेंडुलकरच्या 75 चेंडूत 96 धावा मुंबईला विजयाची संधी देण्यासाठी महत्त्वाची ठरली कारण मुंबईने केवळ 70 षटकांत 355 धावांचा पाठलाग करण्याचा प्रयत्न केला. अंतिम दिवशी.

1995 च्या रणजी ट्रॉफीच्या फायनलमध्ये, सचिनने वानखेडेवर कर्णधार म्हणून खेळताना पंजाब विरुद्ध 140 आणि 139 धावा केल्या. हैद्राबाद विरुद्ध 53, 2000 मध्ये

128, 2007 मध्ये बंगाल विरुद्ध 105, हे त्याने वानखेडे स्टेडियमवर रणजी ट्रॉफीच्या अंतिम सामन्यात मुंबईसाठी खेळलेले डाव आहेत.

1998 मध्ये ब्रेबॉर्न स्टेडियमवर पाहुण्या ऑस्ट्रेलियन संघाविरुद्ध खेळताना त्याचे पहिले द्विशतक (204*) मुंबईसाठी होते. त्याच्या तिन्ही देशांतर्गत प्रथम श्रेणी स्पर्धांमध्ये (रणजी, इराणी आणि दुलीप ट्रॉफी) पदार्पणात शतक झळकावणारा तो एकमेव खेळाडू आहे. 58 आणखी एक द्विशतक म्हणजे 2000 रणजी करंडक स्पर्धेच्या उपांत्य फेरीत तामिळनाडूविरुद्ध 233* धावांची खेळी, ज्याला तो त्याच्या कारकिर्दीतील सर्वोत्तम डावांपैकी एक मानतो.

यॉर्कशायर

1992 मध्ये, वयाच्या 19 व्या वर्षी, तेंडुलकर यॉर्कशायरचे प्रतिनिधित्व करणारा पहिला परदेशात जन्मलेला खेळाडू बनला, ज्याने तेंडुलकर संघात सामील होण्याआधी, यॉर्कशायरच्या बाहेरूनही खेळाडू निवडले नाहीत. यॉर्कशायरसाठी बदली म्हणून निवडले गेले. जखमी ऑस्ट्रेलियन वेगवान गोलंदाज क्रेग मॅकडरमॉटसाठी, सचिनने काउंटीसाठी 16 प्रथम श्रेणी सामने खेळले आणि 46.52 च्या सरासरीने 1070 धावा केल्या.

आंतरराष्ट्रीय कारकीर्द

करिअरची सुरुवात

1989 च्या उत्तरार्धात भारतीय पाकिस्तान दौऱ्यासाठी तेंडुलकरच्या निवडीचे श्रेय राजसिंग डुंगरपूर यांना जाते, एका प्रथम श्रेणी हंगामानंतर. भारतीय निवड समितीने त्या वर्षीच्या सुरुवातीला झालेल्या वेस्ट इंडिज दौऱ्यासाठी तेंडुलकरची निवड करण्यात स्वारस्य दाखवले होते, परंतु अखेरीस त्याची निवड केली नाही, कारण त्याने इतक्या लवकर वेस्ट इंडिजच्या प्रभावी वेगवान गोलंदाजांच्या संपर्कात येऊ नये अशी त्यांची इच्छा होती. त्याची कारकीर्द. तेंडुलकरने 16 वर्षे आणि 205 दिवस वयाच्या नोव्हेंबर 1989 मध्ये कराची येथे पाकिस्तानविरुद्ध कसोटी पदार्पण केले. त्याने 15 धावा केल्या, वकार युनूसने बोल्ड केले, ज्याने त्या सामन्यातही पदार्पण केले होते, परंतु पाकिस्तानी वेगवान आक्रमणामुळे त्याने आपल्या शरीरावर अनेक प्रहार कसे हाताळले याची प्रख्यात आहे. सियालकोटमधील चौथ्या आणि अंतिम कसोटीत, युनिसने टाकलेल्या बाउन्सरने त्याच्या नाकावर आघात झाला, परंतु त्याने वैद्यकीय मदत नाकारली आणि त्यातून रक्त वाहत असतानाही त्याने फलंदाजी सुरूच ठेवली. पेशावरमधील 20 षटकांच्या प्रदर्शनीय खेळात, द्विपक्षीय मालिकेच्या समांतर खेळण्यात, तेंडुलकरने 18 चेंडूत 53 धावा केल्या, ज्यात त्याने एका षटकात 27 धावा (6, 4, 0, 6, 6, 6) चेंडूत केल्या. -स्पिनर अब्दुल कादिर. याला नंतर तत्कालीन भारतीय कर्णधार कृष्णमाचारी श्रीकांत यांनी "मी पाहिलेल्या सर्वोत्तम खेळींपैकी एक" असे संबोधले गेले. एकूण, त्याने कसोटी मालिकेत 35.83 च्या सरासरीने 215 धावा केल्या आणि त्याने खेळलेल्या एकमेव एकदिवसीय आंतरराष्ट्रीय (ODI) मध्ये तो एकही धाव न काढता बाद झाला.अशा प्रकारे सचिन तेंडुलकर 16 वर्षे आणि 205

दिवसांच्या वयात भारताकडून कसोटीत पदार्पण करणारा सर्वात तरुण खेळाडू बनला आणि 16 वर्षे आणि 238 दिवसांच्या वयात एकदिवसीय क्रिकेटमध्ये भारतासाठी पदार्पण करणारा सर्वात तरुण खेळाडू ठरला.

या मालिकेनंतर न्यूझीलंडचा दौरा झाला ज्यामध्ये त्याने दुसऱ्या कसोटीत 88 धावांच्या खेळीसह कसोटीत 29.25 च्या सरासरीने 117 धावा केल्या. त्याने खेळलेल्या दोन एकदिवसीय सामन्यांपैकी एका सामन्यात तो धावा न करता बाद झाला आणि दुसऱ्या सामन्यात त्याने 36 धावा केल्या. त्याच्या पुढील दौऱ्यावर, 1990 च्या इंग्लंडच्या उन्हाळी दौऱ्यावर, 14 ऑगस्ट रोजी, तो कसोटी शतक झळकावणारा दुसरा सर्वात तरुण क्रिकेटपटू बनला कारण त्याने मँचेस्टरमधील ओल्ड ट्रॅफर्ड येथे दुसऱ्या कसोटीत नाबाद 119 धावा केल्या, ज्याने एक खेळी केली. बरोबरीत आणून भारताला सामन्यातील निश्चित पराभवापासून वाचवले. विस्डेनने त्याच्या खेळीचे वर्णन "प्रचंड परिपक्वतेचे शिस्तबद्ध प्रदर्शन" असे केले आणि असेही लिहिले.

तो भारताचा प्रसिद्ध सलामीवीर गावसकरचा अवतार दिसत होता आणि खरंच त्याने त्याच्या पॅडची जोडी घातली होती. त्याने आपले पहिले कसोटी शतक संकलित करताना स्ट्रोकचा संपूर्ण संग्रह प्रदर्शित केला, परंतु सर्वात उल्लेखनीय म्हणजे त्याचे बॅकफूटवरून ऑफ-साइड शॉट्स. केवळ 5 फूट 5 इंच उंच असूनही, तो इंग्लिश वेगवान गोलंदाजांच्या लहान चेंडूंवर नियंत्रण ठेवण्यास सक्षम होता.

1992 क्रिकेट विश्वचषकापूर्वी झालेल्या 1991-92 च्या ऑस्ट्रेलिया दौऱ्यात तेंडुलकरने भविष्यातील महान म्हणून आपली प्रतिष्ठा आणखी वाढवली, ज्यामध्ये सिडनी येथील तिसऱ्या कसोटीत नाबाद 148 धावा केल्या, ज्यामुळे तो ऑस्ट्रेलियात शतक झळकावणारा सर्वात तरुण फलंदाज बनला. त्यानंतर त्याने मर्व्ह ह्युजेस, ब्रुस रीड आणि क्रेग मॅकडरमॉट यांचा समावेश असलेल्या वेगवान आक्रमणाविरुद्ध पर्थ येथील अंतिम कसोटीत उसळत्या खेळपट्टीवर वेगवान 114 धावा केल्या. ह्युजेसने त्यावेळी ॲलन बॉर्डरला टिप्पणी दिली होती की, "एबी, या छोट्या टोचण्याला तुझ्यापेक्षा जास्त धावा मिळतील."

रँक

1994-1999 या वर्षांतील तेंडुलकरची कामगिरी त्याच्या विसाव्या दशकाच्या सुरुवातीच्या काळात त्याच्या शारीरिक शिखरावर होती. त्याने 1994 मध्ये ऑकलंड येथे न्यूझीलंड विरुद्ध सलामी दिली आणि 49 चेंडूत 82 धावा केल्या. त्याने 9 सप्टेंबर 1994 रोजी ऑस्ट्रेलियाविरुद्ध श्रीलंकेत कोलंबो येथे पहिले एकदिवसीय शतक झळकावले. पहिले शतक झळकावण्यासाठी त्याला 78 एकदिवसीय सामने लागले.

तेंडुलकर गोलंदाजाच्या शेवटी वाट पाहत आहे.

1996 च्या विश्वचषकात दोन शतके झळकावताना तेंडुलकरने सर्वाधिक धावा केल्या. श्रीलंकेविरुद्धच्या उपांत्य फेरीत चांगली कामगिरी करणारा तो एकमेव भारतीय फलंदाज होता. तेंडुलकर फलंदाजीत कोलमडून पडला आणि सामन्याचे पंच क्लाईव्ह लॉयड यांनी

श्रीलंकेला सामना बक्षीस दिला जेव्हा प्रेक्षकांनी दंगा करायला सुरुवात केली आणि मैदानावर कचरा फेकला.

विश्वचषकानंतर, त्याच वर्षी शारजाह येथे पाकिस्तानविरुद्ध, भारतीय कर्णधार मोहम्मद अझरुद्दीन दुबळ्या स्थितीतून जात होता. तेंडुलकर आणि नवज्योतसिंग सिद्धू या दोघांनी शतके झळकावून दुसऱ्या विकेटसाठी विक्रमी भागीदारी रचली. आऊट झाल्यानंतर तेंडुलकरने अझरुद्दीनला फलंदाजी करावी की नाही याविषयी त्याच्या मनात दुरावा सापडला. उद्धरण आवश्यक तेंडुलकरने अझरुद्दीनला फलंदाजीसाठी पटवून दिले आणि त्यानंतर अझरुद्दीनने एका षटकात 24 धावा दिल्या. भारताने तो सामना जिंकला. यामुळे भारताला प्रथमच एका ODI मध्ये 300 पेक्षा जास्त धावा करता आल्या.

वाळवंटातील वादळ

सचिनने शारजाह येथे 1998 च्या कोका-कोला चषकात बलाढ्य ऑस्ट्रेलियन संघाविरुद्ध 143 (131) धावा केल्या, त्याने शेन वॉर्न, डॅमियन फ्लेमिंग आणि मायकेल कॅस्प्रोविझ यांच्याविरुद्धच्या खेळीत 5 षटकार ठोकले. आयसीसीच्या सर्वेक्षणानुसार ही त्याची सर्वोत्तम वनडे इनिंग आहे. तेंडुलकरची ही खेळी 'डेझर्ट स्टॉर्म' म्हणून प्रसिद्ध आहे, या सामन्यामुळे वाळवंटातील वादळात व्यत्यय आला.

1998 च्या सुरूवातीला भारताच्या ऑस्ट्रेलियन दौऱ्यात तेंडुलकरने लागोपाठ तीन शतके झळकावल्यामुळे फलंदाजी जगतातील अव्वल स्थानाची ही सुरुवात होती. तेंडुलकर, जगातील सर्वात वर्चस्व गाजवणारा फलंदाज आणि शेन वॉर्न, जगातील आघाडीचा फिरकी गोलंदाज, दोघेही त्यांच्या कारकिर्दीच्या शिखरावर असताना, कसोटी मालिकेतील संघर्षावर लक्ष केंद्रित करत होते. मालिकेच्या आघाडीवर, तेंडुलकरने वॉर्नची भूमिका साकारत भारताचे माजी लेग स्पिनर लक्ष्मण शिवरामकृष्णन यांच्यासोबत नेट्समध्ये परिस्थितीचे नक्कल केले. त्यांच्या दौऱ्याच्या सुरुवातीच्या सामन्यात, ऑस्ट्रेलियाने ब्रेबॉर्न स्टेडियमवर तीन दिवसीय प्रथम श्रेणी सामन्यात तत्कालीन रणजी चॅम्पियन्स मुंबईचा सामना केला. शेन वॉर्नने 16 षटकांत 111 धावा दिल्याने सचिनने नाबाद 204 धावांची खेळी केली आणि ऑस्ट्रेलियाने तीन दिवसांतच सामना गमावला. कसोटीनंतर भारतातील पाच एकदिवसीय सामन्यांच्या मालिकेतही त्याची चेंडूची भूमिका होती, ज्यात कोची येथील वनडेत पाच बळींचा समावेश होता. विजयासाठी 310 धावा सेट करा, ऑस्ट्रेलियाने 31 व्या षटकात 3 बाद 203 धावा केल्या होत्या तेव्हा सचिनने भारतासाठी सामन्याचे वळण लावले, मायकेल बेव्हन, स्टीव्ह वॉ, डॅरेन लेहमन, टॉम मूडी आणि डॅमियन मार्टिन यांनी 10 षटकात 32 धावा देऊन विकेट घेतल्या. कसोटी सामन्यातील यशानंतर एप्रिल 1998 मध्ये शारजाहमधील त्रिकोणी क्रिकेट स्पर्धेत सलग दोन शतके झळकावली - भारताला फायनलमध्ये नेणारा पहिला आणि नंतर पुन्हा फायनलमध्ये, ऑस्ट्रेलियाविरुद्ध दोन्ही. या दुहेरी खेळींना डेझर्ट स्टॉर्म इनिंग्स म्हणूनही ओळखले जात होते. मालिकेनंतर, वॉर्नने खिन्नपणे विनोद केला की त्याला त्याच्या भारतीय नेमेसिसबद्दल भयानक स्वप्न पडत होते.

ढाका येथे आयसीसी 1998 च्या उपांत्यपूर्व फेरीत सचिनच्या योगदानामुळे भारताच्या उपांत्य फेरीतील प्रवेशाचा मार्ग मोकळा झाला, जेव्हा त्याने 128 चेंडूत 141 धावा करून चार ऑस्ट्रेलियन विकेट घेतल्या.

उद्घाटन आशियाई कसोटी चॅम्पियनशिप फेब्रुवारी आणि मार्च 1999 मध्ये झाली, ज्यामध्ये भारत, पाकिस्तान आणि श्रीलंका यांचा समावेश होता. ईडन गार्डन्सवर भारत आणि पाकिस्तान यांच्यातील पहिल्या सामन्यात पाकिस्तानचा गोलंदाज शोएब अख्तरला टक्कर दिल्याने सचिन नऊ धावांवर धावबाद झाला. स्पर्धेच्या सुरुवातीच्या चार दिवसांत सुमारे 100,000 लोक भारताला पाठिंबा देण्यासाठी आले होते, ज्याने एकूण कसोटी उपस्थितीचा 63 वर्ष जुना विक्रम मोडला. तेंडुलकर बाद झाल्यानंतर प्रेक्षकांची प्रतिक्रिया अख्तरवर वस्तू फेकण्याची होती आणि खेळाडूंना मैदानाबाहेर काढण्यात आले. तेंडुलकर आणि आयसीसीच्या अध्यक्षांनी प्रेक्षकांना आवाहन केल्यानंतर सामना पुन्हा सुरू झाला; तथापि, पुढील दंगल म्हणजे सामना 200 लोकांच्या जमावासमोर संपला. तेंडुलकरने दुसऱ्या कसोटीत त्याचे 19 वे कसोटी शतक झळकावले आणि श्रीलंकेसोबतचा सामना अनिर्णित राहिला. भारताने अंतिम फेरीत प्रगती केली नाही, जी पाकिस्तानने जिंकली आणि भारत आणि पाकिस्तान यांच्यातील वाढत्या राजकीय तणावामुळे पुढच्या वेळी चॅम्पियनशिपमध्ये भाग घेण्यास नकार दिला.

1999 मध्ये चेपॉक येथे पाकिस्तानविरुद्धच्या कसोटीत, दोन कसोटी सामन्यांच्या मालिकेतील पहिल्या सामन्यात, सचिनने चौथ्या डावात 136 धावा केल्या आणि भारताने विजयासाठी 271 धावांचे आव्हान ठेवले होते. तथापि, भारताला विजयासाठी आणखी 17 धावांची गरज असताना तो बाद झाला, त्यामुळे फलंदाजी गडगडली आणि भारताने 12 धावांनी सामना गमावला. १९९९ च्या क्रिकेट विश्वचषकाच्या मध्यावर सचिनचे वडील प्रोफेसर रमेश तेंडुलकर यांचे निधन झाल्याने सर्वात वाईट घडणे बाकी होते. तेंडुलकर आपल्या वडिलांच्या अंतिम विधीला उपस्थित राहण्यासाठी भारतात परतला, झिम्बाब्वेविरुद्धचा सामना गमावला. तथापि, ब्रिस्टलमधील केनियाविरुद्धच्या त्याच्या पुढच्याच सामन्यात त्याने शतक (१०१ चेंडूंत नाबाद १४०) झळकावून विश्वचषकात पुनरागमन केले. त्याने हे शतक त्याच्या वडिलांना समर्पित केले.

कर्णधारपद

भारतीय क्रिकेट संघाचा कर्णधार म्हणून सचिनचे दोन कार्यकाळ फारसे यशस्वी ठरले नाहीत. 1996 मध्ये जेव्हा तेंडुलकरने कर्णधारपदाची सूत्रे हाती घेतली तेव्हा मोठ्या आशा आणि अपेक्षा होत्या. मात्र, 1997 पर्यंत संघाची कामगिरी खराब होती. अझरुद्दीनला "नहीं जीतेगा! छोटे की नसीब में जीत नहीं है!" असे म्हणण्याचे श्रेय देण्यात आले, ज्याचे भाषांतर: "तो जिंकणार नाही! लहानाच्या नशिबात नाही!".

तेंडुलकर, अझरुद्दीननंतर त्याच्या दुसऱ्या टर्मसाठी कर्णधार म्हणून, ऑस्ट्रेलियाच्या दौऱ्यावर भारताचे नेतृत्व केले, जेथे पाहुण्यांना नव्याने विश्वविजेत्याने 3-0 ने पराभूत

केले. तथापि, सचिनने एका सामन्यात मालिका सर्वोत्तम खेळाडू 106 तसेच सामनावीराचा पुरस्कार जिंकला. दुसऱ्या कसोटी मालिकेतील पराभवानंतर, यावेळी दक्षिण आफ्रिकेविरुद्ध मायदेशात 0-2 च्या फरकाने, तेंडुलकरने राजीनामा दिला आणि सौरव गांगुलीने 2000 मध्ये कर्णधारपद स्वीकारले.

भारतीय संघाच्या 2007 च्या इंग्लंड दौऱ्यात राहुल द्रविडने कर्णधारपदाचा राजीनामा देण्याची इच्छा व्यक्त केली होती. त्यानंतर भारतीय क्रिकेट नियामक मंडळाचे (बीसीसीआय) अध्यक्ष शरद पवार यांनी तेंडुलकरला कर्णधारपदाची ऑफर दिली, ज्यांनी त्याऐवजी महेंद्रसिंग धोनीकडे लगाम घेण्याची शिफारस केली. पवारांनी नंतर हे संभाषण उघड केले आणि तेंडुलकरला प्रथम धोनीचे नाव पुढे करण्याचे श्रेय दिले, ज्याने कर्णधार म्हणून बरेच यश मिळवले.

100 वे आंतरराष्ट्रीय शतक

तेंडुलकरने 16 मार्च 2012 रोजी आशिया चषक स्पर्धेत बांगलादेशविरुद्ध मीरपूर येथे आपले 100 वे आंतरराष्ट्रीय शतक झळकावले. ही कामगिरी करणारा तो इतिहासातील पहिला व्यक्ती ठरला, जे बांगलादेशविरुद्धचे पहिले एकदिवसीय शतकही होते. तो म्हणाला, "माझ्यासाठी हा एक कठीण टप्पा होता... मी मैलाच्या दगडाचा विचार करत नव्हतो, मीडियाने हे सर्व सुरू केले, मी जिथे गेलो तिथे, रेस्टॉरंट, रूम सर्व्हिस, प्रत्येकजण 100 व्या शतकाबद्दल बोलत होता. माझ्या 99 बद्दल कोणीही बोलले नाही. शतके. हे माझ्यासाठी मानसिकदृष्ट्या कठीण झाले कारण माझ्या 99 शतकांबद्दल कोणीही बोलले नाही." तेंडुलकरचे शतक असूनही, भारत बांगलादेशविरुद्धचा सामना जिंकू शकला नाही, 5 गडी राखून पराभूत झाला.

निवृत्ती

इंग्लंडविरुद्धच्या 2012 मालिकेतील खराब कामगिरीनंतर, तेंडुलकरने 23 डिसेंबर 2012 रोजी एकदिवसीय आंतरराष्ट्रीय सामन्यांमधून निवृत्तीची घोषणा केली, तसेच तो कसोटी क्रिकेटसाठी उपलब्ध असेल. या बातमीला उत्तर देताना, भारताचा माजी कर्णधार सौरव गांगुली यांनी नमूद केले की, सचिन पाकिस्तानविरुद्ध आगामी मालिका खेळू शकला असता, तर अनिल कुंबळे म्हणाले की, "तेंडुलकरच्या नावाशिवाय भारतीय (ODI) संघाची यादी पाहणे कठीण होईल", आणि जवागल श्रीनाथ यांनी नमूद केले की तेंडुलकरने "1994 मध्ये न्यूझीलंडमध्ये खेळल्यापासूनच वनडे खेळण्याची पद्धत बदलली".

2006 मध्ये दक्षिण आफ्रिकेविरुद्ध ट्वेंटी-20 आंतरराष्ट्रीय सामना खेळल्यानंतर, तो म्हणाला की तो या फॉर्मेटमध्ये पुन्हा खेळणार नाही. इंडियन प्रीमियर लीग 2013 जिंकण्यासाठी 26 मे रोजी कोलकाता येथील ईडन गार्डन्स येथे मुंबई इंडियन्सने चेन्नई सुपर किंग्जचा 23 धावांनी पराभव केल्यानंतर त्याने आयपीएलमधून निवृत्तीची घोषणा केली. 16 मुंबई इंडियन्ससाठी सप्टेंबर-ऑक्टोबर 2013 मध्ये भारतात 2013 चॅम्पियन्स लीग ट्वेंटी20 खेळल्यानंतर त्याने ट्वेंटी20 क्रिकेट आणि मर्यादित षटकांच्या क्रिकेटमधून

निवृत्ती घेतली.

10 ऑक्टोबर 2013 रोजी तेंडुलकरने नोव्हेंबरमध्ये वेस्ट इंडिजविरुद्धच्या दोन कसोटी सामन्यांच्या मालिकेनंतर सर्व क्रिकेटमधून निवृत्ती घेण्याची घोषणा केली. त्याच्या विनंतीनुसार, बीसीसीआयने दोन सामने कोलकाता आणि मुंबई येथे खेळवण्याची व्यवस्था केली जेणेकरून निरोप त्याच्या घरच्या मैदानावर होईल. त्याने वेस्ट इंडिजविरुद्धच्या शेवटच्या कसोटी डावात 74 धावा केल्या, अशा प्रकारे कसोटी क्रिकेटमध्ये 16,000 धावा पूर्ण करण्यात 79 धावांनी अपयशी ठरला, त्याच्यानंतर फलंदाजी करणारा पुढचा कर्णधार विराट कोहली होता. क्रिकेट असोसिएशन ऑफ बंगाल आणि मुंबई क्रिकेट असोसिएशनने त्याच्या खेळातून निवृत्तीच्या निमित्ताने कार्यक्रम आयोजित केले. इंडिया टुडे द्वारे आयोजित दिवसभराच्या सलाम सचिन कॉन्क्लेव्हमध्ये क्रिकेट, राजकारण, बॉलीवूड आणि इतर क्षेत्रातील विविध राष्ट्रीय आणि आंतरराष्ट्रीय व्यक्तींनी त्यांच्याबद्दल बोलले.

निवृत्तीनंतर

जुलै 2014 मध्ये, त्याने लॉर्ड्स येथील द्विशताब्दी सेलिब्रेशन सामन्यात MCC संघाचे नेतृत्व केले. डिसेंबर 2014 मध्ये, त्याला आयसीसी क्रिकेट विश्वचषक 2015 स्पर्धेचा राजदूत म्हणून घोषित करण्यात आले. मागील आयसीसी क्रिकेट विश्वचषक 2011 चे राजदूत म्हणून ही त्यांची दुसरी टर्म आहे.त्याला सलग क्रिकेट विश्वचषक (२०११ आणि २०१५) आयसीसी क्रिकेट विश्वचषकाचे राजदूत पद मिळाले.

खेळण्याची शैली.

तेंडुलकर क्रॉस-प्रबळ आहेः तो उजव्या हाताने फलंदाजी, गोलंदाजी आणि थ्रो करतो, परंतु डाव्या हाताने लिहितो. तो नियमितपणे नेटवर डाव्या हाताने थ्रो मारण्याचा सराव करतो. क्रिकइन्फो स्तंभलेखक संबित बल यांनी त्याचे वर्णन "त्याच्या काळातील सर्वात निरोगी फलंदाज" असे केले आहे. त्याची फलंदाजी अनावश्यक हालचाली आणि भरभराटीला मर्यादित ठेवून पूर्ण संतुलन आणि संयमीपणावर आधारित आहे. भारतातील वैशिष्ट्यपूर्ण असलेल्या संथ आणि कमी विकेट्सना त्याने फारसे प्राधान्य दिलेले नाही आणि दक्षिण आफ्रिका आणि ऑस्ट्रेलियातील कठीण, उसळत्या खेळपट्ट्यांवर त्याने अनेक शतके झळकावली आहेत. तो चेंडू स्क्वेअरवर मारण्याच्या त्याच्या अनोख्या पंच शैलीसाठी ओळखला जातो. तो त्याच्या पिक्चर-परफेक्ट स्ट्रेट ड्राईव्हसाठीही प्रसिद्ध आहे, अनेकदा फॉलो-थ्रूशिवाय पूर्ण होतो. स्ट्रेट ड्राईव्ह हा त्याचा आवडता शॉट असल्याचे म्हटले जाते. 2008 मध्ये, सुनील गावसकर यांनी AFP मध्ये लिहिलेल्या एका लेखात टिप्पणी केली होती की "खेळाच्या इतिहासातील कोणत्याही खेळाडूची कल्पना करणे कठीण आहे जो लिटल चॅम्पियन सारख्या कच्च्या आक्रमकतेसह शास्त्रीय तंत्राचा मेळ घालतो". उपकरणानुसार, त्याची बॅट सरासरी बॅटमॅनपेक्षा जड असते.

सर डोनाल्ड ब्रॅडमन, ज्यांना अनेकांनी सर्वकाळातील महान फलंदाज मानले, तेंडुलकरची फलंदाजीची शैली त्यांच्यासारखीच आहे असे मानले. त्यांच्या चरित्रात असे

म्हटले आहे की "ब्रॅडमनला तेंडुलकरचे तंत्र, कॉम्पॅक्टनेस आणि शॉट प्रॉडक्शनचा सर्वाधिक फटका बसला होता आणि तेंडुलकर आपल्यासारखाच खेळतो असे वाटून त्यांनी आपल्या पत्नीला तेंडुलकरकडे पाहण्यास सांगितले होते. ब्रॅडमनची पत्नी जेसी यांनी मान्य केले की ते सारखे दिसले."

ऑस्ट्रेलियन क्रिकेट संघाचे माजी प्रशिक्षक जॉन बुकानन यांनी आपले मत व्यक्त केले की तेंडुलकरला त्याच्या डावाच्या सुरुवातीलाच फुटवर्कच्या कमतरतेमुळे शॉर्ट बॉलचा त्रास होऊ लागला होता. बुकानन असेही मानतात की डावखुरा वेगवान खेळताना तेंडुलकरमध्ये कमजोरी असते. 2004 पासून त्याला दुखापतींच्या मालिकेने प्रभावित केले होते. तेव्हापासून तेंडुलकरची फलंदाजी कमी आक्रमणाची होती. त्याच्या फलंदाजीच्या शैलीतील या बदलाचे स्पष्टीकरण देताना, त्याने कबूल केले की तो वेगळ्या पद्धतीने फलंदाजी करत आहे कारण, प्रथम, कोणताही फलंदाज दीर्घ कारकीर्दीत एकसारखी फलंदाजी करू शकत नाही आणि दुसरे म्हणजे, तो आता संघाचा वरिष्ठ सदस्य आहे आणि त्यामुळे अधिक जबाबदारी आहे. त्याच्या कारकिर्दीच्या सुरुवातीच्या काळात, तो अधिक आक्रमक फलंदाज होता आणि त्याने अनेकदा एका चेंडूवर धावांच्या जवळ शतके ठोकली. इयान चॅपेल, माजी ऑस्ट्रेलियन खेळाडू, यांनी 2007 मध्ये टिप्पणी केली होती की "तेंडुलकर आता तो तरुण असताना जसा खेळाडू होता तसा काही नाही".

तेंडुलकरने अनेक आधुनिक आणि अपरंपरागत स्ट्रोकचा त्याच्या प्रदर्शनात समावेश केला आहे, ज्यात पॅडल स्वीप, स्कूप ओव्हर शॉर्ट फाइन लेग आणि स्लॅश टू थर्ड मॅन ओव्हर द स्लिप्स हेड्सचा समावेश आहे, विशेषतः त्याच्या नंतरच्या काळात. त्याच्या शरीराच्या गरजांशी जुळवून घेण्याच्या आणि तरीही सातत्याने गोल करत राहण्याच्या क्षमतेबद्दल त्याची अनेकदा प्रशंसा केली जाते.

तेंडुलकर हा नियमित गोलंदाज नसला तरी तो मध्यमगती, लेग स्पिन आणि ऑफ स्पिन गोलंदाजी करू शकत होता. विरुद्ध संघाचे दोन फलंदाज दीर्घ कालावधीसाठी एकत्र फलंदाजी करत असताना तो अनेकदा गोलंदाजी करत असे, कारण तो अनेकदा उपयुक्त भागीदारी तोडणारा ठरू शकतो. त्याच्या गोलंदाजीने त्याने एकापेक्षा जास्त प्रसंगी भारताला विजय मिळवून दिला. त्याने 201 आंतरराष्ट्रीय विकेट्स घेतल्या-कसोटीमध्ये 46, एकदिवसीय सामन्यांमध्ये 154, जेथे तो भारताचा बारावा सर्वाधिक बळी घेणारा गोलंदाज आहे आणि ट्वेंटी-20 आंतरराष्ट्रीय सामन्यांमध्ये एक विकेट आहे.

राष्ट्रीय सन्मान

1994 - क्रीडा क्षेत्रातील उल्लेखनीय कामगिरीबद्दल भारत सरकारचा अर्जुन पुरस्कार.

1997-98 – खेलरत्न पुरस्कार, क्रीडा क्षेत्रातील कामगिरीसाठी दिला जाणारा भारताचा सर्वोच्च सन्मान.

1999 - IND पद्मश्री BAR.png पद्मश्री, भारताचा चौथा-सर्वोच्च नागरी पुरस्कार.

2001 – महाराष्ट्र भूषण पुरस्कार, महाराष्ट्र राज्याचा सर्वोच्च नागरी पुरस्कार.

2008 - IND पद्‌मविभूषण BAR.png पद्‌मविभूषण, भारताचा दुसरा-सर्वोच्च नागरी पुरस्कार.

2014 - IND भारतरत्न BAR.png भारतरत्न, भारताचा सर्वोच्च नागरी पुरस्कार.

ऑस्ट्रेलिया

2012 - ऑस्ट्रेलियाच्या AUS ऑर्डर (सिव्हिल) BAR.svg ऑस्ट्रेलियन सरकारने दिलेला ऑर्डर ऑफ ऑस्ट्रेलियाचा मानद सदस्य.

इतर सन्मान

सचिन तेंडुलकरच्या 200 व्या कसोटी सामन्याच्या स्मरणार्थ 2013 ची भारतीय टपाल तिकिटे

1997 - विस्डेन क्रिकेटर ऑफ द इयर.

1998, 2010 - विस्डेन जगातील आघाडीचा क्रिकेटर.

2001 - मुंबई क्रिकेट असोसिएशनने वानखेडे स्टेडियमच्या एका स्टँडचे नाव सचिन तेंडुलकरच्या नावावर ठेवले.

२००२ - टेस्ट क्रिकेटमधील डॉन ब्रॅडमनच्या २९ शतकांची बरोबरी करण्याच्या सचिनच्या पराक्रमाच्या स्मरणार्थ, ऑटोमोटिव्ह कंपनी फेरारीने त्याला २३ जुलै रोजी ब्रिटीश ग्रांप्रीच्या पूर्वसंध्येला सिल्व्हरस्टोन येथील पॅडॉकमध्ये F1 विश्वविजेत्या मायकेलकडून फेरारी 360 मोडेना मिळवण्यासाठी आमंत्रित केले. शूमाकर.

2003 - 2003 क्रिकेट विश्वचषक स्पर्धेतील सर्वोत्तम खेळाडू.

2004, 2007, 2010 - ICC वर्ल्ड ODI XI.

2006-07, 2009-10 - वर्षातील आंतरराष्ट्रीय क्रिकेटपटूसाठी पॉली उमरीगर पुरस्कार

2009, 2010, 2011 – ICC वर्ल्ड टेस्ट इलेव्हन उद्‌धरण आवश्यक

2010 - लंडनमधील आशियाई पुरस्कारांमध्ये खेळातील उत्कृष्ट कामगिरी आणि पीपल्स चॉईस पुरस्कार.

2010 – सर गारफिल्ड सोबर्स ट्रॉफी वर्षातील सर्वोत्तम क्रिकेटपटूसाठी.

2010 - एलजी पीपल्स चॉइस अवॉर्ड.

2010 - भारतीय हवाई दलाने मानद ग्रुप कॅप्टन बनवले.

2011 - कॅस्ट्रॉल इंडियन क्रिकेटर ऑफ द इयर पुरस्कार.

2012 - विस्डेन इंडिया उत्कृष्ट कामगिरी पुरस्कार.

2013 - इंडिया पोस्टने तेंडुलकरांचे स्टॅम्प जारी केले आणि मदर तेरेसा यांच्यानंतर त्यांच्या हयातीत असे स्टॅम्प जारी करणारे ते दुसरे भारतीय ठरले.

2014 – ESPNCricinfo क्रिकेटर ऑफ द जनरेशन.

2017 - 7व्या आशियाई पुरस्कारांमध्ये आशियाई पुरस्कार फेलोशिप पुरस्कार.

2019 - ICC क्रिकेट हॉल ऑफ फेम मध्ये समाविष्ट

2020 – सर्वोत्कृष्ट स्पोर्टिंग मोमेंटसाठी लॉरियस वर्ल्ड स्पोर्ट्‌स अवॉर्ड (2000-2020)

व्यावसायिक हितसंबंध

1995 मध्ये वर्ल्डटेल सोबत विक्रमी स्पोर्ट्स मॅनेजमेंट करारावर स्वाक्षरी केल्यावर सचिनच्या लोकप्रियतेमुळे ते क्रिकेटच्या व्यावसायिक व्यवहारात भारतातील अग्रणी बनले, या कराराचे मूल्य पाच वर्षांमध्ये £300 दशलक्ष (US$3.8 दशलक्ष) होते. 2001 मध्ये वर्ल्डटेलसोबतचा त्यांचा पुढील करार पाच वर्षांत £800 दशलक्ष (US$10 दशलक्ष) इतका होता. 2006 मध्ये, त्यांनी साची आणि साचीच्या ICONIX बरोबर तीन वर्षांमध्ये £1.8 अब्ज (US$23 दशलक्ष) मूल्याचा करार केला.

तेंडुलकरने दोन रेस्टॉरंट उघडले आहेत: तेंडुलकरचे (कुलाबा, मुंबई) आणि सचिनचे (मुलुंड, मुंबई) आणि बंगलोर. मार्स रेस्टॉरंट्सच्या संजय नारंगच्या भागीदारीत या रेस्टॉरंट्सची मालकी सचिनकडे आहे.

तेंडुलकरने 2017 पर्यंत प्रसाद व्ही. पोटलुरी यांच्या मालकीच्या PVP व्हेंचर्सच्या सहकार्याने इंडियन सुपर लीग फुटबॉलमध्ये केरळ ब्लास्टर्स FC चे सह-मालक केले. त्याच्या "मास्टर ब्लास्टर" टोपणनावावरून संघाचे नाव केरळ ब्लास्टर्स असे ठेवण्यात आले आहे. प्रीमियर बॅडमिंटन लीगमध्ये भाग घेणारा बॅडमिंटन संघ बेंगळुरू ब्लास्टर्स या बॅडमिंटन संघाचाही तो संयुक्त मालक आहे.

2013 मध्ये, तेंडुलकर फोर्ब्सच्या जगातील सर्वाधिक कमाई करणाऱ्या खेळाडूंच्या यादीत 51 व्या स्थानावर होता, त्याची एकूण कमाई US$22 दशलक्ष इतकी होती. ऑक्टोबर 2013 मध्ये, वेल्थ-एक्सने तेंडुलकरची एकूण संपत्ती US$160 दशलक्ष एवढी होती, ज्यामुळे तो भारतातील सर्वात श्रीमंत क्रिकेटपटू बनला.

त्यांनी सचिन रमेश तेंडुलकर स्पोर्ट्स मॅनेजमेंट प्रायव्हेट लिमिटेड ही क्रीडा व्यवस्थापन संस्था सुरू केली. ते तेंडुलकरांच्या सर्व सामाजिक आणि व्यावसायिक कामांचे व्यवस्थापन करते.

राज्यसभेची उमेदवारी

एप्रिल 2012 मध्ये, तेंडुलकरने भारताच्या राष्ट्रपतींनी सुचवलेले राज्यसभेचे नामांकन स्वीकारले आणि ते संसद सदस्य (MP) म्हणून नामांकन मिळालेले पहिले सक्रिय खेळाडू आणि क्रिकेटपटू बनले. त्यांनी 4 जून रोजी पदाची शपथ घेतली. तो मुंबईत राहत असल्याने त्याला "करदात्यांच्या पैशाचा अपव्यय" असे म्हणत त्याने नवी दिल्लीत दिलेला बंगला घेण्यास नकार दिला. राज्यसभेच्या कामकाजात त्यांच्या अनुपस्थितीमुळे ते वादात सापडले होते. 2019 मध्ये तेंडुलकरने रु. पूर्व वांद्रे येथील चिल्ड्रन पार्कच्या नूतनीकरणासाठी राज्यसभेचे खासदार असताना त्यांना त्यांच्या लोकल एरिया डेव्हलपमेंट (एमपीएलएडी) निधीतून 22 लाख रुपये दिले. राज्यसभा खासदार असताना सचिनने गेल्या सहा वर्षांत पगार आणि इतर मासिक भत्ते म्हणून जवळपास ९० लाख रुपये काढले होते. हे संपूर्ण वेतन आणि भत्ते त्यांनी पंतप्रधान मदत निधीला दान केले. PMO ने एक पोचपावती पत्र देखील जारी केले आहे ज्यात असे म्हटले आहे: "पंतप्रधानांनी हा विचारपूर्वक हावभाव स्वीकारला

आणि त्यांचे आभार व्यक्त केले. या योगदानामुळे संकटात सापडलेल्या व्यक्तींना मदत प्रदान करण्यात खूप मदत होईल. 2016 मध्ये, जेव्हा तेंडुलकर होते. राज्यसभा खासदार, पश्चिम बंगालच्या पश्चिम मिदनापूर येथील स्वर्णमयी सासमल शिक्षा निकेतनच्या शाळेच्या निधीसाठी विनंती पत्रावर, तेंडुलकर यांनी त्यांच्या संसद सदस्य स्थानिक क्षेत्र विकास योजना निधीतून शाळेला 70-76 लाख रुपये दिले.

राज्यसभेतील संसद सदस्य म्हणून तेंडुलकर हे सर्वात वाईट कामगिरी करणाऱ्यांपैकी एक होते. ते बहुतेक वेळा संसदेच्या चर्चा सत्रांना अनुपस्थित राहिले आणि नामनिर्देशित खासदारांपैकी सर्वात कमी उपस्थित खासदारांपैकी एक होते. घरातून गैरहजर राहिल्यामुळे त्यांना टीकेचा सामना करावा लागला. विविध पक्षांच्या सहकारी खासदारांनी तसेच नामनिर्देशित खासदारांनी तेंडुलकर यांच्या अनुपस्थितीबद्दल टीका केली आणि प्रश्न विचारला, 'नामांकित खासदार तेंडुलकर आणि रेखा संसदेत का येत नाहीत?'. हिंदुस्तान टाईम्सच्या 24 जुलै 2014 च्या अहवालानुसार, त्यांनी लोककल्याणासाठी त्यांच्या 15 कोटी खासदार स्थानिक क्षेत्र विकास योजनेच्या निधीपैकी एक पैसाही खर्च केला नाही. बचावात तेंडुलकर म्हणाले की वैयक्तिक मुद्द्यांमुळे तो गैरहजर होता. तेंडुलकरला एप्रिल 2013 मध्ये नामांकन मिळाले होते, पहिल्या वर्षी ते एकाही दिवशी अर्थसंकल्पीय किंवा हिवाळी अधिवेशनात उपस्थित राहिले नाहीत, पावसाळी अधिवेशनात उपस्थिती 5% होती. खासदार म्हणून आपल्या कारकिर्दीत त्यांनी 22 प्रश्न विचारले आणि कोणत्याही वादविवादात भाग घेतला नाही. ते माहिती तंत्रज्ञान स्थायी समितीचे सदस्य होते. एकूणच त्यांच्या सहा वर्षांच्या कार्यकाळात त्यांची उपस्थिती केवळ 8% होती.

जनजागृती आणि परोपकारात भूमिका

तेंडुलकर युनिसेफशी संबंधित आहेत. जागतिक एड्स दिनानिमित्त एड्स जनजागृतीसाठी त्यांनी आपला पाठिंबा दिला. 2003 मध्ये, त्यांनी पोलिओ रोगाबद्दल जागरूकता पसरवण्यासाठी आणि भारतात पोलिओ प्रतिबंधास प्रोत्साहन देण्यासाठी युनिसेफच्या पुढाकारासाठी काम केले. 2008 पासून ते स्वच्छता आणि स्वच्छता निर्माण करण्यासाठी आणि प्रोत्साहन देण्यासाठी युनिसेफच्या पुढाकारामध्ये सामील आहेत.

भारताचे पंतप्रधान नरेंद्र मोदी यांनी स्वच्छतेबाबत जनजागृती करण्यासाठी आणि स्वच्छ भारत मिशन (स्वच्छ भारत मिशन) ला लोक चळवळ बनवण्यासाठी नियुक्त केलेल्या पहिल्या नऊ सेलिब्रिटींपैकी ते एक होते. क्रिकेटपटूने नामांकन स्वीकारले आणि मुंबईतील आपल्या मित्रांसोबत रस्त्यावर झाडू मारतानाचा व्हिडिओ पोस्ट केला. 2017 मध्ये, स्वच्छ भारत चळवळीच्या स्वच्छता ही सेवा (स्वच्छता ही सेवा) मोहिमेत योगदान देण्यासाठी आणि या स्वच्छ भारत चळवळीसाठी जागरूकता पसरवण्यासाठी आणि लोकांना प्रोत्साहित करण्यासाठी त्यांनी स्वच्छता कर्मचाऱ्यांना वांद्रे किल्ला स्वच्छ करण्यास मदत केली. 2019 मध्ये, त्यांची लोकप्रियता आणि प्रसिद्धी स्वच्छतेचा प्रचार आणि खात्री करण्यासाठी वापरल्याबद्दल त्यांना इंडिया टुडे ग्रुपच्या सफाईगिरीच्या

पाचव्या आवृत्तीत (लिट.?'स्वच्छता चळवळीबद्दल जागरूकता पसरवा') पुरस्काराने सर्वात प्रभावी स्वच्छता (अनुवाद.?स्वच्छता) ॲम्बेसेडर म्हणून सन्मानित करण्यात आले. देशाने आपले स्वच्छ भारताचे उद्दिष्ट साध्य केले. कॉपी संपादनाची आवश्यकता आहे जागतिक निसर्ग संवर्धन दिन 2020 च्या निमित्ताने, क्रिकेटपटूने जैवविविधतेच्या जतनाबद्दल संदेश देण्यासाठी ट्विटरवर घेतला.

तेंडुलकर दरवर्षी 200 वंचित मुलांना प्रायोजित करतात, अपनालय या मुंबईस्थित एनजीओ मार्फत त्याची सासू ॲनाबेल मेहता यांच्याशी संबंधित आहे. ट्विटरवर त्यांनी केलेल्या विनंतीने कॅन्सरविरुद्धच्या क्रुसेड अगेन्स्ट कॅन्सर फाउंडेशनसाठी सचिनच्या क्रुसेडद्वारे £10.2 मिलियन (US$130,000) जमा केले.18 सप्टेंबर 2011 रोजी सचिन तेंडुलकरने 12 तासांच्या 'कोका-कोला-एनडीटीव्ही सपोर्ट माय स्कूल टेलिथॉन'मध्ये नऊ तास घालवले ज्यामुळे लक्ष्यापेक्षा £70 दशलक्ष (US$880,000) ते £20 दशलक्ष (US$250,000) अधिक वाढ करण्यात मदत झाली. देशभरातील 140 सरकारी शाळांमध्ये मुलभूत सुविधा, विशेषत: विद्यार्थिनींसाठी स्वच्छतागृहे निर्माण करणे.

2

मेजर ध्यानचंद

मेजर ध्यानचंद

मेजर ध्यानचंद (२९ ऑगस्ट १९०५ - ३ डिसेंबर १९७९) हे भारतीय फील्ड हॉकीपटू होते, ज्यांना इतिहासातील महान फील्ड हॉकी खेळाडूंपैकी एक म्हणून ओळखले जाते. 1928, 1932 आणि 1936 मध्ये तीन ऑलिम्पिक सुवर्णपदके मिळवण्याबरोबरच, भारताच्या फील्ड हॉकीवर वर्चस्व असलेल्या काळात, चेंडूवर नियंत्रण आणि गोल करण्याच्या पराक्रमासाठी तो ओळखला जात असे. 1928 ते 1964 या कालावधीत भारताने आठ पैकी सात ऑलिम्पिकमध्ये फील्ड हॉकी स्पर्धा जिंकल्यामुळे त्याचा प्रभाव या विजयांच्या पलीकडे वाढला.

द विझार्ड किंवा द मॅजिशियन म्हणून ओळखले जाणारे हॉकीचे उत्कृष्ट चेंडू नियंत्रणासाठी, चंद 1926 ते 1949 या कालावधीत आंतरराष्ट्रीय स्तरावर खेळले, जिथे त्यांनी 185 सामन्यांमध्ये 570 गोल केले, त्यांच्या आत्मचरित्रानुसार, गोल, आणि त्याच्या संपूर्ण देशांतर्गत आणि आंतरराष्ट्रीय कारकिर्दीत १००० हून अधिक गोल केले. बीबीसीने त्याला "हॉकी मुहम्मद अलीच्या समतुल्य" असे संबोधले. भारत सरकारने 1956 मध्ये चांद भारताचा तिसरा सर्वोच्च नागरी सन्मान पद्मभूषण प्रदान केला. त्यांचा जन्मदिवस, २९ ऑगस्ट हा दरवर्षी भारतात राष्ट्रीय क्रीडा दिन म्हणून साजरा केला जातो. भारतातील सर्वोच्च क्रीडा सन्मान, मेजर ध्यानचंद खेलरत्न पुरस्कार त्यांच्या नावावर आहे.

चंद यांचा जन्म अलाहाबाद येथे २९ ऑगस्ट १९०५ रोजी एका राजपूत कुटुंबात झाला. तो दुसरा हॉकीपटू रूप सिंग यांचा मोठा भाऊ आणि शारधा सिंग उद्धरण आवश्यक आणि समेश्वर सिंग यांचा मुलगा होता. ध्यानचंद यांचे वडील ब्रिटिश भारतीय सैन्यात भरती झाले होते आणि ते सैन्यासाठी हॉकी खेळत होते. ध्यानचंद यांना दोन भाऊ होते - मूल सिंग आणि रूप सिंग. त्याच्या वडिलांच्या अनेक सैन्य बदल्यांमुळे, कुटुंबाला वेगवेगळ्या शहरांमध्ये जावे लागले आणि त्यामुळे चंदला केवळ सहा वर्षांच्या शालेय शिक्षणानंतर आपले शिक्षण संपवावे लागले. हे कुटुंब शेवटी झाशी, उत्तर प्रदेश, भारत येथे स्थायिक झाले.

चंद यांनी अलीगढ मुस्लिम विद्यापीठ, अलीगढ येथे शिक्षण घेतले आणि शेवटी 1932 मध्ये ग्वाल्हेरच्या व्हिक्टोरिया कॉलेजमधून पदवी प्राप्त केली. सैन्यात असल्यामुळे त्यांच्या वडिलांना घरासाठी जमीनीचा एक छोटा तुकडा मिळाला.

यंग चंदला कुस्तीची आवड असली तरी खेळाकडे फारसा कल नव्हता. त्याने नमूद केले की सैन्यात सामील होण्यापूर्वी आपण कोणतीही हॉकी खेळली आहे की नाही हे मला आठवत नाही, परंतु तो म्हणाला की तो अधूनमधून आपल्या मित्रांसोबत झाशीमध्ये प्रासंगिक खेळ खेळत असे.

करिअरची सुरुवात

29 ऑगस्ट 1922 रोजी - त्यांचा 17 वा वाढदिवस - चंद यांनी ब्रिटिश इंडियन आर्मीच्या पहिल्या ब्राह्मणांमध्ये शिपाई (खाजगी) म्हणून भरती केली. त्या वर्षी सैन्याच्या पुनर्गठनाचा परिणाम 1ला ब्राह्मण 1/1 पंजाब रेजिमेंट बनला. 1922 ते 1926 दरम्यान, चंद यांनी केवळ आर्मी हॉकी स्पर्धा आणि रेजिमेंटल खेळ खेळले. चंदची शेवटी

न्यूझीलंडच्या दौऱ्यावर असलेल्या भारतीय लष्कराच्या संघासाठी निवड करण्यात आली. संघाने 18 सामने जिंकले, 2 अनिर्णित राहिले आणि फक्त 1 गमावला, सर्व प्रेक्षकांकडून प्रशंसा मिळाली. यानंतर, न्यूझीलंड संघाविरुद्धच्या दोन कसोटी सामन्यांमध्ये संघाने पहिला जिंकला आणि दुसरा पराभव पत्करावा लागला. भारतात परत आल्यावर चंद यांना १९२७ मध्ये लान्स नाईक म्हणून बढती मिळाली.

ऑलिम्पिकमध्ये फील्ड हॉकी पुन्हा सादर करण्यासाठी यशस्वीपणे लॉबिंग केल्यानंतर, नव्याने स्थापन झालेल्या भारतीय हॉकी फेडरेशनने (IHF) 1928 ॲमस्टरडॅम ऑलिम्पिकसाठी शक्य तितका सर्वोत्तम संघ पाठवण्याची तयारी केली. 1925 मध्ये, संघ सदस्य निवडण्यासाठी एक आंतर-प्रांतीय स्पर्धा आयोजित करण्यात आली होती. संयुक्त प्रांत (UP), पंजाब, बंगाल, राजपुताना आणि मध्य प्रांत या उद्घाटन राष्ट्रांमध्ये पाच संघ सहभागी झाले होते. चंदला लष्कराकडून युनायटेड प्रोव्हिन्स संघाकडून खेळण्याची परवानगी मिळाली.

स्पर्धेतील पहिल्या गेममध्ये, केंद्र-फॉरवर्ड म्हणून ध्यानचंद आणि त्यांच्या आतल्या-उजव्या बाजूच्या मार्थिन्सने एकत्रितपणे चांगली कामगिरी केली. चांदने आपल्या चतुरस्त्र काठी-कामाने बरेच लक्ष वेधून घेतले. त्याच्या भेदक धावा आणि विवेकपूर्ण पास म्हणून त्याला ऑलिंपिक स्पर्धेमध्ये भाग घेण्याच्या टीममध्ये स्थान पक्के वाटत होते. खेळाच्या सुरुवातीस, हे स्पष्ट झाले की चांद त्याच्या सर्वोत्तम खेळात आहे. मार्थिन्सच्या जोडीने त्याने चेंडू उजवीकडे नेला आणि मार्थिन्सने त्याला चांगला पास दिला. विजेच्या झटक्याने ध्यानचंदने गोल केला. चेंडू बचावपटूच्या एका स्टिकला लागला आणि गोलकीपर कोलीला संधी न देता नेटमध्ये गेला. सुरुवातीच्या 3 मिनिटांच्या आत एक गोल हा यूपी समर्थकांच्या सर्वात आशावादी अपेक्षांपेक्षा जास्त होता. मध्यंतराला युपीची आघाडी तीन गोलने शून्यावर होती.

स्पर्धेच्या यशाने आनंदित होऊन ही स्पर्धा दर दोन वर्षांनी आयोजित करण्याचा निर्णय घेण्यात आला. विविध आशावादी लोकांमधील आणखी दोन चाचणी सामन्यांनंतर, ऑलिम्पिक संघाची (चांदसह केंद्र-फॉरवर्ड म्हणून) घोषणा करण्यात आली आणि बॉम्बेमध्ये एकत्र आले. मध्यभागी ब्रूम एरिक पिनिगरची कर्णधार म्हणून निवड करण्यात आली. बॉम्बे, मद्रास आणि बर्मा प्रांतांनी त्यांच्या आर्थिक आवाहनाकडे दुर्लक्ष केल्यामुळे IHF कडे सुरुवातीला कमी निधी होता, परंतु ते पुरेसे पैसे उधळण्यात यशस्वी झाले. त्यानंतर ऑलिम्पिक संघाने बॉम्बे इलेव्हन विरुद्ध सामना खेळला आणि सिंहने आपल्या संघाचे दोन्ही गोल केले तरीही आश्चर्यकारकपणे 3-2 असा पराभव पत्करावा लागला. शांतपणे निरोप घेऊन, संघ 10 मार्च रोजी इंग्लंडला रवाना झाला, 1927 मध्ये लंडन फोकस्टोन फेस्टिव्हलमध्ये स्थानिक बाजूंविरुद्ध सामने खेळण्यासाठी, सर्व जिंकून. फोकस्टोन येथे भारतीय संघाकडून त्यांचा राष्ट्रीय संघ पराभूत झाल्यानंतर ग्रेट ब्रिटनने 1928 मध्ये ॲमस्टरडॅम ऑलिम्पिकमध्ये संघ पाठवला नाही, असेही म्हटले होते. कपूर

यांच्या रोमान्स ऑफ हॉकी या पुस्तकात याचा उत्तम उल्लेख केला आहे, जेथे लाहोरच्या "स्पोर्ट्स" मासिकाचे लंडनचे प्रतिनिधी एच. सदरलँड स्टार्क यांचे पाठवते, इतर कोणत्याही टिप्पणीपेक्षा कथा अधिक चांगल्या प्रकारे सांगते: "कारणांमुळे इंग्रजी समजणे कठीण आहे. हॉकी असोसिएशनने अलिकडच्या वर्षांत भारतीय हॉकीबद्दल अतिशय कठोर वृत्ती बाळगली आहे आणि त्यांच्या स्वत: च्या समर्थकांकडूनही त्याबद्दल वारंवार ट्विट केले गेले आहे. एका अग्रगण्य क्रीडा वृत्तपत्राच्या संपादकाने त्यांचे वर्णन माझ्यासाठी एक अत्यंत पुराणमतवादी संस्था म्हणून केले आहे, परंतु असे दिसते आहे. संपूर्ण आंतरराष्ट्रीय चकमकीत भारताला भेटण्याची त्यांच्या अनिच्छेमागे पुराणमतवादी पेक्षा अधिक काहीतरी आहे". शेवटी, 24 एप्रिल रोजी, संघ निम्न देशांच्या दौऱ्यावर जाण्यासाठी ॲमस्टरडॅमला पोहोचला. स्थानिक डच, जर्मन आणि बेल्जियम संघांविरुद्धच्या सर्व ऑलिम्पिकपूर्व सामन्यांमध्ये भारतीय संघाने मोठ्या फरकाने विजय मिळवला.

1928 च्या ॲमस्टरडॅम उन्हाळी ऑलिंपिकमध्ये, भारतीय संघाला ऑस्ट्रिया, बेल्जियम, डेन्मार्क आणि स्वित्झर्लंडसह विभाग अ टेबलमध्ये ठेवण्यात आले होते. 17 मे रोजी भारतीय राष्ट्रीय हॉकी संघाने ऑस्ट्रियाविरुद्ध ऑलिम्पिक पदार्पण केले, चंदने 3 गोल करून 6-0 असा विजय मिळवला. दुसऱ्या दिवशी भारताने बेल्जियमचा 9-0 असा पराभव केला; मात्र, चंदने फक्त एकदाच गोल केला. 20 मे रोजी डेन्मार्कचा भारताकडून 5-0 असा पराभव झाला, चंदने 3 गोल केले. दोन दिवसांनंतर, भारताने स्वित्झर्लंडचा 6-0 असा पराभव केला तेव्हा त्याने 4 गोल केले.

26 मे रोजी अंतिम सामना भारताचा सामना नेदरलँड्सच्या घरच्या संघाशी झाला. भारतीय संघाचे चांगले खेळाडू फिरोज खान, अली शौकत आणि खेर सिंग हे आजारी यादीत होते आणि चांद स्वतः आजारी होते. तथापि, एक कंकाल बाजू असतानाही, भारताने यजमानांना 3-0 ने पराभूत केले (सिंगने 2 धावा केल्या), आणि भारतीय संघाने आपल्या देशाचे पहिले ऑलिम्पिक सुवर्णपदक जिंकले. सामन्यात 14 गोलांसह चंद स्पर्धेतील सर्वाधिक गोल करणारा खेळाडू होता. भारताच्या विजयाबद्दल एका वृत्तपत्राच्या अहवालात असे म्हटले आहे:

हा हॉकीचा खेळ नसून जादू आहे. ध्यानचंद हे खरे तर हॉकीचे जादूगार आहेत.

नंतर, नेदरलँडमधील अधिकाऱ्यांनी चंदची हॉकी स्टिक तोडली आणि चंदच्या बॉलवर नियंत्रण ठेवण्याच्या क्षमतेमुळे आत चुंबक आहे की नाही हे तपासले. एका वयोवृद्ध महिलेने त्याला तिच्या चालत्या छडीने खेळण्यास सांगितले आणि त्याने गोल करणे सुरूच ठेवले.

उत्तर-पश्चिम सरहद्द प्रांतातील वझिरीस्तानमध्ये (आता पाकिस्तानमध्ये) त्याच्या नवीन 2/14 पंजाब रेजिमेंट, चंदसह पोस्ट केले गेले, आता एक नाईक (कॉर्पोरल) IHF मधून कापला गेला होता, ज्यावर आता नागरिकांचे नियंत्रण होते. नवीन ऑलिम्पिक संघ निवडण्यासाठी आंतरप्रांतीय स्पर्धा घेण्यात येत होती; आयएचएफने आर्मी स्पोर्ट्स कंट्रोल

बोर्डाला पत्र लिहून सिंग यांना नागरिकांमध्ये सहभागी होण्यासाठी रजा दिली. त्याच्या पलटणीने नकार दिला. कोणतीही औपचारिकता न ठेवता IHF ने ऑलिम्पिक संघासाठी त्याची निवड केल्याची बातमी चंदला मिळाली. त्याच्या उर्वरित सहकाऱ्यांना मात्र पंजाबने जिंकलेल्या आंतरप्रांतीय स्पर्धेत आपले कौशल्य सिद्ध करावे लागले. त्याप्रमाणे पंजाबच्या सात खेळाडूंची ऑलिम्पिक संघासाठी निवड करण्यात आली. चांद व्यतिरिक्त, ब्रूम एरिक पिनिगर, लेस्ली हॅमंड आणि रिचर्ड ऍलन हे 1928 ऑलिंपियन संघात कायम ठेवण्यात आले होते. चांदचा भाऊ रूपसिंगचाही लेफ्ट-इन म्हणून संघात समावेश करण्यात आला होता. लाल शाह बोखारी यांची कर्णधार म्हणून निवड करण्यात आली.

त्यानंतर ऑलिम्पिक संघाने कोलंबोला जाण्यापूर्वी भारतात सराव सामने खेळले. सिलोनमधील दोन सामन्यांमध्ये, ऑलिम्पिक संघाने ऑल सिलोन इलेव्हनचा 20-0 आणि 10-0 असा पराभव केला. पहिल्या सामन्यावर एका वृत्तपत्राने लिहिले, "परिपूर्णता धोकादायक आहे, कारण ती देवतांना भुरळ पाडते. हे एकदा चुकीचे सिद्ध झाले कारण हवामानाच्या देवतानेही भारतीय खेळाडूंच्या प्रतिभेला आदरांजली वाहिली. पावसाचे ढग, ज्यात खेळ उध्वस्त करण्याची धमकी दिली, निळ्या रंगात गायब झाले आणि हजारो प्रेक्षकांनी भारतीय संघाच्या अतुलनीय कलात्मकतेने आश्चर्यचकित करण्यात आनंदी तास घालवला."

भारतीय संघ 30 मे रोजी सॅन फ्रान्सिस्कोसाठी रवाना झाला आणि 6 जुलै रोजी पोहोचला. 30 जुलै रोजी झालेल्या ऑलिम्पिकच्या उद्घाटन समारंभाच्या तीन आठवड्यांपूर्वी ते लॉस एंजेलिसला पोहोचले. 4 ऑगस्ट 1932 रोजी भारताने जपानविरुद्ध पहिला सामना खेळला आणि 11-1 असा विजय मिळवला. चंद, रूप सिंग, गुरमित सिंग यांनी प्रत्येकी तीन, तर डिकी कारने एक गोल केला. 11 ऑगस्ट रोजी अंतिम फेरीत भारताचा सामना यजमान अमेरिकेशी झाला. भारताने 24-1 ने जिंकले, हा त्यावेळचा जागतिक विक्रम (2003 मध्ये तो मोडण्यापर्यंत) आणि पुन्हा एकदा सुवर्णपदक जिंकले. चंदने 8 वेळा, रूप सिंगने 10, गुरमित सिंगने 5 आणि पिनिगरने एकदा धावा केल्या. खरेतर, चंद आणि त्याचा भाऊ रूप यांनी भारताने केलेल्या 35 गोलांपैकी 25 गोल केले. 3 यामुळे त्यांना 'हॉकी ट्विन्स' असे संबोधले जाऊ लागले.

एका लॉस एंजेलिस वृत्तपत्राने लिहिले, "जी डी सोंधी यांनी लॉस एंजेलिसला आणलेला अखिल भारतीय फील्ड हॉकी संघ त्यांच्या 1928 च्या ऑलिम्पिक विजेतेपदाचे रक्षण करण्यासाठी पूर्वेकडून आलेल्या वादळासारखा होता. त्यांनी त्यांच्या पायाखाली तुडवले आणि सर्व बाहेर फेकले गेले. ऑलिम्पिक स्टेडियमचे अकरा खेळाडू युनायटेड स्टेट्सचे प्रतिनिधित्व करतात."

त्यानंतर संघ अमेरिकेच्या दौऱ्यावर निघाला. त्यांनी 20 ऑगस्ट रोजी युनायटेड स्टेट्स XI विरुद्ध सामना खेळला, जवळजवळ त्याच संघाचा सामना त्यांनी लॉस एंजेलिसमध्ये केला होता. त्याचा दुसरा गोलरक्षक आर्थर हिंद याला उधार दिल्यानंतरही, संघाने 24-1

असा विजय मिळवला.

न्यूयॉर्कहून प्रवास केल्यानंतर संघ इंग्लंडमध्ये पोहोचला. त्यानंतर 2 सप्टेंबरपासून सुरू होणाऱ्या पंधरवड्यात विविध देशांमध्ये नऊ सामने खेळून त्यांनी एक व्यस्त दौरा सुरू केला. त्यांनी नेदरलँड्स, जर्मनी, चेकोस्लोव्हाकिया आणि हंगेरीविरुद्ध चार आंतरराष्ट्रीय सामने खेळले. त्यानंतर संघ श्रीलंका आणि भारतात पोहोचला, अनेक सामने खेळून त्यांचा खर्च भागवला. दौऱ्याच्या शेवटी, भारताने 37 सामने खेळले होते, 34 जिंकले, 2 अनिर्णित राहिले, एक सोडला. चंदने 338 पैकी 133 भारतीय गोल केले.

1933 मध्ये, चंदच्या घरच्या संघाने, झाशी हिरोजने भाग घेतला आणि बीटन कप जिंकला, जो भारताच्या पुरुषांच्या राष्ट्रीय फील्ड हॉकी संघ स्पर्धेतील सर्वात प्रतिष्ठित मानला जातो. नंतर, तो असे सांगेल:

जर कोणी मला विचारले की मी खेळलेला सर्वोत्तम सामना कोणता होता, तर मी बिनदिक्कतपणे म्हणेन की कलकत्ता कस्टम्स आणि झाशी हिरोज यांच्यातील 1933 ची बीटन कप फायनल होती. त्या काळी कलकत्ता कस्टम्स ही एक चांगली बाजू होती; त्यांच्याकडे शौकत अली, असद अली, क्लॉड डीफॉल्ट्स, सीमन, मोहसीन आणि इतर बरेच लोक होते जे भारतीय हॉकीच्या पहिल्या फ्लाइटमध्ये होते.

माझी खूप तरुण बाजू होती. मुंबईत ग्रेट इंडियन पेनिनसुलर रेल्वेकडून खेळणारा माझा भाऊ रूप सिंग आणि इस्माईल यांच्याशिवाय माझ्याकडे संघात दुसरा कोणीही महान खेळाडू नव्हता. पण माझ्याकडे एक संघ होता जो करा किंवा मरा असा निर्धार करत होता.

हा एक उत्तम सामना होता, रोमांच भरला होता आणि केवळ संधीसाधूपणानेच आम्हाला विजय मिळवून दिला. सीमाशुल्क कठोरपणे दाबत होते आणि आमचे ध्येय त्यांच्या दयेवर होते. अचानक मी तोडले आणि मिडफिल्डमधून इस्माईलला लांब पास दिला, जो जेसी ओवेन्सच्या गतीने जमिनीच्या अर्ध्या लांबीने धावला. कस्टम्सचा डाव-हाफ आणि गोलरक्षक यांच्यात गैरसमज झाला आणि इस्माईलने त्याचा प्रत्येक फायदा घेत सामन्यातील एकमेव गोल केला. आम्हाला आमच्या विजयाचा खूप अभिमान वाटला.

पूर्व आफ्रिकन दौरा आणि अंतिम स्पर्धा

बर्लिनहून परतल्यानंतर चंद आपल्या रेजिमेंटमध्ये रुजू झाले. 1936 आणि 1939 मध्ये युद्ध सुरू होण्याच्या दरम्यान, 1937 मध्ये बेइटन कप स्पर्धेत भाग घेण्यासाठी कोलकाता येथे झालेल्या एका भेटीसह, त्याने मुख्यत्वे सैन्य हॉकीमध्ये स्वतः ला मर्यादित केले. बीटन चषकापूर्वी, चंदने पचमढी येथील लष्करी छावणीत चार महिने घालवले. लष्करी वर्गात जाण्यासाठी. 16 मार्च 1938 रोजी, त्यांना जमादार (आता नायब सुभेदार असे संबोधले जाते) या पदासह व्हाईसरॉयचे कमिशन्ड ऑफिसर (VCO; सध्याच्या कनिष्ठ कमिशन्ड ऑफिसरच्या समतुल्य) बनवण्यात आले. युद्धकाळात पात्र अधिकाऱ्यांच्या वाढत्या गरजेमुळे, त्यांना जुलै 1942 पर्यंत कार्यवाहक सुभेदार आणि 1943 च्या सुरुवातीस युद्ध-महत्वपूर्ण दर्जावर पदोन्नती मिळाली. 9 एप्रिल 1943 रोजी, चंद यांना 14 व्या पंजाब

रेजिमेंटमध्ये दुसरे लेफ्टनंट म्हणून आणीबाणीचे कमिशन मिळाले, त्याच तारखेपासून लेफ्टनंटच्या युद्ध-महत्वपूर्ण रँकसह.

युद्धाच्या शेवटच्या टप्प्यांकडे, चंद यांनी लष्कराच्या हॉकी संघाचे नेतृत्व केले ज्याने मणिपूर, बर्मा, सुदूर पूर्व आणि सिलोनमधील रणांगणांचा दौरा केला. 1945 मध्ये युद्ध संपले तेव्हा चंदने ठरवले की भारतीय हॉकी संघाला नवीन तरुण खेळाडूंची गरज आहे. 1947 मध्ये, IHF ला पूर्व आफ्रिकेच्या आशियाई स्पोर्ट्स असोसिएशनने (ASA) सामन्यांची मालिका खेळण्यासाठी संघ पाठवण्याची विनंती केली होती. एएसएने चंदचा संघात समावेश करावा, अशी अट घातली. पुन्हा एकदा चंदची कर्णधार म्हणून निवड झाली.

23 नोव्हेंबर 1947 रोजी हा संघ मुंबईत एकत्र आला आणि 15 डिसेंबर रोजी मोंबासा येथे पोहोचला आणि ब्रिटिश पूर्व आफ्रिकेत 9 सामने खेळून सर्व जिंकले. चांद जरी चाळीशीत असला तरी 22 सामन्यात 61 गोल करण्यात यशस्वी ठरला.

1948 च्या सुरुवातीला पूर्व आफ्रिकन दौऱ्यावरून परतल्यानंतर, चंदने 'गंभीर हॉकी'मधील आपला सहभाग हळूहळू बंद करण्याचा निर्णय घेतला. त्याने प्रदर्शन सामने खेळले, राज्य संघांविरुद्ध उर्वरित भारताच्या संघाचे नेतृत्व केले आणि 1948 च्या ऑलिम्पिक संघाने चंदच्या संघाचा 2-1 ने पराभव केला, जरी वृद्ध चंदने त्याच्या संघाचा एकमेव गोल केला. चांदचा शेवटचा सामना बंगालच्या संघाविरुद्ध शेष भारतीय संघाचे नेतृत्व करत होता. सामना अनिर्णीत संपला त्यानंतर बंगाल हॉकी असोसिएशनने भारतीय हॉकीसाठी चंद यांच्या सेवांचा गौरव करण्यासाठी सार्वजनिक कार्यक्रमाचे आयोजन केले.

शेवटची वर्षे

चंद यांनी स्वातंत्र्यानंतर भारतीय सैन्यात आयईसी 3526 या सेवा क्रमांकासह त्यांचे आपत्कालीन कमिशन चालू ठेवले, परंतु उघडपणे त्यांना नियमित कमिशन देण्यात आले नाही. 1951 मध्ये भारताच्या नॅशनल स्टेडियमवर ध्यानचंद स्पर्धेच्या उद्घाटनासह त्यांचा गौरव करण्यात आला, ज्यामध्ये त्यांनी उपस्थित राहून प्रेक्षकांचे कौतुक केले.

34 वर्षांच्या सेवेनंतर, चंद 29 ऑगस्ट 1956 रोजी लेफ्टनंट (कार्यवाहक कर्णधार) म्हणून भारतीय सैन्यातून निवृत्त झाले. भारत सरकारने त्यांना त्याच वर्षी भारतातील तिसरे सर्वोच्च पद्मभूषण देऊन सन्मानित केले. नागरी सन्मान.

निवृत्तीनंतर त्यांनी राजस्थानमधील माउंट अबू येथे कोचिंग कॅम्पमध्ये शिकवले. नंतर, त्यांनी नॅशनल इन्स्टिट्यूट ऑफ स्पोर्ट्स, पटियाला येथे मुख्य हॉकी प्रशिक्षक पद स्वीकारले, हे पद त्यांनी अनेक वर्षे सांभाळले. चंद यांनी त्यांचे शेवटचे दिवस त्यांच्या मूळ गावी झाशी, उत्तर प्रदेश, भारत येथे घालवले.

3 डिसेंबर 1979 रोजी चंद यांचे यकृताच्या कर्करोगाने निधन झाले. सुरुवातीच्या काही अडचणींनंतर त्याच्या गावी झाशी हिरोज मैदानावर त्याच्यावर अंत्यसंस्कार करण्यात आले. त्यांच्या रेजिमेंटने, पंजाब रेजिमेंटने त्यांना पूर्ण लष्करी सन्मान दिला.

वारसा

ध्यानचंद हे भारतीय आणि जागतिक हॉकीमधील एक दिग्गज व्यक्ती आहेत. त्याच्या कौशल्याचा गौरव विविध कथा आणि उपाख्यानांमध्ये करण्यात आला आहे. यातील अनेक गोष्टी या वस्तुस्थितीभोवती फिरतात की सिंगचे चेंडू ड्रिब्लिंगवर विलक्षण नियंत्रण होते. चंद यांचा जन्मदिवस, २९ ऑगस्ट हा दिवस भारतात राष्ट्रीय क्रीडा दिन म्हणून साजरा केला जातो. राष्ट्रपती या दिवशी राष्ट्रपती भवन, भारत येथे मेजर ध्यानचंद खेलरत्न, अर्जुन पुरस्कार आणि द्रोणाचार्य पुरस्कार यासारखे क्रीडा-संबंधित पुरस्कार प्रदान करतात.

20 वा राष्ट्रीय पुरस्कार, 2012, भारताचे रत्न, भारताचे केंद्रीय मंत्री ध्यानचंद यांना प्रदान करण्यात आला. हा पुरस्कार ध्यानचंद यांचा मुलगा अशोक ध्यानचंद (स्वतःच्या अधिकारात एक हॉकी ऑलिंपियन) यांनी त्यांच्या दिवंगत वडिलांच्या वतीने स्वीकारला. 22 सप्टेंबर 2012 रोजी भारतातील पत्रकार संघ, सिरीफोर्ट ऑडिटोरियम, नवी दिल्ली, भारताच्या प्रमुख अंतर्गत पत्रकार संघाने हा पुरस्कार प्रदान केला.

क्रीडा क्षेत्रातील आजीवन कामगिरीसाठी भारताचा सर्वोच्च पुरस्कार ध्यानचंद पुरस्कार आहे जो 2002 पासून दरवर्षी क्रीडा क्षेत्रातील व्यक्तींना दिला जातो ज्यांनी केवळ त्यांच्या कामगिरीद्वारे योगदान दिले नाही तर त्यांच्या निवृत्तीनंतरही खेळात योगदान दिले. त्यांच्या सन्मानार्थ 2002 मध्ये नॅशनल स्टेडियम, दिल्लीचे नामकरण ध्यानचंद नॅशनल स्टेडियम असे करण्यात आले.

अलीगढ मुस्लिम विद्यापीठातील एक वसतिगृह, ज्यापैकी ते माजी विद्यार्थी होते, त्यांच्या नावावर ठेवण्यात आले आहे.

त्याने 1926 ते 1948 या कालावधीत त्याच्या संपूर्ण देशांतर्गत आणि आंतरराष्ट्रीय कारकिर्दीत 1000 हून अधिक गोल केले, ज्यामुळे तो हॉकीच्या इतिहासातील सर्वोच्च गोल करणारा खेळाडू बनला. बीबीसीने त्याला "हॉकी मुहम्मद अलीच्या समतुल्य" असे संबोधले.

लंडनमधील इंडियन जिमखाना क्लबमधील ॲस्ट्रोटर्फ हॉकी खेळपट्टीला भारतीय हॉकी दिग्गज ध्यानचंद यांचे नाव देण्यात आले आहे.

ध्यानचंद यांच्या सन्मानार्थ भारत सरकारने एक स्मरणार्थ टपाल तिकीट आणि प्रथम दिवसाचे मुखपृष्ठ जारी केले आहे. त्याच्या सन्मानार्थ शिक्का मारणारा तो एकमेव भारतीय हॉकी खेळाडू आहे.

2014 साठी भारताचा सर्वोच्च नागरी पुरस्कार, भारतरत्न, यासाठी चंद यांचा विचार करण्यात आला होता आणि त्याला पाठिंबा होता. त्यानंतर हा पुरस्कार सचिन तेंडुलकर आणि सीएनआर राव यांना देण्यात आला. ध्यानचंद यांचे कुटुंबीय सरकारच्या निर्णयामुळे निराश झाले होते. 50 सचिन तेंडुलकरला हा पुरस्कार देण्याच्या क्रीडा मंत्रालयाच्या शिफारशीकडे पंतप्रधान कार्यालयाने दुर्लक्ष केल्याचे सुचविणारी एक आरटीआय दाखल करण्यात आली होती.

सन्मान

भारत सरकार (GOI) द्वारे भारतीय क्रीडा क्षेत्रातील त्यांच्या योगदानाचा गौरव करण्यासाठी मेजर ध्यानचंद खेलरत्न पुरस्कार त्यांच्या नावावर आहे. आंतरराष्ट्रीय स्तरावरील चॅम्पियनशिपमध्ये भारताच्या सर्वोत्तम कामगिरी करणाऱ्या खेळाडूला क्रीडा मंत्रालय दरवर्षी हा पुरस्कार देते.

ध्यानचंद पुरस्कार, ध्यानचंद यांच्या नावाचा जीवनगौरव पुरस्कार.

3

विश्वनाथन आनंद

विश्वनाथन आनंद

Scan for Story Videos - www.itibook.com

विश्वनाथन "विशी" आनंद (जन्म 11 डिसेंबर 1969) हा एक भारतीय बुद्धिबळ ग्रँडमास्टर आणि पाच वेळा जागतिक बुद्धिबळ चॅम्पियन आहे. 1988 मध्ये तो भारताकडून पहिला ग्रँडमास्टर बनला आणि 2800 च्या एलो रेटिंगला मागे टाकणाऱ्या काही खेळाडूंपैकी एक आहे, हा पराक्रम त्याने 2006 मध्ये पहिल्यांदा केला. 2022 मध्ये, त्यांची FIDE चे उपाध्यक्ष म्हणून निवड झाली.

2000 FIDE वर्ल्ड चेस चॅम्पियनशिप जिंकण्यासाठी आनंदने सहा गेमच्या सामन्यात ॲलेक्सी शिरोव्हचा पराभव केला, 2002 पर्यंत त्याच्याकडे असलेले विजेतेपद. तो 2007 मध्ये निर्विवाद विश्वविजेता बनला आणि 2008 मध्ये व्लादिमीर क्रॅमनिक, 2010 मध्ये वेसेलिन टोपालोव, 2010 मध्ये त्याच्या विजेतेपदाचे रक्षण केले. आणि 2012 मध्ये बोरिस गेलफँड. 2013 मध्ये, त्याने आव्हानवीर मॅग्नस कार्लसनकडून विजेतेपद गमावले, आणि 2014 उमेदवार स्पर्धा जिंकल्यानंतर 2014 मध्ये त्याने कार्लसनकडून पुन्हा सामना गमावला.

एप्रिल 2006 मध्ये, क्रॅमनिक, टोपालोव्ह आणि गॅरी कास्पारोव्ह यांच्यानंतर FIDE रेटिंग यादीत 2800 एलो मार्क पार करणारा आनंद इतिहासातील चौथा खेळाडू बनला. त्याने 21 महिने प्रथम क्रमांकावर कब्जा केला, विक्रमी सहाव्या क्रमांकाचा कालावधी.

लहानपणी खेळण्याच्या वेगवान गतीसाठी ओळखल्या जाणाऱ्या आनंदने 1980 च्या सुरुवातीच्या कारकिर्दीत "लाइटनिंग किड" हे नाव कमावले. तेव्हापासून तो एक सार्वत्रिक खेळाडू म्हणून विकसित झाला आहे आणि अनेकजण त्याला त्याच्या पिढीतील सर्वात मोठा वेगवान बुद्धिबळपटू मानतात. त्याने 2003 आणि 2017 मध्ये FIDE वर्ल्ड रॅपिड चेस चॅम्पियनशिप, 2000 मध्ये वर्ल्ड ब्लिट्झ कप, आणि इतर अनेक उच्च-स्तरीय जलद आणि ब्लिट्झ स्पर्धा जिंकल्या.

आनंद हा 1991-92 मध्ये राजीव गांधी खेलरत्न पुरस्काराचा पहिला प्राप्तकर्ता होता, जो भारतातील सर्वोच्च क्रीडा सन्मान आहे. 2007 मध्ये, त्यांना भारताचा दुसरा-सर्वोच्च नागरी पुरस्कार, पद्मविभूषण प्रदान करण्यात आला, ज्यामुळे तो पुरस्कार प्राप्त करणारा पहिला खेळाडू बनला.

विश्वनाथन आनंद यांचा जन्म 11 डिसेंबर 1969 रोजी मायिलादुथुराई, तमिळनाडू, भारत येथे झाला आणि तो चेन्नई, तामिळनाडू येथे गेला जेथे तो मोठा झाला. त्यांचे वडील कृष्णमूर्ती विश्वनाथन हे दक्षिण रेल्वेचे महाव्यवस्थापक होते त्यांनी बिहारमधील जमालपूर येथे शिक्षण घेतले होते; आणि त्यांची आई, सुशीला, एक गृहिणी, बुद्धीबळ प्रेमळ आणि एक प्रभावी समाजवादी होती.

आनंद तीन मुलांपैकी सर्वात लहान आहे. तो त्याच्या बहिणीपेक्षा 11 वर्षांनी लहान आहे आणि भावापेक्षा 13 वर्षांनी लहान आहे. त्याचा भाऊ शिवकुमार हा भारतातील क्रॉम्प्टन ग्रीव्हज येथे व्यवस्थापक आहे. त्यांची बहीण, अनुराधा, मिशिगन विद्यापीठात प्राध्यापक आहे.

आनंदने वयाच्या सहाव्या वर्षापासून त्याच्या आईकडून बुद्धिबळ शिकण्यास सुरुवात केली, परंतु त्याने मनिला येथे खेळाची गुंतागुंत शिकली, जिथे तो 1978 ते 1980 च्या दशकात त्याच्या पालकांसोबत राहत होता, तर त्याच्या वडिलांना फिलीपीन राष्ट्रीय रेल्वेने सल्लागार म्हणून करारबद्ध केले होते.

आनंदचे शिक्षण डॉन बॉस्को मॅट्रिक्युलेशन हायर सेकंडरी स्कूल, एग्मोर, चेन्नई येथे झाले आणि त्यांनी लॉयोला कॉलेज, चेन्नई येथून वाणिज्य शाखेची पदवी घेतली.

वैयक्तिक जीवन

आनंद हा हिंदू आहे आणि त्याने सांगितले आहे की तो मंदिरांना भेटी देऊन शांतता आणि आनंदाचा आनंद घेतो. त्याने त्याच्या दैनंदिन प्रार्थनांचे श्रेय दिले आहे की त्याने त्याला "उच्च मनाची स्थिती" प्राप्त करण्यास मदत केली ज्यामुळे त्याला बुद्धिबळ खेळताना अधिक चांगले लक्ष केंद्रित करण्यास मदत होते.

ऑगस्ट 2010 मध्ये, आनंद ऑलिंपिक गोल्ड क्वेस्टच्या संचालक मंडळात सामील झाला, जो भारतातील उच्चभ्रू खेळाडू आणि संभाव्य युवा प्रतिभांना प्रोत्साहन आणि समर्थन देणारा एक पाया आहे. 24 डिसेंबर 2010 रोजी, ते गुजरात विद्यापीठाच्या मैदानावर सन्माननीय अतिथी होते, जेथे 20,486 खेळाडूंनी एकाच वेळी एकाच वेळी बुद्धिबळ खेळण्याचा नवा विश्वविक्रम रचला.

वाचन, पोहणे आणि संगीत ऐकणे हे त्याचे छंद आहेत.

आनंदला राजकीय आणि मनोवैज्ञानिक डावपेचांपासून परावृत्त करण्यासाठी आणि त्याऐवजी त्याच्या खेळावर लक्ष केंद्रित करण्यासाठी ख्याती असलेला एक नम्र व्यक्ती म्हणून ओळखले जाते. यामुळे त्याला दोन दशकांपासून बुद्धिबळ जगतात एक चांगली पसंती मिळाली आहे, याचा पुरावा आहे की कास्पारोव्ह, क्रॅमनिक आणि कार्लसन हे सर्वजण

आनंदच्या कारकिर्दीत जागतिक चॅम्पियनशिपसाठी प्रतिस्पर्धी होते, प्रत्येकाने त्याला त्याच्या तयारीसाठी मदत केली. 2010 वर्ल्ड चेस चॅम्पियनशिप. आनंद कधीकधी "मद्रासचा वाघ" म्हणून ओळखला जातो.

7 नोव्हेंबर 2010 रोजी भारतीय पंतप्रधान मनमोहन सिंग यांनी अमेरिकेचे अध्यक्ष बराक ओबामा यांच्यासाठी आयोजित केलेल्या डिनरसाठी आनंद हा एकमेव खेळाडू होता.

आनंदला त्याच्या नागरिकत्वाच्या दर्जाबाबत गोंधळामुळे हैदराबाद विद्यापीठाने मानद डॉक्टरेट नाकारली होती; भारताचे मनुष्यबळ विकास मंत्री कपिल सिब्बल यांनी नंतर माफी मागितली आणि सांगितले, "या प्रकरणावर कोणतीही समस्या नाही कारण आनंदने त्याच्या उपलब्धतेनुसार सोयीस्कर वेळी पदवी स्वीकारण्याचे मान्य केले आहे". द हिंदूच्या मते, आनंदने शेवटी डॉक्टरेट स्वीकारण्यास नकार दिला.

प्रारंभिक बुद्धिबळ कारकीर्द

भारतीय बुद्धिबळ विश्वात आनंदचा उदय हा उल्कापात होता. 1983 मध्ये वयाच्या 14 व्या वर्षी 9/9 गुणांसह सब-ज्युनियर चॅम्पियनशिप जिंकल्यानंतर त्याला राष्ट्रीय यश लवकर मिळाले. 1984 मध्ये आनंदने कोईम्बतूर येथे आशियाई ज्युनियर चॅम्पियनशिप जिंकली आणि आंतरराष्ट्रीय मास्टर (IM) मानक मिळवले. प्रक्रिया त्यानंतर लवकरच, त्याने थेस्सालोनिकी येथे 26 व्या बुद्धिबळ ऑलिम्पियाडमध्ये भाग घेतला, जिथे त्याने भारतीय राष्ट्रीय संघात पदार्पण केले. तेथे, आनंदने 11 गेममध्ये 7½ गुण मिळवले, ज्याने त्याचा दुसरा IM नॉर्म मिळवला. 1985 मध्ये, वयाच्या 15 व्या वर्षी, हाँगकाँगमध्ये सलग दुसऱ्या वर्षी आशियाई ज्युनियर चॅम्पियनशिप जिंकून आंतरराष्ट्रीय मास्टरचा किताब मिळवणारा तो सर्वात तरुण भारतीय बनला. वयाच्या 16 व्या वर्षी तो राष्ट्रीय बुद्धिबळ चॅम्पियन बनला. त्याने हे विजेतेपद आणखी दोन वेळा जिंकले. तो ब्लिट्झच्या वेगाने खेळ खेळला. 1987 मध्ये, जागतिक कनिष्ठ बुद्धिबळ स्पर्धा जिंकणारा तो पहिला भारतीय ठरला. 1988 मध्ये, वयाच्या 18 व्या वर्षी, भारतातील कोईम्बतूर येथे झालेल्या शक्ती फायनान्स आंतरराष्ट्रीय बुद्धिबळ स्पर्धा जिंकून तो भारताचा पहिला ग्रँडमास्टर बनला. रशियन ग्रँडमास्टर एफिम गेलर विरुद्धचा विजय हा या स्पर्धेतील त्याच्या उल्लेखनीय यशांपैकी एक होता. वयाच्या १८ व्या वर्षी त्यांना पद्मश्री पुरस्काराने सन्मानित करण्यात आले.

1998 मध्ये कास्पारोव्हने बुद्धिबळाचा हा प्रकार सादर केल्यानंतर आनंदने लिओन, स्पेन येथे सलग तीन प्रगत बुद्धिबळ स्पर्धा जिंकल्या आणि जगातील सर्वोत्कृष्ट प्रगत बुद्धिबळपटू म्हणून ओळखले जाते, जेथे खेळाडू त्यांच्या फरकांची गणना करण्यासाठी संगणकाचा सल्ला घेऊ शकतात.

आनंदचा माय बेस्ट गेम्स ऑफ चेस हा संग्रह 1998 मध्ये प्रकाशित झाला आणि 2001 मध्ये अद्ययावत झाला. त्याच्या वैयक्तिक स्पर्धेतील यशांमध्ये 2006 मध्ये कोरस बुद्धिबळ स्पर्धा (टोपालोव्हशी बरोबरी), 2004 मध्ये डॉर्टमंड आणि 2007 आणि 2008

मध्ये लिनरेस यांचा समावेश आहे. 2007 मध्ये त्याने जीरेनसिंग जिंकले. दहाव्यांदा रॅपिड चॅम्पियनशिप, लेव्हॉन अरोनियनचा पराभव केला. काही दिवसांपूर्वी, अरोनियनने बुद्धिबळ 960 च्या अंतिम फेरीत आनंदचा पराभव केला होता.

मार्च 2007 मध्ये, आनंदने लिनरेस बुद्धिबळ स्पर्धा जिंकली आणि एप्रिल 2007 च्या FIDE एलो रेटिंग यादीत तो जागतिक क्रमवारीत प्रथम क्रमांकावर असेल असे मानले जात होते. परंतु लिनारेसचा निकाल जाहीर झालेल्या सुरुवातीच्या यादीत आनंद दुसऱ्या क्रमांकावर होता. समाविष्ट नाही. त्यानंतर FIDE ने घोषणा केली की लिनरेसचा समावेश केला जाईल, एप्रिल 2007 च्या यादीत आनंदला पहिल्या क्रमांकावर ढकलले.

मूल्यांकन

लुबोमीर कावलेक यांनी आनंदचे आतापर्यंतचे सर्वात अष्टपैलू विश्वविजेते म्हणून वर्णन केले आहे, असे नमूद केले की, स्पर्धा, सामना आणि नॉकआउट फॉरमॅटमध्ये तसेच वेगवान वेळेवर नियंत्रण मिळवणारा आनंद हा एकमेव खेळाडू आहे ज्याने जागतिक बुद्धिबळ स्पर्धा जिंकली आहे.

2011 मध्ये एका मुलाखतीत क्रॅमनिकने आनंदबद्दल सांगितले होते: "मी नेहमीच त्याला एक प्रचंड प्रतिभा मानत असे, बुद्धिबळाच्या संपूर्ण इतिहासातील सर्वात महान व्यक्तींपैकी एक"; आणि "मला वाटते की खेळाच्या बाबतीत आनंद कास्पारोव्हपेक्षा कमकुवत नाही पण तो थोडा आळशी, निवांत आणि फक्त सामन्यांवर लक्ष केंद्रित करतो. गेल्या ५-६ वर्षांत त्याने गुणात्मक झेप घेतली आहे ज्यामुळे त्याचा विचार करणे शक्य झाले आहे. महान बुद्धिबळपटूंपैकी एक." 2020 मधील एका मुलाखतीत क्रॅमनिकने 2008 मध्ये आनंद विरुद्धच्या जागतिक बुद्धिबळ चॅम्पियनशिप सामन्याबद्दल बोलताना नमूद केले: "विशी हा एक महान खेळाडू आहे आणि तो विलक्षण फॉर्ममध्ये होता. तो एवढी शक्तिशाली शक्ती होती की तेव्हा त्याला कोण रोखू शकले असते हे मला माहीत नाही. कास्पारोव्ह देखील ते व्यवस्थापित करू शकले नसते."

FIDE चे अध्यक्ष किर्सन इल्युमझिनोव्ह यांनी टिप्पणी केली की 2014 च्या उमेदवारांच्या स्पर्धेत आनंदच्या विजयाने "...तो आधुनिक काळातील सर्वात बलवान आणि महान खेळाडू आहे हे सिद्ध केले".

2014 मध्ये एका मुलाखतीत, अलेक्झांडर ग्रिस्चुक आनंदबद्दल म्हणाले: "मला असे म्हणायचे आहे की मी आनंदविरुद्ध खेळलेल्या सर्व खेळाडूंपैकी मला वैयक्तिकरित्या, अर्थातच कास्पारोव्ह नंतर सर्वात बलवान मानले आहे."

पुरस्कार

आनंदला अनेक राष्ट्रीय आणि आंतरराष्ट्रीय पुरस्कार मिळाले आहेत.

भारतीय राष्ट्रीय सन्मान

1985 मध्ये बुद्धिबळातील उत्कृष्ट भारतीय खेळाडूसाठी अर्जुन पुरस्कार.

पद्मश्री – 1987 मध्ये भारत सरकारद्वारे प्रदान करण्यात आलेला चौथा सर्वोच्च नागरी पुरस्कार.

उद्घाटन राजीव गांधी खेलरत्न पुरस्कार, 1991-1992 मधील भारतातील सर्वोच्च क्रीडा सन्मान.

पद्मभूषण – 2000 मध्ये भारत सरकारद्वारे प्रदान करण्यात आलेला तिसरा सर्वोच्च नागरी पुरस्कार.

पद्मविभूषण – 2007 मध्ये भारत सरकारकडून देण्यात आलेला दुसरा सर्वोच्च नागरी पुरस्कार.

इतर सन्मान

राष्ट्रीय नागरिक पुरस्कार आणि 1987 मध्ये सोव्हिएत लँड नेहरू पुरस्कार

1998 मध्ये ब्रिटीश चेस फेडरेशनचा "बुक ऑफ द इयर" पुरस्कार त्याच्या माय बेस्ट गेम्स ऑफ चेस या पुस्तकासाठी.

आनंदने 1997, 1998, 2003, 2004, 2007 आणि 2008 मध्ये बुद्धिबळ ऑस्कर जिंकले आहेत. रशियन chess4 magazine 6 द्वारे आयोजित आघाडीच्या बुद्धिबळ समीक्षक, लेखक आणि पत्रकारांच्या जागतिक सर्वेक्षणानुसार बुद्धिबळ ऑस्कर हा वर्षातील सर्वोत्कृष्ट खेळाडूला दिला जातो.

स्पोर्टस्टार 1995 साठी वर्षातील सर्वोत्कृष्ट खेळाडू

1998 मध्ये स्पोर्टस्टार मिलेनियम अवॉर्ड, भारताच्या प्रीमियर स्पोर्ट्स मॅगझिनचा सहस्राब्दीचा खेळाडू म्हणून.

नीलेश मुरली आणि राहुल देसिराझू एक्सलन्स इन चेस अवॉर्ड (2004, 2007)

2011 मध्ये NASSCOM द्वारे जागतिक बुद्धिबळ चॅम्पियनशिपच्या अनेक फॉरमॅटमध्ये प्रभुत्व मिळवण्यासाठी "ग्लोबल स्ट्रॅटेजिस्ट अवॉर्ड".

तामिळनाडूच्या मुख्यमंत्री जे. जयललिता यांनी पाचव्यांदा जागतिक बुद्धिबळ स्पर्धा जिंकल्याबद्दल आनंदला £2 कोटी (US$250,000) चे धनादेश देऊन सन्मानित केले.

2012 मध्ये, त्यांना "वर्षातील सर्वोत्तम भारतीय खेळाडू" आणि "इंडियन ऑफ द इयर" पुरस्कार मिळाले.

2014 मध्ये आनंदला रशियासोबत आर्थिक, वैज्ञानिक आणि सांस्कृतिक संबंधांच्या विकासासाठी रशियन ऑर्डर ऑफ फ्रेंडशिपने सन्मानित करण्यात आले. 2012 मध्ये मॉस्को येथील स्टेट ट्रेत्याकोव्ह गॅलरी येथे झालेल्या FIDE वर्ल्ड चेस चॅम्पियनशिप सामन्यातील सहभागी विश्वनाथन आनंद आणि बोरिस गेलफँड यांना ऑर्डर ऑफ फ्रेंडशिप प्रदान करण्यात आली.

2015 मध्ये आनंदला 8 जानेवारी रोजी स्पॅनिश दूतावास, दिल्ली येथे सर्वोच्च देश पुरस्काराने सन्मानित करण्यात आले. हे भारतीय वंशाच्या प्रतिष्ठित लोकांना दिले जाते ज्यांनी भारत आणि स्पेन या दोन्ही देशांना गौरव मिळवून देण्यासाठी मदत केली.

4538 विषयानंद (तात्पुरते पदनाम 1988 TP) हा मुख्य पट्ट्याचा लघु ग्रह आहे. 10 ऑक्टोबर 1988 रोजी टोयोटा, आयची प्रीफेक्चर येथे केन्झो सुझुकी यांनी शोधून काढले आणि 1 एप्रिल 2015 रोजी त्याचे नाव विशी ठेवण्यात आले.

दानधर्म

आनंदने सहकारी भारतीय ग्रँडमास्टर कोनेरू हंपी, हरिका द्रोणवल्ली, निहाल सरीन आणि प्रज्ञनंध रमेशबाबू यांच्यासमवेत कोविड-19 च्या मदतीसाठी "चेकमेट COVID" नावाच्या चॅरिटी सिमुलमध्ये भाग घेतला. हे 5 ग्रँडमास्टर Chess.com प्लॅटफॉर्मवर 100 प्रतिस्पर्ध्यांविरुद्ध ऑनलाइन खेळले. ग्रँडमास्टर्सच्या घड्याळात 15 अतिरिक्त मिनिटांसह 30-सेकंदांच्या वाढीसह खेळांसाठी वेळ नियंत्रण 30 मिनिटे होते. या उपक्रमाद्वारे $50,000 पेक्षा जास्त जमा झाले. सर्व रक्कम रेड क्रॉस इंडिया आणि ऑल इंडिया चेस फेडरेशन (AICF) च्या "चेकमेट कोविड" उपक्रमात गेली.

4

मिल्खा सिंग

मिल्खा सिंग

Top Sportsmans

Scan for Story Videos - www.itibook.com

मिल्खा सिंग (20 नोव्हेंबर 1929 - 18 जून 2021 ज्याला द फ्लाइंग सिख म्हणूनही ओळखले जाते, ते एक भारतीय ट्रॅक आणि फील्ड स्प्रिंटर होते ज्यांना भारतीय सैन्यात सेवा देत असताना या खेळाची ओळख झाली होती. आशियाई क्रीडा स्पर्धा तसेच राष्ट्रकुल क्रीडा स्पर्धेत ४०० मीटर शर्यतीत सुवर्णपदक जिंकणारा तो एकमेव खेळाडू आहे. 1958 आणि 1962 च्या आशियाई क्रीडा स्पर्धेतही त्यांनी सुवर्णपदक जिंकले होते. मेलबर्न येथील 1956 उन्हाळी ऑलिंपिक, रोममधील 1960 उन्हाळी ऑलिंपिक आणि टोकियो येथे 1964 उन्हाळी ऑलिंपिकमध्ये त्यांनी भारताचे प्रतिनिधित्व केले. त्यांच्या क्रीडा क्षेत्रातील कामगिरीबद्दल त्यांना पद्मश्री, भारताचा चौथा-सर्वोच्च नागरी सन्मान प्रदान करण्यात आला.

सिंह ज्या शर्यतीसाठी सर्वात जास्त लक्षात ठेवला गेला तो म्हणजे 1960 च्या ऑलिम्पिक स्पर्धेत 400 मीटरच्या अंतिम फेरीत चौथ्या स्थानावर राहणे, ज्यामध्ये त्याने पसंती म्हणून प्रवेश केला होता. त्याने 200 मीटर अंतरापर्यंत शर्यतीचे नेतृत्व केले आणि इतरांनी त्याला पास करण्याची परवानगी दिली. या शर्यतीत विविध विक्रम मोडले गेले, ज्यासाठी फोटो-फिनिश आवश्यक होता आणि अमेरिकन ओटिस डेव्हिसला जर्मन कार्ल कॉफमनवर सेकंदाच्या शंभरावा भागाने विजेता घोषित करण्यात आले. सिंगचा चौथ्या स्थानावर 45.73 सेकंदांचा वेळ हा जवळपास 40 वर्षांचा भारतीय राष्ट्रीय विक्रम होता. उद्धरण आवश्यक

भारताच्या फाळणीच्या वेळी त्यांना अनाथ आणि विस्थापित पाहिले तेव्हापासून, सिंग त्यांच्या देशात एक स्पोर्टिंग आयकॉन बनले आहेत. 2008 मध्ये पत्रकार रोहित बृजनाथ यांनी सिंग यांचे वर्णन "भारतातील आजवरचा सर्वोत्कृष्ट खेळाडू" असे केले.

सिंह यांचे 18 जून 2021 रोजी त्यांची पत्नी निर्मल सैनी यांच्या पाच दिवसांनी वयाच्या 91 व्या वर्षी कोविड-19 च्या गुंतागुंतांमुळे निधन झाले.

प्रारंभिक जीवन

मिल्खा सिंग यांचा जन्म 20 नोव्हेंबर 1929 रोजी राठौर राजपूत शीख कुटुंबात झाला. त्यांचे जन्मस्थान गोविंदपुरा, हे गाव ब्रिटिश भारतातील (आताचा मुझफ्फरगड जिल्हा, पाकिस्तान) पंजाब प्रांतातील मुझफ्फरगड शहरापासून 10 किलोमीटर (6.2 मैल) अंतरावर आहे. ते 15 भावंडांपैकी एक होते, त्यापैकी आठ भारताच्या फाळणीपूर्वी मरण पावले. फाळणीच्या वेळी तो अनाथ झाला होता जेव्हा त्याचे आईवडील, एक भाऊ आणि दोन बहिणी गावकरी आणि त्यांचे धर्मांतर करण्याचा प्रयत्न करणारे मुस्लिम यांच्यात झालेल्या हिंसाचारात ठार झाले होते. तो या हत्यांचा साक्षीदार होता.

पंजाबमधील संकटांपासून वाचून, जेथे हिंदू आणि शीखांच्या हत्या सुरू होत्या, दिल्ली, भारत येथे 1947 मध्ये स्थलांतरित होऊन, सिंह आपल्या विवाहित बहिणीच्या कुटुंबासोबत अल्पकाळ राहिले आणि त्यांना तिहार येथे काही काळ तुरुंगवास भोगावा लागला. विना तिकीट ट्रेनमध्ये प्रवास केल्याने तुरुंगवास. त्याची बहीण ईश्वर हिने त्याची सुटका करण्यासाठी काही दागिने विकले. त्यांनी काही काळ पुराण किला येथील निर्वासित शिबिरात आणि शाहदरा येथील पुनर्वसन वसाहतीमध्ये, दोन्ही दिल्लीत घालवला.

सिंग आपल्या जीवनाबद्दल नाराज झाले आणि त्यांनी एक डाकू बनण्याचा विचार केला परंतु त्याऐवजी त्याच्या एका भावाने, मलखानने त्याला भारतीय सैन्यात भरतीचा प्रयत्न करण्यास प्रवृत्त केले. 1951 मध्ये त्यांनी चौथ्या प्रयत्नात यशस्वीरित्या प्रवेश मिळवला आणि सिकंदराबाद येथील इलेक्ट्रिकल मेकॅनिकल इंजिनीअरिंग सेंटर मध्ये तैनात असताना त्यांची ॲथलेटिक्सशी ओळख झाली. त्याने लहानपणी शाळेत जाण्यासाठी आणि येण्यासाठी 10 किमी अंतर धावले होते आणि नवीन भरतीसाठी अनिवार्य क्रॉस-कंट्री रनमध्ये सहाव्या स्थानावर राहिल्यानंतर अॅथलेटिक्सच्या विशेष प्रशिक्षणासाठी सैन्याने त्याची निवड केली होती. सिंग यांनी कबूल केले की सैन्याने त्यांची खेळात कशी ओळख करून दिली, ते म्हणाले की "मी एका दुर्गम गावातून आलो आहे, मला धावणे किंवा ऑलिम्पिक म्हणजे काय हे माहित नव्हते".

आंतरराष्ट्रीय कारकीर्द

सिंग यांनी 1956 मेलबर्न ऑलिम्पिक गेम्समधील 200 मीटर आणि 400 मीटर स्पर्धांमध्ये भारताचे प्रतिनिधित्व केले. त्याच्या अननुभवीपणाचा अर्थ असा आहे की तो उष्णतेच्या टप्प्यांतून प्रगती करू शकला नाही परंतु त्या गेम्समधील अंतिम 400 मीटर चॅम्पियन चार्ल्स जेनकिन्स याच्या भेटीने त्याला मोठ्या गोष्टींसाठी प्रेरित केले आणि त्याला प्रशिक्षण पद्धतींबद्दल माहिती दिली.

1958 मध्ये, सिंगने कटक येथे झालेल्या भारताच्या राष्ट्रीय खेळांमध्ये 200m आणि 400m मध्ये विक्रम प्रस्थापित केले, आणि आशियाई खेळांमध्ये त्याच स्पर्धांमध्ये

सुवर्णपदकेही जिंकली. त्यानंतर 1958 ब्रिटीश एम्पायर आणि कॉमनवेल्थ गेम्समध्ये 400 मीटर (यावेळी 440 यार्ड) स्पर्धेत 46.6 सेकंद वेळेसह त्याने सुवर्णपदक जिंकले. या नंतरच्या कामगिरीमुळे तो स्वतंत्र भारताकडून राष्ट्रकुल क्रीडा स्पर्धेत पहिला सुवर्णपदक विजेता ठरला. विकास गौडा यांनी 2014 मध्ये सुवर्ण जिंकण्यापूर्वी, त्या गेम्समध्ये वैयक्तिक ऍथलेटिक्स सुवर्णपदक जिंकणारा मिल्खा हा एकमेव भारतीय पुरुष होता.

जवाहरलाल नेहरूंनी फाळणीच्या काळातील आठवणी बाजूला ठेवून 1960 मध्ये अब्दुल खालिक विरुद्ध पाकिस्तानमध्ये यशस्वीपणे शर्यत करण्यासाठी सिंग यांना राजी केले, जिथे तत्कालीन जनरल अयुब खान यांनी शर्यतीनंतरच्या टिप्पणीमुळे त्यांना फ्लाइंग सिख हे टोपणनाव मिळू लागले. काही स्त्रोतांचे म्हणणे आहे की त्याच वर्षी रोम ऑलिम्पिकच्या काही काळापूर्वी त्याने फ्रान्समध्ये 45.8 सेकंदांचा विश्वविक्रम केला, परंतु खेळांच्या अधिकृत अहवालात लॉस एंजेलिस येथे 45.2 धावणाऱ्या लू जोन्स या विक्रमाची यादी केली आहे. 1956 मध्ये. त्या ऑलिंपिकमध्ये, तो 400 मीटर स्पर्धेत जवळून धावण्याच्या अंतिम शर्यतीत सामील होता, जिथे त्याला चौथ्या स्थानावर ठेवण्यात आले होते. सिंगने ओटिस डेव्हिस व्यतिरिक्त इतर सर्व प्रमुख स्पर्धकांवर मात केली होती आणि त्याच्या चांगल्या फॉर्ममुळे पदकाची अपेक्षा होती. तथापि, 250 मीटर शर्यतीत आघाडी घेताना त्याने चूक केली, आपला वेग टिकवून ठेवता येणार नाही या विश्वासाने आणि आपल्या सहकारी प्रतिस्पर्ध्यांकडे गोल नजरेने पाहत तो मंद झाला. सिंग यांचा असा विश्वास आहे की या त्रुटींमुळे त्याने पदकाची संधी गमावली आणि ही त्यांची "सर्वात वाईट स्मरणशक्ती" आहे. डेव्हिस, कार्ल कॉफमन आणि माल्कम स्पेन्स या सर्वांनी त्याला पास केले आणि फोटो-फिनिशचा परिणाम झाला. डेव्हिस आणि कॉफमन या दोघांनी 44.9 सेकंदांचा जागतिक विक्रम मोडीत काढला, तर स्पेन्स आणि सिंग यांनी 1952 मध्ये जॉर्ज रोडन आणि हर्ब मॅककेनली यांनी अनुक्रमे 45.5 आणि 45.6 सेकंदांसह प्री-गेम्स ऑलिम्पिक विक्रम 45.9 सेकंदांचा केला. द एजने 2006 मध्ये नमूद केले की "ऑलिम्पिक ट्रॅक रेकॉर्ड मोडणारा मिल्खा सिंग हा एकमेव भारतीय आहे. दुर्दैवाने त्याच शर्यतीत असे करणारा तो चौथा माणूस होता" परंतु अधिकृत ऑलिम्पिक अहवालात असे नमूद करण्यात आले आहे की डेव्हिसने आधीच बरोबरी केली होती. उपांत्यपूर्व फेरीत रोडन/मॅकेनली ऑलिम्पिक रेकॉर्ड आणि उपांत्य फेरीत 45.5 सेकंदांच्या वेळेसह तो मागे टाकला.

जकार्ता येथे झालेल्या 1962 आशियाई खेळांमध्ये सिंगने 400 मीटर 10 आणि 4 x 400 मीटर रिलेमध्ये सुवर्णपदक जिंकले. तो टोकियो येथे 1964 च्या ऑलिम्पिक खेळांमध्ये सहभागी झाला होता, जिथे त्याला 400 मीटर, 4 x 100 मीटर रिले आणि 4 x 400 मीटर रिलेमध्ये स्पर्धा करण्यासाठी प्रवेश मिळाला होता. त्याने 400m 18 किंवा 4 x 100m रिले d मध्ये भाग घेतला नाही आणि मिल्खा सिंग, माखन सिंग, अमृत पाल आणि अजमेर सिंग यांचा भारतीय संघ 4 च्या हीट स्टेजमध्ये चौथ्या स्थानावर असताना बाहेर पडला. x 400m.

सिंग यांनी त्यांच्या 80 पैकी 77 शर्यती जिंकल्याचा दावा करण्यात आला आहे, परंतु हे खोटे आहेत. त्याने ज्या शर्यतींमध्ये भाग घेतला त्या शर्यतींची संख्या सत्यापित केलेली नाही किंवा विजयांची संख्या देखील नाही, परंतु कलकत्ता येथे 1964 मध्ये झालेल्या राष्ट्रीय खेळांमध्ये माखन सिंग 21 कडून 400 मीटर शर्यतीत तो पराभूत झाला आणि त्याच्या चार शर्यतींपैकी कोणत्याही स्पर्धेत तो प्रथम क्रमांकावर राहिला नाही. 1960 ऑलिम्पिक खेळांमध्ये किंवा 1956 ऑलिंपिकमधील उपरोक्त पात्रता शर्यती.

सिंगचा 1960 ऑलिम्पिक 400 मीटर फायनलमधील वेळ, जो सिंडर ट्रॅकवर चालवला गेला, एक राष्ट्रीय विक्रम प्रस्थापित केला जो 1998 पर्यंत उभा राहिला जेव्हा परमजीत सिंगने सिंथेटिक ट्रॅकवर आणि पूर्णपणे स्वयंचलित वेळेसह 45.70 सेकंद नोंदवले. सिंगचा 45.6 सेकंदाचा ऑलिम्पिक निकाल वेळेवर आला असला तरी, त्या गेम्समधील इलेक्ट्रॉनिक प्रणालीने त्याचा विक्रम 45.73 असल्याचे निश्चित केले होते.

नंतरचे आयुष्य

1958 च्या आशियाई क्रीडा स्पर्धेत त्यांच्या यशाची दखल घेऊन सिंग यांना शिपाई पदावरून कनिष्ठ आयोग अधिकारी म्हणून पदोन्नती देण्यात आली. त्यानंतर ते पंजाबच्या शिक्षण मंत्रालयात क्रीडा संचालक बनले, या पदावरून ते निवृत्त झाले. 1998

1958 मध्ये त्यांच्या यशानंतर सिंग यांना पद्मश्री, भारतातील चौथा सर्वोच्च नागरी पुरस्कार देण्यात आला. 2001 मध्ये, त्यांनी भारत सरकारकडून अर्जुन पुरस्काराची ऑफर नाकारली, असा युक्तिवाद करून की ते तरुण खेळांना ओळखण्यासाठी होते, त्यांना नव्हे. जसे की त्याला. त्याला असेही वाटले की हा पुरस्कार अयोग्यरित्या अशा लोकांना दिला जात आहे ज्यांचा सक्रिय क्रीडा लोक म्हणून फारसा उल्लेखनीय सहभाग नव्हता. तो म्हणाला की "मला अशा खेळाडूंसोबत जोडले गेले आहे जे मी गाठलेल्या पातळीच्या जवळपासही नाहीत" आणि पुरस्काराचे अवमूल्यन झाले आहे.

2014 मध्ये गोव्यातील एका महाविद्यालयात त्यांचा अनुभव सांगताना ते म्हणाले, "आजकाल पुरस्कार हे मंदिरातील 'प्रसाद' सारखे वाटले जातात. एखाद्याने पुरस्कारासाठी बेंचमार्क गाठला नसताना त्याचा सन्मान का करावा? पद्मश्री मिळाल्यानंतर मला अर्जुन ऑफर करण्यात आले होते ते मी नाकारले. हे पदव्युत्तर पदवी प्राप्त केल्यानंतर एसएससी माध्यमिक शाळा प्रमाणपत्र देण्यासारखे होते."

सिंग यांची सर्व पदके देशाला दान करण्यात आली आहेत. ते नवी दिल्लीतील जवाहरलाल नेहरू स्टेडियममध्ये प्रदर्शित केले गेले आणि नंतर पटियाला येथील क्रीडा संग्रहालयात हलविण्यात आले, जेथे त्याने रोममध्ये परिधान केलेल्या धावण्याच्या शूजची जोडी देखील प्रदर्शित केली गेली आहे. 2012 मध्ये, त्याने 1960 च्या 400 मीटर फायनलमध्ये परिधान केलेले Adidas शूज अभिनेता राहुल बोसने आयोजित केलेल्या धर्मादाय लिलावात विकण्यासाठी दान केले.

सिंग यांना 24 मे 2021 रोजी कोविड-19 मुळे झालेल्या न्यूमोनियामुळे मोहाली येथील फोर्टिस रुग्णालयात अतिदक्षता विभागात दाखल करण्यात आले होते. त्यांची प्रकृती काही काळ स्थिर होती, परंतु 18 जून 2021 रोजी रात्री 11:30 वाजता चंदीगड येथे त्यांचे निधन झाले. त्यांची पत्नी निर्मल सैनी हिचा काही दिवसांपूर्वी 13 जून 2021 रोजी मृत्यू झाला होता, ते देखील कोविड-19 मुळे. सिंह यांच्या चितेवर त्यांच्या पत्नीचा फोटो हातात घेऊन अंत्यसंस्कार करण्यात आले.

वैयक्तिक जीवन

2012 पर्यंत, सिंग चंदिगडमध्ये राहत होते. 1955 मध्ये त्यांनी सिलोनमध्ये भारतीय महिला व्हॉलीबॉल संघाची माजी कर्णधार निर्मल सैनी यांची भेट घेतली; त्यांनी 1962 मध्ये लग्न केले आणि त्यांना तीन मुली आणि एक मुलगा, गोल्फर जीव मिल्खा सिंग होते. 1999 मध्ये त्यांनी टायगर हिलच्या लढाईत मृत्यूमुखी पडलेल्या हवालदार बिक्रम सिंग यांच्या सात वर्षांच्या मुलाला दत्तक घेतले.

5

पीटी उषा

पीटी उषा

Top Sportsmans

Scan for Story Videos - www.itibook.com

पिलावुल्लाकांडी थेक्केरापारंबिल उषा (जन्म 27 जून 1964) ही निवृत्त भारतीय ट्रॅक आणि फील्ड ॲथलीट आहे. तिचा जन्म केरळमधील कुट्टाली, कोझिकोड येथे झाला. ती 1979 पासून भारतीय ऍथलेटिक्सशी संबंधित आहे. तिने 4 आशियाई सुवर्ण पदके आणि 7 रौप्य पदके जिंकली आहेत. तिला अनेकदा "भारतीय ट्रॅक आणि फील्डची राणी" म्हटले जाते. 6 जुलै 2022 रोजी माजी राष्ट्रपती राम नाथ कोविंद यांनी तिला राज्यसभेवर नामनिर्देशित केले.

करिअर

1977 मध्ये खेळाच्या पारितोषिक वितरण समारंभात ओएम नंबियार, ॲथलेटिक्स प्रशिक्षक यांनी उषाची पहिली दखल घेतली. 2000 मध्ये Rediff.com ला दिलेल्या एका मुलाखतीत त्यांनी आठवण करून दिली: "उषाबद्दल प्रथमदर्शनी मला ज्या गोष्टीने प्रभावित केले ते म्हणजे तिचा दुबळा आकार आणि वेगवान चालण्याची शैली. मला माहित होते की ती खूप चांगली धावपटू होऊ शकते." त्याच वर्षी, तो तिला प्रशिक्षण देऊ लागले. 1978 मध्ये कोल्लम येथे ज्युनियर्सच्या आंतर-राज्य संमेलनात तिने 100 मीटर, 200 मीटर, 60 मीटर अडथळे आणि उंच उडीमध्ये चार सुवर्णपदके, लांब उडीत रौप्य आणि 4 x 100 मध्ये कांस्यपदकांसह सहा पदके जिंकल्यानंतर जलद निकाल लागला. मी रिले. 10 वर्षाच्या केरळ राज्य महाविद्यालयीन संमेलनात तिने 14 पदके जिंकली. तिने 1979 च्या राष्ट्रीय खेळांमध्ये आणि 1980 च्या राष्ट्रीय आंतरराज्यीय संमेलनात अनेक पदके जिंकून अनेक विक्रम प्रस्थापित केले.

1981 मध्ये बंगलोर येथे झालेल्या वरिष्ठ आंतरराज्यीय संमेलनात, उषाने 100 मीटरमध्ये 11.8 सेकंद आणि 200 मीटरमध्ये 24.6 सेकंद अशी वेळ नोंदवली आणि दोन्हीमध्ये राष्ट्रीय विक्रम प्रस्थापित केले. 1982 च्या नवी दिल्ली आशियाई क्रीडा स्पर्धेत,

तिने 11.95 सेकंद आणि 25.32 सेकंद अशी 100 मीटर आणि 200 मीटरमध्ये रौप्य पदके जिंकली. जमशेदपूर येथील 1983 ओपन नॅशनल चॅम्पियनशिपमध्ये तिने पुन्हा 23.9 सेकेंडसह 200 मीटरचा राष्ट्रीय विक्रम मोडला आणि 400 मीटरमध्ये 53.6 सेकंदांसह नवा राष्ट्रीय विक्रम प्रस्थापित केला. त्याच वर्षी कुवेत सिटी येथे झालेल्या आशियाई चॅम्पियनशिपमध्ये तिने 400 मीटरमध्ये सुवर्ण जिंकले.

1984 लॉस एंजेलिस ऑलिंपिक

उषाचा सर्वोत्तम क्षण 1984 च्या लॉस एंजेलिस ऑलिम्पिकमध्ये आला. तिने वर्षाच्या नवी दिल्ली आंतरराज्यीय संमेलनात आणि मुंबई ओपन नॅशनल चॅम्पियनशिपमध्ये चांगल्या कामगिरीच्या जोरावर प्रवेश केला. तथापि, मॉस्को वर्ल्ड चॅम्पियनशिपमध्ये 100 मीटर आणि 200 मीटरमध्ये खराब कामगिरीमुळे तिला 400 मीटर अडथळ्यांवर लक्ष केंद्रित करण्यास प्रवृत्त केले. दिल्लीतील ऑलिम्पिक चाचण्यांमध्ये, तिने आशियाई चॅम्पियन एमडी वलसंमाला पराभूत करून खेळांसाठी पात्र ठरले. दुसऱ्या ऑलिम्पिकपूर्व चाचण्यांमध्ये तिने अमेरिकेची अव्वल धावपटू जुडी ब्राऊनला 55.7 सेकंदात पराभूत केले. गेम्समध्ये, तिने हीटमध्ये 56.81 सेकंद आणि सेमीफायनलमध्ये 55.54 सेकेंडची वेळ नोंदवली आणि तिने अंतिम फेरीत प्रवेश करताना नवीन राष्ट्रकुल विक्रम प्रस्थापित केला. अंतिम फेरीत, ती 55.42 सेकंदात चौथी आली, ती अंतिम कांस्यपदक विजेत्याच्या एका सेकंदाच्या 1/100 व्या अंतराने मागे पडली. यानंतर तिच्या एका स्पर्धकाची चुकीची सुरुवात झाली, ज्याने "तिची लय मोडली" असे म्हटले जाते कारण "ती रीस्टार्ट करताना ब्लॉक्समधून थोडी हळू उतरली."

1985 जकार्ता आशियाई चॅम्पियनशिपमध्ये, उषाने सहा पदके जिंकली - पाच सुवर्ण आणि एक कांस्य. तिने 11.64 मध्ये 100 मीटर, 23.05 मध्ये 200 मीटर, 52.62 मध्ये 400 मीटर, आशियाई विक्रम आणि 400 मीटर अडथळे 56.64 मध्ये जिंकले, अंतिम दोन 35 मिनिटांच्या कालावधीत आले. तिचे पाचवे सुवर्ण 4 x 400 मीटर रिलेमध्ये आणि अंतिम कांस्य 4 x 100 मीटरमध्ये मिळाले. तिने चॅम्पियनशिपच्या इतिहासात एकाच स्पर्धेत जिंकलेल्या सर्वाधिक सुवर्णपदकांचा विक्रम प्रस्थापित केला. पहिल्या दोन विजयांमध्ये तिने तैवानच्या ची चेंगच्या आशियाई विक्रमाची बरोबरी केली. तिने 400 ma आठवड्यात नंतर 1985 कॅनबेरा विश्वचषक स्पर्धेत तिची वैयक्तिक सर्वोत्तम कामगिरी केली, जेव्हा तिने 51.61 गुण नोंदवले आणि सातव्या स्थानावर राहिली. तिने 1986 च्या सोल आशियाई खेळांमध्ये जकार्ता चॅम्पियनशिपमधील कामगिरीची जवळजवळ प्रतिकृती बनवली. तिने 11.67 सेकंदाच्या वेळेसह 100 मीटर रौप्यपदक जिंकले आणि लिडिया डी वेगाकडून सुवर्ण जिंकले. 200 मीटरचे सुवर्ण 23.44 मध्ये, 400 मीटरचे सुवर्ण 52.16 मध्ये आणि 4 x 400 मीटर रिलेचे सुवर्ण 3:34.58 मध्ये आले, हे सर्व नवीन खेळांचे रेकॉर्ड होते. खेळांमध्ये, ब्रिटीश ॲथलेटिक्स प्रशिक्षक जिम अल्फोर्ड यांनी तिच्याबद्दल सांगितले, "उषा ही प्रथम श्रेणीतील ॲथलीट आहे, एक कठीण स्पर्धक आहे आणि पाहण्यासाठी एक

जबरदस्त धावपटू आहे. तिच्याकडे सर्व क्षमता आहेत. काळजीपूर्वक मार्गदर्शन दिल्यास ती जागतिक दर्जाची होऊ शकते."

मला कधीच ऑलिम्पियन व्हायचे नव्हते. मला फक्त माझाच विक्रम मोडत राहायचा होता. मी कधीही कोणाचा पराभव करण्यासाठी स्पर्धा केली नाही. -पीटी उषा

नंतरचा टप्पा

1983-89 पर्यंत, उषाने ATF मीटमध्ये 13 सुवर्ण जिंकले. 1986 मध्ये सेऊल येथे झालेल्या 10व्या आशियाई क्रीडा स्पर्धेत, उषाने ट्रॅक आणि फील्ड इव्हेंटमध्ये 4 सुवर्ण पदके आणि 1 रौप्य पदक जिंकले. तिने १९८५ मध्ये जकार्ता येथे सहाव्या आशियाई ट्रॅक आणि फील्ड चॅम्पियनशिपमध्येही पाच सुवर्णपदके जिंकली. एकाच मीटमधील तिची पदकं एकाच आंतरराष्ट्रीय सभेतील एका खेळाडूसाठी एक विक्रम आहे.

सध्या ती भारतीय प्रतिभा संस्थेची समिती प्रमुख आहे जी संपूर्ण भारतातील शाळांमध्ये राष्ट्रीय स्तरावरील इंडियन टॅलेंट ऑलिम्पियाड परीक्षांचे आयोजन करते.

उपलब्धी

अ‍ॅथलेटिक्समधील 1998 आशियाई चॅम्पियनशिपमध्ये तिने 4 x 100 मीटर रिलेमध्ये वाल्दिवेल जयलक्ष्मी, रचिता मिस्त्री आणि ईबी शिला यांच्यासमवेत भारताचे प्रतिनिधित्व केले जेथे तिच्या संघाने 44.43 सेकंदांचा सध्याचा राष्ट्रीय विक्रम प्रस्थापित करण्याच्या मार्गावर सुवर्णपदक जिंकले.

वैयक्तिक जीवन

तिने कोझिकोड येथील प्रॉव्हिडन्स महिला महाविद्यालयात शिक्षण घेतले.

उषा यांनी 1991 मध्ये केंद्रीय औद्योगिक सुरक्षा दलाचे निरीक्षक व्ही. श्रीनिवासन यांच्याशी विवाह केला. या जोडप्याला एक मुलगा आहे.

सल्लागार

सध्या, ती भारताच्या इंटरनॅशनल मूव्हमेंट टू युनायटेड नेशन्स (IIMUN) च्या सल्लागार मंडळाची सदस्य आहे.

पुरस्कार आणि सन्मान

कन्नूर विद्यापीठाने 2000 मध्ये मानद डॉक्टरेट (D.Litt.) प्रदान केली

2017 मध्ये IIT कानपूर द्वारे मानद डॉक्टरेट (D.Sc.) प्रदान करण्यात आली

कालिकत विद्यापीठाने 2018 मध्ये मानद डॉक्टरेट (D.Litt.) प्रदान केली

2019 मध्ये IAAF वेटरन पिन

1985 मध्ये पद्मश्री

6

कपिल देव

कपिल देव

Scan for Story Videos - www.itibook.com

कपिल देव रामलाल निखंज जन्म 6 जानेवारी 1959) हा एक भारतीय माजी क्रिकेटपटू आहे. तो एक वेगवान-मध्यम गोलंदाज होता आणि मधल्या फळीतील हार्ड-हिट करणारा फलंदाज होता, आणि 2002 मध्ये विस्डेनने भारतीय क्रिकेटर ऑफ द सेंच्युरी म्हणून नामांकित केले होते.

देवने 1983 क्रिकेट विश्वचषक जिंकणाऱ्या भारतीय क्रिकेट संघाचे नेतृत्व केले, आणि या प्रक्रियेत क्रिकेट विश्वचषक जिंकणारा तो पहिला भारतीय कर्णधार बनला आणि तरीही तो विश्व जिंकणारा (वयाच्या 24 व्या वर्षी) सर्वात तरुण कर्णधार आहे. कोणत्याही संघासाठी कप. 1994 मध्ये त्याने निवृत्ती घेतली, कसोटी क्रिकेटमध्ये सर्वाधिक बळी घेण्याचा विश्वविक्रम होता, हा विक्रम त्यानंतर 2000 मध्ये कोर्टनी वॉल्शने मोडला. त्यावेळी, तो क्रिकेट, कसोटी आणि एकदिवसीय या दोन्ही प्रमुख प्रकारांमध्ये भारताचा सर्वाधिक बळी घेणारा गोलंदाज होता. 200 वनडे विकेट घेणारा तो पहिला खेळाडू आहे. क्रिकेटच्या इतिहासातील तो एकमेव खेळाडू आहे ज्याने 400 पेक्षा जास्त बळी (434 विकेट्स) घेतले आहेत आणि कसोटीत 5,000 पेक्षा जास्त धावा केल्या आहेत, ज्यामुळे तो क्रिकेटच्या इतिहासातील महान अष्टपैलू खेळाडूंपैकी एक बनला आहे. देवच्या अष्टपैलू कामगिरीची सुनील गावसकर यांच्यासह क्रिकेटपटूंनी प्रशंसा केली आहे जे त्याला खेळ खेळण्यासाठी महान अष्टपैलू खेळाडूंपैकी एक मानतात. सप्टेंबर 1999 ते सप्टेंबर 2000 दरम्यान ते भारतीय राष्ट्रीय संघाचे प्रशिक्षक होते. 11 मार्च 2010 रोजी, देव यांना ICC क्रिकेट हॉल ऑफ फेममध्ये समाविष्ट करण्यात आले. 1982 मध्ये पद्मश्री आणि 1991 मध्ये पद्मभूषण पुरस्काराने सन्मानित करण्यात आले.

कपिलदेव रामलाल निखंज यांचा जन्म ६ जानेवारी १९५९ रोजी चंदीगड येथील राम लाल निखंज, एक सागवान व्यापारी आणि त्यांची पत्नी राजकुमारी यांच्याकडे झाला.

फाळणीनंतर त्यांचे कुटुंब फाझिलका येथे गेले आणि शेवटी चंदीगडला गेले. त्याचे पितृ कुटुंब माँटगोमेरी (आता साहिवाल म्हणून ओळखले जाते) येथील आहे आणि त्याच्या आईचा जन्म पाकपट्टन, ओकारा येथे झाला होता. देव हा DAV शाळेचा विद्यार्थी होता.

करिअर

देवने हरियाणासाठी नोव्हेंबर 1975 मध्ये पंजाबविरुद्ध 6 विकेट्ससह प्रभावी पदार्पण केले, पंजाबला केवळ 63 धावांवर रोखले आणि हरियाणाला विजय मिळवून देण्यात मदत केली. त्याने 30 सामन्यांत 121 विकेट्स घेत हा मोसम पूर्ण केला.

1976-77 च्या मोसमात जम्मू आणि काश्मीर विरुद्धच्या सलामीच्या सामन्यात त्याने 8/36 असा विजय मिळवला होता. उर्वरित हंगामात त्याचे योगदान सामान्य असताना, हरियाणा उप-उपांत्यपूर्व फेरीसाठी पात्र ठरला. देवने दुस-या डावात केवळ 9 षटकांत 8/20 अशी त्याची सर्वोत्तम खेळी गाठून बंगालचा 19 वर्षांखालील षटकांत 58 धावांत पराभव केला. हरियाणाचा उपांत्यपूर्व फेरीत बॉम्बेकडून पराभव झाला.

त्याने त्याच्या 1977-78 हंगामाची सुरुवात सर्व्हिसेस विरुद्ध पहिल्या डावात 8/38 दावा केली. दुसऱ्या डावात 3 विकेट्स घेऊन, त्याने प्रथम-श्रेणी क्रिकेटमध्ये 10 बळी मिळवण्याची पहिली कामगिरी केली, जो त्याने नंतर कसोटी क्रिकेटमध्ये दोनदा साध्य केला. 4 सामन्यात 23 विकेट्स घेतल्याने त्याची इराणी ट्रॉफी, दुलीप ट्रॉफी आणि विल्स ट्रॉफी सामन्यांसाठी निवड झाली.

1978-79 हंगामात, देव (4 सामन्यांत 12 विकेट्स) च्या निराशाजनक हंगामानंतर प्री-क्वार्टर फायनलमध्ये हरियाणाची बंगालशी पुनरावृत्ती झाली. त्याने ग्रुप स्टेज मॅचमध्ये 2 अर्धशतके झळकावली. उपांत्यपूर्व फेरीच्या सामन्यात त्याने पहिल्या डावात ५ बळी घेतले. दुस-या डावात हरियाणाच्या खराब फलंदाजीमुळे बंगालने अवघ्या 4 गड्यांच्या मोबदल्यात आवश्यक 161 धावा करून 2 सत्रात झालेल्या पराभवाचा बदला घेतला. इराणी ट्रॉफी सामन्यात देव बाहेर उभा राहिला, त्याने 62 धावा केल्या आणि 8व्या क्रमांकावर आला. त्याने खेळात 5 झेल घेतले जिथे कर्नाटकचा उर्वरित भारत XI कडून पराभव झाला. दुलीप करंडक स्पर्धेच्या अंतिम फेरीत 24 षटकात 7/65 अशी पहिल्या डावात शानदार कामगिरी करून देव राष्ट्रीय चर्चेत आला. देवधर करंडक आणि विल्स ट्रॉफीसाठी प्रथमच उत्तर विभागाच्या संघात त्याचा समावेश करण्यात आला होता. त्याने मोसमातील पहिला कसोटी सामना पाकिस्तानविरुद्ध खेळला.

1979-80 च्या मोसमात, देवने दिल्ली विरुद्ध पहिले शतक झळकावून आपली फलंदाजी प्रतिभा दाखवली जेव्हा त्याने आपल्या कारकिर्दीतील सर्वोत्कृष्ट 193 धावा केल्या. प्री-क्वार्टर फायनल सामन्यात, जिथे त्याने उत्तर प्रदेश विरुद्ध पहिल्यांदा हरियाणाचे कर्णधारपद भूषवले, त्याने पाच धावा केल्या. -दुसऱ्या डावात विकेट मिळवून उपांत्यपूर्व फेरीत प्रवेश केला, जिथे त्यांचा कर्नाटककडून पराभव झाला. देवने भारतीय राष्ट्रीय संघात आपले स्थान निश्चित केल्यामुळे, देशांतर्गत सामन्यांमध्ये त्याचे सामने

कमी होत गेले. उद्धरण आवश्यक

1990-91 रणजी चॅम्पियन्स

1990-91 च्या रणजी हंगामात, हरियाणाने चेतन शर्माच्या गोलंदाजी आणि अमरजित केपीच्या फलंदाजीच्या कामगिरीच्या जोरावर उपांत्य फेरीत प्रवेश केला. देवने बंगालविरुद्धच्या उपांत्य फेरीत मध्यवर्ती स्थान मिळवले, जिथे त्याने 141 धावा करून तसेच 5 विकेट घेत आपल्या संघाला 605 धावांपर्यंत नेले.

1991 च्या हंगामातील फायनलमध्ये कपिल देव, चेतन शर्मा, अजय जडेजा आणि विजय यादव यांच्यासह हरियाणा आणि बॉम्बे क्रिकेट संघाचे प्रतिनिधित्व करणाऱ्या संजय मांजरेकर, विनोद कांबळी, सचिन तेंडुलकर, दिलीप यांनी सहभाग घेतलेल्या अनेक आंतरराष्ट्रीय क्रिकेटपटूंसाठी स्मरणात राहील. वेंगसरकर, चंद्रकांत पंडित, सलील अंकोला आणि अबे कुरुविला. दीपक शर्मा (199), अजय जडेजा (94), आणि चेतन शर्मा (98) यांनी हरियाणाला 522 धावांपर्यंत मजल मारली तर योगेंद्र भंडारी (5 विकेट) आणि देव (3 विकेट) यांनी बॉम्बेला पहिल्या डावात 410 धावांपर्यंत रोखले. देव आणि सर्वाधिक धावा करणाऱ्या बॅनर्जीच्या (६०) महत्त्वपूर्ण ४१ धावांनी हरियाणाला २४२ धावांपर्यंत मजल मारली आणि मुंबईसमोर ३५५ धावांचे लक्ष्य ठेवले. सुरुवातीच्या विकेट्सनंतर, वेंगसरकर (139) आणि तेंडुलकर (96) यांनी बॉम्बे संघाला झुंज दिली. तेंडुलकर बाद झाल्यानंतर, हरियाणाने अंतिम 6 विकेट 102 धावांत घेतल्या आणि वेंगसरकर आणि बॉम्बे लक्ष्याच्या 3 धावांनी अडकले. देवने त्याची पहिली आणि एकमेव रणजी करंडक स्पर्धा जिंकली.

काउंटी क्रिकेट

कपिल देव यांनी 1981 ते 1983 दरम्यान इंग्लंड नॉर्थम्प्टनशायरमध्ये आणि 1984 आणि 1985 हंगामात वूस्टरशायरसाठी काउंटी क्रिकेट खेळले. त्याने आपल्या काऊंटी कारकिर्दीत एकूण 40 प्रथम श्रेणी सामने खेळले आणि 64 डावांमध्ये 4 शतके आणि 14 अर्धशतकांसह 2,312 धावा केल्या.

आंतरराष्ट्रीय कारकीर्द

सुरुवातीची वर्षे (1978-1982)

देव यांनी 16 ऑक्टोबर 1978 रोजी फैसलाबाद, पाकिस्तान येथे कसोटी क्रिकेटमध्ये पदार्पण केले. त्यांच्या सामन्यांचे आकडे प्रभावी नसले तरी, संख्या त्यांच्या योगदानाचे कोणतेही मोजमाप दर्शवत नाही. त्याने पाकिस्तानी फलंदाजांना त्याच्या वेगवान आणि बाऊन्सरने हैराण केले ज्याने एकापेक्षा जास्त वेळा त्यांच्या हेल्मेटला धडक दिली. देवने त्याच्या ट्रेडमार्क आउटस्विंगरसह सादिक मोहम्मदची पहिली विकेट घेतली. नॅशनल स्टेडियम, कराची येथे खेळल्या गेलेल्या तिसऱ्या कसोटी सामन्यात प्रत्येक डावात 33 चेंडूत आणि 2 षटकारांसह भारताचे सर्वात वेगवान कसोटी अर्धशतक झळकावून त्याने आपली अष्टपैलू प्रतिभा दाखवली, जरी भारत हा सामना आणि मालिका 2 हरला. -0. भेट देणाऱ्या वेस्ट इंडिज संघाविरुद्धच्या मालिकेत, त्याने दिल्लीतील फिरोजशाह कोटला येथे

फक्त 124 चेंडूत आपले पहिले कसोटी शतक (126) झळकावले आणि स्थिर गोलंदाजीची कामगिरी (33.00 वाजता 17 विकेट) केली. देवच्या इंग्लंडला आवडण्याची अशुभ चिन्हे खात्रीशीर मालिकेत दिसून आली, ही उपखंडाबाहेरची त्याची पहिलीच मालिका होती. त्याने त्याचे पहिले 5 विकेट्स आणि इंग्लंडच्या सर्व विकेट्स घेतल्या, जरी त्याची किंमत खूप जास्त होती (48 षटके आणि 146 धावा मान्य) कारण इंग्लंडने 633 धावा केल्या आणि सामना आरामात जिंकला. 45 धावा (सरासरी: 7.5) प्रभावशाली नसल्या तरी देवने 16 बळी घेऊन मालिका पूर्ण केली . एकदिवसीय क्रिकेटमध्ये त्याचे पदार्पण पाकिस्तानच्या आधीच्या दौऱ्यात झाले होते जेथे त्याची वैयक्तिक कामगिरी सामान्य होती आणि ती तशीच राहिली कारण 1979 च्या क्रिकेट विश्वचषकात देव आणि भारत दोघांची मोहीम खराब झाली होती.

देवने भारताचा प्रमुख वेगवान गोलंदाज म्हणून स्वतःला प्रस्थापित केले जेव्हा त्याने दोन 5-विकेट्स घेतल्या आणि ऑस्ट्रेलियाविरुद्ध घरच्या मालिकेत 28 विकेट्स (सरासरी: 22.32) आणि अर्धशतकासह 212 धावाही संपवल्या. 1979-80 च्या मोसमात पाकिस्तान विरुद्धच्या 6-कसोटींच्या घरच्या मालिकेत त्याने भारताला 2 विजय मिळवून दिले - एकदा वानखेडे स्टेडियम, बॉम्बे येथे बॅटने (69) आणि दुसऱ्यांदा बॅटने चेपॉक, मद्रास (आता चेन्नई) येथे चेंडू (सामन्यात 10 विकेट - पहिल्या डावात 4/90 आणि दुसऱ्या डावात 7/56, 98 चेंडूत 84 धावा). देव या सामन्यातील त्याच्या अष्टपैलू कामगिरीला त्याच्या कारकिर्दीतील सर्वोत्कृष्ट मानतो आणि त्याचा दुसऱ्या डावातील 7/56 हा त्याचा आजपर्यंतचा सर्वोत्तम आकडा होता. या मालिकेदरम्यान, तो 100 विकेट्स आणि 1000 धावांचा अष्टपैलू दुहेरी आणि 25 सामन्यांमध्ये (जरी ही कामगिरी करण्यासाठी इयान बॉथमने फक्त 21 सामने घेतले असले तरी) आणि 32 विकेट्ससह मालिका पूर्ण करणारा तो सर्वात तरुण कसोटी खेळाडू बनला (Ave: 17.68) आणि 278 धावा ज्यात 2 अर्धशतकांचा समावेश होता.

1980-81 मधील भारताच्या ऑस्ट्रेलिया दौऱ्यात भारत 1-0 ने पिछाडीवर होता आणि 143 धावांचा बचाव करत होता आणि देव मांडीच्या दुखापतीमुळे अक्षरशः बाहेर पडला होता. जेव्हा ऑस्ट्रेलियाने चौथा दिवस 18/3 वर संपवला तेव्हा देवने वेदनाशामक इंजेक्शन देऊन अंतिम दिवस खेळण्याची इच्छा व्यक्त केली आणि धोकादायक ऑस्ट्रेलियाच्या मध्यक्रमाला काढून टाकले. देवने 16.4–4–28–5 च्या डावातील गोलंदाजी कामगिरीसह भारतासाठी सामना जिंकला, ही एक गोलंदाजी कामगिरी आहे जी त्याच्या पाच सर्वोत्तम गोलंदाजी कामगिरीमध्ये समाविष्ट आहे. ऑस्ट्रेलियन दौऱ्यात त्याने न्यूझीलंडविरुद्ध ब्रिस्बेन येथे वनडेत पहिले अर्धशतक झळकावले. कसा तरी भारताची कसोटी क्रिकेट खळबळ एकदिवसीय क्रिकेटशी जुळवून घेऊ शकली नाही आणि 16 एकदिवसीय सामन्यांनंतर 278 धावा (सरासरी: 17.38) आणि 17 विकेट्सची कारकीर्द सुरू झाली.

नंतर निराशाजनक न्यूझीलंड दौरा, देव इंग्लंडविरुद्धच्या 1981-82 च्या घरच्या मालिकेसाठी सज्ज होता जिथे त्याच्या पाच विकेट्सने वानखेडे स्टेडियम, बॉम्बे येथे पहिली कसोटी जिंकली. त्याने 318 धावा केल्या (सरासरी: 53, 1 शतक, 1 अर्धशतक) आणि 22 विकेट्स (2 5-विकेट्स) घेतल्या आणि मालिकावीराचा बहुमान मिळवला. 1982 च्या मोसमात भारतीय क्रिकेट संघाविरुद्ध मायदेशात येणाऱ्या मालिकेत इंग्लंडने देवला अधिक दिसले, जेव्हा त्याने लॉर्ड्सवर पराभूत कारणास्तव 5 विकेट्स आणि 130 धावांची सलामी दिली. त्याने 3 सामन्यांची मालिका 292 धावा (Ave: 73, 3 अर्धशतक) आणि 10 विकेट्ससह पूर्ण केली आणि पुन्हा मालिकावीर ठरला.

प्रथमच श्रीलंकेचा सामना करताना, देवने 1982-83 हंगामाची सुरुवात करण्यासाठी पाच विकेट्स घेण्यास मदत केली. पाकिस्तानच्या पुढील दौऱ्यात, प्रतिस्पर्धी अष्टपैलू इम्रान खान (40 विकेट आणि 1 शतक) च्या वर्चस्व असलेल्या मालिकेतील देव आणि मोहिंदर अमरनाथ हे एकमेव उज्ज्वल ठिकाण होते. देवने नॅशनल स्टेडियम, कराची येथे दुसऱ्या कसोटीत 5/102 धावा, इक्बाल स्टेडियम, फैसलाबाद येथील तिसऱ्या कसोटीत 7/220 आणि गद्दाफी स्टेडियम, लाहोर येथे 8/85 धावा केल्या, तर त्याला संघातील इतर सदस्यांकडून फारसा पाठिंबा मिळाला नाही. या विनाशकारी दौऱ्यानंतर देव यांना सुनील गावस्कर यांच्या जागी भारतीय क्रिकेट संघाचा कर्णधार बनवण्यात आले.

कर्णधार: 1983 विश्वचषक चॅम्पियन्स (1982-1984)

1982-83 हंगामात श्रीलंकेविरुद्ध (पाकिस्तान दौऱ्यापूर्वी) जेव्हा गावस्कर यांना विश्रांती देण्यात आली तेव्हा देव यांनी भारताचा कर्णधार म्हणून पदार्पण केले. नियमित कर्णधार म्हणून त्याची पहिली नियुक्ती म्हणजे वेस्ट इंडिजचा दौरा, जिथे सर्वात मोठी कामगिरी म्हणजे एकमेव एकदिवसीय विजय होता. देव (72) आणि गावस्कर (90) यांनी भारताला मोठ्या धावसंख्येपर्यंत नेले – 47 षटकात 282/5 आणि देवच्या 2 विकेट्समुळे भारताला वेस्ट इंडिजला 255 धावांवर रोखण्यात मदत झाली आणि विजय 35 ज्याचा भारतीय क्रिकेटपटूंचा दावा आहे की त्यांना सामना करण्याचा आत्मविश्वास मिळाला. 1983 क्रिकेट विश्वचषकात वेस्ट इंडीज संघ. एकंदरीत, देवची वेस्ट इंडिजमध्ये चांगली मालिका होती कारण त्याने दुसरा कसोटी सामना वाचवण्यासाठी शतक ठोकले तसेच 17 विकेट्स (सरासरी: 24.94).

1983 विश्वचषकातील कामगिरी

देवने एका सामान्य वैयक्तिक विक्रमासह वर्ल्ड कपमध्ये प्रवेश केला - 32 सामने, 608 धावा (सरासरी: 21), 34 विकेट. यापूर्वीच्या दोन विश्वचषकांमध्ये भारताचा एकहाती विजय 1975 मध्ये पूर्व आफ्रिकेविरुद्ध होता. यशपाल शर्मा (89 धावा), रॉजर बिन्नी आणि रवी शास्त्री (प्रत्येकी 3 बळी) यांच्या जोरावर भारताने विश्वचषकात वेस्ट इंडिजचा पहिलाच पराभव केला. ३८ झिम्बाब्वेविरुद्धच्या विजयानंतर, भारताने पुढील दोन सामने गमावले – ऑस्ट्रेलिया (देवच्या कारकिर्दीतील सर्वोत्तम 5/43 असूनही) आणि वेस्ट इंडिज. भारताला

आता उपांत्य फेरीत जाण्यासाठी ऑस्ट्रेलिया आणि झिम्बाब्वेविरुद्ध विजय आवश्यक होता.

18 जून 1983 रोजी नेव्हिल ग्राउंड, रॉयल ट्युनब्रिज वेल्स येथे भारताचा सामना झिम्बाब्वेशी झाला. पिछाडीवर पडल्यानंतर, देव, खालच्या फळीतील फलंदाजांसह, रॉजर बिन्नी (22 धावा) आणि मदन लाल यांच्या मदतीने संघ स्थिर केला. देवने 72 चेंडूत शतक झळकावले. किरमाणी (24 धावा) सोबत देवने 9व्या विकेटसाठी नाबाद 126 धावा केल्या - हा एक विश्वविक्रम जो 27 वर्षे (10,000 दिवस) अखंड राहिला, आणि 138 चेंडूत नाबाद 175 धावा पूर्ण केल्या, एक डाव ज्यामध्ये 16 चौकार आणि 6 षटकारांचा समावेश होता. 4 क्रमांकावर असलेल्या टॉप 10 एकदिवसीय फलंदाजी कामगिरी मध्ये डावाचे आकडे. भारताने हा सामना 31 धावांनी जिंकला. असे म्हटले जाते की या सामन्यानंतर देवने बक्षीस म्हणून स्वतःसाठी मर्सिडीज बुक केली.

उपांत्य फेरीत भारताचा सामना इंग्लिश क्रिकेट संघाशी झाला. इंग्लंडने बिन्नी आणि अमरनाथ यांच्या नियमित विकेट गमावल्यानंतर देवने खालच्या क्रमाला कमी करण्यास मदत केली. त्याने 3 विकेट घेतल्याने भारताने इंग्लंडला 213 पर्यंत मर्यादित केले आणि अमरनाथ (46 धावा), यशपाल शर्मा (61) आणि संदीप पाटील (51*) यांच्या मधल्या फळीने विजय निश्चित केला आणि वेस्ट इंडिज क्रिकेटविरुद्ध अंतिम फेरीत प्रवेश केला. जो संघ विश्वचषक विजेतेपदाची हॅट्ट्रिक करण्याच्या शोधात होता. वेस्ट इंडिजने भारताला 183 धावांवर रोखले, फक्त कृष्णमाचारी श्रीकांत (38 धावा) यांनी काही धावसंख्येला दिलासा दिला. गॉर्डन ग्रीनिज गमावूनही, विव्ह रिचर्ड्सने केलेल्या झटपट धावसंख्येच्या जोरावर वेस्ट इंडिजने त्यांचा डाव 57/2 वर स्थिर केला. रिचर्ड्सने एक खूप आक्रमक शॉट खेळला जेव्हा त्याने मदन लालचा पुल शॉट स्काय केला जो देवने 20 यार्ड्सपेक्षा जास्त मागे धावल्यानंतर डीप स्क्वेअर लेगवर पकडला. हा झेल 1983 च्या WC फायनलमधील टर्निंग पॉईंट म्हणून ओळखला जातो आणि तो ODI क्रिकेटमधील सर्वोत्कृष्ट मानला जातो. वेस्ट इंडिजची 50/1 वरून 76/6 अशी अवस्था झाली आणि शेवटी देवने अँडी रॉबर्ट्सची विकेट घेतल्याने त्यांचा डाव 140 धावांवर संपुष्टात आला. हा विजय भारताचा पहिला विश्वचषक होता आणि त्याने 8 सामन्यांमध्ये 303 धावा (सरासरी: 60.6), 12 विकेट्स (सरासरी: 20.41) आणि 7 झेल घेतले.

विश्वचषक नंतर

विश्वचषकानंतर, भारताने वेस्ट इंडिज क्रिकेट संघाचे यजमानपद भूषवले आणि कसोटी मालिका 3-0 आणि एकदिवसीय मालिका 5-0 ने गमावली. देवने मोटेरा स्टेडियम, अहमदाबाद येथे 9/83 च्या पुनरागमनासह पराभूत होऊन त्याची सर्वोत्तम कसोटी गोलंदाजी कामगिरी केली. कसोटी आणि एकदिवसीय मालिकेतील त्याची गोलंदाजीची कामगिरी त्याच्या खराब फलंदाजीमुळे क्षीण झाली. निवडकर्त्यांनी 1984 च्या सुरुवातीला गावस्कर यांची कर्णधार म्हणून पुन्हा नियुक्ती करून देव यांच्या कारकिर्दीचा अंत केला.

कर्णधारपदावर परत

देव यांची मार्च 1985 मध्ये पुन्हा कर्णधार म्हणून नियुक्ती करण्यात आली आणि 1986 मध्ये इंग्लंडविरुद्ध कसोटी मालिका जिंकण्यासाठी भारताला मार्गदर्शन केले. या कालावधीत त्यांचा सर्वात प्रसिद्ध सामना पाहिला, दुसरी टाय कसोटी, ज्यामध्ये त्याला ऑस्ट्रेलियन फलंदाज डीनसह सामनावीर म्हणून संयुक्तपणे निवडण्यात आले. जोन्स.

1987 च्या क्रिकेट विश्वचषकासाठी त्याला कर्णधार म्हणून कायम ठेवण्यात आले होते. पहिल्या सामन्यात ऑस्ट्रेलियाने भारताविरुद्ध २६८ धावा केल्या होत्या. तथापि, डाव संपल्यानंतर देव यांनी पंचांशी सहमती दर्शवली की डावादरम्यान एक चौकार चुकून षटकार नव्हे तर चौकार असे संकेत दिले गेल्याने धावसंख्या 270 पर्यंत वाढवायला हवी. त्यांच्या प्रत्युत्तरादाखल भारताने ऑस्ट्रेलियाच्या धावसंख्येपेक्षा एका धावेने कमी पडून 269 धावा केल्या. विस्डेन क्रिकेटर्स अल्मॅनॅकमध्ये, "कपिल देव यांच्या खिलाडूवृत्तीने क्लोज-रन मॅचमध्ये निर्णायक घटक सिद्ध केला" असे नोंदवले गेले आहे. 1987 च्या विश्वचषकाच्या उपांत्य फेरीत भारताला इंग्लंडकडून पराभव पत्करावा लागला. भारताच्या पराभवाची जबाबदारी देववर पडली कारण तो डीप मिड-विकेटवर आऊट झाला आणि तो कोसळला ज्यामुळे अनपेक्षित पराभव झाला. 1989 मध्ये भारताच्या पाकिस्तान दौऱ्यासाठी उपकर्णधार असतानाही त्यांनी पुन्हा भारताचे नेतृत्व केले नाही.

कर्णधारपदाचा काळ त्याच्यासाठी एकंदरीत कठीण होता कारण तो गावस्कर यांच्याशी मतभेदांच्या बातम्यांनी तसेच गोलंदाज म्हणून स्वतःचा विसंगत फॉर्म होता. तथापि, दोन्ही पुरुषांनी नंतर आग्रह धरला की हे अहवाल अतिशयोक्तीपूर्ण आहेत. देवची कर्णधार म्हणून कामगिरी खेळाडूपेक्षा चांगली होती.

कौशल्य

देव हा उजव्या हाताचा वेगवान गोलंदाज होता जो त्याच्या आकर्षक कृतीसाठी आणि प्रभावी आऊटस्विंगरसाठी प्रसिद्ध होता आणि त्याच्या कारकिर्दीत तो भारताचा मुख्य स्ट्राईक गोलंदाज होता. 1980 च्या दशकात त्याने एक उत्तम इनस्विंग यॉर्कर विकसित केला, ज्याचा त्याने टेल-एंडर्सविरुद्ध अतिशय प्रभावीपणे वापर केला. एक फलंदाज म्हणून, तो चेंडूचा नैसर्गिक स्ट्रायकर होता जो हुक आणि प्रभावीपणे चालवू शकतो. नैसर्गिकरित्या आक्रमक खेळाडू, त्याने अनेकदा प्रतिपक्षावर आक्रमण करून भारताला कठीण परिस्थितीत मदत केली. हरियाणा हरिकेन या टोपणनावाने त्याने देशांतर्गत क्रिकेटमध्ये हरियाणा क्रिकेट संघाचे प्रतिनिधित्व केले.

गोलंदाजीची शैली

देव हा वेगवान गोलंदाज होता. तथापि, एक अस्खलित धावणे आणि डिलिव्हरीच्या वेळी पूर्णपणे बाजूने असलेला गोळा याचा अर्थ असा होतो की आउटस्विंगर त्याच्याकडे नैसर्गिकरित्या आला होता. सामान्यतः लांबी आणि दिशेने गोलंदाजी केली ज्यामुळे उजव्या हाताला नेहमीच त्रास होतो, त्याच्या चेंडूमुळे बहुतेक बळी पडले कारण त्याने बॅटला

बाहेरच्या काठावर मारण्याचा प्रयत्न केला, एकतर ऑफ-साइड कॉर्डनवर झेल घेतला किंवा खरंच एलबीडब्ल्यू झाला आणि गोलंदाजी केली. बॉलची धार चुकली. साईड-ऑन ॲक्शनचा अर्थ असा होतो की, सुरुवातीची काही वर्षे तो गोलंदाजी करू शकत होता. ज्या डिलिव्हरी त्यांच्या ओळींना धरून होत्या किंवा उजव्या हाताच्या खेळाडूंमध्ये आल्या होत्या त्या खेळपट्टीबाहेरील नैसर्गिक फरकांमुळे आल्या. तथापि, जसजसे त्याला परिपक्वता प्राप्त झाली, तसतशी क्रिया कमी होत गेली आणि त्याने एक इनस्विंगर देखील विकसित केला. त्याने 1980 च्या दशकाच्या मध्यात नोंद केली की तो फक्त लेग कटर होता तो त्याच्या इच्छेनुसार गोलंदाजी करू शकत नव्हता.

1983 च्या अखेरीस, देवने फक्त पाच वर्षातच सुमारे 250 कसोटी विकेट्स घेतल्या होत्या आणि तो आतापर्यंतचा सर्वाधिक विकेट घेणारा खेळाडू बनण्याच्या मार्गावर होता. तथापि, 1984 मध्ये गुडघ्याच्या शस्त्रक्रियेनंतर त्याची गोलंदाजी कमी झाली, कारण त्याने क्रीजवरील काही उडी गमावली. हा धक्का बसूनही तो फिटनेसच्या आधारावर एकही कसोटी किंवा एकदिवसीय सामना खेळू शकला नाही. जरी त्याने त्याचे काही दंश गमावले, तरीही तो आणखी दहा वर्षे प्रभावी गोलंदाज राहिला आणि 1991-92 मध्ये ऑस्ट्रेलिया विरुद्ध ऑस्ट्रेलियामध्ये मार्क टेलरची विकेट घेतल्यावर कसोटी क्रिकेटमध्ये 400 बळी घेणारा तो दुसरा गोलंदाज बनला. त्या ऑस्ट्रेलियन दौऱ्यात त्याने 25 विकेट घेतल्या होत्या.

शेवटची वर्षे

देव 1990 च्या दशकाच्या सुरुवातीस एकापाठोपाठ कर्णधारांच्या नेतृत्वाखाली भारताचा आघाडीचा वेगवान गोलंदाज म्हणून पुढे राहिला. 1990 च्या लॉर्ड्स कसोटी सामन्यादरम्यान तो एका उल्लेखनीय घटनेत सामील होता, जेव्हा त्याने ऑफ-स्पिनर एडी हेमिंग्जला सलग चार षटकार ठोकून भारताला फॉलोऑनचे लक्ष्य पार केले. या सामन्यात भारताविरुद्ध इंग्लिश खेळाडूची सर्वोच्च कसोटी धावसंख्या, ग्रॅहम गूचने ३३३ केली. देव यांना पंच डिकी बर्ड यांनी सर्वकालीन महान अष्टपैलू खेळाडूंपैकी एक म्हणून उद्धृत केले होते.

तो खेळाच्या एकदिवसीय आवृत्तीत एक मौल्यवान फलंदाज बनला, कारण एक चिमूटभर मारणारा धावसंख्येचा वेग वाढवायचा, सामान्यतः शेवटच्या दहा षटकांमध्ये, आणि तो कोसळला तर डाव स्थिर करण्यासाठी त्याच्यावर अवलंबून होता. तो 1992 क्रिकेट विश्वचषक खेळला, जो त्याचा शेवटचा, मोहम्मद अझरुद्दीनच्या नेतृत्वाखाली खेळला आणि प्रति 100 चेंडूत 125.80 धावांसह फलंदाजी स्ट्राइक रेटने अव्वल स्थान मिळवले. त्याने जवागल श्रीनाथ आणि मनोज प्रभाकर यांसारख्या तरुण प्रतिभांसह गोलंदाजी आक्रमणाचे नेतृत्व केले, जे अखेरीस भारताचे आघाडीचे वेगवान गोलंदाज म्हणून त्याच्यानंतर यशस्वी होतील. रिचर्ड हॅडलीचा सर्वात जास्त कसोटी बळींचा विक्रम मोडून त्याने 1994 मध्ये निवृत्ती घेतली.

निवृत्तीनंतर

राष्ट्रीय प्रशिक्षक

कपिल देव यांची 1999 मध्ये अंशुमन गायकवाड यांच्यानंतर भारतीय राष्ट्रीय क्रिकेट संघाचे प्रशिक्षक म्हणून नियुक्ती करण्यात आली. त्याच्या कार्यकाळात, भारताने फक्त एक कसोटी सामना जिंकला (न्यूझीलंडविरुद्ध मायदेशात) आणि ऑस्ट्रेलियात (३-०) आणि घरच्या मैदानावर दक्षिण आफ्रिकेविरुद्ध (२-०) दोन मोठे मालिका पराभव पत्करावा लागला आणि सर्वसाधारणपणे त्याचा कार्यकाळ निराशाजनक मानला गेला. मनोज प्रभाकर यांच्या मॅच फिक्सिंगच्या आरोपाच्या शिखरावर, नंतर फेटाळण्यात आलेला आरोप, देव यांनी राष्ट्रीय प्रशिक्षकपदाचा राजीनामा दिला. सट्टेबाजीच्या वादाने खचून गेल्यावर, "मी त्या खेळाचा निरोप घेतला ज्याने मला इतकं काही दिलं आणि नंतर एका त्रयस्थ व्यक्तीच्या नुसत्या सांगण्यावरून तो काढून टाकला" असे सांगून त्याचा निरोप घेतला. थोड्या अंतरानंतर, न्यूझीलंडचे माजी फलंदाज जॉन राईट यांनी प्रशिक्षक म्हणून जबाबदारी स्वीकारली, जे भारताचे पहिले परदेशी प्रशिक्षक बनले.

परत

लोकांच्या नजरेपासून दूर राहिल्यानंतर, देव पुन्हा क्रिकेटमध्ये परतला जेव्हा विस्डेनने त्याला विस्डेन इंडियन क्रिकेटर ऑफ द सेंचुरी पुरस्कारासाठी सोळा अंतिम स्पर्धकांपैकी एक म्हणून घोषित केले. देवने दीर्घकाळचा सहकारी गावस्कर आणि प्रेक्षकांच्या आवडत्या तेंडुलकरला मागे टाकले. पुरस्कार दिला आणि "माझा सर्वोत्तम तास" म्हणून क्षणाचा दावा केला.

देव हळूहळू गोलंदाजी सल्लागार म्हणून क्रिकेटमध्ये परतले आणि मार्च 2004 मध्ये भारताच्या पाकिस्तान दौऱ्यापूर्वी तयारी शिबिरात ते गोलंदाजी प्रशिक्षक होते. ऑक्टोबर 2006 मध्ये, त्यांना दोन वर्षांच्या कालावधीसाठी राष्ट्रीय क्रिकेट अकादमीचे अध्यक्ष म्हणून नामांकन देण्यात आले.

2005 मध्ये, त्यांनी विपुल के. रावल यांनी लिहिलेल्या इक्बाल या कल्ट चित्रपटात एका संक्षिप्त भूमिकेत अभिनय केला, जिथे त्यांनी स्वतःची भूमिका केली. सुरुवातीला दिग्दर्शक त्याच्याकडे जाण्यास उत्सुक नव्हता; तथापि, लेखक रावल यांनी आग्रह धरला की भूमिका त्यांना लक्षात घेऊन लिहिली गेली आहे.

मे 2007 मध्ये, देव कार्यकारी मंडळाचे अध्यक्ष म्हणून झी टीव्हीद्वारे सुरू करण्यात आलेल्या इंडियन क्रिकेट लीग (ICL) मध्ये सामील झाले आणि त्यांनी बीसीसीआयच्या संरचनेला विरोध करण्याऐवजी त्याचे कौतुक करत निर्णयाचा बचाव केला - "आम्ही प्रतिस्पर्धी संघ तयार करू पाहत नाही, परंतु त्यांना मदत करत आहोत. भारतीय मंडळ अधिक प्रतिभा शोधण्यासाठी". जून 2007 मध्ये, बीसीसीआयने देवासह आयसीएलमध्ये सामील झालेल्या सर्व खेळाडूंचे पेन्शन रद्द करून प्रतिसाद दिला. 21 ऑगस्ट 2007 रोजी, नवीन इंडियन क्रिकेट लीगच्या औपचारिक पत्रकार परिषदेला संबोधित केल्याच्या एका दिवसानंतर देव यांना राष्ट्रीय क्रिकेट अकादमीच्या अध्यक्षपदावरून काढून टाकण्यात

आले.

25 जुलै 2012 रोजी देव यांनी ICL मधून राजीनामा दिला आणि BCCI ला पाठिंबा देणे सुरू ठेवले, ज्यामुळे त्यांना BCCI मध्ये परत येण्याचा मार्ग मोकळा झाला.

प्रादेशिक सैन्यात सामील

24 सप्टेंबर 2008 रोजी, देव भारतीय प्रादेशिक सैन्यात सामील झाले आणि लष्करप्रमुख जनरल दीपक कपूर यांनी त्यांना लेफ्टनंट कर्नल म्हणून नियुक्त केले. ते मानद अधिकारी म्हणून रुजू झाले.

हरियाणाच्या क्रीडा विद्यापीठाचे कुलपती डॉ

2019 मध्ये त्यांची हरियाणा स्पोर्ट्स युनिव्हर्सिटीचे पहिले कुलपती म्हणून नियुक्ती करण्यात आली. हे विद्यापीठ भारताच्या हरियाणा राज्यात आहे ज्याचे त्याने देशांतर्गत क्रिकेटमध्ये प्रतिनिधित्व केले.

वैयक्तिक जीवन

त्यांनी रोमी भाटिया यांच्याशी 1980 मध्ये लग्न केले आणि 16 जानेवारी 1996 रोजी त्यांना अमिया देव ही मुलगी झाली.

1993 मध्ये देवने गोल्फ खेळला. देव हे 2000 मध्ये लॉरियस फाऊंडेशनचे एकमेव आशियाई संस्थापक सदस्य होते. इयान बॉथम आणि व्हिव्ह रिचर्ड्स हे 40 च्या संस्थापक सदस्य परिषदेत इतर दोन क्रिकेटपटू होते. स्टीव्ह वॉ यांना 2006 मध्ये अकादमीच्या सदस्यांमध्ये 40 वरून 42 पर्यंत वाढवण्यात आले. दिल्ली युरोलॉजिकल सोसायटीने 31 जानेवारी 2014 रोजी एअरपोर्ट अथॉरिटी ऑफ इंडिया, ऑफिसर्स क्लब, नवी दिल्ली येथे आयोजित केलेल्या कार्यक्रमात त्यांनी आपले अवयव गहाण ठेवले.

23 ऑक्टोबर 2020 रोजी देव यांना हृदयविकाराचा झटका आला आणि त्यांना रुग्णालयात दाखल करण्यात आले. दिल्लीतील एका इस्पितळात त्यांची तातडीची कोरोनरी अँजिओप्लास्टी झाली.

पुस्तके

त्यांनी चार पुस्तके लिहिली आहेत - तीन आत्मचरित्रात्मक आणि शीख धर्मावरील एक पुस्तक. आत्मचरित्रात्मक कृतींचा समावेश आहे — बाय गॉड्स डिक्री जे 1985 मध्ये आले, क्रिकेट माय स्टाईल 1987 मध्ये आणि 2004 मध्ये स्ट्रेट फ्रॉम द हार्ट. वी, द सिख नावाचे त्यांचे नवीनतम पुस्तक २०१९ मध्ये प्रसिद्ध झाले.

रेकॉर्ड

कपिल देव यांनी आंतरराष्ट्रीय क्रिकेटमध्ये पाच बळी घेतलेल्यांची यादी

7

सायना नेहवाल

सायना नेहवाल

Scan for Story Videos - www.itibook.com

सायना नेहवाल जन्म 17 मार्च 1990) ही एक भारतीय व्यावसायिक बॅडमिंटन खेळाडू आहे. एक माजी जागतिक क्र. 1, तिने 24 आंतरराष्ट्रीय खिताब जिंकले आहेत, ज्यामध्ये दहा सुपरसिरीज विजेतेपदांचा समावेश आहे. 2009 मध्ये ती जगातील दुसऱ्या क्रमांकावर पोहोचली असली तरी 2015 मध्येच तिला जागतिक क्रमवारीत स्थान मिळवता आले. 1 रँकिंग, त्यामुळे भारतातील एकमेव महिला खेळाडू बनली आणि एकूणच दुसरी भारतीय खेळाडू - प्रकाश पदुकोण नंतर - हा पराक्रम गाजवणारी. तिने ऑलिम्पिकमध्ये तीन वेळा भारताचे प्रतिनिधित्व केले आहे, लंडन 2012 मध्ये तिने दुसऱ्यांदा कांस्यपदक जिंकले आहे.

नेहवालने भारतासाठी बॅडमिंटनमध्ये अनेक टप्पे गाठले आहेत. ऑलिम्पिक, BWF वर्ल्ड चॅम्पियनशिप आणि BWF वर्ल्ड ज्युनियर चॅम्पियनशिप या प्रत्येक BWF प्रमुख वैयक्तिक स्पर्धेत किमान एक पदक जिंकणारी ती एकमेव भारतीय आहे. ऑलिम्पिक पदक जिंकणारी ती पहिली भारतीय बॅडमिंटनपटू आहे, BWF वर्ल्ड चॅम्पियनशिपच्या अंतिम फेरीत पोहोचणारी ती पहिली भारतीय आहे, तसेच BWF वर्ल्ड ज्युनियर चॅम्पियनशिप जिंकणारी ती एकमेव भारतीय आहे. 2006 मध्ये, नेहवाल 4-स्टार स्पर्धा जिंकणारी पहिली भारतीय महिला आणि सर्वात तरुण आशियाई ठरली. सुपर सीरिजचे विजेतेपद जिंकणारी पहिली भारतीय होण्याचा मानही तिला मिळाला आहे. 2014 च्या उबेर चषकात तिने भारतीय संघाचे नेतृत्व केले आणि अपराजित राहून भारताला कांस्यपदक जिंकण्यात मदत केली. कोणत्याही BWF प्रमुख सांघिक स्पर्धेत हे भारताचे पहिले पदक होते. कॉमनवेल्थ गेम्समध्ये दोन एकेरी सुवर्णपदके (2010 आणि 2018) जिंकणारा नेहवाल पहिला भारतीय ठरला.

भारतातील सर्वात यशस्वी बॅडमिंटनपटूंपैकी एक मानले जाणारे, नेहवाल यांना भारतात बॅडमिंटनची लोकप्रियता वाढवण्याचे श्रेय दिले जाते. 2016 मध्ये, भारत सरकारने (GoI)

तिला पद्‌मभूषण - भारताचा तिसरा सर्वोच्च नागरी पुरस्कार - प्रदान केला. यापूर्वी, मेजर ध्यानचंद खेलरत्न आणि अर्जुन पुरस्कार हे देशातील सर्वोच्च दोन क्रीडा सन्मानही तिला भारत सरकारने बहाल केले होते. नेहवाल हे परोपकारी आहेत आणि सर्वाधिक दानशूर खेळाडूंच्या यादीत ते १८ व्या क्रमांकावर होते.

प्रारंभिक जीवन

हरवीर सिंग नेहवाल आणि उषा राणी नेहवाल यांची मुलगी सायना नेहवाल हिचा जन्म हिसार येथे झाला. तिला एकच भावंड आहे, चंद्रांशु नेहवाल नावाची मोठी बहीण आहे. तिचे वडील, ज्यांनी कृषी विज्ञानात पीएचडी केली आहे, त्यांनी चौधरी चरणसिंग हरियाणा कृषी विद्‌यापीठात काम केले. तिने कॅम्पस स्कूल सीसीएस एचएयू, हिसार येथे शालेय शिक्षणाची पहिली काही वर्षे पूर्ण केली. तिने सेंट ॲन कॉलेज फॉर वुमन, हैदराबाद येथून 12 वी इयत्ता पूर्ण केली.

जेव्हा तिच्या वडिलांची पदोन्नती झाली आणि हरियाणाहून हैदराबादला बदली झाली, तेव्हा तिने वयाच्या आठव्या वर्षी स्वतःला व्यक्त करण्यासाठी बॅडमिंटन खेळले, कारण तिला इतर मुलांबरोबर सामंजस्य करण्यासाठी स्थानिक भाषा चांगली येत नव्हती. तिचे पालक अनेक वर्षे बॅडमिंटन खेळत होते. तिची आई, उषा राणी, हरियाणातील राज्यस्तरीय बॅडमिंटन खेळाडू होती. नेहवालने तिच्या आईचे राष्ट्रीय स्तरावरील बॅडमिंटनपटू होण्याचे स्वप्न पूर्ण करण्यासाठी बॅडमिंटन खेळले, तर तिची बहीण व्हॉलीबॉल खेळली. तिच्या वडिलांनी, जे युनिव्हर्सिटी सर्किटमधील अव्वल खेळाडूंपैकी एक होते, त्यांनी त्यांच्या भविष्य निर्वाह निधीचा वापर तिच्यासाठी चांगल्या बॅडमिंटन प्रशिक्षणात गुंतवणूक करण्यासाठी केला. 1998 मध्ये हैदराबादला गेल्यानंतर, तिच्या पालकांनी तिला कराटे वर्गात प्रवेश दिला, जो तिने एक वर्ष चालू ठेवला आणि ब्राऊन बेल्ट मिळवला.

तिने पुलेला गोपीचंद यांच्या अकादमीत गोपीचंद बॅडमिंटन अकादमीमध्ये प्रशिक्षण घेतले. 2014 मध्ये, ती गोपीचंदपासून विभक्त झाली आणि बंगळुरूमधील प्रकाश पदुकोण बॅडमिंटन अकादमीमध्ये सामील झाली आणि यू. विमल कुमार यांच्या प्रशिक्षणाखाली ती जागतिक क्रमवारीत नंबर वन बनली; ती नंतर 2017 मध्ये गोपीचंदच्या हाताखाली ट्रेनमध्ये परतली. त्यांच्या ड्रीम्स ऑफ अ बिलियनः इंडिया अँड द ऑलिम्पिक गेम्स' या पुस्तकात गोपीचंद यांनी सांगितले की, जेव्हा ती त्याला सोडून बंगळुरूमध्ये प्रशिक्षणासाठी गेली तेव्हा त्याला वाईट वाटले.

करिअर

2005-2007

2005 मध्ये, वयाच्या 15 व्या वर्षी, नेहवालने नवी दिल्ली येथे एक आशियाई सॅटेलाइट स्पर्धा जिंकली, त्याने अपर्णा पोपटला सरळ गेममध्ये पराभूत केले.

2006 मध्ये, नेहवाल अंडर-19 राष्ट्रीय चॅम्पियन बनली आणि तिने तिच्या दुसऱ्या भारतीय आशियाई उपग्रह स्पर्धेचा दावा केला. मे मध्ये, वयाच्या 16 व्या वर्षी, ती 4-स्टार

स्पर्धा - फिलीपिन्स ओपन जिंकणारी पहिली भारतीय महिला आणि आशियातील सर्वात तरुण खेळाडू बनली. 86 व्या मानांकित म्हणून स्पर्धेत प्रवेश करताना, तिने विजेतेपदासाठी मलेशियाच्या ज्युलिया वोंग पेई झियानचा पराभव करण्यापूर्वी जागतिक क्रमवारीत दुसऱ्या क्रमांकावर असलेल्या हुआवेन जूसह अनेक अव्वल मानांकित खेळाडूंना चकित केले. तिने आंतरराष्ट्रीय बॅडमिंटन सर्किटमध्ये प्रवेश केल्यानंतर काही महिन्यांनी, नेहवालने वर्ल्ड चॅम्पियनशिपमध्ये भाग घेतला जेथे ती चीनच्या जियांग यांजियाओकडून हरली. त्याच वर्षी नेहवाल 2006 BWF वर्ल्ड ज्युनियर चॅम्पियनशिपच्या अंतिम फेरीत पोहोचली जिथे तिने अव्वल मानांकित चीनच्या वांग यिहान विरुद्ध संघर्षपूर्ण सामना गमावला. तिने दोहा आशियाई क्रीडा स्पर्धेतही भाग घेतला होता.

2007 मध्ये, वयाच्या 17 व्या वर्षी, नेहवालने ऑल इंग्लंडमध्ये भाग घेतला, जिथे तिने अनुभवी वांग चेनला फेरी 2 मध्ये आव्हान दिले, परंतु 3 गेममध्ये 21-17, 13-21, 16-21 असा पराभव पत्करावा लागला. स्कॉटलंडमधील सुदिरमन चषक स्पर्धेत तिने भारताचे प्रतिनिधित्व केले. 2007 BWF वर्ल्ड चॅम्पियनशिपमध्ये, तिने स्वित्झर्लंडच्या जीनिन सिकोग्निनी आणि जर्मनीच्या 13व्या मानांकित ज्युलियन शेंक विरुद्ध तिचे सुरुवातीचे सामने जिंकले, परंतु पुढील फेरीत फ्रेंच पाई होंगयानकडून 13-21, 17-21 गुणांसह पराभूत झाले. 2007 मध्ये ती इंडियन इंटरनॅशनल चॅलेंजमध्ये फायनलिस्ट होती जिथे ती कानाको योनेकुराकडून 2 गेममध्ये हरली.

2008

वांग यिहानकडून अंतिम फेरीत हरल्यानंतर दोन वर्षांनी, ती नवव्या मानांकित जपानी सायाका सातोचा २१-९, २१-१८ असा पराभव करून जागतिक ज्युनियर चॅम्पियनशिप जिंकणारी पहिली भारतीय ठरली. तिने 2008 बीजिंग ऑलिम्पिकमध्ये भाग घेतला होता जेथे ती बिगरमानांकित होती. तिने पहिल्या फेरीत रशियन एला डायहल (2-0) आणि दुस-या फेरीत युक्रेनियन लॅरिसा ग्रिगा (2-0) विरुद्ध विजय मिळवून तिच्या लढ्याची सुरुवात केली. उपांत्यपूर्व फेरीत पोहोचणारी ती पहिली भारतीय महिला ठरली जेव्हा तिने आशियाई क्रीडा स्पर्धेतील चौथ्या क्रमांकाच्या हाँगकाँगच्या वांग चेनला तीन गेमच्या थ्रिलरमध्ये पराभूत केले. उपांत्यपूर्व फेरीत नेहवालला जागतिक क्रमवारीत 16व्या स्थानावर असलेल्या मारिया क्रिस्टिन युलियानतीकडून 3-गेमराने पराभव पत्करावा लागला. नेहवाल निर्णायक सामन्यात 11-3 ने आघाडीवर होती परंतु ती तिच्या प्रतिस्पर्ध्यावर टिकू शकली नाही आणि 28-26, 14-21, 15-21 स्कोअरलाइनने सामना गमावला.

सप्टेंबर २००८ मध्ये तिने चायनीज तैपेई ओपन २००८ मध्ये मलेशियाच्या लिडिया चेहचा २१–८, २१–१९ असा पराभव केला. तिने उपांत्यपूर्व फेरीत विद्यमान जागतिक चॅम्पियन झू लिनला पराभूत केल्यानंतर ती चायना मास्टर्स सुपरसिरीजमध्येही उपांत्य फेरीतील खेळाडू होती. 2008 मध्ये बॅडमिंटन वर्ल्ड फेडरेशनने नेहवालला "सर्वात आश्वासक खेळाडू" म्हणून घोषित केले . ती वर्षातील सर्वात सातत्यपूर्ण खेळाडूंचा समावेश असलेल्या

सुपरसिरीज फायनल्सच्या हंगामासाठी पात्र ठरली. तिने सुरुवातीच्या फेरीत पी होंगयान आणि वोंग मेव चू यांचा पराभव केला. ती 3 राउंडमध्ये टाइन रासमुसेनकडून हरली. तिने उपांत्य फेरीत प्रवेश केला पण वांग चेनकडून 21-15, 14-21, 16-21 अशा गुणांसह पराभूत झाले.

2009

जूनमध्ये, इंडोनेशिया ओपन जिंकून जगातील सर्वात प्रमुख बॅडमिंटन मालिका, BWF सुपर सीरीज विजेतेपद जिंकणारी ती पहिली भारतीय ठरली. तिने अंतिम फेरीत चीनच्या वांग लिनचा 12-21, 21-18, 21-9 असा पराभव केला. स्पर्धा जिंकल्याबद्दल नेहवाल म्हणाला, "ऑलिम्पिकमध्ये उपांत्यपूर्व फेरीत सहभागी झाल्यापासून मला सुपर सीरिज स्पर्धा जिंकण्याची इच्छा होती". ती प्रकाश पदुकोण आणि तिचे गुरू पुलेला गोपीचंद यांच्या बरोबरीने आहे ज्यांनी सर्व इंग्लंड चॅम्पियनशिप जिंकल्या ज्या सुपर सीरिज सारख्या दर्जाच्या आहेत.

ऑगस्टमध्ये, तिने दुसऱ्या मानांकित वांग लिनकडून पराभूत होऊन वर्ल्ड चॅम्पियनशिपच्या उपांत्यपूर्व फेरीत प्रवेश केला. ती डिसेंबरमध्ये संपलेल्या सुपरसिरीज फायनल्ससाठी पात्र ठरली, जिथे तिने वोंग मेव चू (अंतिम चॅम्पियन) कडून सुरुवातीची लढत गमावली परंतु पोर्नटिप बुरानाप्रासर्ट्सुक आणि कॅनडाच्या चारमेन रीड विरुद्धचे पुढील दोन गट सामने जिंकले. तिने पुन्हा या स्पर्धेची उपांत्य फेरी गाठली, परंतु यावेळी जर्मनीच्या ज्युलियन शेंकच्या हातून ती खाली गेली. तिने वर्षाच्या उत्तरार्धात भारत ग्रँड प्रिक्स स्पर्धा जिंकली, अंतिम फेरीत देशबांधव अदिती मुटाटकरचा २१-१७, २१-१३ अशा गुणांसह पराभव केला.

2010

नेहवाल ही ऑल इंग्लंड ओपनच्या उपांत्य फेरीत पोहोचणारी पहिली भारतीय महिला ठरली आणि अंतिम चॅम्पियन टाइन रासमुसेनकडून पराभूत झाली. अव्वल मानांकित नेहवालने आशियाई चॅम्पियनशिपची उपांत्य फेरी गाठली, चीनच्या बिगरमानांकित अंतिम चॅम्पियन ली झुएरुईकडून पराभूत होऊन कांस्यपदकावर समाधान मानावे लागले. तिचे प्रशिक्षक पुलेला गोपीचंद यांनी तिला घरच्या लोकांच्या प्रचंड पाठिंब्यामुळे स्वतःवर जास्त दबाव आणू नये असा सल्ला दिला.

नेहवालने फायनलमध्ये मलेशियाच्या वोंग मेव चूचा पराभव करत इंडिया ओपन ग्रां प्रिक्स गोल्ड जिंकले आणि त्यामुळे तिला स्पर्धेतील अव्वल मानांकित म्हणून मान्यता दिली. नेहवालने, पुन्हा क्रमांक 1, सिंगापूर ओपन जिंकले, त्याने अंतिम फेरीत चायनीज तैपेईच्या ताई त्झु-यिंगचा 21-18, 21-15 गुणांसह पराभव करून उपांत्य फेरीत जागतिक विजेत्या लू लॅनचा पराभव केला. नेहवालने कारकिर्दीत जागतिक क्रमवारीत अव्वल स्थान गाठले. 24 जून 2010 रोजी महिला एकेरी बॅडमिंटन जागतिक क्रमवारीत 3.

तिने इंडोनेशिया ओपन विजेतेपदाचे तीन कठीण गेममध्ये 21-19, 13-21, 21-11 असे सायाका सातोविरुद्ध रक्षण केले. हे तिचे तिसरे सुपर सीरीज विजेतेपद होते आणि भारतीय आणि सिंगापूर ओपन सुपर सिरीजमधील विजयानंतरचे तिचे सलग तिसरे विजेतेपद होते. 15 जुलै 2010 रोजी, 64791.26 गुणांसह, नेहवालने चीनच्या वांग यिहानच्या मागे 2 व्या क्रमांकावर कारकिर्दीतील उच्च जागतिक रँकिंग गाठले. द्वितीय मानांकित नेहवाल, टूर्नामेंटचा आवडता, पॅरिसमधील 2010 BWF वर्ल्ड चॅम्पियनशिपमधून 8-21, 14-21 अशा सरळ सेटमध्ये चौथ्या मानांकित चायनीज वांग शिक्सियानकडून पराभूत होऊन बाहेर पडला.

27 सप्टेंबर 2010 पर्यंत, नेहवाल 2010 च्या राष्ट्रकुल क्रीडा स्पर्धेच्या तयारीमुळे चायना मास्टर्स आणि जपान ओपनला मुकल्यानंतर 7 व्या क्रमांकावर घसरली.

अव्वल मानांकित नेहवालने नवी दिल्ली येथे झालेल्या राष्ट्रकुल क्रीडा स्पर्धेत महिला एकेरीत सुवर्णपदक जिंकले. मलेशियाच्या वोंग मेव चूचा 19-21, 23-21, 21-13 असा पराभव केल्यानंतर. तिच्या विजयानंतर नेहवाल म्हणाला, "जेव्हा मी मॅच-पॉइंट खाली होतो, तेव्हा मला धक्का बसला होता. हा एक मोठा सामना होता आणि तो जिंकणे माझ्यासाठी खूप महत्त्वाचे आहे. आजपासून अनेक वर्षांनंतरही, येथे उपस्थित असलेल्यांना सायना कशी लक्षात ठेवेल. सुवर्ण जिंकले. ही अभिमानाची भावना आहे". नेहवालने जून २०१० मध्ये इंडोनेशिया ओपनमध्ये जिंकल्यापासून पाच महिन्यांहून अधिक कालावधीनंतर हाँगकाँग ओपनसाठी तिच्या सहभागाची पुष्टी केली. १२ डिसेंबर २०१० रोजी तिने वांग शिक्सियानचा १५-२१, २१-१६, २१-१७ असा पराभव केला. हाँगकाँग ओपनच्या अंतिम फेरीत तिच्या कारकिर्दीत चौथे सुपर सीरीज विजेतेपद पटकावले.

2011

द्वितीय मानांकित नेहवालने दक्षिण कोरियाच्या सुंग जी-ह्यूनचा 21-13, 21-14 असा पराभव करून स्विस ओपनचे विजेतेपद पटकावले. मलेशिया ग्रांप्री गोल्ड स्पर्धेतील उपविजेतेपदासाठी अंतिम फेरीत तिला जागतिक क्रमवारीत तिसऱ्या क्रमांकावर असलेल्या चीनच्या वांग झिन हिच्याकडून पराभूत झाल्यामुळे नेहवाल चांगली सुरुवात केल्यानंतर गडबडली. ती सुदिरमन चषक मिश्र संघातील भारतीय संघाचा एक भाग होती जी प्रथमच या एलिट मिश्र सांघिक स्पर्धेच्या उपांत्यपूर्व फेरीत पोहोचण्यात यशस्वी ठरली, कारण नेहवालने रत्चानोक इंतानोन विरुद्धची लढत गमावली तेव्हाही भारताने थायलंडचा ३-२ असा पराभव केला. चीनविरुद्धच्या उपांत्यपूर्व फेरीत, नेहवालने तिची सर्वोत्तम कामगिरी केली आणि जागतिक क्रमवारीत दुसऱ्या क्रमांकावर असलेल्या वांग झिनचा २१-१५, २१-११ असा पराभव केला, परंतु तरीही चीनने भारतावर ३-१ असा विजय मिळवून उपांत्य फेरीत प्रवेश केला.

इंडोनेशियन ओपनमध्ये सलग तिसरा विजय नोंदवण्याच्या प्रयत्नात, तिने पुन्हा एकदा अंतिम फेरी गाठली जिथे 26 जून रोजी तिला चीनच्या वांग यिहानकडून पराभूत

व्हावे लागले. नेहवाल वर्ल्ड चॅम्पियनशिपमधून बाहेर पडली कारण तिला वांग झिनकडून 15-21, 10-21 ने पराभव पत्करावा लागला. स्पर्धेच्या शेवटच्या दोन आवृत्त्यांमध्ये उपांत्यपूर्व फेरीत पोहोचलेल्या नेहवालला आणखी एका अंतिम आठमध्ये समाधान मानावे लागले. डिसेंबरमध्ये लिउझोऊ येथे 2011 च्या बीडब्ल्यूएफ सुपर सीरिज मास्टर्स फायनलच्या हंगामाच्या समाप्तीदरम्यान, नेहवालने तिचे सर्व गट सामने बे येओन-जू, सायाका सातो आणि वांग जिन विरुद्ध जिंकले आणि पुन्हा एकदा उपांत्य फेरी गाठली. 21-17, 21-18 असा विजय मिळवून तिने जागतिक क्रमवारीत 5व्या क्रमांकावर असलेल्या डेन्मार्कच्या टिने बॉनचा पराभव करून अंतिम फेरी गाठणारी पहिली भारतीय एकेरी खेळाडू बनून इतिहास रचला. एका तासाहून अधिक काळ चाललेल्या या स्पर्धेत तिने जागतिक क्रमवारीत पहिल्या क्रमांकावर असलेल्या वांग यिहानविरुद्ध अंतिम 21-18, 13-21, 13-21 असा पराभव पत्करावा लागला.

2012

नेहवालने 22 वर्षांची झाल्यानंतर दुसऱ्या दिवशी 18 मार्च 68 रोजी वांग शिक्सियानचा 21-19, 21-16 असा पराभव करून स्विस ओपन विजेतेपदाचा यशस्वीपणे बचाव केला. 10 जून रोजी तिने थायलंडच्या रत्चानोक इंतानोनचा 19-21, 21-15, 21-10 असा पराभव करून थायलंड ओपनचे विजेतेपद पटकावले. 17 जून रोजी, नेहवालने 13-21, 22-20, 21-19 अशा स्कोअरसह सीझनमधील आतापर्यंतच्या सर्वाधिक वर्चस्वपूर्ण कामगिरीसह 30 सामने जिंकणाऱ्या ली झुएरुई या खेळाडूचा पराभव करून सलग तिसरे इंडोनेशिया ओपन जिंकले.

लंडन ऑलिम्पिकमध्ये, नेहवालला ड्रॉमध्ये चौथे मानांकन मिळाले होते. ग्रुप स्टेजमध्ये तिने स्विस सबरीना जॅकेट (2-0) आणि बेल्जियन लियान टॅन या दोघांचाही सरळ गेममध्ये पराभव केला. तिने बाद फेरी गाठली जिथे तिने डच याओ जीचा २१-१४, २१-१६ अशा गुणांसह पराभव केला. त्यानंतर तिचा सामना टाइन बॉनशी होता, ज्याला तिने 21-15, 22-20 स्कोअरलाइनने पराभूत केले. त्यानंतर तिने उपांत्य फेरीत प्रवेश केला जेथे तिला अव्वल मानांकित वांग यिहानकडून 13-21, 13-21 अशा दोन सरळ गेममध्ये पराभव पत्करावा लागला. 4 ऑगस्ट रोजी, तिने कांस्यपदक जिंकले जेव्हा वांग झिनने 18-21, 0-1 अशी दुखापतीसह कांस्य पदक प्लेऑफमधून निवृत्ती घेतली.

21 ऑक्टोबर रोजी तिने जर्मनीच्या ज्युलियन शेंकचा पराभव करून डेन्मार्क ओपन जिंकले. 76 नेहवालने फ्रेंच ओपनच्या अंतिम फेरीत यशस्वीपणे प्रवेश केला, परंतु मिनात्सू मितानीविरुद्ध सरळ सेटमध्ये तिचा पराभव झाला. 77 तिने सीझन संपलेल्या सुपरसिरीज फायनल्समध्ये भाग घेतला. ग्रुप स्टेजमध्ये, ती टाइन बॉन (1-2) विरुद्ध हरली, ज्युलियन शेंक (2-0) विरुद्ध जिंकली आणि रत्चानोक इंतानोन (0-2) विरुद्ध तिसरा सामना हरला. तिने उपांत्य फेरी गाठली पण ली ज़ुएरुईकडून 20-22, 21-7, 13-21, 3 गेममध्ये चुरशीचा सामना गमावला.

2013-2014

2013 मध्ये, नेहवाल ऑल इंग्लंड ओपनच्या उपांत्य फेरीतही पोहोचला पण 3 वेळा जागतिक ज्युनियर चॅम्पियन रत्चानोक इंतानोनने त्याचा पराभव केला. कोरियन बे येओन-जू विरुद्ध २१–२३, ९–२१ अशा गुणांसह पराभूत झाल्यानंतर तिने जागतिक चॅम्पियनशिपमध्ये आणखी एक उपांत्यपूर्व फेरी गाठली. ती क्वालालंपूर येथे झालेल्या सीझनच्या शेवटच्या सुपरसिरीज फायनल्ससाठी पात्र ठरली जिथे ती मिनात्सु मितानी आणि ली झुएरुई यांच्याकडून पराभूत झाली, परंतु शेवटचा गट सामना बे येओन-जू विरुद्ध 3 गेममध्ये जिंकला. मात्र, तिला उपांत्य फेरी गाठण्यात अपयश आले.

26 जानेवारी 2014 रोजी, नेहवालने वर्ल्ड चॅम्पियनशिप कांस्यपदक विजेत्या पीव्ही सिंधूचा 21-14, 21-17 ने पराभव करून इंडिया ग्रां प्री गोल्ड स्पर्धा जिंकली. 29 जून रोजी ऑस्ट्रेलियन ओपनच्या अंतिम फेरीत नेहवालने स्पेनच्या कॅरोलिना मारिनचा 21-18, 21-11 असा पराभव करून विजेतेपद पटकावले. ऑस्ट्रेलियन ओपन दरम्यान फिटनेस समस्या आणि दुखापतीच्या समस्यांमुळे तिने 2014 राष्ट्रकुल खेळातून माघार घेतली. ती पुन्हा जागतिक चॅम्पियनशिपच्या उपांत्यपूर्व फेरीत पराभूत झाली, यावेळी ली झुएरुईकडून. आशियाई खेळांमध्येही ती उपांत्यपूर्व फेरीची खेळाडू होती, जिथे ती वांग यिहानकडून पराभूत झाली. फायनलमध्ये जपानच्या अकाने यामागुचीचा 21-12, 22-20 असा पराभव करून चायना ओपन जिंकणारी ती पहिली भारतीय खेळाडू ठरली. तिने सुपरसिरीज फायनल्समध्ये लढत दिली आणि तिचे सर्व गट सामने जिंकले ते अव्वल मानांकित वांग शिक्सियान (2-0), बे येओन-जू (2-1) आणि सुंग जी-ह्यून (2-0) विरुद्ध. तिने पुन्हा एकदा उपांत्य फेरी गाठली, परंतु अंतिम चॅम्पियन ताई त्झु-यिंगकडून 21-11, 13-21, 9-21 असा पराभव पत्करावा लागला.

2015

गतविजेत्या नेहवालने फायनलमध्ये कॅरोलिना मारिनचा पराभव करून सय्यद मोदी इंटरनॅशनल जिंकले. ऑल इंग्लंड ओपनच्या अंतिम फेरीत पोहोचणारी ती पहिली भारतीय महिला शटलर ठरली, परंतु अंतिम फेरीत मारिनकडून पराभूत झाली. २९ मार्च रोजी, नेहवालने रत्चानोक इंतानोनचा पराभव करून इंडिया ओपनमध्ये तिचे पहिले महिला एकेरीचे विजेतेपद जिंकले . 2 एप्रिल रोजी ताज्या BWF रँकिंग जाहीर झाल्यामुळे तिला जागतिक नंबर 1 बनण्याची खात्री पटली. यासह, महिला वर्गात ही कामगिरी करणारी ती पहिली भारतीय खेळाडू ठरली.

जकार्ता येथे झालेल्या जागतिक स्पर्धेत नेहवालला दुसरे मानांकन मिळाले. तिने सुरुवातीच्या फेरीत चेउंग न्गान यी आणि सायाका ताकाहाशी यांचा पराभव केला आणि उपांत्यपूर्व फेरी गाठली जिथे तिचा सामना चीनच्या वांग यिहानशी झाला. तिला 3 गेममध्ये 21-15, 19-21, 21-19 असे पराभूत करण्यात यश आले; अशाप्रकारे जागतिक चॅम्पियनशिपमध्ये स्वतःला पहिले पदक मिळवून दिले. तिने उपांत्य फेरीत होम होप

लिंडावेनी फनेत्रीचा पराभव केला आणि जागतिक बॅडमिंटन चॅम्पियनशिप फायनलमध्ये भाग घेणारी भारताची पहिली खेळाडू बनून इतिहास रचला. फायनलमध्ये कॅरोलिना मारिनविरुद्ध पराभूत होऊन तिला रौप्यपदकावर समाधान मानावे लागले.

गतविजेत्या नेहवालने चायना ओपनच्या फायनलमध्ये ली झुएरुईविरुद्ध जाण्यापूर्वी जोरदार संघर्ष केला. तिने सीझन एंडिंग चॅम्पियनशिपमध्ये भाग घेतला जेथे ती ताई त्झु-यिंग आणि नोझोमी ओकुहारा विरुद्ध हरली परंतु कॅरोलिना मारिन, विरुद्ध जिंकली, ज्या खेळाडूला तिने संपूर्ण वर्षभर एका गट सामन्यात पराभूत करण्यासाठी संघर्ष केला. मात्र तिला बाद फेरी गाठण्यात अपयश आले.

2016

2016 च्या सुरुवातीला नेहवालला दुखापतींचा सामना करावा लागला पण ती अखेर बरी झाली. तिसऱ्या मानांकित वांग शिक्सियानचा पराभव करून तिने आशियाई चॅम्पियनशिपच्या उपांत्य फेरीत प्रवेश केला परंतु वांग यिहानकडून 16-21, 14-21 ने पराभूत झाल्यानंतर कांस्यपदकावर समाधान मानावे लागले. ऑस्ट्रेलियन ओपनमध्ये, नेहवालने उपांत्यपूर्व फेरीत रत्चानोक इंतानोन आणि उपांत्य फेरीत वांग यिहानचा पराभव करून अंतिम फेरीत प्रवेश केला. तिने अंतिम फेरीत चीनच्या सन यू हिचा 11-21, 21-14, 21-19 असा पराभव केला.

ऑलिम्पिकमध्ये तिसरा सहभाग नोंदवताना, पाचव्या मानांकित नेहवालने बिगरमानांकित लोहेन्नी व्हिसेंटविरुद्धचा पहिला सामना सरळ गेममध्ये जिंकला. मात्र, जागतिक क्रमवारीत तिचा दुसरा सामना हरला. युक्रेन मारिजा युलिटिनाकडून 18-21, 19-21 ने 61, त्यामुळे गट टप्प्यात बाहेर पडलो. तिच्या प्रशिक्षकाने तिच्या कमी कामगिरीसाठी आठवडाभराच्या गुडघ्याच्या दुखापतीचा उल्लेख केला. तिची ऑक्टोबरमध्ये IOC ऍथलीट्स कमिशनची सदस्य म्हणून नियुक्ती करण्यात आली होती. खेळात स्वच्छ आणि निष्पक्ष खेळाला चालना देण्यासाठी डिसेंबरमध्ये BWF च्या मोहिमेमध्ये - "मी बॅडमिंटन आहे" मध्ये इंटेग्रिटी ॲम्बेसेडर म्हणूनही तिची निवड करण्यात आली होती.

2017

नेहवालने 22-20, 22-20 गुणांसह पोर्नपावी चोचुवॉगचा पराभव करून मलेशिया मास्टर्स जिंकले. दुखापतीमुळे ती वर्षभर चांगली कामगिरी करू शकली नाही; ती अजूनही बरी होत होती. ग्लासगो येथे झालेल्या वर्ल्ड चॅम्पियनशिपमध्ये तिला 12वे मानांकन मिळाले होते. तिने फेरी 1 मध्ये सबरीना जॅकेटची हकालपट्टी केली. तिने राऊंड ऑफ 16 मध्ये द्वितीय मानांकित सुंग जी-ह्यूनचा पराभव केला आणि सलग 7व्यांदा उपांत्यपूर्व फेरी गाठली. जागतिक क्रमवारीत 21-19, 18-21, 21-15 असा विजय मिळवण्यासाठी तिला तिच्या जलाशयात खोलवर जावे लागले. 31 उपांत्यपूर्व फेरीत स्कॉटलंडचा किर्स्टी गिलमोर. तथापि, ती जपानच्या अंतिम विजेत्या नोझोमी ओकुहाराकडून उपांत्य फेरीत

हरली, अशा प्रकारे तिने कांस्यपदक जिंकले. त्यानंतर तिने अंतिम फेरीत पीव्ही सिंधूचा पराभव करून 82वी राष्ट्रीय बॅडमिंटन स्पर्धा जिंकली.

2018

नेहवालने इंडोनेशिया मास्टर्सची अंतिम फेरी गाठली. अंतिम फेरीत जाताना तिने चेन युफेई, पीव्ही सिंधू आणि रत्चानोक इंतानोन या 3 सीडेड खेळाडूंचा पराभव केला. तथापि, ताई त्झु-यिंगकडून अंतिम फेरीत हरल्यानंतर तिने दुसरे सर्वोत्तम स्थान प्राप्त केले. तिने फायनलमध्ये पीव्ही सिंधूला पराभूत करून कॉमनवेल्थ गेम्सच्या महिला एकेरीत तिचे दुसरे सुवर्ण जिंकले आणि अखेरीस मिश्र सांघिक स्पर्धेत भारतीय संघाला दुसरे सुवर्णपदक मिळवून दिले. त्यानंतर तिने आशियाई चॅम्पियनशिपमध्ये कांस्यपदक जिंकले जे तिचे या स्पर्धेतील तिसरे पदक होते, कारण ती गतविजेत्या ताई त्झू-यिंगशी लढत होती. जागतिक चॅम्पियनशिपमध्ये नेहवालला १०वे मानांकन मिळाले होते. तिने तुर्कीच्या अलीये डेमिरबागला मागे टाकले आणि पुढील फेरीत प्रवेश केला. तिने पुढे चौथ्या मानांकित रत्चानोक इंतानोनला पराभूत केले आणि सलग 8व्यांदा वर्ल्ड चॅम्पियनशिपची उपांत्यपूर्व फेरी गाठली. अनपेक्षितपणे एकतर्फी झालेल्या लढतीत तिला कॅरोलिना मारिनकडून पराभव पत्करावा लागला.

जकार्ता-पालेमबँग आशियाई स्पर्धेत नेहवाल बिगरमानांकित होता. तिने राउंड ऑफ 32 मध्ये इराणच्या सोराया अघाईचा आणि दुसऱ्या फेरीत इंडोनेशियाच्या फित्रियानीचा दोन्ही सरळ गेममध्ये पराभव केला. त्यानंतर तिने उपांत्यपूर्व फेरीत, चौथ्या सीडेड रत्चानोक इंतानोन विरुद्ध जबरदस्त पुनरागमन केल्यानंतर, गेम 1 मध्ये ती 3-12 अशी पिछाडीवर होती, परंतु अखेरीस 2 गेममध्ये जिंकून उपांत्य फेरीत प्रवेश केला. तिने 36 वर्षांच्या प्रदीर्घ प्रतीक्षेनंतर बॅडमिंटनमध्ये भारतासाठी पहिले पदक जिंकून इतिहास रचला. तिला उपांत्य फेरीत ताई त्झु-यिंगकडून पराभव पत्करावा लागला, तिने कांस्यपदक जिंकले. तिने ऑलिम्पिक, जागतिक स्पर्धा, राष्ट्रकुल स्पर्धा, आशियाई चॅम्पियनशिप आणि आशियाई खेळ या बॅडमिंटन स्पर्धांमध्ये पदके जिंकून एक दुर्मिळ कामगिरी केली.

डेन्मार्क ओपनमध्ये नेहवाल बिगरमानांकित होता. तिने हाँगकाँगर चेउंग नगान यी हिचा 20-22, 21-17, 24-22 असा पराभव केला. त्यानंतर तिने 2 चिवट जपानी प्रतिस्पर्ध्यांचा सलग फेऱ्यांमध्ये पराभव केला; अकाने यामागुची आणि नोझोमी ओकुहाराला हरवले. उपांत्य फेरीत इंडोनेशियाच्या ग्रेगोरिया मारिस्का तुनजुंगविरुद्ध सहज विजय मिळवल्यानंतर तिची कट्टर प्रतिस्पर्धी आणि नंबर 1 मानांकित ताई त्झु-यिंगशी गाठ पडली. मागील 16 मीटिंगमध्ये ताईने 11 जिंकल्या होत्या आणि नेहवालला तो खेळ मोडायचा होता पण तो सांभाळू शकला नाही आणि 13-21, 21-13, 6-21 ने पराभूत झाला. नेहवाल सय्यद मोदी बॅडमिंटन सुपर 300 स्पर्धेच्या फायनलमध्ये गेला पण चीनच्या हान यूकडून पराभूत झाला.

2019

तिने तिचे पहिले BWF सुपर 500 विजेतेपद, इंडोनेशिया मास्टर्स, कॅरोलिना मारिन विरुद्ध जिंकले, नंतर कोर्टातून जखमी झाल्यानंतर निवृत्त झाले. गुवाहाटी, आसाम येथे तिच्या राष्ट्रीय विजेतेपदाचे रक्षण करताना, नेहवालने खराब खेळाच्या पृष्ठभागाचे कारण देऊन एकेरी सामना खेळण्यास नकार दिला, आणि अव्वल मानांकित पीव्ही सिंधूचा 21-18, 21-15 असा पराभव करून राष्ट्रीय चॅम्पियनशिप जिंकली. हे होते. तिचे चौथे राष्ट्रीय विजेतेपद. जागतिक चॅम्पियनशिपमधील तिचा अविश्वसनीय सातत्यपूर्ण विक्रम संपुष्टात आला जेव्हा तिने प्री-क्वार्टर फायनलमध्ये मिया ब्लिचफेल्डकडून 3 कठीण लढती गेममध्ये 21-15, 25-27, 12-21 असा पराभव केला.

8

पीव्ही सिंधू

पीव्ही सिंधू

Scan for Story Videos - www.itibook.com

पुसारला वेंकट सिंधू (जन्म ५ जुलै १९९५) ही एक भारतीय बॅडमिंटन खेळाडू आहे. भारतातील सर्वात यशस्वी खेळाडूंपैकी एक मानल्या जाणाऱ्या, सिंधूने ऑलिम्पिक आणि BWF सर्किट सारख्या विविध स्पर्धांमध्ये पदके जिंकली आहेत, ज्यात 2019 वर्ल्ड चॅम्पियनशिपमधील सुवर्णपदकांचा समावेश आहे. बॅडमिंटन विश्वविजेते ठरणारी ती पहिली आणि एकमेव भारतीय आहे आणि ऑलिम्पिक खेळांमध्ये सलग दोन पदके जिंकणारी भारतातील दुसरी वैयक्तिक खेळाडू आहे. तिने कारकिर्दीतील उच्च जागतिक क्रमवारीत क्रमांक पटकावला. 2 एप्रिल 2017 मध्ये.

सिंधूने सप्टेंबर 2012 मध्ये वयाच्या 17 व्या वर्षी BWF जागतिक क्रमवारीत अव्वल 20 मध्ये स्थान मिळविले. तिने BWF वर्ल्ड चॅम्पियनशिपमध्ये एकूण पाच पदके जिंकली आहेत आणि या स्पर्धेत पाच किंवा त्याहून अधिक एकेरी पदके जिंकणारी चीनच्या झांग निंग नंतरची ती दुसरी महिला आहे. तिने 2016 उन्हाळी ऑलिंपिक (रिओ) मध्ये भारताचे प्रतिनिधित्व केले, जिथे ती ऑलिम्पिक अंतिम फेरीत पोहोचणारी पहिली भारतीय बॅडमिंटन खेळाडू ठरली. तिने स्पेनच्या कॅरोलिना मारिनकडून पराभूत झाल्यानंतर रौप्य पदक जिंकले. तिने 2020 उन्हाळी ऑलिंपिक (टोकियो) येथे सलग दुसऱ्यांदा ऑलिम्पिकमध्ये भाग घेतला आणि कांस्यपदक जिंकले, दोन ऑलिम्पिक पदके जिंकणारी ती पहिली भारतीय महिला ठरली.

सिंधूने 2016 चायना ओपनमध्ये तिची पहिली सुपरसीरिज जिंकली आणि त्यानंतर 2017 मध्ये आणखी चार फायनल जिंकून दक्षिण कोरिया आणि भारतात विजेतेपद पटकावले. त्या व्यतिरिक्त, ती राज्याची राष्ट्रकुल स्पर्धा चॅम्पियन आहे आणि तिने कॉमनवेल्थ गेम्समध्ये सलग तीन एकेरी पदके, आशियाई खेळांमध्ये रौप्य पदक आणि उबेर कपमध्ये दोन कांस्य पदके जिंकली आहेत.

अनुक्रमे US$8.5 दशलक्ष, $5.5 दशलक्ष आणि $7.2 दशलक्ष कमाईसह, सिंधूने 2018, 2019 आणि 2021 मध्ये फोर्ब्सच्या सर्वाधिक कमाई करणाऱ्या महिला खेळाडूंच्या यादीत स्थान मिळवले. ती क्रीडा सन्मान अर्जुन पुरस्कार आणि मेजर ध्यानचंद खेलरत्न, तसेच भारतातील चौथा सर्वोच्च नागरी पुरस्कार, पद्मश्री आणि तिसरा सर्वोच्च नागरी पुरस्कार, पद्मभूषण प्राप्तकर्ता आहे.

पुसारला वेंकट सिंधू यांचा जन्म आणि पालनपोषण हैदराबाद, भारत येथे पी.व्ही. रमणा आणि पी. विजया यांच्याकडे झाले. रमण, भारतीय रेल्वेचे कर्मचारी, निर्मल, तेलंगणा येथे जन्मले तर विजया विजयवाडा, आंध्र प्रदेश येथील आहेत. तिचे आई-वडील दोघेही राष्ट्रीय स्तरावरील व्हॉलीबॉल खेळाडू आहेत. 1986 च्या सोल आशियाई खेळांमध्ये कांस्यपदक जिंकणाऱ्या भारतीय व्हॉलीबॉल संघाचे सदस्य असलेले तिचे वडील रमाना यांना या खेळातील योगदानाबद्दल 2000 मध्ये अर्जुन पुरस्कार मिळाला होता.

सिंधू हैदराबाद, तेलंगणा येथे राहते. तिचे शिक्षण ऑक्झिलियम हायस्कूल, हैदराबाद आणि सेंट ॲन्स कॉलेज फॉर वुमन, हैदराबाद येथे झाले. तिचे पालक व्यावसायिक व्हॉलीबॉल खेळत असले तरी, तिने त्यापेक्षा बॅडमिंटन निवडले कारण तिने 2001 ऑल इंग्लंड ओपन बॅडमिंटन चॅम्पियन पुलेला गोपीचंद यांच्या यशातून प्रेरणा घेतली होती. तिने अखेरीस वयाच्या आठव्या वर्षापासून बॅडमिंटन खेळायला सुरुवात केली. सिकंदराबाद येथील इंडियन रेल्वे इन्स्टिट्यूट ऑफ सिग्नल इंजिनिअरिंग अँड टेलिकम्युनिकेशन्सच्या बॅडमिंटन कोर्टमध्ये मेहबूब अली यांच्या मार्गदर्शनाने तिने खेळातील मूलभूत गोष्टी शिकल्या. लवकरच, ती पुलेला गोपीचंद यांच्या गोपीचंद बॅडमिंटन अकादमीमध्ये सामील झाली. तिच्या कारकिर्दीची माहिती देताना, द हिंदूच्या बातमीदाराने लिहिले:

"तिच्या निवासस्थानापासून 56 किमी अंतराचा प्रवास करून ती दररोज कोचिंग कॅम्पमध्ये वेळेवर अहवाल देते, हे कदाचित आवश्यक कठोर परिश्रम आणि वचनबद्धतेसह चांगली बॅडमिंटनपटू बनण्याची तिची इच्छा पूर्ण करण्याच्या तिच्या इच्छेचे प्रतिबिंब आहे."

गोपीचंद यांनी या वार्ताहराच्या मताला दुजोरा दिला जेव्हा त्यांनी सांगितले की "सिंधूच्या खेळातील सर्वात उल्लेखनीय वैशिष्ट्य म्हणजे तिची वृत्ती आणि कधीही न मरणारा आत्मा." गोपीचंदच्या बॅडमिंटन अकादमीमध्ये सामील झाल्यानंतर, सिंधूने अनेक विजेतेपदे जिंकली. 10 वर्षांखालील गटात, तिने दुहेरी प्रकारात पाचवी सर्वो ऑल इंडिया रँकिंग चॅम्पियनशिप आणि अंबुजा सिमेंट ऑल इंडिया रँकिंगमध्ये एकेरी विजेतेपद जिंकले. 13 वर्षांखालील गटात तिने पाँडिचेरी येथील सब-ज्युनियर्समध्ये एकेरी विजेतेपद, कृष्णा खेतान ऑल इंडिया टूर्नामेंट IOC ऑल इंडिया रँकिंग, सब-ज्युनियर नॅशनल आणि पुण्यातील ऑल इंडिया रँकिंगमध्ये दुहेरीचे विजेतेपद पटकावले. तिने भारतातील 51 व्या राष्ट्रीय राज्य खेळांमध्ये 14 वर्षांखालील सांघिक सुवर्णपदक देखील जिंकले. ती नंतर गोपीचंद यांच्याशी विभक्त झाली आणि दक्षिण कोरियाचे प्रशिक्षक पार्क ताई-सांग यांच्याकडे प्रशिक्षणासाठी गेली.

करिअर

2009-2011

सिंधूने 2009 मध्ये वयाच्या 14 व्या वर्षी आंतरराष्ट्रीय सर्किटमध्ये प्रवेश केला. कोलंबो येथे झालेल्या 2009 सब-ज्युनियर आशियाई बॅडमिंटन स्पर्धेत ती कांस्यपदक विजेती होती. 2010 इराण फजर आंतरराष्ट्रीय बॅडमिंटन चॅलेंजमध्ये तिने महिला एकेरीत रौप्य पदक जिंकले. मेक्सिकोमध्ये झालेल्या 2010 BWF वर्ल्ड ज्युनियर चॅम्पियनशिपच्या उपांत्यपूर्व फेरीत ती पोहोचली, जिथे तिला 3-गेमरमध्ये चीनी सुओ डी कडून पराभव पत्करावा लागला.

2011 मध्ये, तिने देशबांधव पीसी थुलासीचा पराभव करत जूनमध्ये मालदीव आंतरराष्ट्रीय आव्हान जिंकले. तिने पुढच्या महिन्यात इंडोनेशिया इंटरनॅशनल चॅलेंजही जिंकले. ती डच ओपनमध्ये अंतिम फेरीत होती जिथे तिचा घरच्या खेळाडू याओ जीकडून 16-21, 17-21 असा पराभव झाला. अंतिम फेरीत तिने स्विस इंटरनॅशनल जर्मनीच्या कॅरोला बॉटला हरवून विजय मिळविल्यानंतरही तिची यशस्वी धाव सुरूच राहिली. 31 2011 BWF वर्ल्ड ज्युनियर चॅम्पियनशिपच्या दुसऱ्या फेरीत ती युकी फुकुशिमा विरुद्ध 21-15, 18-21, 21-23 अशा अत्यंत जवळच्या सामन्यात हरली. तिने वर्षाच्या उत्तरार्धात भारत आंतरराष्ट्रीय बॅडमिंटन स्पर्धा जिंकली, देशबांधव सायली गोखलेचा पराभव केला.

2012

१६ वर्षीय सिंधू ऑल इंग्लंड ओपन चॅम्पियनशिपमध्ये क्वालिफायर म्हणून सहभागी झाली होती. तिने मुख्य ड्रॉ गाठला पण 3 गेममध्ये तिला तैवानच्या ताई त्झु-यिंगकडून पराभव पत्करावा लागला. 7 जुलै 2012 रोजी, तिने जपानच्या नोझोमी ओकुहाराला अंतिम सामन्यात 18-21, 21-17, 22-20 असे पराभूत करून आशियाई ज्युनियर चॅम्पियनशिप जिंकली आणि भारताची पहिली-वहिली आशियाई ज्युनियर चॅम्पियन बनली. ली निंग चायना मास्टर्स सुपर सीरिज स्पर्धेत, तिने लंडन 2012 ऑलिंपिक सुवर्णपदक विजेत्या ली झुएरुईला चकित केले, तिचा 21-19, 9-21, 21-16 असा पराभव केला आणि उपांत्य फेरीत प्रवेश केला. तथापि, उपांत्य फेरीत तिला चीनच्या चौथ्या मानांकित जियांग यांजियाओकडून 10-21, 21-14, 19-21 असा पराभव पत्करावा लागला.

त्यानंतर सिंधू श्रीनगर येथे झालेल्या ७७व्या वरिष्ठ राष्ट्रीय बॅडमिंटन स्पर्धेत भाग घेण्यासाठी गेली. सायली गोखले यांच्याकडून फायनलमध्ये तिचा 15-21, 21-15, 15-21 असा पराभव झाला. चायना ओपनमध्ये तिच्या गुडघ्याला दुखापत झाली होती आणि ही दुखापत तिने जपान ओपन आणि देशवासियांच्या माध्यमातून पार पाडली होती हे नंतर उघड झाले. दुखापत वाढू नये म्हणून तिने जागतिक ज्युनियर चॅम्पियनशिप वगळण्याचा निर्णय घेतला. डिसेंबरमध्ये लखनौ येथे झालेल्या सय्यद मोदी इंडिया ग्रँड प्रिक्स गोल्ड स्पर्धेत तिने इंडोनेशियाच्या लिंडावेनी फानेत्रीला 3 गेममध्ये हरवून उपविजेतेपद पटकावले.

2021

सिंधूने 2021 स्विस ओपनमध्ये 18 महिन्यांत पहिली अंतिम फेरी गाठली होती, तिला कॅरोलिना मारिनविरुद्ध 12-21, 5-21 असा पराभव पत्करावा लागला. त्यानंतर तिला ऑल इंग्लंड ओपनच्या उपांत्य फेरीत थायलंडच्या पोर्नपावी चोचुवोंगने 17-21, 9-21 ने पराभूत केले. मे महिन्यात, आंतरराष्ट्रीय ऑलिम्पिक समितीच्या 'बिलीव्ह इन स्पोर्ट' या मोहिमेतील बॅडमिंटनमधील दोन राजदूतांपैकी एक म्हणून तिची निवड झाली, ज्याचा उद्देश खेळातील स्पर्धात्मक फेरफार रोखणे आहे.

सिंधूला टोकियो ऑलिम्पिक स्पर्धेत सहावे मानांकन मिळाले होते. तिने इस्त्रायलच्या केसेनिया पोलिकारपोवा आणि हाँगकाँगच्या चेउंग न्गान यी विरुद्धचे तिचे दोन्ही गट सामने जिंकून बाद फेरीत प्रवेश केला. तिने 16 च्या फेरीत डेन्मार्कच्या मिया ब्लिचफेल्डचा आरामात पराभव केला आणि उपांत्यपूर्व फेरी गाठली. तिने जपानच्या चौथ्या मानांकित अकाने यामागुचीला 21-13, 22-20 असे पराभूत करून, शेवटच्या चार टप्प्यात स्वतःला स्थान मिळवून देत, सलग दोन ऑलिम्पिक उपांत्य फेरी गाठणारी एकमेव भारतीय शटलर बनली. उपांत्य फेरीसाठी तिची प्रतिस्पर्धी द्वितीय मानांकित ताई त्झु-यिंग होती. सिंधू, जिला स्पर्धेत एकही गेम सोडायचा नव्हता, ती तैवानच्या ताईविरुद्ध 18-21, 12-21 अशा दोन सरळ गेममध्ये बाद झाली. तिने नंतर प्लेऑफमध्ये आठव्या मानांकित चीनच्या ही बिंगजियाओला पराभूत करून कांस्यपदक जिंकले, ज्यामुळे ती पहिली भारतीय महिला बनली आणि सलग दोन ऑलिम्पिक खेळांमध्ये दोन पदके जिंकणारी महिला एकेरी बॅडमिंटनमधील केवळ चौथी खेळाडू ठरली.

2021 BWF वर्ल्ड चॅम्पियनशिपमध्ये, जिथे तिने गतविजेत्या म्हणून भाग घेतला होता, सिंधूला सहावे मानांकन मिळाले होते. तिने स्लोव्हाकियाच्या मार्टिना रेपिस्काचा पहिल्या सामन्यात सरळ गेममध्ये पराभव केला. त्यानंतर तिने नवव्या मानांकित पोर्नपावी चोचुवॉन्गचा 21-14, 21-18 असा सरळ गेममध्ये पराभव करून उपांत्यपूर्व फेरी गाठली. तथापि, उपांत्यपूर्व फेरीत, ती अव्वल मानांकित ताई त्झू-यिंग विरुद्ध 17-21, 13-21 अशी हार पत्करली, तिच्या कारकिर्दीत केवळ दुसऱ्यांदा जागतिक स्पर्धेत पदक मिळवण्यात अपयशी ठरली.

सिंधूने वर्षाच्या शेवटी 2021 BWF वर्ल्ड टूर फायनल्ससाठी पात्रता मिळवली. ग्रुप स्टेजमध्ये, तिने लाइन क्रिस्टोफरसन (2-0), यव्होन ली (2-0) यांचा पराभव केला आणि पोर्नपावी चोचुवॉन्ग (1-2) हिच्याकडून पराभव पत्करावा लागला आणि तिच्या गटात दुसऱ्या स्थानावर उपांत्य फेरीसाठी पात्र ठरली. उपांत्य फेरीत, तिने अकाने यामागुचीचा 21-15, 15-21, 21-19 असा रोमांचक संघर्षात पराभव केला आणि वर्षअखेरीच्या चॅम्पियनशिपमध्ये तिसरी अंतिम फेरी गाठली, अशी कामगिरी करणारी ती दुसरी महिला एकेरी खेळाडू आहे. अंतिम फेरीत, तिला स्पर्धेतील दुसरे रौप्य पदक जिंकण्यासाठी दक्षिण कोरियाच्या एन से-यंगकडून पराभव पत्करावा लागला.

2022

सिंधूने फायनलमध्ये देशबांधव मालविका बनसोडचा पराभव करत दुसऱ्यांदा सय्यद मोदी इंटरनॅशनल स्पर्धा जिंकली. 120 त्यानंतर तिने 2022 स्विस ओपनमध्ये अंतिम फेरीत थायलंडच्या बुसानन ओंगबामरुंगफानचा दोन सरळ गेममध्ये पराभव करून विजेतेपद पटकावले. 2022 बॅडमिंटन आशिया चॅम्पियनशिपमध्ये, जिथे तिला चौथे मानांकन देण्यात आले होते, सिंधूने उपांत्यपूर्व फेरीत पाचव्या मानांकित चीनच्या हे बिंगजियाओचा पराभव केला, परंतु अव्वल मानांकित अकाने यामागुचीकडून जवळच्या आणि वादग्रस्त उपांत्य फेरीत पराभव झाला, अशा प्रकारे कांस्यपदक जिंकले. पदक, तिचे स्पर्धेतील दुसरे पदक. त्यानंतर तिने अंतिम फेरीत चीनच्या आशियाई चॅम्पियन वांग झीयीचा पराभव करत सिंगापूर ओपनचे विजेतेपद पटकावले.

2022 च्या राष्ट्रकुल क्रीडा स्पर्धेत, सिंधूने महिला एकेरीत कॅनडाच्या मिशेल लीचा अंतिम फेरीत पराभव करत तिचे पहिले राष्ट्रकुल क्रीडा सुवर्णपदक जिंकले. या विजयासह, ती राष्ट्रकुल क्रीडा स्पर्धेत पदकांचा संपूर्ण संच जिंकणारी दुसरी महिला एकेरी खेळाडू ठरली. मिश्र सांघिक स्पर्धेतही ती अपराजित होती, जिथे भारताने रौप्य पदक जिंकले.

अनुमोदन

मार्च 2017 मध्ये प्रकाशित झालेल्या इकॉनॉमिक टाईम्सच्या अहवालात असे नमूद केले आहे की ब्रँड एंडोर्समेंटच्या प्रत्येक दिवसाच्या कमाईच्या बाबतीत ती भारतीय क्रिकेट कर्णधार विराट कोहली नंतर दुसऱ्या स्थानावर आहे. सिंधू ब्रँड्सना £10 दशलक्ष (US$130,000) ते £12.5 दशलक्ष (US$160,000) एका दिवसाच्या समर्थनाशी संबंधित क्रियाकलापांसाठी शुल्क आकारते.

तिने जेबीएल, ब्रिजस्टोन टायर्स, स्पोर्ट्स ड्रिंक गेटोरेड, पेन रिलीव्हर ऑयंटमेंट मूव्ह, ऑनलाइन फॅशन स्टोअर मिंत्रा, ई-कॉमर्स पोर्टल फ्लिपकार्ट, फोन निर्माता नोकिया आणि इलेक्ट्रॉनिक क्षेत्रातील प्रमुख पॅनासोनिक यांच्याशी करार केले आहेत. ती स्टेफ्री, हेल्थ ड्रिंक बूस्ट, मध उत्पादक APIS हिमालय, हर्बल हेल्थ ड्रिंक फर्म ओजस्विता आणि बँक ऑफ बडोदा यांना देखील मान्यता देते. ती केंद्रीय राखीव पोलीस दल आणि विझाग स्टील या दोन्हींसाठी ब्रँड ॲम्बेसेडर देखील आहे.

फेब्रुवारी 2019 मध्ये, सिंधूने चीनी स्पोर्ट्स ब्रँड ली निंगसोबत £500 दशलक्ष (US$6.3 दशलक्ष) साठी चार वर्षांच्या क्रीडा प्रायोजकत्व करारावर स्वाक्षरी केल्याची घोषणा करण्यात आली. तिचा हा करार जागतिक बॅडमिंटनमधील सर्वात मोठा आहे. तिला प्रायोजकत्व म्हणून £400 दशलक्ष (US$5.0 दशलक्ष) मिळतील आणि उर्वरित पैसे उपकरणांसाठी असतील. लि-निंगचा हा सिंधूसोबतचा दुसरा कार्यकाळ होता, जो त्यांच्यासोबत 2014-2015 मध्ये दोन वर्षे प्रति वर्ष £12.5 दशलक्ष (US$160,000) इतकी होती. 2016 मध्ये, ती Yonex बरोबर £35 दशलक्ष (US$440,000) प्रति वर्ष करारावर तीन वर्षांच्या कालावधीसाठी परत आली होती.

सन्मान

जानेवारी 2020 मध्ये भारतातील तिसरा-सर्वोच्च नागरी पुरस्कार पद्मभूषण पुरस्काराने सन्मानित

मार्च 2015 मध्ये पद्मश्री पुरस्काराने सन्मानित, भारतातील चौथा-सर्वोच्च नागरी पुरस्कार

29 ऑगस्ट 2016 रोजी मेजर ध्यानचंद खेलरत्न पुरस्कार, भारताचा सर्वोच्च क्रीडा सन्मान प्राप्त झाला

24 सप्टेंबर 2013 रोजी बॅडमिंटनसाठी अर्जुन पुरस्काराने सन्मानित.

9

मेरी कोम

मेरी कोम

Scan for Story Videos - www.itibook.com

मंगते चुंगनीजांग मेरी कोम जन्म 24 नोव्हेंबर 1982) 1 एक भारतीय हौशी बॉक्सर, राजकारणी आणि विद्यमान खासदार, राज्यसभा आहे. सहा वेळा जागतिक हौशी बॉक्सिंग चॅम्पियनशिप जिंकणारी ती एकमेव महिला आहे, पहिल्या सात जागतिक चॅम्पियनशिपपैकी प्रत्येकी एक पदक जिंकणारी एकमेव महिला बॉक्सर आणि आठ जागतिक चॅम्पियनशिप पदके जिंकणारी एकमेव बॉक्सर (पुरुष किंवा महिला) आहे. मॅग्निफिशेंट मेरी असे टोपणनाव असलेली, ती 2012 उन्हाळी ऑलिंपिकसाठी पात्र ठरणारी एकमेव भारतीय महिला बॉक्सर आहे, ज्याने फ्लायवेट (51 किलो) गटात स्पर्धा केली आणि कांस्यपदक जिंकले. आंतरराष्ट्रीय बॉक्सिंग असोसिएशन (हौशी) (एआयबीए) द्वारे तिला जगातील नंबर 1 महिला लाइट-फ्लायवेट म्हणून देखील स्थान देण्यात आले होते. 2014 मध्ये इंचॉन, दक्षिण कोरिया येथे झालेल्या आशियाई खेळांमध्ये सुवर्णपदक जिंकणारी ती पहिली भारतीय महिला बॉक्सर बनली आणि 2018 राष्ट्रकुल खेळांमध्ये सुवर्ण जिंकणारी ती पहिली भारतीय महिला बॉक्सर आहे. विक्रमी सहा वेळा आशियाई हौशी बॉक्सिंग चॅम्पियन बनणारी ती एकमेव बॉक्सर आहे. मेरी कोमने इंडोनेशियातील प्रेसिडेंट चषक स्पर्धेत 51 किलो वजनाचे सुवर्ण जिंकले.

25 एप्रिल 2016 रोजी, भारताच्या राष्ट्रपतींनी कोमला भारतीय संसदेचे वरिष्ठ सभागृह, राज्यसभेचे सदस्य म्हणून नामनिर्देशित केले. 17 मार्च 2017 मध्ये, भारत सरकारच्या युवा व्यवहार आणि क्रीडा मंत्रालयाने अखिल कुमार यांच्यासह मेरी कोमची बॉक्सिंगसाठी राष्ट्रीय निरीक्षक म्हणून नियुक्ती केली.

2018 मधील तिच्या सहाव्या जागतिक विजेतेपदानंतर, मणिपूर सरकारने तिला "मीथोई लीमा" ही पदवी बहाल केली आहे, 11 डिसेंबर 2018 रोजी इंफाळ येथे आयोजित सत्कार समारंभात मणिपूरची सर्वात यशस्वी बॉक्सर बनली आहे. 2019 मधील जागतिक

स्पर्धा. समारंभात, मणिपूरच्या तत्कालीन मुख्यमंत्र्यांनी असेही घोषित केले की, इम्फाळ पश्चिम जिल्ह्यातील राष्ट्रीय खेळांच्या गावाकडे जाणाऱ्या रस्त्याच्या पट्ट्याला, जेथे कोम सध्या राहतात, त्याला एमसी मेरी कोम रोड असे नाव देण्यात येईल. तिला 2020 मध्ये पद्मविभूषण, भारताचा दुसरा सर्वोच्च नागरी पुरस्कार प्रदान करण्यात आला.

कोमचा जन्म भारतातील ग्रामीण मणिपूरमधील चुराचंदपूर जिल्ह्यातील मोइरांग लामखाई या कागाथेई गावात झाला. ती गरीब कोम कुटुंबातून आली आहे. तिचे आई-वडील, मांगते टोनपा कोम आणि मांगटे अखम कोम हे झुमच्या शेतात काम करणारे भाडेकरू शेतकरी होते. त्यांनी तिचे नाव चुंगनीजांग ठेवले. कोम नम्र वातावरणात वाढली, तिच्या पालकांना शेतीशी संबंधित कामात मदत केली, शाळेत जाई आणि सुरुवातीला ॲथलेटिक्स शिकली आणि नंतर बॉक्सिंग एकाच वेळी. कोमचे वडील लहानपणीच कुस्तीपटू होते. तीन मुलांपैकी ती सर्वात मोठी आहे - तिला एक लहान बहीण आणि भाऊ आहे. ती ख्रिश्चन बाप्टिस्ट कुटुंबातील आहे.

कोमने तिच्या सहाव्या इयत्तेपर्यंत मोइरांग येथील लोकटक ख्रिश्चन मॉडेल हायस्कूलमध्ये शिक्षण घेतले आणि त्यानंतर सेंट झेवियर कॅथॉलिक स्कूल, मोइरांग येथे 8 व्या वर्गापर्यंत शिक्षण घेतले. या काळात तिने ॲथलेटिक्समध्ये, विशेषतः भालाफेक आणि 400 व्या वर्गात चांगले शिक्षण घेतले. मीटर चालू आहे. याच वेळी, 1998 च्या बँकॉक आशियाई खेळातून मणिपुरीचा सहकारी डिंगको सिंग सुवर्णपदकासह परतला होता. कोमला आठवते की यामुळे मणिपूरमधील अनेक तरुणांना बॉक्सिंगचा प्रयत्न करण्याची प्रेरणा मिळाली आणि तिनेही प्रयत्न करण्याचा विचार केला.

इयत्ता 8 वी पूर्ण केल्यानंतर, कोम 9वी आणि 10वीच्या शालेय शिक्षणासाठी इम्फाळ येथील आदिमजाती हायस्कूलमध्ये गेली, परंतु मॅट्रिकची परीक्षा उत्तीर्ण होऊ शकली नाही. त्यांच्यासाठी पुन्हा उपस्थित होण्याची इच्छा नसल्यामुळे तिने तिची शाळा सोडली आणि NIOS, इंफाळ आणि चुराचंदपूर कॉलेजमधून पदवीची परीक्षा दिली.

शाळेत, कोमने व्हॉलीबॉल, फुटबॉल आणि ॲथलेटिक्ससह खेळांमध्ये भाग घेतला. डिंगको सिंगच्या यशामुळे तिला 2000 मध्ये ॲथलेटिक्समधून बॉक्सिंगकडे जाण्याची प्रेरणा मिळाली. तिने इंफाळमध्ये तिचे पहिले प्रशिक्षक के. कोसाना मेतेई यांच्याकडे प्रशिक्षण सुरू केले. जेव्हा ती 15 वर्षांची होती, तेव्हा तिने इंफाळ स्पोर्ट्स अकादमीमध्ये शिकण्यासाठी तिचे मूळ गाव सोडण्याचा निर्णय घेतला. बीबीसीला दिलेल्या मुलाखतीत, मीतेईने तिची प्रबळ इच्छाशक्ती असलेली एक समर्पित मेहनती मुलगी म्हणून आठवण करून दिली, जिने बॉक्सिंगच्या मूलभूत गोष्टी पटकन आत्मसात केल्या. त्यानंतर, तिने खुमन लम्पक येथे मणिपूर राज्य बॉक्सिंग प्रशिक्षक एम. नरजीत सिंग यांच्या हाताखाली प्रशिक्षण घेतले. कोमने बॉक्सिंगमध्ये तिची स्वारस्य तिच्या वडिलांपासून लपवून ठेवली, जो स्वतः एक माजी कुस्तीपटू आहे, कारण बॉक्सिंगमुळे कोमच्या चेहऱ्याला दुखापत होईल आणि तिच्या लग्नाची शक्यता खराब होईल याची त्याला काळजी होती. तथापि, 2000

मध्ये राज्य बॉक्सिंग चॅम्पियनशिप जिंकल्यानंतर कोमचा फोटो वर्तमानपत्रात आला तेव्हा त्याला याची माहिती मिळाली. तीन वर्षांनंतर, तिच्या वडिलांनी कोमच्या बॉक्सिंगच्या आवडीची खात्री पटल्याने तिला पाठिंबा देण्यास सुरुवात केली.

करिअर

तिच्या लग्नानंतर कोमने बॉक्सिंगपासून थोडासा विराम घेतला. तिच्या पहिल्या मुलाला जन्म दिल्यानंतर, कोमने पुन्हा प्रशिक्षण सुरू केले. तिने भारतातील 2008 आशियाई महिला बॉक्सिंग चॅम्पियनशिपमध्ये रौप्य पदक जिंकले आणि चीनमधील 2008 AIBA महिला जागतिक बॉक्सिंग चॅम्पियनशिपमध्ये सलग चौथे सुवर्णपदक, त्यानंतर व्हिएतनाममधील 2009 आशियाई इनडोअर गेम्समध्ये सुवर्णपदक जिंकले.

2010 मध्ये, कोमने कझाकस्तानमधील आशियाई महिला बॉक्सिंग चॅम्पियनशिप आणि बार्बाडोस येथे 2010 AIBA महिला जागतिक बॉक्सिंग चॅम्पियनशिपमध्ये सुवर्णपदक जिंकले, चॅम्पियनशिपमधील तिचे सलग पाचवे सुवर्णपदक. AIBA ने 46 kg वर्ग वापरणे बंद केल्यानंतर तिने बार्बाडोसमध्ये 48 किलो वजनी गटात स्पर्धा केली. 2010 आशियाई खेळांमध्ये, तिने 51 किलो वर्गात भाग घेतला आणि कांस्यपदक जिंकले. 2011 मध्ये, तिने चीनमधील आशियाई महिला चषक स्पर्धेत 48 किलो गटात सुवर्णपदक जिंकले.

3 ऑक्टोबर 2010 रोजी तिला, संजय आणि हर्षित जैन यांच्यासमवेत, दिल्लीतील 2010 राष्ट्रकुल क्रीडा स्पर्धेसाठी स्टेडियममध्ये चालवलेल्या उद्घाटन समारंभात क्वीन्स बॅटन धारण करण्याचा मान मिळाला होता. मात्र, राष्ट्रकुल स्पर्धेत महिला बॉक्सिंगचा समावेश नसल्याने तिने स्पर्धा केली नाही.

कोम, ज्याने यापूर्वी 46 आणि 48 किलो गटात लढत दिली होती, ती 51 किलो गटात वळली आणि जागतिक संघटनेने कमी वजनाचे वर्ग काढून टाकून केवळ तीन वजन गटांमध्ये महिला बॉक्सिंगला परवानगी देण्याचा निर्णय घेतला.

2012 AIBA महिला जागतिक बॉक्सिंग चॅम्पियनशिपमध्ये, कोम केवळ चॅम्पियनशिपसाठीच नव्हे तर लंडनमधील 2012 लंडन ऑलिंपिकमध्ये स्थान मिळविण्यासाठी देखील स्पर्धा करत होती, ज्यामध्ये महिला बॉक्सिंगला ऑलिम्पिक खेळ म्हणून प्रथमच वैशिष्ट्यीकृत केले गेले होते. 51 किलो वजनी गटाच्या उपांत्य फेरीत तिला यूकेच्या निकोला ॲडम्सने पराभूत केले, परंतु कांस्यपदक मिळवण्यात ती यशस्वी झाली. बॉक्सिंग स्पर्धेसाठी पात्र ठरणारी ती एकमेव भारतीय महिला होती, लैश्राम सरिता देवी 60 किलो वर्गात स्थान गमावून बसली होती.

कोम सोबत तिची आई लंडनला गेली होती. कोमचे प्रशिक्षक चार्ल्स ॲटकिन्सन ऑलिम्पिक व्हिलेजमध्ये तिच्यासोबत सहभागी होऊ शकले नाहीत कारण त्यांच्याकडे आंतरराष्ट्रीय बॉक्सिंग असोसिएशन (AIBA) 3 स्टार प्रमाणपत्र नाही, जे मान्यतासाठी अनिवार्य आहे. तिच्या पहिल्या आशियाई महिला बॉक्सिंग चॅम्पियनशिपसाठी बॅंकॉक,

थायलंड येथे निवड शिबिरासाठी जाताना तिचे सर्व सामान आणि पासपोर्ट चोरीला गेला होता. पहिली ऑलिम्पिक फेरी 5 ऑगस्ट 2012 रोजी आयोजित करण्यात आली होती, ज्यामध्ये कोमने पोलंडच्या कॅरोलिना मिचल्झुकला 19-14 ने पराभूत केले. उपांत्यपूर्व फेरीत, दुसऱ्या दिवशी, तिने ट्युनिशियाच्या मारुआ रहालीचा 15-6 गुणांसह पराभव केला. तिने 8 ऑगस्ट 2012 रोजी उपांत्य फेरीत यूकेच्या निकोला ॲडम्सचा सामना केला आणि 11 वरून 6 गुणांनी ती हरली. तथापि, तिने स्पर्धेत तिसरे स्थान मिळवले आणि ऑलिम्पिक कांस्य पदक मिळवले. मान्यता म्हणून, मणिपूर सरकारने 9 ऑगस्ट 2012 रोजी झालेल्या मंत्रिमंडळाच्या बैठकीत तिला 50 लाख रुपये आणि दोन एकर जमीन दिली.

2016 रिओ ऑलिम्पिकमध्ये भारताचे प्रतिनिधित्व करण्यास उत्सुक असले तरी कोम या स्पर्धेसाठी पात्र ठरू शकला नाही. कोमने म्हटले आहे की 2020 टोकियो ऑलिम्पिक ही उन्हाळी खेळांमध्ये तिचा शेवटचा भाग असेल.

२०२० उन्हाळी ऑलिंपिकमध्ये तिने रिओ ऑलिंपिक कांस्यपदक विजेती कोलंबियाची बॉक्सर इंग्रिट व्हॅलेन्सियाशी झुंज दिली. सामना संपताच, समालोचकाने विभाजित निर्णयाने गुणांवर विजयी घोषित केले. थोडा क्षणाचा विराम नंतर "लाल रंगात," आणखी एक छोटा विराम दिला गेला, पण तोपर्यंत निळ्या कोपऱ्यात असलेल्या मेरी कोमने उत्सवात तिची मूठ उभी केली होती आणि "इंग्रिट व्हॅलेन्सिया" चा उल्लेख केलेल्या उर्वरित समालोचनाचे पालन केले नाही. . "मी या मुलीला यापूर्वी दोनदा मारहाण केली होती. रेफरीने तिचा हात वर केला होता यावर माझा विश्वासच बसत नव्हता. मी शप्पथ सांगतो की मी हरले याचा मला धक्का बसला नव्हता, मला खात्री होती," तिने एका मुलाखतीत सांगितले.

1 ऑक्टोबर 2014 रोजी, तिने दक्षिण कोरियाच्या इंचॉन येथे झालेल्या 2014 आशियाई खेळांमध्ये फ्लायवेट (51 किलो) समिट क्लॅशमध्ये कझाकिस्तानच्या झायना शेकेरबेकोवा हिला पराभूत करून बॉक्सिंगमध्ये तिचे पहिले सुवर्णपदक जिंकले.

8 नोव्हेंबर 2017 रोजी, व्हिएतनाममधील हो ची मिन्ह येथे झालेल्या आशियाई बॉक्सिंग कॉन्फेडरेशन (ASBC) महिला बॉक्सिंग चॅम्पियनशिपमध्ये तिने अभूतपूर्व पाचवे सुवर्णपदक (48 किलो) मिळवले.

तिने पदक न जिंकलेली एकमेव मोठी आंतरराष्ट्रीय स्पर्धा म्हणजे कॉमनवेल्थ गेम्स, कारण 2018 च्या कॉमनवेल्थ गेम्सपर्यंत तिची लाइट फ्लायवेट श्रेणी कधीही खेळांमध्ये समाविष्ट करण्यात आली नव्हती जिथे तिने महिलांच्या लाइट फ्लायवेट किलोमध्ये 14 रोजी सुवर्णपदक मिळवले. एप्रिल 2018.

24 नोव्हेंबर 2018 रोजी, भारतातील नवी दिल्ली येथे झालेल्या 10व्या एआयबीए महिला जागतिक बॉक्सिंग चॅम्पियनशिपमध्ये ही कामगिरी करून तिने 6 जागतिक स्पर्धा जिंकणारी पहिली महिला बनून इतिहास रचला.

ऑक्टोबर 2019 मध्ये, आंतरराष्ट्रीय ऑलिम्पिक समितीने (IOC) तिला टोकियो येथील 2020 उन्हाळी ऑलिंपिकसाठी बॉक्सिंगच्या ॲथलीट ॲम्बेसेडर गटाच्या महिला

प्रतिनिधी म्हणून नाव दिले.

मेरी कोमने आशियाई चॅम्पियनशिपमध्ये तिचे 7वे पदक जिंकले. तिने रविवारी महिलांच्या 51 किलो वजनी गटाच्या अंतिम फेरीत कझाकस्तानच्या नाझीम काझाइबे हिच्याकडून पराभूत केले. मेरी कोमने 2003 मध्ये या स्पर्धेत तिचे पहिले पदक जिंकले होते.

मेरी कोमला आशियाई बॉक्सिंग पात्रता उपांत्य फेरीत चीनच्या चांग युआन हिच्याकडून पराभव पत्करावा लागला. 6 वेळा विश्वविजेत्याने 2012 मध्ये तिच्या पहिल्या खेळात कांस्यपदक जिंकले होते.

सुपर फाईट लीग

कोम सुपर फाईट लीगच्या मिक्स्ड मार्शल आर्ट्स रिॲलिटी शो - SFL चॅलेंजर्सच्या अंतिम भागामध्ये दिसली. या काळात कोमची मालकी राज कुंद्रा आणि संजय दत्त यांच्याशी SFL सोबत लढाऊ असण्याशिवाय इतर मार्गाने काम करण्यासाठी चर्चा सुरू होती.

सामाजिक कारणांशी संबंध

कोम एक प्राणी हक्क कार्यकर्ता आहे, आणि पीपल फॉर द एथिकल ट्रीटमेंट ऑफ ॲनिमल्स (PETA) इंडियाचा समर्थक आहे, सर्कसमध्ये हत्तींचा वापर बंद करण्याच्या मागणीसाठी जाहिरातीमध्ये भूमिका केली आहे. "सर्कस ही प्राण्यांसाठी क्रूर ठिकाणे आहेत जिथे त्यांना मारहाण केली जाते आणि त्यांचा छळ केला जातो. एक आई म्हणून, मी कल्पना करू शकते की जेव्हा सर्कसमध्ये जबरदस्तीने परफॉर्म करण्यासाठी प्राण्यांना त्यांच्यापासून दूर नेले जाते तेव्हा प्राण्यांना काय त्रास सहन करावा लागतो. हे दुःखदायक आहे," कोमने मीडियामध्ये उद्धृत केले आहे.

कोमने पेटा इंडियाच्या मानवीय शिक्षण मोहिमेला, दयाळू नागरिकाचेही समर्थन केले आहे. तिने संपूर्ण भारतातील राज्यांच्या आणि केंद्रशासित प्रदेशांच्या शिक्षण मंत्र्यांना पत्र लिहून हा कार्यक्रम अधिकृत शालेय अभ्यासक्रमांमध्ये समाविष्ट करण्याची विनंती केली आहे. टाईम्स ऑफ इंडियाच्या एका मुलाखतीत ती म्हणाली होती, "प्राण्यांवरील क्रूरता दूर करण्याचा एक उत्तम मार्ग म्हणजे तरुणांना सहानुभूती शिकवणे. प्राण्यांना त्यांच्या कोपऱ्यात आपली गरज असते. आपल्या आजूबाजूला हिंसाचार दिसतो. आम्ही वर्गात आदर आणि दयाळूपणाचे धडे शिकवतो हे नेहमीपेक्षा महत्त्वाचे आहे."

10

सुनील गावस्कर

सुनील गावस्कर

Top Sportsmans

Scan for Story Videos - www.itibook.com

सुनील मनोहर गावसकर जन्म 10 जुलै 1949), एक भारतीय क्रिकेट समालोचक आणि माजी क्रिकेटपटू आहे ज्यांनी 1971 ते 1987 पर्यंत भारत आणि बॉम्बेचे प्रतिनिधित्व केले. गावसकर हे सर्व काळातील महान सलामीवीर म्हणून ओळखले जातात.

वेस्ट इंडिजविरुद्ध 65.45 च्या उच्च सरासरीसह, वेगवान गोलंदाजीविरुद्धच्या त्यांच्या तंत्राबद्दल गावसकरचे मोठ्या प्रमाणावर कौतुक झाले, ज्यांच्याकडे कसोटी इतिहासातील सर्वात भयंकर मानला जातो. तथापि, गावसकरची बहुतेक शतके वेस्ट इंडिजविरुद्ध त्यांच्या दुस-या स्ट्रिंग संघाविरुद्ध होती जेव्हा त्यांचे चार-पक्षीय आक्रमण एकत्र खेळत नव्हते. 1985 मध्ये बेन्सन अँड हेजेस वर्ल्ड चॅम्पियनशिप ऑफ क्रिकेट जिंकूनही भारतीय संघाचे त्यांचे कर्णधारपद कमी यशस्वी म्हणून नमूद केले गेले. संघाच्या अशांत कामगिरीमुळे गावस्कर आणि कपिल देव यांच्यात कर्णधारपदाची अनेक देवाणघेवाण झाली, त्यात गावस्कर यांच्यापैकी एक होता. कपिलने 1983 च्या क्रिकेट विश्वचषकात भारताला विजय मिळवून देण्याच्या अवघ्या सहा महिन्यांपूर्वी बडतर्फ केले होते. ते मुंबईचे माजी शेरीफही आहेत.

गावसकर हे अर्जुन पुरस्काराचे भारतीय क्रीडा सन्मान आणि पद्मभूषण या नागरी सन्मानाचे प्राप्तकर्ता आहेत. 2009 मध्ये त्याला आयसीसी क्रिकेट हॉल ऑफ फेममध्ये समाविष्ट करण्यात आले. 2012 मध्ये, त्याला भारतातील क्रिकेटसाठी कर्नल सीके नायडू जीवनगौरव पुरस्काराने सन्मानित करण्यात आले.

मुंबईत एका मध्यमवर्गीय मराठी कुटुंबात जन्मलेले आणि सेंट झेवियर्स हायस्कूलचे विद्यार्थी तरुण सुनील गावस्कर यांना त्यांच्या शाळेकडून खेळताना 1966 मध्ये भारताचा सर्वोत्कृष्ट स्कूलबॉय क्रिकेटर म्हणून गौरवण्यात आले. लंडनच्या दौऱ्यावर आलेल्या शालेय मुलांविरुद्ध शतक ठोकण्यापूर्वी त्याने माध्यमिक शिक्षणाच्या अंतिम वर्षात शालेय

क्रिकेटमध्ये 246, 222 आणि 85 धावा केल्या. त्याने 1966-67 मध्ये डुंगरपूरच्या एका XI विरुद्ध वझीर सुलतान कोल्ट्स इलेव्हनसाठी प्रथम श्रेणी पदार्पण केले परंतु पुढील दोन वर्षे एकही सामना न खेळता तो मुंबईच्या रणजी संघात राहिला. बॉम्बेच्या सेंट झेवियर्स कॉलेजचा माजी विद्यार्थी, त्याने 1968-69 च्या मोसमात कर्नाटक विरुद्ध पदार्पण केले पण तो शून्य झाला आणि त्याची निवड त्याचे काका माधव मंत्री, माजी भारतीय कसोटीपटू यांच्या उपस्थितीमुळे झाल्याचा उपहासात्मक दाव्यांचा विषय होता. मुंबईच्या निवड समितीवर यष्टिरक्षक. त्याने त्याच्या दुसऱ्या सामन्यात राजस्थान विरुद्ध 114 धावा करून उत्तर दिले आणि सलग दोन शतके त्याला 1970-71 च्या भारतीय संघात वेस्ट इंडिजच्या दौऱ्यावर निवडले गेले.

कसोटी पदार्पण

वेस्ट इंडिजमध्ये पहिला कसोटी सामना जिंकला

नखांच्या संसर्गामुळे पहिली कसोटी गमावल्यानंतर, गावसकरने पोर्ट-ऑफ-स्पेन, त्रिनिदाद येथील दुसऱ्या कसोटीत ६५ आणि नाबाद ६७ धावा केल्या, विजयी धावा फटकावल्या ज्यामुळे भारताला वेस्ट इंडिजवर पहिला विजय मिळवून दिला.

वेस्ट इंडिजवर पहिले कसोटी शतक आणि पहिला मालिका विजय

यानंतर त्याने जॉर्जटाउन, गयाना येथील तिसऱ्या कसोटीत 116 आणि 64* आणि ब्रिजटाऊन, बार्बाडोस येथील चौथ्या कसोटीत 1 आणि 117* धावांचे पहिले शतक झळकावले. पाचव्या कसोटीसाठी तो त्रिनिदादला परतला आणि 124 आणि 220 धावा करून भारताला वेस्ट इंडिजविरुद्धच्या पहिल्या मालिकेत विजय मिळवून दिला आणि 2006 पर्यंत तो एकमेव होता. कसोटीतील त्याच्या कामगिरीमुळे तो डग वॉल्टर्सनंतरचा दुसरा खेळाडू ठरला. एकाच सामन्यात शतक आणि द्विशतक आणि ही कामगिरी करणारा आजपर्यंतचा एकमेव भारतीय आहे. एका कसोटी मालिकेत चार शतके करणारा तो पहिला भारतीय, एकाच कसोटीत दोन शतके करणारा विजय हजारे नंतरचा दुसरा आणि सलग तीन डावात शतके झळकावणारा हजारे आणि पॉली उमरीगर यांच्यानंतरचा तिसरा भारतीय ठरला. एका मालिकेत 700 पेक्षा जास्त धावा करणारा तो पहिला भारतीय होता आणि आजपर्यंत असे करणारा एकमेव भारतीय आहे. 154.80 वर 774 धावा देखील कोणत्याही फलंदाजाने पदार्पणाच्या मालिकेत केलेल्या सर्वाधिक धावा आहेत. त्रिनिदाद कॅलिप्सो गायक लॉर्ड रिलेटर (विलार्ड हॅरिस) यांनी गावस्कर यांच्या सन्मानार्थ "गावस्कर कॅलिप्सो" हे गाणे लिहिले.

इंग्लंड दौरा

1971 मध्ये तीन कसोटी सामन्यांच्या मालिकेसाठी गावस्कर यांचे इंग्लंडमध्ये आगमन झाल्यामुळे त्यांच्या पदार्पणाच्या मालिकेच्या प्रकाशात मोठी प्रसिद्धी झाली. केवळ दोन अर्धशतके झळकावत त्याला आपली कामगिरी कायम राखता आली नाही. जॉन स्नोच्या गोलंदाजीवर झटपट सिंगल घेताना तो वादात सापडला होता. त्यांची टक्कर

झाली आणि गावस्कर पडले. गावस्कर यांच्यावर जाणूनबुजून घुसल्याचा आरोप हिमावर करण्यात आला आणि त्याला निलंबित करण्यात आले. गावस्करच्या 24 च्या कमी सरासरीने 144 धावा केल्या, त्यामुळे काहींनी गावस्करच्या आंतरराष्ट्रीय क्रिकेटसाठी योग्यतेवर प्रश्नचिन्ह निर्माण केले.

भारताचा इंग्लंड दौरा

1972-73 मध्ये, इंग्लंडने पाच कसोटी सामन्यांच्या मालिकेसाठी भारताचा दौरा केला, गावसकरची मायदेशातील पहिली मालिका. पहिल्या तीन कसोटींमध्ये तो निष्प्रभ ठरला, भारताने 2-1 अशी आघाडी घेतल्याने पाच डावांत केवळ साठ धावा जमवल्या. त्याने शेवटच्या दोन कसोटीत काही धावा केल्या ज्या भारताने इंग्लंडवर सलग मालिका जिंकण्यासाठी अनिर्णित ठेवल्या. त्याची पहिली मायदेशातील मालिका मोठ्या प्रमाणावर निराशाजनक होती, त्याने 24.89 च्या सरासरीने 224 धावा केल्या. 1974 मध्ये जेव्हा भारत परतला आणि ओल्ड ट्रॅफर्ड येथील दुसऱ्या कसोटीत गावस्करने 101 आणि 58 धावा केल्या तेव्हा त्याचे इंग्लिश समीक्षक शांत झाले. त्याने 37.83 वर 227 धावा केल्या कारण भारताचा 3-0 असा व्हाईटवॉश झाला.

वेस्ट इंडिज दौरा

गावस्करची वेस्ट इंडिजविरुद्धची १९७४-७५ मालिका खंडित झाली होती, वेस्ट इंडिजविरुद्धच्या मालिकेतील फक्त पहिली आणि पाचवी आणि शेवटची कसोटी खेळली होती. बॉम्बेच्या वानखेडे स्टेडियमवर लान्स गिब्सने टाकलेल्या 86 धावांच्या जोरावर त्याने 27 धावांवर 108 धावा केल्या, या मैदानावर पहिल्या कसोटीचे आयोजन केले होते, भारतीय जनतेला शतक पाहायला मिळाले. ही कसोटी 106 कसोटी सामने खेळण्याच्या जागतिक विक्रमाची सुरुवात होती.

1975-76 हंगामात न्यूझीलंड आणि वेस्ट इंडिजचे अनुक्रमे तीन आणि चार कसोटी दौरे झाले. गावस्कर यांनी जानेवारी 1976 मध्ये ऑकलंडमधील पहिल्या कसोटीदरम्यान न्यूझीलंडविरुद्ध पहिल्यांदा कसोटीत भारताचे नेतृत्व केले जेव्हा नियमित कर्णधार बिशनसिंग बेदी पायाच्या दुखापतीने त्रस्त होते. त्याच्या पदार्पणाच्या मालिकेपासून 28.12 वर केवळ 703 धावा केल्या असूनही, गावस्करने निवडकर्त्यांना 116 आणि 35 देऊन बक्षीस दिले. त्यामुळे भारताने आठ गडी राखून विजय मिळवला. त्याने 66.33 वर 266 धावा करून मालिका संपवली. या दौऱ्यातील वेस्ट इंडियन लेगवर गावस्करने पोर्ट ऑफ स्पेन, त्रिनिदाद येथे झालेल्या दुसऱ्या आणि तिसऱ्या कसोटीत सलग १५६ आणि १०२ धावांची शतके झळकावली. मैदानावरील त्याची ही तिसरी आणि चौथी शतके होती. तिसऱ्या कसोटीत, त्याच्या 102 धावांनी भारताला 4/406 नंतर चौथ्या डावात सर्वाधिक विजयी धावसंख्येचा विश्वविक्रम प्रस्थापित करण्यात मदत केली. कॅरेबियन फिरकीपटूंवर भारतीयांचे प्रभुत्व वळणाच्या मार्गावर असल्यामुळे वेस्ट इंडिजचा कर्णधार क्लाइव्ह लॉईडने भविष्यातील कसोटीत एकट्या वेगावर अवलंबून राहण्याची शपथ घेतली.

गावस्करने या मालिकेत 55.71 च्या सरासरीने 390 धावा केल्या.

घरच्या कसोटीत पहिले शतक

गावस्कर नोव्हेंबर 1976 पर्यंत मायदेशात शतक झळकावणार नव्हते. आठ कसोटींच्या मोसमात, न्यूझीलंड आणि इंग्लंडविरुद्ध अनुक्रमे तीन आणि पाच, गावसकरने हंगामातील पहिल्या आणि शेवटच्या कसोटीत शतके झळकावली. पहिला वानखेडे स्टेडियमवर त्याच्या घरच्या प्रेक्षकांसमोर 119 धावा करून भारताला विजय मिळवून दिला. गावस्करने दुसऱ्या कसोटीत आणखी एक अर्धशतक झळकावून मालिका 259 अशी 43.16 अशी संपवली. दिल्ली येथे इंग्लंड विरुद्धच्या पहिल्या कसोटीत, एका कॅलेंडर वर्षात 1,000 कसोटी धावा करणारा पहिला भारतीय होण्याचा मान त्याच्यावर होता. स्थिर मालिकेमुळे त्याने पाचव्या कसोटीत एक शतक आणि दोन अर्धशतकांसह 39.4 वर 394 धावा पूर्ण केल्या.

ऑस्ट्रेलियाचा दौरा

1977-78 मध्ये त्याने ऑस्ट्रेलियाचा दौरा केला, ब्रिस्बेन, पर्थ आणि मेलबर्न येथे अनुक्रमे पहिल्या तीन कसोटी सामन्यांच्या दुसऱ्या डावात सलग तीन कसोटी शतके (113, 127, 118) झळकावली. भारताने तिसरा जिंकला पण आधीच्या दोन सामन्यात पराभव पत्करावा लागला. त्याने पाच कसोटी मालिका 50 वर 450 धावा करून पूर्ण केली, दोनदा अपयशी ठरले कारण भारताने अंतिम कसोटी आणि मालिका 3-2 ने गमावली.

भारताचा पाकिस्तान दौरा

1978-79 मध्ये 17 वर्षे कट्टर प्रतिस्पर्ध्यांमधील पहिल्या मालिकेसाठी भारताने पाकिस्तानचा दौरा केला. प्रथमच गावस्करचा सामना पाकिस्तानी वेगवान गोलंदाज इम्रान खानशी झाला, ज्याने त्याचे वर्णन "मी गोलंदाजी केलेला सर्वात संक्षिप्त फलंदाज" असे केले. गावस्कर यांनी पहिल्या कसोटीत ८९ आणि दुसऱ्या कसोटीत ९७ धावा केल्या, ज्या भारताने अनिर्णित ठेवल्या आणि हरल्या. गावस्कर यांनी कराचीतील तिसऱ्या कसोटीसाठी 111 आणि तिसऱ्या कसोटीत 137 धावा करून आपले सर्वोत्तम खेळ वाचवले, परंतु पराभव आणि मालिका पराभव टाळता आला नाही. त्याच्या दुहेरी शतकांमुळे तो दोन वेळा एकाच कसोटीत दोन शतके करणारा पहिला भारतीय बनला आणि त्याने उमरीगरला भारताचा आघाडीचा कसोटी धावा करणारा खेळाडू म्हणून मागे टाकले. गावस्करने 89.40 च्या वेगाने 447 धावा करून मालिका पूर्ण केली.

कर्णधारपद

गावस्कर हे 1970 च्या दशकाच्या उत्तरार्धात आणि 1980 च्या सुरुवातीच्या काळात अनेक वेळा भारतीय संघाचे कर्णधार होते, जरी त्यांचा विक्रम कमी प्रभावी आहे. अनेकदा अभेद्य गोलंदाजी हल्ल्यांसह सुसज्ज असताना तो पुराणमतवादी डावपेच वापरत असे ज्यामुळे मोठ्या संख्येने अनिर्णित राहिले. त्यांच्या कार्यकाळात कपिल देव देशासाठी आघाडीचा वेगवान गोलंदाज म्हणून उदयास आले. त्याने भारताला नऊ विजय आणि आठ पराभव पत्करले, परंतु बहुतेक सामने अनिर्णित राहिले,

कर्णधार म्हणून पहिली कसोटी मालिका

सहा कसोटी मालिकेसाठी भारताचा वेस्ट इंडीज दौरा ही त्याची पहिली मालिका होती. गावसकरांची अनेक मोठी शतके अनेक अपयशी ठरली. पहिल्या कसोटीतील त्याच्या 205 धावांमुळे तो वेस्ट इंडिजविरुद्ध भारतात द्विशतक झळकावणारा पहिला भारतीय बनला. त्याने दुसऱ्या डावात आणखी ७३ धावांची भर घातली. दुसऱ्या कसोटीत धावा करण्यात अपयशी ठरल्यानंतर, त्याने कलकत्ता येथील तिसऱ्या कसोटीत नाबाद 107 आणि 182 धावा केल्या, हा आणखी एक उच्च स्कोअर ड्रॉ होता. यामुळे कसोटीच्या दोन्ही डावांत तीन वेळा शतके ठोकणारा तो कसोटी इतिहासातील पहिला खेळाडू ठरला. मद्रासमधील चौथ्या कसोटीत तो केवळ 4 आणि 1 धावांवरच यशस्वी झाला कारण भारताने मालिकेतील एकमेव विजय मिळवला. त्याने या मालिकेसाठी चौथे शतक झळकावले, दिल्ली येथील पाचव्या कसोटीत 120 धावा केल्या, 4000 कसोटी धावा पार करणारा पहिला भारतीय ठरला. त्याने या मालिकेसाठी 91.50 च्या सरासरीने 732 धावा केल्या आणि कर्णधार म्हणून पहिल्या मालिकेत भारताचा 1-0 असा विजय मिळवला.

कर्णधारपद काढून घेतले

असे असूनही, भारताने 1979 मध्ये चार कसोटी सामन्यांसाठी इंग्लंडचा दौरा केला तेव्हा त्याच्याकडून कर्णधारपद काढून घेण्यात आले. अधिकृत कारण म्हणजे श्रीनिवास वेंकटराघवन यांना इंग्लिश भूमीवरील त्यांच्या उत्कृष्ट अनुभवामुळे पसंती देण्यात आली होती, परंतु बहुतेक निरीक्षकांचा असा विश्वास होता की गावस्कर यांना शिक्षा झाली कारण ते वर्ल्ड सिरीज क्रिकेटमध्ये भाग घेण्याचा विचार करत होते. पहिल्या तीन कसोटी सामन्यांच्या पाच डावात चार अर्धशतके झळकावत त्याने सातत्यपूर्ण सुरुवात केली. ओव्हल येथील चौथ्या कसोटीत त्याने इंग्लिश भूमीवर आपली सर्वोत्तम खेळी साकारली. मालिकेत बरोबरी साधण्यासाठी भारताला ४३८ धावांचे जागतिक विक्रमी लक्ष्य गाठण्यासाठी १-० अशी घसरण आवश्यक होती. चौथ्या दिवशी त्यांनी 76/0 पर्यंत मजल मारली. गावस्कर यांच्या नेतृत्वाखाली, भारताने अंतिम दिवशी 20 षटके शिल्लक असताना 328/1 अशी स्थिर प्रगती केली आणि विक्रमी विजय अजूनही शक्य आहे. इयान बॉथमच्या नेतृत्वाखालील फाइटबॅकने गावस्करला हटवले, भारताला अजूनही 46 चेंडूत 49 धावांची गरज होती. सामन्याचे तीन चेंडू बाकी असताना चारही निकाल शक्य झाले. स्टंप अनिर्णित असताना भारताच्या दोन गडी शिल्लक असताना नऊ धावा कमी झाल्या होत्या. संजय मांजरेकर यांच्या म्हणण्यानुसार, "विंटेज गावस्कर, स्विंग बॉलिंगला परफेक्शनपर्यंत खेळणे, सुरुवातीला वेळ काढणे आणि नंतर उघडणे. हवेत काहीही नाही, सर्वकाही कॉपीबुक आहे." त्याने 77.42 वर 542 धावा करून मालिका संपवली आणि त्याला विस्डेन क्रिकेटर्स ऑफ द इयर म्हणून नाव देण्यात आले.

कर्णधारपद बहाल केले

ऑस्ट्रेलिया आणि पाकिस्तान या दोन्ही देशांविरुद्धच्या सहा कसोटी मालिकेसह गावस्कर यांना १९७९-८०च्या कठीण हंगामासाठी कर्णधारपदावर पुनर्संचयित करण्यात आले. ऑस्ट्रेलियाविरुद्धचे पहिले दोन कसोटी सामने उच्च धावसंख्येने अनिर्णित राहिले, ज्यात केवळ 45 विकेट पडल्या, भारताने 400 पेक्षा जास्त धावसंख्या केल्यानंतर दोन्ही सामन्यांमध्ये पहिल्या डावात आघाडी घेतली. कानपूर येथील तिसऱ्या कसोटीत भारताने 153 धावांनी विजय मिळवला, जिथे गावस्कर 76 धावा केल्या. दिल्लीतील चौथ्या कसोटीत त्याने 115 धावा केल्या, जिथे भारताला पहिल्या डावात 212 धावांची आघाडी बदलता आली नाही, परिणामी सामना अनिर्णित राहिला. पाचव्या कसोटीतील आणखी एका अडथळ्यानंतर, गावस्करने सहाव्या कसोटीत 123 धावा केल्या, जिथे भारताने मालिकेसाठी त्यांचा चौथा पहिला डाव 400 पेक्षा जास्त केल्यावर ऑस्ट्रेलियाचा डाव एका डावाने कोसळला. पाकिस्तानविरुद्धची मालिकाही अशीच उच्च धावसंख्येची होती, ज्यामध्ये चार अनिर्णित राहिले, त्यापैकी तीन चौथ्या डावात पोहोचल्या नाहीत. बॉम्बे आणि मद्रासमधील तिसरी आणि पाचवी कसोटी भारताने जिंकली. मद्रास येथे, त्याने पहिल्या डावात 166 धावा केल्या आणि भारताने विजयी धावा केल्या तेव्हा तो 29 धावांवर नाबाद होता. मालिका 2-0 ने जिंकल्यानंतर, अनिर्णित सहाव्या कसोटीसाठी गावस्कर यांना कर्णधारपदावरून काढून टाकण्यात आले. हे घडले कारण गावसकर यांनी विश्रांतीची विनंती करून लगेचच दुसऱ्या मालिकेसाठी वेस्ट इंडिजचा दौरा करण्यास नकार दिला होता. परिणामी, गुंडप्पा विश्वनाथ यांची नियुक्ती करण्यात आली जेणेकरून ते या दौऱ्यासाठी त्यांचे नेतृत्व कौशल्य तयार करू शकतील. गावस्कर नसलेल्या संघात वेस्ट इंडियन बोर्डाला रस नसल्याने अखेर हा दौरा पुढे सरकला नाही. सीझनची समाप्ती बॉम्बेमध्ये इंग्लंडविरुद्धच्या एकमेव कसोटीने झाली, ज्यामध्ये भारताचा पराभव झाला. त्या मोसमात कसोटी सामन्यांमध्ये त्याने तीन शतके आणि चार अर्धशतकांसह 51.35 च्या वेगाने 1027 धावा केल्या. यामुळे 14 महिन्यांचा कालावधी संपला ज्यामध्ये गावस्कर 22 कसोटी आणि 1979 क्रिकेट विश्वचषक खेळले. त्या काळात, त्याने आठ शतकांसह 2301 कसोटी धावा केल्या.

ऑस्ट्रेलियन टूर

1980-81 सीझनमध्ये गावस्कर ऑस्ट्रेलियाच्या दौऱ्यासाठी कर्णधार म्हणून परतले, परंतु गावस्कर आणि भारतासाठी ही दुःखद राजवटीची सुरुवात होती. ऑस्ट्रेलियाविरुद्धच्या तीन कसोटी सामन्यांमध्ये तो 19.66 च्या सरासरीने केवळ 118 धावा करू शकला, परंतु ऑस्ट्रेलियामध्ये त्याचा परिणाम एका वादग्रस्त घटनेमुळे झाला. मेलबर्न क्रिकेट ग्राउंडवर, ऑस्ट्रेलियन अंपायर रेक्स व्हाईटहेड यांनी गावस्कर यांना आऊट दिल्यावर, त्यांनी सहकारी सलामीवीर चेतन चौहानला मैदानाबाहेर जाण्याचा आदेश दिला. सामना सोडून देण्याऐवजी, भारतीय व्यवस्थापक, एसके दुरानी यांनी चौहानला सामन्यात परतण्यासाठी राजी केले जे भारताने 59 धावांनी जिंकले कारण ऑस्ट्रेलिया त्यांच्या दुसऱ्या

डावात 83 धावांवर कोसळला. 10 भारताने ही मालिका 1-1 अशी बरोबरीत सोडवली पण न्यूझीलंडमधील पुढील तीन कसोटी सामन्यांची मालिका गावस्करच्या नेतृत्वाखाली कसोटी सामन्यांच्या वंचित धावसंख्येला सुरुवात करणारी होती ज्यात भारताला फक्त एक जिंकायची होती आणि पाच गमावायची होती. भारताचा न्यूझीलंडकडून 1-0 असा पराभव झाला, गावस्करने 25.2 च्या वेगाने 126 धावा केल्या. त्याने ओशनिया दौरा 22.18 च्या वेगाने 244 धावांसह पूर्ण केला, केवळ दोन अर्धशतकांसह, त्याचा फारसा प्रभाव पडला नाही.

भारतात इंग्लंड

1981-82 च्या भारतीय हंगामात सहा कसोटी सामन्यांमध्ये इंग्लंडवर 1-0 असा संघर्षपूर्ण मालिका जिंकली. भारताने पहिली कसोटी घेतली, त्याआधी सलग पाच सामने अनिर्णित राहिले, त्यापैकी चार चौथ्या डावातही पोहोचल्या नाहीत. गावस्करने बंगळुरू येथील दुसऱ्या कसोटीत 172 धावा केल्या आणि आणखी तीन वेळा अर्धशतक पूर्ण करून 62.5 च्या वेगाने 500 धावा केल्या. भारताने 1982 मध्ये तीन कसोटी सामन्यांच्या मालिकेसाठी इंग्लंडचा दौरा केला, जी 1-0 ने गमावली. गावस्करने 24.66 च्या वेगाने 74 धावा केल्या परंतु तिसऱ्या कसोटीत ते फलंदाजी करू शकले नाहीत.

श्रीलंका टूर

1982-83 च्या उपखंडीय हंगामाची सुरुवात वैयक्तिक पातळीवर गावस्करसाठी चांगली झाली, कारण त्यांनी मद्रासमध्ये श्रीलंकेविरुद्धच्या एकमेव कसोटीत 155 धावा केल्या. श्रीलंकेला नुकताच कसोटी दर्जा देण्यात आला होता, ही दोन्ही देशांमधील पहिली कसोटी होती. असे असूनही, भारताला त्यांच्या नवशिक्या प्रतिस्पर्ध्यांचा पराभव करता आला नाही, या ड्रॉने एका विजयविरहित उन्हाळ्याची सुरुवात केली. भारताने बारा कसोटी खेळल्या, पाच गमावल्या आणि सात अनिर्णित. पहिली मालिका सहा कसोटींचा पाकिस्तान दौरा होता. लाहोरमधील पहिली कसोटी अनिर्णित राहून भारताची सुरुवात चांगली झाली, गावस्कर यांनी ८३ धावा केल्या. त्यानंतर पाकिस्तानने सलग तीन सामन्यांत भारताचा पराभव केला. फैसलाबाद येथील तिसऱ्या कसोटीत, गावस्करने दुसऱ्या डावात नाबाद 127 धावांची खेळी करून पाकिस्तानला धावसंख्येचा पाठलाग करण्यास भाग पाडले, परंतु इतर दोन पराभव दोन्ही एका डावाने लक्षणीय होते. शेवटच्या दोन कसोटी सामन्यांमध्ये अनिर्णित राहूनही, 3-0 च्या पराभवानंतर कपिल देव यांच्या जागी गावस्कर यांची कर्णधार म्हणून नियुक्ती करण्यात आली. आपल्या संघाच्या अडचणी असूनही, गावस्करने एक शतक आणि तीन अर्धशतकांसह 47.18 च्या सरासरीने 434 धावा केल्या. गावस्कर केवळ एक फलंदाज म्हणून वेस्ट इंडिजच्या पाच कसोटी दौऱ्यासाठी गेले होते, परंतु 1971 आणि 1976 मध्ये त्यांनी कॅरिबियनमध्ये दाखविलेल्या फॉर्मची पुनरावृत्ती करू शकले नाहीत. भारताचा 2-0 असा पराभव झाल्याने 30 व्या वर्षी ते केवळ 240 धावाच करू शकले. जागतिक चॅम्पियन्सद्वारे. जॉर्जटाउन, गयाना येथे अनिर्णित तिसऱ्या कसोटीत नाबाद 147 धावा व्यतिरिक्त, त्याचा पुढील सर्वोत्तम प्रयत्न 32 होता.

1983-84 हंगामाची सुरुवात पाकिस्तान विरुद्धच्या घरच्या मालिकेने झाली आणि तिन्ही सामने अनिर्णित राहिले. गावस्करने बंगलोरमधील पहिल्या कसोटीत नाबाद 103 धावा केल्या आणि आणखी दोन अर्धशतके ठोकून 66 धावा एकूण 264 धावा केल्या.

ब्रॅडमनच्या कसोटी विक्रमाला मागे टाकले

पाकिस्तान मालिका पाठोपाठ दौऱ्यावर असलेल्या वेस्ट इंडिजविरुद्ध सहा कसोटी मालिका त्यांच्या सामर्थ्याच्या शिखरावर होती. पहिली कसोटी कानपूरमध्ये झाली आणि भारताचा डावाने पराभव झाला. बाद होण्यापूर्वी माल्कम मार्शलच्या प्रतिकूल चेंडूने गावस्करच्या हातातून बॅट निसटली होती. दिल्लीतील दुस-या कसोटीत, गावस्करने मार्शलला आपला प्रतिसाद दिला, त्याला सलग चौकार आणि षटकार मारून डावाची सुरुवात केली. गावस्कर, कॅरेबियन वेगवान गोलंदाजांना हुकूम न मानता, शॉर्ट-पिच बॅरेजला अथकपणे हुकले आणि 37 चेंडूत आपले अर्धशतक पूर्ण केले. त्यानंतर त्याने 95व्या कसोटी सामन्यात 94 चेंडूत 121 धावा केल्या, हे त्याचे 29 वे कसोटी शतक आहे, ज्याने डॉन ब्रॅडमनच्या विश्वविक्रमाची बरोबरी केली. त्याने एका डावात 8,000 कसोटी धावाही पार केल्या आणि भारताच्या पंतप्रधान इंदिरा गांधी यांनी मैदानावर वैयक्तिकरित्या त्याचा गौरव केला. सामना अनिर्णित राहिला. अहमदाबाद येथील तिसर्या कसोटीत गावस्करच्या 90 धावांमुळे त्याने ज्योफ बॉयकॉटच्या कसोटी कारकिर्दीत 8,114 धावांचा विश्वविक्रम पार केला, परंतु दुसरा पराभव टाळण्यासाठी तो अपुरा ठरला. मालिकेतील पाचव्या कसोटीदरम्यान, भारताचा कलकत्ता येथे एका डावाने पराभव झाला आणि मालिकेत 3-0 अशी आघाडी घेतली. भारताने त्यांच्या अलीकडील 32 पैकी फक्त एकच कसोटी जिंकली होती आणि शेवटच्या 28 पैकी एकही नाही. जमावाने गावसकर यांना निवडून दिले, ज्यांनी गोल्डन डक बनवले होते आणि 20. संतप्त प्रेक्षकांनी खेळाच्या मैदानावर वस्तू फेकल्या आणि टीमवर दगडफेक करण्यापूर्वी पोलिसांशी झटापट झाली. बस मद्रासमधील सहाव्या कसोटीत, त्याने आपल्या 99व्या कसोटी सामन्यात नाबाद 236 धावांसह आपले 30 वे कसोटी शतक संकलित केले जे भारतीयाकडून सर्वोच्च कसोटी धावसंख्या होती. हे त्याचे 30 वे कसोटी शतक आणि वेस्ट इंडिजविरुद्धचे तिसरे द्विशतक होते, ज्यामुळे त्याने डोनाल्ड ब्रॅडमनच्या 29 कसोटी शतकांचा विक्रम मागे टाकला. त्याने या मालिकेत 50.50 च्या सरासरीने एकूण 505 धावा केल्या.

सलग कसोटी जिंकण्यात अपयश

भारताला लागोपाठ २९ कसोटी जिंकण्यात अपयश आल्याने, कपिलची कर्णधारपदावरून हकालपट्टी करण्यात आली आणि १९८४-८५ हंगामाच्या सुरुवातीला गावस्करने नेतृत्व पुन्हा सुरू केले. पाकिस्तानचा दोन कसोटी दौरा आणखी दोन अनिर्णित राहिला, गावस्करने 40 धावांवर 120 धावा केल्या. इंग्लंडविरुद्धच्या पहिल्या कसोटीत भारताने सामन्यांमध्ये पहिला कसोटी विजय मिळवला. कलकत्ता येथील ईडन गार्डन्सवरील दुसर्या वादग्रस्त तिसर्या कसोटीपूर्वी इंग्लंडने दिल्लीतील मालिका 1-1 ने

बरोबरीत सोडवल्याने ही एक खोटी पहाट असल्याचे सिद्ध झाले. भारताने 203 षटकांनंतर 7/437 पर्यंत दोन दिवसांहून अधिक काळ फलंदाजी केल्याने प्रतिकूल प्रेक्षकांनी पाहिले. भारताच्या डावाच्या संथ गतीमुळे संतप्त झालेल्या प्रेक्षकांनी "गावस्कर खाली! गावस्कर आऊट!" असा नारा दिला. भारताच्या कामगिरीसाठी त्याला दोषी ठरवले. स्थानिक पोलीस प्रमुखांनी गावस्कर यांना संतप्त जमावाला शांत करण्यासाठी घोषणा करण्यास सांगितले. गावसकर जेव्हा त्यांच्या संघाचे नेतृत्व करत मैदानात गेले तेव्हा त्यांच्यावर फळांचा वर्षाव झाला.

गावसकरने ईडन गार्डन्सवर पुन्हा कधीही न खेळण्याची शपथ घेतली आणि दोन वर्षांनंतर बंगाली राजधानीत भारताच्या पुढील सामन्यासाठी संघातून माघार घेतली आणि सलग 106 कसोटी सामन्यांचा त्यांचा विक्रम संपुष्टात आला. सामना अनिर्णित राहिला, पण चौथा पराभव पत्करून भारताने मालिका बळकावली. मालिका 1-2 ने संपली आणि 17.5 वर 140 धावांच्या खराब प्रदर्शनासह, गावस्कर यांनी राजीनामा दिला, जरी त्यांनी मालिकेपूर्वीच नेतृत्व सोडण्याचा त्यांचा इरादा जाहीर केला होता. तीन कसोटी सामन्यांच्या मालिकेसाठी श्रीलंकेचा दौरा केल्यामुळे कर्णधार बदलामुळे गावस्कर किंवा भारत दोघांचाही फॉर्म सुधारला नाही. त्यावेळच्या कसोटी सामन्यात भारताला 1-0 ने लाज वाटली होती, गावस्कर 37.2 वर फक्त 186 धावा करू शकले होते.

आंतरराष्ट्रीय निरोप

1985-86 मध्ये भारताने ऑस्ट्रेलियाचा दौरा केला. तिन्ही कसोटी अनिर्णित राहिल्या. गावसकरने ॲडलेडमधील पहिल्या कसोटीत नाबाद 166 आणि सिडनीतील तिसऱ्या कसोटीत 172 धावांची खेळी करत 117.33 च्या सरासरीने 352 धावा करून मालिका संपवली. इंग्लंडच्या तीन कसोटी सामन्यांच्या दौऱ्यात त्याने 30.83 च्या सरासरीने केवळ 185 धावा केल्या, ज्यामध्ये भारताने उत्पादन नसतानाही 2-0 ने जिंकले. 1986-87 मध्ये , गावस्करच्या कसोटी क्रिकेटमधील अंतिम हंगामात, भारताने घरच्या अकरा कसोटी सामन्यांच्या दीर्घ हंगामाचा सामना केला. ऑस्ट्रेलियन संघाविरुद्ध, गावस्करने मद्रास (आताचे चेन्नई) येथील पहिल्या कसोटीच्या दुसऱ्या डावात 90 धावा केल्या, ज्यामुळे भारताला 348 धावांचे लक्ष्य गाठण्याची संधी मिळाली, जे बरोबरीत संपले. त्याने तिसऱ्या कसोटीत 51.66 च्या सरासरीने 205 धावा करून मालिका संपवताना 103 धावा केल्या. कानपूरमधील श्रीलंकेविरुद्धच्या पहिल्या कसोटीत गावस्करचे 34वे आणि शेवटचे 176 कसोटी शतक झळकले. भारताने तीन सामन्यांची मालिका 2-0 ने जिंकल्याने पुढील दोन कसोटीत त्यांनी 74 आणि 5 धावा केल्या. कट्टर शत्रू पाकिस्तानविरुद्धची पाच कसोटी सामन्यांची मालिका त्याची शेवटची होती. गावस्कर यांनी मद्रासमधील अनिर्णित पहिल्या कसोटीत 91 धावा केल्या आणि त्यांनी वचन दिल्याप्रमाणे कलकत्ता येथील दुसऱ्या कसोटीतून माघार घेतली. अहमदाबादमधील चौथ्या कसोटीत गावस्करच्या 63 धावांमुळे तो 10,000 धावा करणारा पहिला फलंदाज ठरला. बंगळुरूमधील अंतिम कसोटीत संघांनी

0-0 ने आघाडी घेतल्याने, कोणतीही परीकथा नव्हती. गावस्कर दुसऱ्या डावात ९६ धावांवर बाद झाला कारण भारताने पाकिस्तानला १-० अशी मालिका जिंकून दिली.

१९८७ च्या क्रिकेट विश्वचषकाने गावसकर यांनी त्यांच्या आंतरराष्ट्रीय कारकिर्दीला सुरुवात केली. त्याने स्पर्धेत 50 च्या सरासरीने 300 धावा केल्या. 17 लीग टप्प्यात न्यूझीलंडविरुद्ध त्याने 103* ही सर्वोच्च एकदिवसीय धावसंख्या नोंदवली. उपांत्य फेरीत मात्र चांगला फॉर्म कायम राहिला नाही जिथे फिल डेफ्रेटासने त्याच्या शेवटच्या आंतरराष्ट्रीय डावात त्याला 4 धावा १८ बॉलिंग केले.

शैली

गावस्कर हे एक उत्तम स्लिप क्षेत्ररक्षक देखील होते आणि स्लीपमध्ये त्याच्या सुरक्षित झेलामुळे तो कसोटी सामन्यांमध्ये शंभरहून अधिक झेल घेणारा पहिला भारतीय (यष्टीरक्षक सोडून) बनला. 1985 मध्ये शारजाह येथे पाकिस्तान विरुद्धच्या एका वनडे सामन्यात त्याने चार झेल घेतले आणि भारताला 125 च्या लहानशा धावसंख्येचा बचाव करण्यास मदत केली. त्याच्या कसोटी कारकिर्दीच्या सुरुवातीच्या काळात, जेव्हा भारताने वेगवान गोलंदाजांचा क्वचितच वापर केला तेव्हा गावस्करने प्रसंगी लहान स्पेलसाठी गोलंदाजी देखील उघडली. एक वेगवान गोलंदाज खेळत होता, तीन-पक्षीय फिरकी आक्रमणाचा ताबा घेण्यापूर्वी. 1978-79 मध्ये पाकिस्तानी झहीर अब्बासची एकमेव विकेट त्याने घेतली होती.

गावस्करचे वर्णन आक्रमक फलंदाज म्हणून करता येत नसले तरी "लेट फ्लिक" सारख्या अनोख्या शॉट्सने धावफलक टिकवून ठेवण्याची क्षमता त्याच्याकडे होती. फ्लेअरवर तांत्रिक अचूकतेकडे लक्ष दिल्याचा अर्थ असा होतो की त्याची खेळण्याची शैली सहसा खेळाच्या लहान स्वरूपासाठी कमी अनुकूल होती, ज्यामध्ये त्याला कमी यश मिळाले. 1975 च्या विश्वचषकात त्याने इंग्लंडविरुद्ध पूर्ण 60 षटकांत नाबाद 36 धावा केल्या, त्यामुळे भारतीय समर्थकांनी मैदानात धाव घेतली आणि भारताला विजयासाठी एका चेंडूत जवळपास धावांची गरज असताना संथ गतीने धावा केल्याबद्दल त्याचा सामना केला; खेळ संपला तेव्हा भारताने फक्त तीन विकेट गमावल्या होत्या पण इंग्लंडपेक्षा 200 धावा कमी होत्या. गावसकर यांनी एकदिवसीय सामन्यात शतक न झळकावता त्यांची कारकीर्द जवळपास संपवली. 1987 च्या विश्वचषकात त्याने पहिले (आणि एकमेव एकदिवसीय शतक) व्यवस्थापित केले, जेव्हा त्याने विदर्भ क्रिकेट असोसिएशन ग्राउंड, नागपूर येथे न्यूझीलंड विरुद्ध 88 चेंडूत नाबाद 103 धावा केल्या.

रेकॉर्ड आणि यश

गावस्कर हे 10,000 पेक्षा जास्त धावा करणारे पहिले कसोटी क्रिकेटपटू होते.

2005 मध्ये सचिन तेंडुलकरने त्याला मागे टाकण्यापूर्वी सर्वाधिक कसोटी शतके (34) करण्याचा विक्रम त्याच्याकडे होता.

त्याने पदार्पण म्हणून एका मालिकेत सर्वाधिक धावा (774) केल्या आहेत.

त्याने वेस्ट इंडिजविरुद्धच्या मालिकेत (774) कोणत्याही खेळाडूकडून सर्वाधिक धावा केल्या आहेत.

त्याच्याकडे कमाल क्र. वेस्ट इंडिजविरुद्ध खेळाडूने केलेल्या धावा आणि शतके—२,७४९ धावा आणि १३ शतके.

पोर्ट ऑफ स्पेन आणि वानखेडे स्टेडियम या दोन ठिकाणी सलग ४ शतके झळकावणारा तो एकमेव क्रिकेटर आहे.

18 वेगवेगळ्या खेळाडूंसोबत कसोटी शतकी भागीदारी करणारा तो एकमेव क्रिकेटर आहे.

ऑस्ट्रेलियाच्या रिकी पाँटिंग आणि डेव्हिड वॉर्नरसह तीन वेळा कसोटी सामन्याच्या दोन्ही डावात शतके ठोकण्याचा विक्रम त्याच्याकडे आहे.

कसोटी क्रिकेटमध्ये शंभराहून अधिक झेल घेणारा तो पहिला भारतीय क्षेत्ररक्षक (यष्टीरक्षक वगळून) ठरला.

1978 ते 1985 या कालावधीत त्यांनी राष्ट्रीय संघाचे कर्णधारपद भूषवले, ज्यामध्ये 1979-80 मध्ये पाकिस्तानवर 2-0 असा शानदार विजय समाविष्ट होता.

1983 साली फैसलाबाद कसोटीत नाबाद 127 धावा करून कसोटी क्रिकेटमध्ये बॅट घेऊन जाणारा तो पहिला भारतीय क्रिकेटपटू आहे.

1980 मध्ये त्याला विस्डेन क्रिकेटर्स ऑफ द इयर म्हणून घोषित करण्यात आले.

महत्त्वाची आकडेवारी

कसोटी पदार्पण: पोर्ट ऑफ स्पेन येथे वेस्ट इंडिज विरुद्ध भारत, 6-10 मार्च 1971

शेवटची कसोटी: भारत विरुद्ध पाकिस्तान बंगळुरू येथे, 13-17 मार्च 1987

एकदिवसीय पदार्पण: इंग्लंड विरुद्ध भारत लीड्स येथे, 13 जुलै 1974

शेवटचा एकदिवसीय: भारत विरुद्ध इंग्लंड बॉम्बे येथे, 5 नोव्हेंबर 1987

प्रथम श्रेणी कालावधी: 1966-1987

प्रथम श्रेणी पदार्पण: वझीर सुलतान कोल्ट इलेव्हन विरुद्ध डुंगरपूर इलेव्हन हैदराबाद येथे, 1966-67

शेवटचा प्रथम श्रेणी सामना: बाकीचे जग विरुद्ध MCC लॉर्ड्स, 1987

विस्डेन क्रिकेटर ऑफ द इयर 1980

लिस्ट ए स्पॅन: 1973-1988

गावसकर यांची प्रथम श्रेणी क्रिकेटमधील 100 शतके.

चाचण्या: ३४,

रणजी करंडक: २०,

इराणी कप : ३,

दुलीप ट्रॉफी: ६,

इंग्लंड विरुद्ध उर्वरित जग (त्याचा शेवटचा प्रथम श्रेणी सामना): १,

सॉमरसेटसाठी काउंटी क्रिकेट: 2,

इतर खेळ: १५.

सचिन तेंडुलकरने 8 फेब्रुवारी 2013 रोजी सुनील गावस्करच्या प्रथम श्रेणी 100 च्या विक्रमाची बरोबरी केली २७

सलग 100 कसोटी सामने खेळणारे गावस्कर हे पहिले क्रिकेटपटू होते.

कारकीर्द खेळल्यानंतर

निवृत्तीनंतर, ते टीव्हीवर आणि छापील दोन्ही ठिकाणी, कधीकधी वादग्रस्त भाष्यकार उद्धरण आवश्यक लोकप्रिय झाले आहेत. 1987 मध्ये, त्याने युनायटेड किंगडमच्या चॅरिटी टेलिव्हिजन स्पेशल द ग्रँड नॉकआउट टूर्नामेंटच्या प्रिन्स एडवर्डमध्ये भाग घेतला. 2003 मध्ये, MCC स्पिरिट ऑफ क्रिकेट काउड्री व्याख्यान देणारा तो पहिला भारतीय ठरला. 2004 मध्ये ऑस्ट्रेलियाविरुद्धच्या घरच्या मालिकेदरम्यान त्यांनी भारतीय राष्ट्रीय क्रिकेट संघाचे सल्लागार म्हणूनही काम केले होते. तो आयसीसी क्रिकेट समितीचा अध्यक्ष होता तोपर्यंत त्याला समालोचन करणे आणि समितीमध्ये असणे यापैकी एक निवडण्याची सक्ती करण्यात आली होती. ब्रॉडकास्टर म्हणून त्यांची कारकीर्द सुरू ठेवण्यासाठी त्यांनी समिती सोडली.

गावस्कर यांनी 20 फेब्रुवारी 2013 रोजी ताज कोरोमंडल, चेन्नई येथे उद्घाटन मन्सूर अली खान पतौडी स्मृती व्याख्यान दिले.

28 मार्च 2014 रोजी भारताच्या सर्वोच्च न्यायालयाने गावस्कर यांची BCCI चे अंतरिम अध्यक्ष म्हणून नियुक्ती केली, प्रामुख्याने इंडियन प्रीमियर लीगच्या सातव्या हंगामाच्या देखरेखीसाठी. त्याच वेळी न्यायालयाने त्याला समालोचक म्हणून नोकरी सोडण्याचे निर्देश दिले.

गावसकर ट्रायटन सोलरचे ब्रँड ॲम्बेसेडर म्हणून सामील झाले.

मनोरंजन करिअर

गावसकर यांनी रुपेरी पडद्यावर अभिनयातही हात आजमावला. "सावळी प्रेमाची" या मराठी चित्रपटात त्यांनी मुख्य भूमिका केली होती. तरीही या चित्रपटाला फारशी दाद मिळाली नाही. अनेक वर्षांनी तो (1988) हिंदी चित्रपट "मालामाल" मध्ये पाहुण्यांच्या भूमिकेत दिसला. नसीरुद्दीन शाह आणि सतीश शाह यांच्यासोबत. त्यांनी "या दुनियामध्ये थांबायला वेल कोनाला" हे मराठी गाणे गायले आहे जे प्रख्यात मराठी गीतकार शांताराम नांदगावकर यांनी लिहिले आहे. 38 या गाण्यात क्रिकेट सामना आणि वास्तविक जीवन यांच्यातील साम्य दाखवण्यात आले आहे.

सन्मान

1980 मध्ये, माजी भारतीय अध्यक्ष नीलम संजीव रेड्डी यांच्याकडून टीम इंडियाचे प्रतिनिधीत्व करत असलेल्या त्यांच्या यशस्वी आंतरराष्ट्रीय कारकिर्दीसाठी गावस्कर यांना पद्मभूषण पुरस्कार मिळाला.

22 डिसेंबर 1994 रोजी, माजी राज्यपाल पीसी अलेक्झांडर आणि माजी मुख्यमंत्री शरद पवार यांच्या उपस्थितीत मुंबईतील राजभवनात गावस्कर यांनी बॉम्बे शेरीफ- एक वर्षासाठी सन्माननीय पदाची शपथ घेतली.

1996 मध्ये, बॉर्डर-गावसकर करंडक त्यांच्या सह-सन्मानार्थ सुरू करण्यात आला. भारत आणि ऑस्ट्रेलिया यांच्यातील कोणत्याही द्विपक्षीय कसोटी मालिकेला ॲलन बॉर्डर आणि सुनील गावस्कर या प्रतिष्ठित खेळाडूंच्या नावाने बॉर्डर-गावस्कर ट्रॉफी असे संबोधले जाईल, असा निर्णय घेण्यात आला. या दोन्ही खेळाडूंनी आपापल्या कसोटी कारकिर्दीत 10,000 हून अधिक धावा केल्या आणि त्यांच्या संघाचे नेतृत्व केले.

वेंगुर्ला या त्यांच्या मूळ जिल्ह्यातील "गावस्कर स्टेडियम" याला त्यांचे नाव देण्यात आले आहे.

2003 मध्ये, MCC Spirit Of Cricket Cowdrey लेक्चर देणारा तो पहिला आणि आत्तापर्यंत एकमेव भारतीय बनला. काउड्री व्याख्यानमालेच्या इतिहासातील ते तिसरे व्याख्याते होते.

21 नोव्हेंबर 2012 रोजी, गावस्कर यांना बीसीसीआयच्या वार्षिक पुरस्कार सोहळ्यात 2011-12 च्या BCCI च्या प्रतिष्ठित कर्नल सीके नायडू जीवनगौरव पुरस्काराने सन्मानित करण्यात आले. गावसकर यांना देण्यात आलेल्या जीवनगौरव पुरस्कारामध्ये प्रशस्तीपत्र, ट्रॉफी आणि £2.5 दशलक्ष (२०२० मध्ये £4.0 दशलक्ष किंवा US$50,000 च्या समतुल्य) धनादेश होता आणि त्यांना हा पुरस्कार बीसीसीआयचे तत्कालीन अध्यक्ष एन. श्रीनिवासन यांच्याकडून मिळाला.

15 ऑक्टोबर 2017 रोजी, गावस्कर यांनी युनायटेड स्टेट्समधील केंटकी राज्यातील लुईसविले येथे क्रिकेट मैदानाचे उद्घाटन केले, अशा प्रकारे ते भारतीय खेळाडूच्या नावावर असलेले पहिले आंतरराष्ट्रीय क्रीडा सुविधा बनले. "सुनील एम. गावस्कर क्रिकेट फील्ड", लुईव्हिल क्रिकेट क्लबचे होम ग्राउंड म्हणून काम करते, जे संघांच्या मिडवेस्ट क्रिकेट लीगचा भाग आहे. गावस्कर यांना लुईव्हिलचे महापौर ग्रेग फिशर यांनी मैदानाच्या चाव्या दिल्या.

लिखित कामे

गावसकर यांनी क्रिकेटवर चार पुस्तके लिहिली, ज्यात स्वतःचे आत्मचरित्रही आहे

सनी डेज: एक आत्मचरित्र, 1976

मूर्ती, 1983

रन्स 'एन' रुईन्स, 1984

वन डे वंडर्स, 1986

वैयक्तिक जीवन

मीनल आणि मनोहर गावस्कर यांच्या कुटुंबात जन्मलेल्या मराठी गावस्कर यांचा विवाह कानपूरमधील चामड्याच्या उद्योगपतीची मुलगी मार्शनील गावस्कर यांच्याशी

झाला. त्यांचा मुलगा, रोहन हा देखील एक क्रिकेटपटू होता ज्याने भारतासाठी 11 एकदिवसीय सामने खेळले, परंतु संघात त्याचे स्थान निश्चित करू शकला नाही. रोहनला त्याच्या वडिलांनी त्याच्या 3 आवडत्या क्रिकेटपटूंना श्रद्धांजली म्हणून "रोहन जयविश्व" हे नाव दिले होते - रोहन कन्हाई; एमएल जयसिंह; आणि रोहनचे काका, गुंडप्पा विश्वनाथ ५४ —जरी त्याचे नाव सामान्यतः रोहन सुनील गावस्कर म्हणून नोंदवले जाते.

सुनील गावसकर यांची एका मच्छीमाराच्या बाळासोबत देवाणघेवाण झाली. कानाजवळ जन्मखूण असल्यामुळे तो मुलगा सुनील नसल्याचं त्याच्या काकांनीच पाहिलं. गावस्कर यांनी लिहिले, "कदाचित, मी एक अस्पष्ट मच्छीमार बनलो असतो, पश्चिम किनाऱ्यावर कुठेतरी कष्ट करत असतो," गावस्कर यांनी लिहिले.

त्यांचे मामा निवृत्त भारतीय क्रिकेटपटू माधव मंत्री होते. त्यांची बहीण कविता विश्वनाथ यांचा विवाह क्रिकेटपटू गुंडप्पा विश्वनाथ यांच्याशी झाला आहे. त्यांची दुसरी बहीण-नूतन गावस्कर भारतीय महिला क्रिकेट असोसिएशन (WCAI) च्या मानद सरचिटणीस होत्या.

गावस्कर हे सत्य साईबाबांचे निस्सीम भक्त आहेत.

11

अभिनव बिंद्रा

अभिनव बिंद्रा

Scan for Story Videos - www.itibook.com

अभिनव अपजित बिंद्रा हा भारतीय ऑलिम्पिक सुवर्णपदक विजेता, निवृत्त क्रीडा नेमबाज आणि व्यापारी आहे. वैयक्तिक ऑलिम्पिक सुवर्णपदक जिंकणारा तो पहिला आणि फक्त 2 भारतीयांपैकी एक आहे. 2008 उन्हाळी ऑलिंपिक आणि 2006 ISSF जागतिक नेमबाजी चॅम्पियनशिपमध्ये पुरुषांच्या 10-मीटर एअर रायफल स्पर्धेसाठी एकाच वेळी जागतिक आणि ऑलिम्पिक विजेतेपद मिळवणारा तो पहिला भारतीय आहे . बिंद्राने कॉमनवेल्थ गेम्समध्ये सात पदके आणि आशियाई स्पर्धेत तीन पदके जिंकली आहेत. त्यांच्या 22 वर्षांच्या कारकिर्दीत 150 हून अधिक पदकांसह, ते भारत सरकारकडून पद्मभूषण पुरस्कार प्राप्तकर्ते आहेत आणि देशातील क्रीडा धोरणातील सर्वोच्च प्रभावशाली व्यक्तींपैकी एक आहेत.

रिओ दि जानेरो येथे 2016 च्या उन्हाळी ऑलिंपिकमध्ये, बिंद्रा 10 मीटर एअर रायफल स्पर्धेच्या अंतिम फेरीत चौथ्या स्थानावर राहिला. रिओ 2016 ऑलिम्पिक भारतीय दलासाठी सदिच्छा दूत म्हणूनही काम केले, भारतीय ऑलिम्पिक संघटनेने (IOA) त्या पदावर त्यांची नियुक्ती केली. 5 सप्टेंबर 2016 रोजी त्यांनी निवृत्ती जाहीर केली.

बिंद्राचा भारतीय खेळांपर्यंतचा प्राथमिक पोहोच अभिनव बिंद्रा फाऊंडेशन या ना-नफा संस्थेमार्फत आहे जो भारतीय खेळांमध्ये क्रीडा, विज्ञान आणि तंत्रज्ञान एकत्रित करण्यासाठी आणि उच्च-कार्यक्षमता शारीरिक प्रशिक्षणाला प्रोत्साहन देण्यासाठी कार्य करते.

बिंद्राचा जन्म उत्तराखंडमधील डेहराडून येथे एका पंजाबी कुटुंबात झाला. त्यांचे शिक्षण डेहराडूनमधील दून स्कूल आणि चंदीगड येथील सेंट स्टीफन स्कूलमध्ये झाले. त्यांनी कोलोरॅडो बोल्डर विद्यापीठात व्यवसाय प्रशासनाचा अभ्यास केला. त्यावेळेस भारतात उपलब्ध नसलेल्या सर्वोत्कृष्ट सुविधांसह प्रशिक्षित करण्याचा निर्धार केल्याने, तो

जर्मनीमध्ये दीर्घकाळ प्रशिक्षण घेईल.

उल्लेखनीय आंतरराष्ट्रीय कामगिरी

वयाच्या 15 व्या वर्षी बिंद्रा 1998 च्या कॉमनवेल्थ गेम्समध्ये सर्वात तरुण सहभागी होता. सिडनी येथे 2000 च्या उन्हाळी ऑलिंपिकमध्ये तो सर्वात तरुण भारतीय सहभागी होता. 2000 ऑलिम्पिकमध्ये, त्याने 590 गुण मिळवले आणि पात्रता फेरीत तो 11 व्या स्थानावर होता. या स्कोअरमुळे तो फायनलसाठी पात्र ठरू शकला नाही. त्याच वर्षी त्यांना अर्जुन पुरस्कारानेही सन्मानित करण्यात आले होते.

आंतरराष्ट्रीय स्पर्धांमध्ये, त्याने 2001 म्युनिक विश्वचषकात 597/600 च्या नवीन कनिष्ठ विश्वविक्रमासह आपले पहिले पदक, एक कांस्य जिंकले. त्याने त्या वर्षी विविध आंतरराष्ट्रीय संमेलनांमध्ये सहा सुवर्णपदके जिंकली आणि भारतातील सर्वोच्च क्रीडा पुरस्कार, प्रतिष्ठित मेजर ध्यानचंद खेलरत्न पुरस्कार प्राप्त केला.

मँचेस्टर येथे 2002 च्या राष्ट्रकुल क्रीडा स्पर्धेत एअर रायफल स्पर्धेत त्याने जोडी प्रकारात सुवर्ण आणि वैयक्तिक स्पर्धेत रौप्यपदक पटकावले.

अथेन्समधील 2004 उन्हाळी ऑलिंपिकमध्ये, त्याने एक नवीन ऑलिम्पिक विक्रम प्रस्थापित केला परंतु पदक जिंकले नाही. त्याने पात्रता फेरीत 597 धावा केल्या आणि तिसरे स्थान पटकावले, त्याखालोखाल किनान झू (599, एक नवीन ऑलिम्पिक विक्रम) आणि ली जी (598) नंतर. अंतिम फेरीत, अभिनवने 97.6 गुणांसह पूर्ण केले, आठच्या क्षेत्रामध्ये शेवटचे; 100 पेक्षा कमी गुण मिळवणारा तो एकमेव खेळाडू होता आणि तो सातव्या स्थानावर घसरला.

या यशांनंतर, पाठीच्या गंभीर दुखापतीमुळे तो अक्षम झाला आणि 2008 च्या उन्हाळी ऑलिम्पिकच्या तयारीत व्यत्यय आणून तो एक वर्षासाठी रायफल उचलू शकला नाही. बिंद्रा स्पर्धेत परतला आणि 2006 च्या ISSF जागतिक नेमबाजी चॅम्पियनशिपमध्ये 699.1 गुणांसह विजेतेपद जिंकले, 2008 उन्हाळी ऑलिंपिकसाठी पात्र ठरले.

2008 च्या बीजिंगमध्ये झालेल्या उन्हाळी ऑलिंपिकमध्ये, बिंद्राने पुरुषांच्या 10-मीटर एअर रायफल स्पर्धेत एकूण 700.5 शूटिंग करून विजेतेपद पटकावले. त्याने पात्रता फेरीत 596 धावा केल्या, चौथे स्थान मिळवले आणि 104.5 च्या फेरीसह अंतिम फेरीत इतर सर्व नेमबाजांना मागे टाकले. अंतिम फेरीत, त्याने 10.7 च्या शॉटने सुरुवात केली आणि इतर सर्व कधीही 10.0 च्या खाली गेले नाहीत. बिंद्रा हेनरी हॅकिनेनने त्याच्या अंतिम शॉटमध्ये बरोबरीत सुटला. बिंद्राने फायनलमधील सर्वोच्च धावसंख्या - 10.8 - तर हक्किनेनने 9.7 गोळी मारून कांस्यपदकावर समाधान मानावे.

2010 मध्ये नवी दिल्ली येथे झालेल्या राष्ट्रकुल खेळांमध्ये, उद्घाटन समारंभात बिंद्राला राष्ट्रीय ध्वजवाहक म्हणून गौरविण्यात आले. 71 देश आणि प्रदेशांमधील 6,700 सहभागींच्या वतीने ॲथलीट्सची शपथ घेण्याचा मानही त्यांना देण्यात आला. बिंद्रा, गगन नारंगसह, 19व्या राष्ट्रकुल क्रीडा स्पर्धेत भारताच्या उद्घाटन सुवर्णपदक जिंकण्यासाठी

पुरुषांसाठी 10-मीटर एअर रायफल जोडी स्पर्धेत 1,193 गुणांचा गेम रेकॉर्ड करण्यासाठी एकजुटीने गोळी मारली. त्याने वैयक्तिक स्पर्धेत रौप्य पदक मिळवले.

कतारच्या दोहा येथे झालेल्या १२व्या आशियाई नेमबाजी स्पर्धेत बिंद्राने पुरुषांच्या १० मीटर एअर रायफल प्रकारात सुवर्णपदक जिंकले.

लंडनमधील 2012 उन्हाळी ऑलिंपिकमध्ये पात्रता फेरीत तो पराभूत झाला, 594 गुणांसह 16 व्या स्थानावर राहिला.

ग्लासगो येथे 2014 च्या राष्ट्रकुल स्पर्धेत, बिंद्राने पुरुषांच्या 10-मीटर एअर रायफल एकेरी स्पर्धेत पुन्हा सुवर्णपदक जिंकले.

रिओ दि जानेरो येथे 2016 च्या उन्हाळी ऑलिंपिकमध्ये, पुरुषांच्या 10-मीटर एअर रायफल एकेरी स्पर्धेत तो चौथ्या क्रमांकावर आला आणि तो अव्वल 3 साठी शूट-ऑफ पराभूत होऊन अखेरीस रौप्य पदक जिंकणारा सेरहिय कुलिशकडून पराभूत झाला.

व्यवसाय करिअर

बिंद्रा यांनी कोलोरॅडो विद्यापीठातून व्यवसाय प्रशासनात पदवी प्राप्त केली आहे. बिंद्रा हे अभिनव फ्युचरिस्टिक्स प्रायव्हेट लिमिटेडचे सीईओ आहेत, ही एक संस्था आहे जी क्रीडा आणि आरोग्य सेवा क्षेत्रात विज्ञान आणि तंत्रज्ञान आणण्यासाठी कार्य करते. ABTP, क्रीडा विज्ञान आणि प्रगत भौतिक औषध आणि पुनर्वसन (PMR) केंद्रांचा समूह असलेल्या, संस्थेने 5,000 हून अधिक खेळाडू आणि वैद्यकीय रुग्णांना सेवा दिली आहे. अभिनव बिंद्रा फाउंडेशन, एक ना-नफा उपक्रम अंतर्गत, खेळाडूंना नवीनतम क्रीडा तंत्रज्ञान आणि उच्च-कार्यक्षमता शारीरिक प्रशिक्षण विनामूल्य प्रदान केले जाते. जलतरण, बॅडमिंटन, बॉक्सिंग, पॅरा-ॲथलेटिक्स या खेळातील अनेक खेळाडूंनी फाउंडेशनच्या विविध कार्यक्रमांचा लाभ घेतला आहे. 2020 मध्ये, त्यांनी भारतीय आरोग्य सेवा आणि क्रीडा औषध क्षेत्रात जागतिक सर्वोत्तम सराव आणण्याच्या उद्देशाने भुवनेश्वर येथे अभिनव बिंद्रा स्पोर्ट्स मेडिसिन आणि संशोधन संस्था सुरू केली.

त्याच्या निवृत्तीपासून, बिंद्रा हे क्रीडापटू विकासासाठी भारतातील सर्वात महत्त्वपूर्ण धोरणांपैकी एक असलेल्या TOP योजनेत सहभागी आहेत. तो ISSF आणि IOC ॲथलीट कमिशनचा देखील एक भाग आहे, जिथे त्याने मानसिक आरोग्य, आर्थिक स्थिरता आणि उद्योजकता उपक्रमांद्वारे खेळाडूंच्या विकासासाठी काम केले आहे. बिंद्राची एकूण संपत्ती सुमारे $10 दशलक्ष असल्याचा अंदाज आहे.

हार्पर स्पोर्टने बिंद्रा यांचे आत्मचरित्र, A Shot at History: My Obsessive Journey to Olympic Gold, जे त्यांनी ऑक्टोबर 2011 मध्ये क्रीडा लेखक रोहित बृजनाथ यांच्या सह-लेखनात प्रकाशित केले. केंद्रीय क्रीडा मंत्री अजय माकन यांच्या हस्ते 27 ऑक्टोबर 2011 रोजी एका कार्यक्रमात त्याचे औपचारिक प्रकाशन करण्यात आले. नवी दिल्लीत. पुस्तकाला सकारात्मक पुनरावलोकने मिळाली, आणि हर्षवर्धन कपूरला संस्मरणावर आधारित भविष्यातील बायोपिकमध्ये मुख्य भूमिकेसाठी निवडण्यात आले.

पुरस्कार आणि प्रशंसा

2000 - अर्जुन पुरस्कार

2002 - मेजर ध्यानचंद खेलरत्न (भारताचा सर्वोच्च क्रीडा पुरस्कार)

2008 - एसआरएम विद्यापीठाकडून मानद डॉक्टरेट (डी. लिट)

2009 - पद्मभूषण 2011 - भारतीय प्रादेशिक सैन्याने मानद लेफ्टनंट कर्नल बनवले

2018 - ब्लू क्रॉस, आंतरराष्ट्रीय शूटिंग स्पोर्ट फेडरेशनचा सर्वोच्च नेमबाजी सन्मान

2019 – काझीरंगा विद्यापीठाकडून मानद डॉक्टरेट (DPhil)

2008 ऑलिंपिक सुवर्णपदकासाठी पुरस्कार

मित्तल चॅम्पियन्स ट्रस्टद्वारे ?15 दशलक्ष (US$190,000).

भारतीय केंद्र सरकारकडून 5 दशलक्ष (US$63,000) रोख बक्षीस

हरियाणा राज्य सरकारने 2.5 दशलक्ष (US$31,000) रोख बक्षीस

भारतीय क्रिकेट नियामक मंडळाकडून 2.5 दशलक्ष (US$31,000) रोख पारितोषिक

भारताच्या पोलाद मंत्रालयाकडून 1.5 दशलक्ष (US$19,000) रोख पारितोषिक

बिहार राज्य सरकारकडून ?1.1 दशलक्ष (US$14,000) रोख पारितोषिक. पाटणा इनडोअर स्टेडियमचे नाव बिंद्राच्या नावावर ठेवण्यात येईल.

?1 दशलक्ष (US$13,000) कर्नाटक राज्य सरकारचे बक्षीस

?1 मिलियन (US$13,000) रोख पारितोषिक एस. अमोलक सिंग गखल, चेअरमन, गोल्ड्स जिम

?1 दशलक्ष (US$13,000) रोख पारितोषिक महाराष्ट्र राज्याच्या मुख्यमंत्र्यांनी

ओरिसा राज्य सरकारने 500,000 (US$6,300) रोख बक्षीस

?500,000 (US$6,300) तामिळनाडू सरकारचे रोख पारितोषिक

?100,000 (US$1,300) रोख पारितोषिक छत्तीसगड राज्य सरकारकडून

मध्य प्रदेश राज्य सरकारकडून ?100,000 (US$1,300) रोख पारितोषिक

भारताच्या रेल्वे मंत्रालयाकडून मोफत आजीवन रेल्वे पास

केरळ राज्य सरकारचे सुवर्णपदक

पुणे महानगरपालिकेद्वारे 1.5 दशलक्ष (US$19,000) रोख पुरस्कार

12

सानिया मिर्ज़ा

सानिया मिर्ज़ा

Scan for Story Videos - www.itibook.com

सानिया मिर्झा जन्म 15 नोव्हेंबर 1986) ही एक भारतीय व्यावसायिक टेनिस खेळाडू आहे. दुहेरीत जागतिक क्रमवारीत पहिल्या क्रमांकावर असलेली, तिने सहा प्रमुख विजेतेपदे जिंकली आहेत – तीन महिला दुहेरीत आणि तीन मिश्र दुहेरीत. 2003 पासून 2013 मध्ये तिची एकेरीतून निवृत्ती होईपर्यंत, तिला महिला टेनिस संघटनेने एकेरीमध्ये भारतीय क्रमांक 1 म्हणून स्थान दिले.

तिच्या एकेरी कारकिर्दीत, मिर्झाने स्वेतलाना कुझनेत्सोवा, व्हेरा झ्वोनारेवा आणि मॅरियन बार्टोली तसेच माजी जागतिक क्रमवारीत मार्टिना हिंगीस, दिनारा सफिना आणि व्हिक्टोरिया अझारेंका यांच्यावर विजय मिळवला होता. 2007 च्या मध्यात ती जागतिक क्रमवारीत 27 व्या क्रमांकावर पोहोचलेली आजवरची सर्वोच्च श्रेणी असलेली भारतीय महिला आहे. मात्र, मनगटाच्या मोठ्या दुखापतीमुळे तिला दुहेरीत जावे लागले. मिर्झाने भारतातील महिला टेनिससाठी अनेक पहिली कामगिरी केली आहे, ज्यात करिअर कमाईमध्ये $1 दशलक्ष USD चा टप्पा गाठणे (सध्या $7 दशलक्ष पेक्षा जास्त), एकेरी WTA टूरचे विजेतेपद जिंकणे, आणि प्रमुख विजेतेपद जिंकणे, तसेच (आणि) पात्रता अखेरीस) 2014 मध्ये कारा ब्लॅकच्या भागीदारीत दुहेरीत डब्ल्यूटीए फायनल्स जिंकणे आणि पुढच्या वर्षी मार्टिना हिंगिसच्या भागीदारीसह तिच्या विजेतेपदाचे रक्षण करणे. मिर्झा 2022 हंगामानंतर व्यावसायिक टेनिसमधून निवृत्त होण्याची योजना आखत आहे.

डब्ल्यूटीए टूरचे विजेतेपद जिंकणाऱ्या दोन भारतीय महिलांपैकी मिर्झा ही एक आहे, आणि एकेरीमध्ये अव्वल १०० मध्ये स्थान मिळवणारी एकमेव आहे. खुल्या युगातील ती तिसरी भारतीय महिला आहे (निरुपमा मंकड आणि निरुपमा संजीव नंतर, आणि संजीव नंतर एकेरीतील दुसरी) मेजरमध्ये सामना जिंकणारी आणि दुसरी फेरी पार करणारी पहिली आहे. 43 विजेतेपदांसह, मिर्झाने या दौऱ्यात इतर सक्रिय खेळाडूंपेक्षा अधिक WTA

दुहेरी विजेतेपदे जिंकली आहेत. याशिवाय, तिने दुहेरीत जागतिक क्रमांक 1 म्हणून 91 आठवडे घालवले आहेत. 2005 मध्ये, मिर्झाला WTA नवोदित वर्षाचा मुकुट देण्यात आला आणि 2015 मध्ये ती आणि मार्टिना हिंगीस या वर्षातील दुहेरी संघ होत्या, 44 सामन्यांच्या विजयाचा सिलसिला, इतिहासातील सर्वात प्रदीर्घ सामन्यांपैकी एक होता. मिर्झाने आशियाई खेळ, राष्ट्रकुल खेळ आणि आफ्रो-आशियाई खेळ या तीन प्रमुख बहु-क्रीडा स्पर्धांमध्ये एकूण 14 पदके (सहा सुवर्णांसह) जिंकली आहेत.

ऑक्टोबर 2005 मध्ये टाइमने मिर्झा यांना "आशियातील 50 हिरोज" पैकी एक म्हणून घोषित केले होते. 10 मार्च 2010 मध्ये, द इकॉनॉमिक टाइम्सने मिर्झाचे नाव "भारताला अभिमान वाटणाऱ्या 33 महिला" च्या यादीत दिले. 25 नोव्हेंबर 2013 रोजी महिलांविरुद्ध हिंसाचार संपविण्याच्या आंतरराष्ट्रीय दिनाच्या वेळी तिची दक्षिण आशियासाठी UN महिला सद्भावना राजदूत म्हणून नियुक्ती झाली. टाइम मासिकाच्या 2016 च्या जगातील 100 प्रभावशाली व्यक्तींच्या यादीत तिचे नाव होते.

सानिया मिर्झाचा जन्म 15 नोव्हेंबर 1986 रोजी मुंबईत हैदराबादी मुस्लिम पालक इम्रान मिर्झा, एक क्रीडा पत्रकार, आणि त्याची पत्नी नसीमा, ज्यांनी मुद्रण व्यवसायात काम केले होते. तिच्या जन्माच्या काही काळानंतर, तिचे कुटुंब हैदराबादला गेले जेथे ती आणि लहान बहीण अनमचे पालन-पोषण धार्मिक सुन्नी मुस्लिम कुटुंबात झाले. अनमचा विवाह क्रिकेटपटू मोहम्मद असदुद्दीनशी झाला, जो भारताच्या राष्ट्रीय क्रिकेट संघाचा माजी कर्णधार मोहम्मद अझरुद्दीनचा मुलगा होता. ती भारताचे माजी क्रिकेट कर्णधार गुलाम अहमद आणि पाकिस्तानचे आसिफ इक्बाल यांची दूरची नातेवाईक आहे. तिने वयाच्या सहाव्या वर्षी टेनिस खेळले. तिला तिचे वडील आणि रॉजर अँडरसन यांनी प्रशिक्षण दिले आहे.

तिने हैदराबादमधील नसर शाळेत शिक्षण घेतले. नंतर तिने हैदराबादच्या सेंट मेरी कॉलेजमधून पदवी प्राप्त केली. मिर्झाला 11 डिसेंबर 2008 रोजी चेन्नई येथील डॉ. एमजीआर शैक्षणिक आणि संशोधन संस्थेकडून डॉक्टर ऑफ लेटर्सची मानद पदवी देखील मिळाली. टेनिसशिवाय मिर्झा क्रिकेट आणि स्विमिंगमध्येही चांगला आहे.

टेनिस कारकीर्द

2001-2003: कनिष्ठ ITF सर्किटवर यश

सानिया मिर्झाने वयाच्या सहाव्या वर्षी टेनिस खेळायला सुरुवात केली, 2003 मध्ये ती व्यावसायिक झाली. तिला तिच्या वडिलांनी प्रशिक्षण दिले. मिर्झाने ज्युनियर खेळाडू म्हणून 10 एकेरी आणि 13 दुहेरीचे विजेतेपद जिंकले. तिने 2003 विम्बल्डन चॅम्पियनशिप मुलींच्या दुहेरीचे विजेतेपद जिंकले, तिने अलिसा क्लेबानोव्हासोबत भागीदारी केली. तिने सना भांबरीसह 2003 यूएस ओपन मुलींच्या दुहेरीची उपांत्य फेरी गाठली आणि 2002 यूएस ओपन मुलींच्या दुहेरीची उपांत्यपूर्व फेरी गाठली. सिनियर सर्किटवर, मिर्झाने एप्रिल 2001 मध्ये 15 वर्षांच्या वयात ITF सर्किटवर पदार्पण केल्यामुळे लवकर यश मिळू लागले.

2001 मधील तिच्या हायलाइट्समध्ये पुण्यातील उपांत्यपूर्व फेरी आणि नवी दिल्ली येथे उपांत्य फेरीचा समावेश आहे. 2002 चा सीझन सुरू होताच तिने सलग तीन टायटल्स जिंकण्यासाठी सुरुवातीच्या पराभवाच्या सीझनला वळसा दिला; तिची पहिली तिच्या मूळ गावी हैदराबादमध्ये आणि इतर दोन मनिला, फिलिपाइन्समध्ये.

फेब्रुवारी 2003 मध्ये, मिर्झाला तिच्या मूळ गावी एपी टुरिझम हैदराबाद ओपनमध्ये, तिच्या पहिल्या WTA स्पर्धेत खेळण्यासाठी वाइल्ड कार्ड देण्यात आले. तिला पहिल्या फेरीत ऑस्ट्रेलियाच्या एव्ही डोमिनिकोविककडून तीन सेटमध्ये पराभव पत्करावा लागला. पुढच्या आठवड्यात, कतार लेडीज ओपनमध्ये, ती पहिल्या पात्रता फेरीत झेकच्या ओल्गा ब्लाहोटोव्हाविरुद्ध पडली. तिने सलग तीन सामने जिंकून फेड कपमध्ये भारताचे प्रतिनिधित्व करताना चांगला निकाल दिला. तिने लिएंडर पेसची भागीदारी करत बुसान येथे २००२ च्या आशियाई क्रीडा स्पर्धेत मिश्र दुहेरीत भारताला कांस्य पदक जिंकण्यास मदत केली. याशिवाय, मिर्झाने 2003 च्या हैदराबाद येथे झालेल्या आफ्रो-आशियाई क्रीडा स्पर्धेत चार सुवर्णपदके जिंकली.

2004-2005: WTA टूर आणि ग्रँड स्लॅम स्पर्धांमध्ये यश

2004 एपी टुरिझम हैदराबाद ओपन, तिच्या मूळ गावातील कार्यक्रमात, मिर्झा वाइल्डकार्ड प्रवेशिका होती. तिने पहिल्या फेरीत चौथ्या मानांकित आणि अंतिम चॅम्पियन निकोल प्रॅटविरुद्ध चांगली लढत दिली, परंतु तीन सेटमध्ये तिला पराभव पत्करावा लागला. तिने त्याच स्पर्धेत लीझेल ह्युबरसोबत भागीदारी करत तिचे पहिले WTA दुहेरीचे विजेतेपद जिंकले. त्यानंतर तिला कॅसाब्लांका, मोरोक्को येथील ग्रँड प्रिक्स SAR ला प्रिन्सेसे लल्ला मेरीम येथे स्पर्धा करण्यासाठी वाइल्ड कार्ड मिळाले, परंतु अंतिम चॅम्पियन एमिली लोइटकडून तिला पहिल्या फेरीत पराभवाचा सामना करावा लागला.

ITF सर्किटवर, मिर्झाने पाम बीच गार्डन्स चॅलेंजरमध्ये उपविजेतेपद पटकावले होते, जिथे ती सेसिल कारातन्चेवाला पडली. मिर्झाने 2004 मध्ये सहा ITF एकेरी खिताब जिंकले. 2005 ऑस्ट्रेलियन ओपनमध्ये जाताना, मिर्झाने अनुक्रमे पहिल्या आणि दुसऱ्या फेरीत सिंडी वॉटसन आणि पेट्रा मंडुला यांचा पराभव केला आणि तिसरी फेरी गाठली जिथे तिला अंतिम चॅम्पियन सेरेना विल्यम्सने सरळ सेटमध्ये पराभूत केले. फेब्रुवारीमध्ये, मिर्झा तिच्या मूळ गावातील स्पर्धा, एपी टुरिझम हैदराबाद ओपन जिंकून, नवव्या मानांकित अलोना बोंडारेन्कोचा अंतिम फेरीत पराभव करून, WTA विजेतेपद जिंकणारी पहिली भारतीय महिला ठरली. दुबई येथे, तिने दुसऱ्या फेरीत चौथ्या मानांकित आणि युएस ओपन चॅम्पियन स्वेतलाना कुझनेत्सोव्हाला हरवून तिच्या कारकिर्दीतील सर्वात मोठी उपांत्यपूर्व फेरी गाठली. विम्बल्डन चॅम्पियनशिपच्या दुस-या फेरीत तिला कुझनेत्सोव्हाकडून थ्री-सेटरमध्ये पराभव पत्करावा लागला.

ऑगस्टमध्ये, ती मोरिगामीला पडून अक्युरा क्लासिकमध्ये तिसरी फेरी गाठली. मिर्झा फॉरेस्ट हिल्स टेनिस क्लासिकमध्ये तिची दुसरी डब्ल्यूटीए फायनल गाठली, ती लुसी

शाफारोव्हाला बाद झाली. US ओपनमध्ये ग्रँड स्लॅम स्पर्धेच्या चौथ्या फेरीत पोहोचणारी मिर्झा पहिली भारतीय महिला ठरली, तिने माशोना वॉशिंग्टन, मारिया एलेना कॅमेरिन आणि मेरियन बार्टोली यांना पराभूत केले, त्याआधी 16 च्या राऊंडमध्ये अव्वल मानांकित मारिया शारापोव्हाला पराभूत केले. जपान ओपनमध्ये, मिर्झाने विल्मरी कॅस्टेल्वी, आयको नाकामुरा आणि वेरा झ्वोनारेवा यांच्यावर विजय मिळवून उपांत्य फेरी गाठली, त्याआधी तातियाना गोलोविनने मात केली. 2005 च्या यशस्वी सीझनबद्दल धन्यवाद, मिर्झाला WTA नवोदित वर्षाचे नाव देण्यात आले.

2006-2007: शीर्ष 30 एकेरी यश

मिर्झा 2006 ऑस्ट्रेलियन ओपनमध्ये (ग्रँड स्लॅम स्पर्धेत सीडेड असलेली पहिली महिला भारतीय) सीडेड झाली होती, ती फक्त मिशेला क्रेजिसेककडे पडली. त्यानंतर ती बंगळुरू ओपनमध्ये कॅमिल पिनशी पडली, परंतु तिने ह्युबरच्या भागीदारीसह दुहेरीचे विजेतेपद जिंकले. ती दुबई टेनिस चॅम्पियनशिपमध्ये खेळली पण मार्टिना हिंगीसकडून हरली. इंडियन वेल्स मास्टर्समध्ये तिने तिसरी फेरी गाठली पण एलेना डिमेंतिएवाकडून तिचा पराभव झाला. फ्रेंच ओपन ग्रँडस्लॅमच्या पहिल्या फेरीत तिला अनास्तासिया मायस्किनाकडून पराभव पत्करावा लागला.

सानिया मिर्झा 2006 यूएस ओपनमध्ये

तिची पुढची स्पर्धा DFS क्लासिक होती, जिथे तिने अलोना बोंडारेन्को आणि शेने पेरी यांना पराभूत करून तिसरी फेरी गाठली, जिथे तिला मेलेन तूने मात दिली. तिने सिनसिनाटी मास्टर्सची उपांत्यपूर्व फेरी आणि अक्युरा क्लासिकची तिसरी फेरी गाठली, ती अनुक्रमे पॅटी श्नायडर आणि एलेना डिमेंतिएवा यांच्यावर पडली. फ्रान्सेस्का शियाव्होनकडून पराभूत होऊन तिने यूएस ओपनची दुसरी फेरी गाठली. सप्टेंबरमध्ये, तिने सनफिस्ट ओपनच्या उपांत्य फेरीत प्रवेश केला आणि अंतिम चॅम्पियन आणि अव्वल मानांकित मार्टिना हिंगीसला हरवले. तिने तिथे ह्युबरची भागीदारी करत दुहेरीचे विजेतेपदही जिंकले. मिर्झाने हॅन्सोल कोरिया ओपन (मार्गात अव्वल मानांकित हिंगिसचा पराभव करून) आणि ताश्कंद ओपनची उपांत्यपूर्व फेरी गाठली. डिसेंबरमध्ये, मिर्झाने दोहा आशियाई खेळांमध्ये तीन पदके जिंकली—सुवर्ण, मिश्र दुहेरीत आणि महिला एकेरी आणि सांघिकमध्ये रौप्य.

2006 मध्ये, मिर्झाने स्वेतलाना कुझनेत्सोवा, नादिया पेट्रोव्हा आणि मार्टिना हिंगीस यांच्याविरुद्ध तीन टॉप-टेन विजय मिळवले.

मिर्झाने 2007 ची सुरुवात जोरदार पद्धतीने केली, त्याने होबार्टच्या उपांत्य फेरीत, ऑस्ट्रेलियन ओपनच्या दुसऱ्या फेरीत, पट्टायामधील उपांत्य फेरीत आणि बंगळुरूमधील उपांत्यपूर्व फेरीपर्यंत मजल मारली. फ्रेंच ओपनमध्ये मिर्झा दुसऱ्या फेरीत ॲना इव्हानोविकविरुद्धच्या लढाईत पराभूत झाला. विम्बल्डन चॅम्पियनशिपमध्येही ती दुसऱ्या फेरीत नादिया पेट्रोव्हाकडे पडली. 2007 च्या उन्हाळी हार्डकोर्ट सीझनमध्ये मिर्झाने

तिच्या कारकिर्दीतील सर्वोत्तम परिणाम मिळवले, 2007 यूएस ओपन सिरीज स्टँडिंगमध्ये आठव्या स्थानावर राहिली आणि जागतिक क्रमवारीत 27 क्रमांकावर असलेल्या तिच्या सर्वोच्च एकेरी क्रमवारीत पोहोचली.

तिने सॅन दिएगो येथे उपांत्यपूर्व फेरी गाठली, सिनसिनाटी येथे उपांत्य फेरी गाठली आणि स्टॅनफोर्ड येथे अंतिम फेरी गाठली. तिने शहर पेरसह सिनसिनाटी येथे दुहेरी स्पर्धा जिंकली. यूएस ओपनमध्ये, अलीकडच्या आठवड्यात अण्णा चकवेताडझेकडून तिसऱ्यांदा पराभूत होण्यापूर्वी तिने तिसरी फेरी गाठली. तिने दुहेरी स्पर्धेत खूप चांगली कामगिरी केली, तिची जोडीदार महेश भूपतीसह मिश्र दुहेरी प्रकारात उपांत्यपूर्व फेरी गाठली आणि बेथानी मॅटेकसह महिला दुहेरीत उपांत्यपूर्व फेरी गाठली, यात क्रमांक दोनच्या लिसा रेमंड आणि सामंथा स्टोसुर यांच्यावर विजय मिळविला. तिने 2007 मध्ये चार दुहेरीचे विजेतेपद पटकावले होते.

ब्लॅक आणि मिर्झा यांनी डब्ल्यूटीए फायनल्समध्ये फायनलमध्ये हसिह सु-वेई आणि पेंग शुईचा पराभव करून एकत्रितपणे त्यांचे सर्वात मोठे विजेतेपद पटकावले, हा 41 वर्षे ते 1973 या वर्षीच्या सीझनच्या शेवटच्या स्पर्धेच्या दुहेरीच्या अंतिम सामन्यात झालेला सर्वात मोठा पराभव होता. WTA ची स्थापना झाली. ब्लॅक आणि मिर्झा यांनी तिसऱ्या सेटच्या टायब्रेकमध्ये क्वेता पेश्के/कॅटरिना स्रेबोटनिक आणि रॅकेल कॉप्स-जोन्स/ॲबिगेल स्पीयर्स यांच्याविरुद्धच्या त्यांच्या मागील दोन्ही सामन्यांमध्ये मॅचपॉइंट वाचवले. हा अंतिम सामना या दोघांचा संघ म्हणून अंतिम सामना असेल.

"ते छान होते - आम्ही शेवटचे सर्वोत्तम जतन केले. मला वाटते की आजचा आमचा सर्वोत्तम सामना होता. आमच्या सर्वोत्तम सामन्यांपैकी एक, आणि आमच्या सर्वोत्तम सामन्यांपैकी एक आम्ही त्यांच्याविरुद्ध खेळलो." विजयानंतर मिर्झा यांनी पत्रकारांशी बोलताना सांगितले. "अशा प्रकारे समाप्त करण्यासाठी, आम्ही एक चांगली सुरुवात किंवा शेवट विचारू शकलो नसतो. यामुळे आमच्या भागीदारीचा एक प्रकार आहे", ती पुढे म्हणाली. ती पुढे म्हणाली की, ब्लॅक ही तिची चांगली मैत्रीण होती "पण मला तिच्यामध्ये एक चांगला मित्रही सापडला आहे. जवळजवळ माझ्या मोठ्या बहिणीसारखी. मी माझ्या कुटुंबातील सर्वात जुनी आहे, म्हणून मी तिच्याकडून कोर्टात आणि बाहेर खूप काही शिकलो."

मिर्झाने 28 नोव्हेंबर 2014 पासून सुरू होणाऱ्या आंतरराष्ट्रीय प्रीमियर टेनिस लीगमध्ये टेनिस दिग्गज रॉजर फेडरर देशाचा खेळाडू रोहन बोपण्णा टॉप सर्बियन ॲना इव्हानोविक आणि फ्रेंच खेळाडू गेल मॉनफिल्स यांच्यासमवेत मायक्रोमॅक्स इंडियन एसेससह खेळला. तिने बोपण्णासोबत मिश्र दुहेरीचे सर्व सामने खेळले आणि फेडररची भागीदारी केली ज्याने नवी दिल्ली लेगमध्ये त्याच्या पहिल्या सामन्यासाठी देशाला भेट दिली होती, तिच्या वैयक्तिक आणि चाहत्यांना खूप आनंद झाला. 29 मिर्झाने तिचे बहुतांश सामने जिंकले आणि IPTL 2014 ची उद्घाटन आवृत्ती जिंकण्यासाठी इंडियन एसेससाठी महत्त्वाची

भूमिका बजावली.

मिर्झाने एप्रिलमध्ये प्रथम क्रमांक मिळवला आणि मार्टिना हिंगिससह 2015 फ्रेंच ओपनमध्ये क्रमांक 1 मिळवला.

मिर्झाने तिच्या 2015 च्या मोसमाची सुरुवात दुहेरी क्रमवारीत 6 व्या क्रमांकावर केली. कारा ब्लॅकने 2015 च्या मर्यादित हंगामासाठी जाण्याचा निर्णय घेतल्यानंतर तिने चायनीज तैपेई येथील जागतिक क्रमवारीत पाचव्या क्रमांकावर असलेल्या हसिह सु-वेईसोबत नवीन भागीदारी सुरू केली. या जोडीने 2015 ब्रिस्बेन इंटरनॅशनलमध्ये अव्वल मानांकित म्हणून त्यांच्या हंगामाची सुरुवात केली आणि पहिला सेट जिंकल्यानंतर सुपर टाय-ब्रेकरमध्ये चौथ्या मानांकित कॅरोलिन गार्सिया आणि कॅटरिना स्रेबोटनिक यांच्याकडून पराभूत होऊन उपांत्य फेरी गाठली.

मिर्झाने सिडनी इंटरनॅशनलसाठी माजी भागीदार आणि चांगली मैत्रीण अमेरिकन बेथनी मॅटेक-सँड्ससोबत जोडी बनवली आणि कारकिर्दीतील तिच्या २३व्या विजेतेपदासाठी (मॅटेक-सँड्ससह पाचवे) ही स्पर्धा जिंकली. उपांत्यपूर्व फेरीत आणि अव्वल मानांकित रॅकेल कॉप्स-जोन्स आणि अबीगेल स्पीयर्स फायनलमध्ये, परंतु मेलबर्न येथे दुसऱ्या फेरीत पराभूत झाले. तिने रँकिंगमध्येही पुन्हा पहिल्या पाचमध्ये प्रवेश केला. मिर्झाने दोहा येथे कतार लेडीज ओपन 2015 च्या अंतिम फेरीत हसिहसोबत पोहोचले. ही जोडी अमेरिकन रॅकेल कॉप्स-जोन्स आणि अबीगेल स्पीयर्स यांच्याकडून हरली.

त्यानंतर मिर्झाने हसिह सु-वेईसोबतची तिची भागीदारी संपुष्टात आणली आणि स्विस दिग्गज मार्टिना हिंगिससोबत जोडी बनवली. या जोडीने इंडियन वेल्समध्ये अव्वल मानांकित म्हणून प्रवेश केला आणि पदार्पणातच विजेतेपद पटकावले. त्यांनी माजी जागतिक नंबर वन लिसा रेमंड आणि सामंथा स्टोसुर यांच्यासह प्रतिस्पर्ध्यांना पराभूत केले. हिंगीस आणि मिर्झाने कोणत्याही सेटमध्ये चारपेक्षा जास्त गेम गमावले नाहीत. अंतिम फेरीच्या पहिल्या सेटमध्ये बाजी मारल्यानंतर, ते दुसऱ्या सेटमध्ये मागे पडले पण पुढचे चार गेम जिंकून दुसऱ्या मानांकित एकतेरिना माकारोवा आणि एलेना वेस्निना यांचा सरळ सेटमध्ये पराभव केला. त्यांनी मियामी मास्टर्स स्पर्धा देखील जिंकली, त्याच विरोधकांना पुन्हा पराभूत केले. मिर्झाने रँकिंग टेबलवर दोन स्थानांनी झेप घेतली आणि दुहेरी क्रमवारीत तिच्या कारकिर्दीतील सर्वोत्तम क्रमांक 3 वर आला.

त्यानंतर या दोघांनी मियामी ओपनमध्ये प्रवेश केला आणि फायनलमध्ये त्याच प्रतिस्पर्ध्यांना पराभूत करून अनेक स्पर्धांमध्ये त्यांचे दुसरे विजेतेपद मिळवले. या जोडीने स्पर्धेत एकही सेट गमावला नाही, ज्यामुळे त्यांच्या नव्या भागीदारीसाठी सेटचा स्कोअर 20-0 असा झाला. मियामी येथे अंतिम फेरी गाठण्यापूर्वी या जोडीने एलेना बोगदान आणि निकोल मेलिचर, गॅब्रिएला डॅब्रोव्स्की आणि अलिकजा रोसोलस्का, अनास्तासिया रोडिओनोव्हा आणि अरिना रोडिओनोव्हा आणि 7 व्या मानांकित टिमिया बाबोस आणि क्रिस्टीना म्लाडेनोविक यांचा पराभव केला. फायनलमध्ये त्यांनी वेस्निना आणि मकारोव्हा

यांच्यावर सरळ सेटमध्ये मात केली.

मिर्झा आणि हिंगिस यांनी एप्रिल 2015 मध्ये फॅमिली सर्कल कपचे दुहेरी विजेतेपद केसी डेलाक्वा आणि दरिजा जुराक यांना हरवून जिंकले आणि विजेतेपदासह मिर्झा WTA च्या दुहेरी क्रमवारीत जागतिक क्रमवारीत प्रथम क्रमांकावर असलेला पहिला भारतीय बनला. मिर्झा आणि हिंगीसचा हा सलग तिसरा विजेतेपद आहे आणि त्यांनी संघात सामील झाल्यापासून सलग 14 सामने जिंकून एकही सामना गमावला नाही. "प्रत्येक मुलाचे एक दिवस प्रथम क्रमांकावर येण्याचे स्वप्न असते." मिर्झा विजयानंतर म्हणाले. आणि चार्ल्सटनमध्ये नंबर 1 वर पोहोचल्यावर ती म्हणाली, "माझ्यासाठी फॅमिली सर्कल कपइतकी कोणतीही स्पर्धा खास नाही आणि कोणतीही स्पर्धा माझ्यासाठी कधीच खास होणार नाही, कारण मी येथे नंबर 1 बनले आहे." त्यांना पराभूत करण्यात आले. पोर्श टेनिस ग्रँड प्रिक्सच्या पहिल्या फेरीत. ते इटालियन ओपनच्या अंतिम फेरीत पोहोचले पण तेमिया बाबोस आणि क्रिस्टीना म्लादेनोविक यांच्या संघाकडून पराभूत झाले. ते फ्रेंच ओपनच्या उपांत्यपूर्व फेरीत मॅटेक-सँड्स आणि शाफारोवा यांच्याकडून पराभूत झाले जेथे हे दोघे अव्वल मानांकित होते. मिश्र दुहेरीत मिर्झाला तिचा जोडीदार ब्रुनो सोरेससह अव्वल मानांकन देण्यात आले. असे असूनही, पहिल्या फेरीत ही जोडी बिगरमानांकित अण्णा-लेना ग्रोनफेल्ड आणि जीन-ज्युलियन रॉजर यांच्याविरुद्ध अवघ्या 56 मिनिटांत पराभूत झाली.

ग्रास-कोर्ट सीझनसाठी, मिर्झाला बर्मिंगहॅम प्रीमियर स्तरावरील इव्हेंटमध्ये क्रमांक 1 सीडेड करण्यात आले आणि त्याने केसी डेलाक्वासोबत भागीदारी केली. तथापि, 18 जून 2015 रोजी बर्मिंगहॅममध्ये सरळ सेटच्या पराभवानंतर संघ WTA एगॉन क्लासिकमधून बाहेर पडला. त्यांना पहिल्या फेरीत झेंग जी आणि चॅन युंग-जान या बिगरमानांकित जोडीकडून पराभव पत्करावा लागला. ईस्टबोर्न येथील डब्ल्यूटीए एगॉन इंटरनॅशनल दुहेरीत मिर्झा आणि हिंगिस यांचा उपांत्य फेरीत पराभव झाला. अव्वल मानांकित चौथ्या मानांकित फ्रेंच-स्लोव्हाकच्या कॅरोलिन गार्सिया आणि कॅटरिना स्रेबोटनिक यांच्याकडून 81 मिनिटांत पराभूत झाले.

मिर्झाने 2015 विम्बल्डन चॅम्पियनशिपमध्ये हिंगीससह तिचे पहिले महिला दुहेरी ग्रँडस्लॅम जिंकले

मिर्झा आणि हिंगिस यांनी अंतिम फेरीत एकतेरिना माकारोवा आणि एलेना वेस्निना यांचा तीन कठीण सेटमध्ये पराभव करत विम्बल्डन चॅम्पियनशिप जिंकली. दोन वेळच्या ग्रँडस्लॅम चॅम्पियन मकारोवा आणि वेस्निना यांच्याविरुद्ध दोन अगदी जवळचे सेट विभाजित केल्यानंतर, हिंगिस आणि मिर्झा - जे फक्त त्यांचे दुसरे ग्रँड स्लॅम एकत्र खेळत होते - तिस-या सेटमध्ये मागे पडले आणि बाहेर जाण्यापासून एक गेम दूर होता. पण एका भयंकर रॅलीमध्ये त्यांची 5-ऑल अशी बरोबरी झाली आणि अर्ध्या तासाच्या विश्रांतीनंतर मध्यवर्ती न्यायालयाचे छत अंधुक प्रकाशामुळे बंद झाले, तर प्रथम क्रमांकाची स्विस-भारतीय जोडी आणखी मजबूत झाली आणि त्यांनी क्रमांक मोडून काढला. 2-सीडेड

रशियन्सने शेवटच्या वेळी आणि नंतर एक किरकोळ विजय मिळवून दिला. या विजयाने मिर्झाला महिला दुहेरीतील पहिले ग्रँडस्लॅम विजेतेपद मिळवून दिले आणि हिंगीसचे दहावे विजेतेपद मिळाले.

अंतिम फेरीत जाताना या जोडीने त्यांच्या कोणत्याही प्रतिस्पर्ध्याविरुद्ध एकही सेट गमावला नाही. सुरुवातीच्या दोन फेऱ्यांमध्ये या जोडीने बिगरमानांकित प्रतिस्पर्ध्यांचा, जरीना दियास आणि झेंग सायसाई आणि अनुभवी जपानी-इटालियन जोडीचा किमिको डेट-क्रुम आणि फ्रान्सिस्का शियाव्होन यांचा पराभव केला. ॲनाबेल मेडिना गॅरिग्युस आणि अरांतक्सा पारा सँटोन्जा या 16व्या मानांकित स्पॅनियार्ड जोडीने तिसऱ्या फेरीत, उपांत्यपूर्व फेरीत नवव्या मानांकित केसी डेलाक्वा आणि यारोस्लाव्हा श्वेडोव्हा यांचा पराभव केला आणि पाचव्या मानांकित अमेरिकन रॅकेल कॉप्स-जोन्स आणि ॲबिगेल स्पीयर्स (त्यांच्या आधी) वरचढ ठरले. मॅरेथॉन फायनलमध्ये वेस्निना आणि मकारोव्हा यांच्यावर मात करण्यापूर्वी उपांत्य फेरी. या विजयासह मिर्झा आणि हिंगिस यांनी 2015 रोड टू सिंगापूर स्टँडिंग ट्रेडिंग स्पॉट्समध्ये बेथानी मॅटेक-सँड्स आणि लुसी शाफारोवा यांच्यासोबत पुन्हा अव्वल स्थान मिळवले आणि WTA फायनलसाठी पात्र ठरणारा पहिला संघ बनला.

ही जोडी रॉजर्स कप आणि वेस्टर्न आणि सदर्न ओपनमध्ये अनुक्रमे कॅरोलिन गार्सिया, कॅटरिना स्रेबोटनिक आणि चॅन हाओ-चिंग, चॅन युंग-जान यांच्याकडून पराभूत होऊन सलग दोन अंतिम फेरीत पोहोचली. यूएस ओपनमध्ये या जोडीने अव्वल मानांकित म्हणून स्पर्धेत प्रवेश केला आणि अंतिम फेरीत केसी डेलाक्वा आणि यारोस्लावा श्वेडोव्हा यांचा पराभव करून विजेतेपद पटकावले. त्यांनी संपूर्ण पंधरवड्यामध्ये एकही सेट गमावला नाही, ज्यामध्ये मायकेल क्रॅजिसेक, बार्बोरा स्ट्रायकोवा, चॅन बहिणी सारा एरानी, फ्लेव्हिया पेनेटा या सीडेड प्रतिस्पर्ध्यांचा पराभव केला. विम्बल्डननंतर या जोडीचे हे सलग दुसरे ग्रँडस्लॅम विजेतेपद ठरले. गुआंगझू आंतरराष्ट्रीय महिला ओपन आणि प्रीमियर-स्तरीय स्पर्धा 2015 वुहान ओपन, आणि प्रीमियर अनिवार्य चायना ओपनमध्ये अनुक्रमे झू शिलिन आणि यू झियाओदी, इरिना-कॅमेलिया बेगू आणि मोनिका निकुलेस्कू, चॅन भगिनींना पराभूत करून त्यांची अपराजित धाव संपूर्ण वर्षभर चालू राहिली.

त्यानंतर या जोडीने 2015 WTA फायनल्समध्ये जबरदस्त फेव्हरेट्स आणि अव्वल सीड्स म्हणून प्रवेश केला आणि प्रीमियर इव्हेंटमध्ये विजेतेपदाच्या मार्गावर एकही सेट गमावला नाही म्हणून अपेक्षेप्रमाणे जगले. मिर्झाचे हे फायनलमधील सलग दुसरे विजेतेपद होते आणि ती वर्षअखेरच्या स्पर्धेत अपराजित राहिली. हिंगिस-मिर्झा जोडीने त्यांच्या गटात अव्वल स्थान पटकावले आणि उपांत्य फेरीत चॅन्सचा आणि गार्बिने मुगुरुझा आणि कार्ला सुआरेझ नवारो यांचा अंतिम फेरीत पराभव करून विजेतेपद पटकावले. अशा प्रकारे या जोडीने 22 सामने जिंकून वर्षाचा शेवट केला आणि मिर्झाने शेवटच्या वर्षी क्रमांक 1 रँकिंग मिळवले आणि तिचा 2015 चा हंगाम दोन ग्रँड स्लॅमसह दहा WTA विजेतेपदांसह गुंडाळला.

खेळण्याची शैली

मिर्झा अतिशय शक्तिशाली ग्राउंडस्ट्रोकसह आक्षेपार्ह बेसलाइनर आहे आणि तिच्या ग्राउंडस्ट्रोकच्या तीव्र वेगासह चांगले हल्ले करण्यासाठी ओळखली जाते. फोरहँड, तसेच तिचे व्हॉलींग कौशल्य हे तिचे मुख्य बलस्थान आहे. तिच्या पॉवर गेमने रोमानियन दिग्गज इली नास्तासेशी तुलना केली आहे. सामन्यांदरम्यान अनेक रिटर्न विजेते शोधूनही ती उत्कृष्ट रिटर्नर आहे. मिर्झा विजेत्यांसाठी जातो, याचा अर्थ ती अनेक कोनातून जाते. मिर्झा यांनी म्हटले आहे की "माझा फोरहँड आणि बॅकहँड कोणाशीही जुळू शकतो यात शंका नाही, ते ठेवलेल्या जागेबद्दल आहे. मी बॉलला जितका जोरात मारू शकतो तितका मारू शकतो". "मी माझ्या पायावर तितकी वेगवान नाही", ती म्हणाली की तिची सर्वात स्पष्ट कमजोरी म्हणजे तिची कोर्टाभोवतीची हालचाल, जिथे मिर्झा सहसा कोर्टाच्या आसपास फिरताना संघर्ष करत असतो. मिर्झाची दुसरी सर्व्हिस आणि तुलनेने खराब हालचाल ही तिची मोठी कमकुवतता म्हणून उद्धृत केली जाते. पण 2012 पर्यंत, दुखापतींच्या मालिकेमुळे तिची एकेरी कारकीर्द प्रभावीपणे संपुष्टात आली.

पुरस्कार आणि ओळख

अर्जुन पुरस्कार (2004)

WTA न्यूकमर ऑफ द इयर (2005)

पद्मश्री (2006)

मेजर ध्यानचंद खेलरत्न (2015

बीबीसी 100 प्रेरणादायी महिलांची यादी (2015)

पद्मभूषण (2016)

NRI ऑफ द इयर (2016)

2014 मध्ये, तेलंगणा सरकारने सानिया मिर्झाची राज्याची ब्रँड ॲम्बेसेडर म्हणून नियुक्ती केली. तेलंगणाचे मुख्यमंत्री के. चंद्रशेखर राव यांनी सानिया मिर्झाला राजीव गांधी खेलरत्न पुरस्काराने सन्मानित केल्याबद्दल त्यांचे अभिनंदन केले. टाइम मासिकाच्या 2016 च्या जगातील 100 प्रभावशाली व्यक्तींच्या यादीत तिचे नाव होते.

वैयक्तिक जीवन

2009 मध्ये सानिया मिर्झाने पाकिस्तानी क्रिकेटर शोएब मलिकसोबत लग्न केले. तथापि, लवकरच लग्न रद्द करण्यात आले. 12 एप्रिल 2010 रोजी, तिने भारतातील हैदराबाद येथील ताज कृष्णा हॉटेलमध्ये पारंपारिक हैदराबादी मुस्लिम विवाह सोहळ्यात शोएब मलिकशी विवाह केला आणि त्यानंतर पाकिस्तानी विवाह रीतिरिवाजानुसार एक महर? 6.1 दशलक्ष (US$137,500). 73 त्यांचा वलीमा समारंभ सियालकोट, पाकिस्तान येथे झाला.

इतर उपक्रम

2014 मध्ये, मिर्झा हे तत्कालीन नवनिर्मित राज्याच्या हितसंबंधांना प्रोत्साहन देण्यासाठी भारतीय तेलंगणा राज्याचे ब्रँड ॲम्बेसेडर होते.

मिर्झा यांनी हैदराबाद येथे टेनिस अकादमी स्थापन केली आहे. माजी जागतिक नंबर 1 आणि अनेक ग्रँडस्लॅम विजेत्या कारा ब्लॅक आणि मार्टिना नवरातिलोवा या दोघांनीही वेगवेगळ्या प्रसंगी अकादमीला भेट दिली आहे.

सानिया मिर्झाची दक्षिण आशियासाठी संयुक्त राष्ट्र महिला सदिच्छा दूत म्हणून घोषणा करण्यात आली. संस्थेच्या इतिहासात गुडविल ॲम्बेसेडर म्हणून नियुक्त झालेल्या त्या पहिल्या दक्षिण आशियाई महिला आहेत.

13

एमएस धोनी

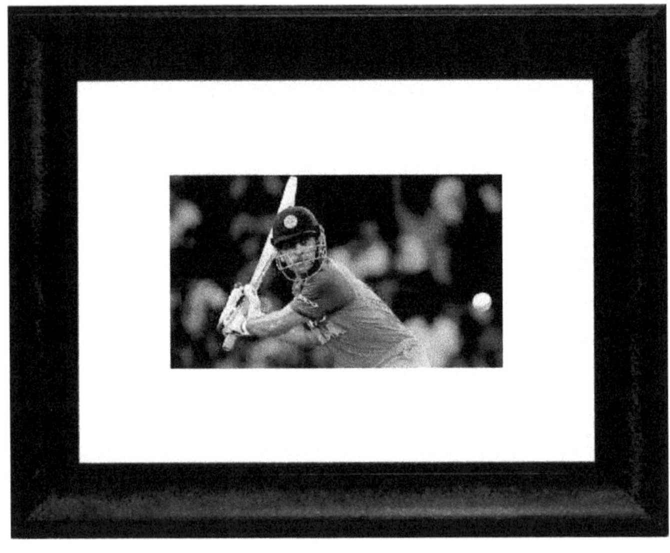

एमएस धोनी

Top Sportsmans

Scan for Story Videos - www.itibook.com

महेंद्रसिंग धोनी जन्म 7 जुलै 1981) हा भारतीय माजी व्यावसायिक क्रिकेटपटू आहे जो मर्यादित षटकांच्या फॉरमॅटमध्ये भारतीय राष्ट्रीय क्रिकेट संघाचा कर्णधार होता. 2007 ते 2017 आणि कसोटी क्रिकेटमध्ये 2008 ते 2014. तो उजव्या हाताचा यष्टिरक्षक फलंदाज आहे. त्याने 2007 ICC विश्व ट्वेंटी20, 2011 ICC क्रिकेट विश्वचषक आणि 2013 ICC चॅम्पियन्स ट्रॉफीसह तीन ICC ट्रॉफी जिंकल्या. त्याच्या नेतृत्वाखाली, भारताने 2010 आणि 2016 मध्ये दोन वेळा ACC आशिया कप जिंकला. त्याच्या नेतृत्वाखाली भारताने 2010, 2011 मध्ये दोन वेळा ICC टेस्ट चॅम्पियनशिप मेस आणि 2013 मध्ये एकदा ICC ODI शील्ड जिंकली. तो सर्वकाळातील महान कर्णधार आणि विकेट कीपर-फलंदाजांपैकी एक मानला जातो. त्याच्या 15 वर्षांच्या आंतरराष्ट्रीय कारकिर्दीत धोनीने अनेक पुरस्कार आणि प्रशंसा मिळवली आहे.

भारतीय देशांतर्गत क्रिकेटमध्ये तो बिहार आणि झारखंड क्रिकेट संघाकडून खेळला. तो इंडियन प्रीमियर लीगमध्ये चेन्नई सुपर किंग्जचा (CSK) कर्णधार आहे. आयपीएल लीगच्या 2010, 2011, 2018 आणि 2021 आवृत्त्यांमध्ये त्याने चॅम्पियनशिपसाठी संघाचे नेतृत्व केले. तसेच त्याच्या नेतृत्वाखाली चेन्नई सुपर किंग्स (CSK) ने 2010 आणि 2014 मध्ये दोन वेळा चॅम्पियन्स लीग T20 जिंकली.

धोनीने 23 डिसेंबर 2004 रोजी चितगाव येथे बांगलादेश विरुद्ध वनडे पदार्पण केले, आणि एक वर्षानंतर श्रीलंकेविरुद्ध पहिली कसोटी खेळली. एका वर्षानंतर त्याने दक्षिण आफ्रिकेविरुद्ध पहिला T20 सामना खेळला. 2007 मध्ये, त्याने राहुल द्रविडकडून एकदिवसीय संघाचे कर्णधारपद स्वीकारले आणि या वर्षी त्याने भारताचा T20I कर्णधार म्हणून निवड केली. 2008 मध्ये, त्याची कसोटी कर्णधार म्हणून निवड झाली. या फॉरमॅटमध्ये त्यांचा कर्णधारपदाचा विक्रम मिश्रित होता, ज्यामुळे भारताला 2008 मध्ये

न्यूझीलंडविरुद्ध मालिका जिंकून दिली आणि बॉर्डर-गावस्कर ट्रॉफी (2010 आणि 2013 मध्ये होम सीरिज) ऑस्ट्रेलियाविरुद्ध श्रीलंका, ऑस्ट्रेलिया, इंग्लंड आणि दक्षिण आफ्रिकेकडून पराभव पत्करावा लागला. दूरच्या परिस्थितीत मोठ्या फरकाने.

त्याने 30 डिसेंबर 2014 रोजी कसोटी फॉर्मेटमधून निवृत्ती जाहीर केली, आणि 2017 मध्ये T20I आणि ODI चे कर्णधारपद सोडले. 15 ऑगस्ट 2020 रोजी धोनीने आंतरराष्ट्रीय क्रिकेटच्या सर्व फॉरमॅटमधून निवृत्ती घेतली.

धोनीचा जन्म रांची, बिहार (आता झारखंडमध्ये) येथे झाला आणि तो उत्तराखंडमध्ये मूळ असलेल्या हिंदू राजपूत कुटुंबातील आहे. पान सिंह आणि देवकी देवी यांच्या तीन मुलांपैकी तो सर्वात लहान आहे. त्याचे वडील गाव लवली, उत्तराखंडच्या अल्मोडा जिल्ह्यातील जैंती तहसील, लमगारा ब्लॉकमध्ये आहे. त्याचे आई-वडील उत्तराखंडमधून रांची, झारखंड येथे गेले जेथे त्यांचे वडील रांचीमधील दोरांडा परिसरात असलेल्या मेकॉन कॉलनीमध्ये कनिष्ठ व्यवस्थापन पदावर पंप ऑपरेटर म्हणून काम करत होते. धोनीच्या विपरीत, त्याचे काका आणि चुलत भाऊ त्यांचे आडनाव धौनी असे लिहितात.

यापूर्वी धोनी हा त्याच्या DAV जवाहर विद्या मंदिर शाळेच्या फुटबॉल संघाचा गोलरक्षक होता, पण त्याचे गोलकीपिंग कौशल्य पाहून, प्रशिक्षक केशव रंजन बॅनर्जी, ज्यांनी धोनीला क्रिकेटपटू होण्यासाठी प्रेरित केले, त्याने त्याला त्याच्या शाळेच्या संघासाठी क्रिकेट खेळण्यासाठी निवडले. त्याच्या अपवादात्मक विकेटकीपिंग कौशल्यामुळे त्याला कमांडो क्रिकेट क्लब (1995-1998) मध्ये नियमित यष्टीरक्षक बनता आले. क्लब क्रिकेटमधील त्याच्या कामगिरीच्या आधारे, त्याला 1997/98 हंगामातील विनू मांकड ट्रॉफी अंडर-16 चॅम्पियनशिपसाठी निवडण्यात आले, जिथे त्याने चांगली कामगिरी केली.

2001 ते 2003 पर्यंत, धोनीने पश्चिम बंगालमधील मिदनापूर (प.) जिल्ह्यातील दक्षिण-पूर्व रेल्वे अंतर्गत खरगपूर रेल्वे स्टेशनवर प्रवासी तिकीट परीक्षक (TTE) म्हणून काम केले.

करिअरची सुरुवात

बिहारमधील क्रिकेट

1998 मध्ये, धोनीची सेंट्रल कोल फिल्ड्स लिमिटेड (CCL) संघाकडून खेळण्यासाठी बिहार क्रिकेट असोसिएशनचे माजी उपाध्यक्ष आणि रांची जिल्हा क्रिकेट अध्यक्ष, देवल सहाय यांनी निवड केली होती. 1998 पर्यंत 12 व्या वर्गात असलेल्या धोनीने कधीही व्यावसायिक क्रिकेट खेळले नव्हते. सीसीएलमध्ये, त्याला क्रमवारीत उंचावर फलंदाजी करण्याची संधी मिळाली, जिथे त्याने असाधारण कामगिरी केली, ज्यामुळे सीसीएलला ए डिव्हिजनमध्ये जाण्यास मदत झाली. देवल सहाय, त्याच्या कामगिरीने प्रभावित होऊन, बिहार संघात त्याची निवड करण्यास पुढे सरसावले. धोनी एका वर्षाच्या आत रांची संघ, ज्युनियर बिहार क्रिकेट संघ आणि अखेरीस वरिष्ठ बिहार रणजी संघात गेला.

1998-99 कूचबिहार ट्रॉफीमध्ये, धोनी अंडर-19 बिहार संघाकडून खेळला आणि त्याने 5 सामन्यांमध्ये (7 डाव) 176 धावा केल्या. मात्र, सहा जणांच्या गटात बिहारने चौथ्या स्थानावर राहून उपांत्यपूर्व फेरीत प्रवेश केला नाही. धोनीची पूर्व विभागीय अंडर-19 संघ (CK नायडू ट्रॉफी) किंवा भारताच्या उर्वरित संघासाठी (एमए चिदंबरम करंडक आणि विनू मंकड ट्रॉफी) निवड झाली नाही. 1999-2000 कूच बिहार ट्रॉफीमध्ये, बिहार अंडर-19 क्रिकेट संघाने अंतिम फेरी गाठली, जिथे धोनीच्या 84 धावांमुळे बिहारने एकूण 357 धावा केल्या. तरीही, बिहारचे प्रयत्न पंजाबच्या 839 धावांनी हाणून पाडले आणि धोनीचा भावी सहकारी युवराज सिंगने 358 धावा केल्या. धोनीच्या या स्पर्धेत 488 धावा (9 सामने, 12 डाव), 5 अर्धशतके, 17 झेल आणि 7 स्टंपिंगचा समावेश आहे. धोनीने 1999-2000 हंगामात सीके नायडू ट्रॉफीसाठी पूर्व विभागीय अंडर-19 संघात स्थान मिळविले परंतु चार सामन्यांत केवळ 97 धावा केल्या, कारण पूर्व विभाग चारही सामने हरला आणि स्पर्धेत शेवटच्या स्थानावर राहिला.

बिहार क्रिकेट संघ

धोनीने 1999-2000 च्या मोसमात बिहारसाठी अठरा वर्षांच्या वयात रणजी करंडक क्रिकेटमध्ये पदार्पण केले. त्याने आपल्या पदार्पणाच्या सामन्यात आसाम क्रिकेट संघाविरुद्ध दुसऱ्या डावात ६८ धावा करत अर्धशतक केले. धोनीने 5 सामन्यात 283 धावा करत हंगाम संपवला. 2000/01 च्या मोसमात बिहार विरुद्ध बंगाल विरुद्ध खेळताना धोनीने आपले पहिले प्रथम श्रेणी शतक झळकावले, हा सामना अनिर्णित राहिला या शतकाव्यतिरिक्त, 2000/01 च्या मोसमात त्याच्या कामगिरीत आणखी एक धावसंख्या समाविष्ट नव्हती. पन्नास पेक्षा जास्त आणि 2001/02 हंगामात, त्याने चार रणजी सामन्यांमध्ये फक्त पाच अर्धशतके झळकावली.

झारखंड क्रिकेट संघ

2002-03 हंगामातील धोनीच्या कामगिरीमध्ये रणजी ट्रॉफीमधील तीन अर्धशतके आणि देवधर ट्रॉफीमधील दोन अर्धशतकांचा समावेश होता, कारण त्याला त्याच्या खालच्या फळीतील योगदानासाठी तसेच हार्ड हिटिंग फलंदाजी शैलीसाठी ओळख मिळू लागली. 2003/04 हंगामात, धोनीने रणजी एकदिवसीय स्पर्धेतील पहिल्या सामन्यात आसामविरुद्ध शतक (128*) केले. धोनी पूर्व विभागीय संघाचा भाग होता ज्याने देवधर करंडक 2003-2004 हंगाम जिंकला आणि 4 सामन्यांमध्ये 244 धावांचे योगदान दिले, मध्य विभागाविरुद्ध शतक (114) सह.

दुलीप ट्रॉफीच्या फायनलमध्ये, धोनीला पूर्व विभागाचे प्रतिनिधित्व करण्यासाठी आंतरराष्ट्रीय क्रिकेटपटू दीप दासगुप्तावर निवडण्यात आले. दुसऱ्या डावात हार मानत त्याने लढाऊ अर्धशतक झळकावले. बीसीसीआयच्या छोट्या-शहरातील प्रतिभा-स्पॉटिंग उपक्रम TRDW द्वारे धोनीची प्रतिभा शोधण्यात आली. TRDO 1960 मध्ये बंगालचा कर्णधार प्रकाश पोद्दार यांनी धोनीचा शोध लावला, जेव्हा त्याने 2003 मध्ये जमशेदपूर

येथे झालेल्या सामन्यात धोनीला झारखंडकडून खेळताना पाहिले आणि राष्ट्रीय क्रिकेट अकादमीला अहवाल पाठवला.

भारत संघ

2003/04 हंगामात, विशेषत: एकदिवसीय स्वरूपातील त्याच्या प्रयत्नांसाठी त्याची ओळख झाली आणि झिम्बाब्वे आणि केनियाच्या दौऱ्यासाठी भारत अ संघात त्याची निवड करण्यात आली. हरारे स्पोर्ट्स क्लबमध्ये झिम्बाब्वे इलेव्हन विरुद्ध, धोनीने सामन्यात 7 झेल आणि 4 स्टंपिंगसह विकेटकीपिंगचा सर्वोत्तम प्रयत्न केला होता. केनिया, भारत अ आणि पाकिस्तान अ यांचा समावेश असलेल्या त्रिदेशीय स्पर्धेत धोनीने अर्धशतकासह भारत अ संघाला पाकिस्तान अ संघाविरुद्ध 223 धावांचे लक्ष्य पूर्ण करण्यास मदत केली. आपली चांगली कामगिरी सुरू ठेवत त्याने एकाच संघाविरुद्ध 120 64 आणि 119* 65 - बॅक टू बॅक शतके झळकावली. धोनीने 6 डावात 72.40 च्या सरासरीने 362 धावा केल्या आणि मालिकेतील त्याच्या कामगिरीकडे तत्कालीन भारतीय कर्णधार - सौरव गांगुली आणि रवी शास्त्री यांचे लक्ष वेधून घेतले.

आंतरराष्ट्रीय कारकीर्द

एकदिवसीय कारकिर्दीची सुरुवात

2000 च्या दशकाच्या सुरुवातीस भारतीय एकदिवसीय संघाने राहुल द्रविडला यष्टीरक्षक म्हणून पाहिले जेणेकरून यष्टीरक्षक स्थानावर फलंदाजी कौशल्याची कमतरता भासू नये. पार्थिव पटेल आणि दिनेश कार्तिक (दोन्ही भारतीय अंडर-19 कर्णधार) सारख्या प्रतिभावान खेळाडूंना कसोटी संघात स्थान मिळाले होते. धोनीने भारत अ संघात ठसा उमटवल्याने, त्याची 2004/05 मध्ये बांगलादेश दौऱ्यासाठी एकदिवसीय संघात निवड झाली. धोनीने त्याच्या एकदिवसीय कारकिर्दीची चांगली सुरुवात केली नाही, पदार्पणातच शून्यावर धावबाद झाला. बांगलादेशविरुद्ध सरासरी मालिका असूनही, धोनीची पाकिस्तान एकदिवसीय मालिकेसाठी निवड करण्यात आली.

मालिकेतील दुसऱ्या सामन्यात धोनीने त्याच्या पाचव्या एकदिवसीय सामन्यात विशाखापट्टणममध्ये केवळ 123 चेंडूत 148 धावा केल्या. धोनीच्या 148 धावांनी भारतीय यष्टीरक्षकाच्या सर्वोच्च धावसंख्येचा पूर्वीचा विक्रम मागे टाकला.

श्रीलंका द्विपक्षीय एकदिवसीय मालिकेतील पहिल्या दोन सामन्यांमध्ये (ऑक्टोबर-नोव्हेंबर 2005) धोनीला फलंदाजीच्या काही संधी मिळाल्या होत्या आणि सवाई मानसिंग स्टेडियम (जयपूर) येथे तिसऱ्या वनडेमध्ये त्याला 3 व्या क्रमांकावर बढती मिळाली. कुमार संगकाराच्या शतकी खेळीनंतर श्रीलंकेने भारतासमोर 299 धावांचे लक्ष्य ठेवले होते आणि प्रत्युत्तरात भारताने तेंडुलकरला लवकर गमावले. धावसंख्येला गती देण्यासाठी धोनीला प्रोत्साहन देण्यात आले आणि त्याने 145 चेंडूत नाबाद 183 धावा करून भारताला खेळ जिंकून दिला. विस्डेन अल्मॅनॅक (2006) मध्ये या डावाचे वर्णन 'अननिहिबिटेड, अजुनही काहीही पण क्रूड' असे केले आहे. या डावाने विविध विक्रम प्रस्थापित केले ज्यात दुसऱ्या

डावात एकदिवसीय क्रिकेटमधील सर्वोच्च वैयक्तिक धावसंख्येचा समावेश आहे, हा विक्रम शेन वॉटसनने केवळ सात वर्षांनी मोडला. धोनीने सर्वाधिक धावा (346) करून मालिका संपवली आणि त्याच्या प्रयत्नांसाठी त्याला मालिकावीराचा पुरस्कार देण्यात आला. डिसेंबर 2005 मध्ये, धोनीला बीसीसीआयने बी-ग्रेड करार दिला होता.

2006 च्या पाकिस्तानविरुद्धच्या पहिल्या सामन्यात धोनीने 68 धावांचे योगदान देत भारताने 50 षटकात 328 धावा केल्या होत्या. तथापि, संघाचा शेवट खराब झाला, शेवटच्या आठ षटकांत फक्त 43 धावा झाल्या आणि डकवर्थ-लुईस पद्धतीमुळे सामना गमावला. मालिकेतील तिसऱ्या सामन्यात धोनी भारतासोबत एका अनिश्चित परिस्थितीत आला आणि त्याने केवळ 46 चेंडूत 72 धावा केल्या ज्यात 13 चौकारांसह भारताला मालिकेत 2-1 ने आघाडी घेण्यात मदत झाली. मालिकेच्या अंतिम सामन्यात धोनीने 56 चेंडूत 77 धावा केल्यामुळे भारताने मालिका 4-1 ने जिंकली. त्याच्या सातत्यपूर्ण एकदिवसीय कामगिरीमुळे, धोनीने 20 एप्रिल 2006 रोजी रिकी पाँटिंगला ICC ODI क्रमवारीत पहिल्या क्रमांकावर मागे टाकले, 42 डावांमध्ये असे करणारा सर्वात वेगवान फलंदाज बनला. बांगलादेशविरुद्ध ॲडम गिलख्रिस्टच्या कामगिरीने त्याला अव्वल स्थानावर नेल्याने त्याची कारकीर्द फक्त एक आठवडा टिकली.

श्रीलंकेतील दोन रद्द झालेल्या मालिका, एक सुरक्षेच्या कारणांमुळे दक्षिण आफ्रिकेने युनिटेक कपमधून माघार घेतल्याने आणि त्याऐवजी श्रीलंकेविरुद्धची तीन सामन्यांची वनडे द्विपक्षीय मालिका पावसामुळे वाहून गेली, ही भारताची भूमिका होती. आणखी एक निराशाजनक स्पर्धा - डीएलएफ कप 2006-07. धोनीने 43 धावा केल्या कारण संघ तीन सामन्यांत दोनदा पराभूत झाला आणि अंतिम फेरीसाठी पात्र ठरला नाही. धोनीने वेस्ट इंडिजविरुद्ध अर्धशतक झळकावले असले तरी 2006 ICC चॅम्पियन्स ट्रॉफीमध्ये भारताच्या तयारीचा अभाव दिसून आला कारण ते वेस्ट इंडिज आणि ऑस्ट्रेलियाकडून पराभूत झाले. दक्षिण आफ्रिकेतील एकदिवसीय मालिकेची कथा धोनी आणि भारत दोघांसाठी सारखीच होती कारण धोनीने 4 सामन्यात 139 धावा केल्या आणि भारताने मालिका 4-0 ने गमावली. वेस्ट इंडिज एकदिवसीय मालिकेच्या सुरुवातीपासून धोनीने 16 सामने खेळले होते, फक्त दोन अर्धशतके ठोकली होती आणि त्याची सरासरी 25.93 होती. धोनीला त्याच्या यष्टीरक्षण तंत्रावर माजी यष्टीरक्षक सय्यद किरमाणी यांच्याकडून टीका झाली. तरीही, 2006 मधील त्याच्या कामगिरीसाठी, त्याला ICC ने जागतिक एकदिवसीय XI मध्ये स्थान दिले.

2007 विश्वचषक

2007 क्रिकेट विश्वचषक स्पर्धेच्या तयारीत सुधारणा झाली कारण भारताने वेस्ट इंडिज आणि श्रीलंकेवर 3-1 अशाच विजयांची नोंद केली आणि या दोन्ही मालिकांमध्ये धोनीची सरासरी 100 पेक्षा जास्त होती.

ग्रुप स्टेजमध्ये बांगलादेश आणि श्रीलंकेकडून झालेल्या पराभवानंतर भारत अनपेक्षितपणे वर्ल्ड कपमधून बाहेर पडला. या दोन्ही सामन्यात धोनी शून्यावर बाद झाला आणि त्याने स्पर्धेत फक्त 29 धावा केल्या. 2007 क्रिकेट विश्वचषकात बांगलादेशकडून झालेल्या पराभवानंतर, धोनीने त्याच्या गावी रांची येथे बांधलेल्या घराची JMMच्या राजकीय कार्यकर्त्यांनी तोडफोड करून नुकसान केले. भारत पहिल्या फेरीत विश्वचषकातून बाहेर पडल्याने स्थानिक पोलिसांनी त्याच्या कुटुंबासाठी सुरक्षेची व्यवस्था केली.

धोनीने बांगलादेशविरुद्ध 91 धावा करून विश्वचषकातील निराशाजनक कामगिरी आपल्या मागे टाकली, भारत धावसंख्येचा पाठलाग करताना अगोदर एका तगड्या स्थानावर राहिला होता. धोनीला त्याच्या कामगिरीसाठी सामनावीर घोषित करण्यात आले, हा त्याचा एकदिवसीय क्रिकेटमधील चौथा होता. मालिकेतील तिसरा सामना वाहून गेल्याने त्याला नंतर मालिकावीर म्हणूनही घोषित करण्यात आले. धोनीने आफ्रो-आशिया कपमध्ये चांगला खेळ केला, त्याने 3 सामन्यात 87.00 च्या सरासरीने 174 धावा केल्या, 97 चेंडूत नाबाद 139 धावा केल्या, तिसऱ्या एकदिवसीय सामन्यात सामनावीर ठरला.

खेळण्याची शैली

धोनी हा उजव्या हाताचा फलंदाज आणि यष्टिरक्षक आहे. धोनी हा एक अपरंपरागत फलंदाज आहे, कारण त्याच्या फलंदाजीचे बरेच तंत्र कोचिंग मॅन्युअलचे पालन करत नाही. धोनी पूर्ण चेंडू लाँग-ऑन, लाँग-ऑफ किंवा मिडविकेट प्रदेशात मारणे पसंत करतो, तो कव्हर प्रदेशात चालविण्यापेक्षा. केवळ पूर्ण लांबीच्या चेंडूंचा फायदा घेत नाही, तर तो लहान चेंडूंवर पुल शॉट्स आणि हुक शॉट्स खेळण्यातही कौशल्य दाखवतो, ज्यामुळे गोलंदाजावर त्याच्यावर चेंडू टाकण्यासाठी दबाव येतो. तो हँडलच्या तळाशी बॅट घट्ट पकडतो आणि सीमारेषा साफ करण्यासाठी चेंडू जोरात आणि सपाट मारण्याचा प्रयत्न करतो. तरीही, तो कधीकधी लांब षटकार मारण्यात यशस्वी होतो.

सुरुवातीला, धोनी खालच्या फळीतील आक्रमक फलंदाज म्हणून दिसला पण त्याने हळूहळू उच्च-दबाव परिस्थिती आणि कर्णधार म्हणून त्याच्या वाढत्या जबाबदारीला सामोरे जाण्यासाठी आपली खेळण्याची शैली बदलली. तो चेंडूचा एक शक्तिशाली हिटर आहे आणि विकेट्सच्या दरम्यान धावणाऱ्या सर्वात वेगवान पुरुषांपैकी एक आहे. त्याने हेलिकॉप्टर शॉट तंत्राचा वापर केला, त्याला सहकारी खेळाडू आणि बालपणीचा मित्र संतोष लाल यांनी शिकवले.

त्याच्या यष्टीरक्षण कौशल्याची क्रिकेट तज्ज्ञांकडून मोठ्या प्रमाणावर प्रशंसा केली जाते परंतु चांगल्या तंत्राच्या अभावामुळे त्याच्यावर टीकाही केली जाते. कोणत्याही यष्टिरक्षकाने सर्वाधिक स्टंपिंग करण्याचा विश्वविक्रम त्याच्या नावावर आहे.

कर्णधार म्हणून धोनी खेळाडूंशी संपर्क साधणारा होता. माजी क्रिकेटपटू आणि विरोधी खेळाडू अधोरेखित करतात की क्रिकेटच्या मैदानावर त्याचे वर्तन शांत आणि संयमी होते. तो गोलंदाजांना स्वत:साठी क्षेत्र निश्चित करू देत असे.

वैयक्तिक जीवन

त्याचे वडिलोपार्जित गाव लवली हे उत्तराखंड राज्यातील अल्मोडा जिल्ह्यातील जैती तालुक्यात आहे. गावात 20 ते 30 कुटुंबांची लोकसंख्या आहे. वडील पान सिंह धोनी यांनी 1970 मध्ये रोजगारासाठी गाव सोडले. शेवटी तो रांचीला स्थायिक झाला. धोनीचे काका धनपत सिंग धौनी आणि चुलत भाऊ हयात सिंग धौनी अजूनही लवली येथे राहतात.

4 जुलै 2010 रोजी त्यांनी साक्षी सिंह रावत यांच्याशी विवाह केला.

धोनी हा भारतीय लष्कराचा मोठा उत्साही आहे. रांचीमध्ये पॅराशूट रेजिमेंटसोबत एक दिवस घालवताना धोनी म्हणाला, "लहानपणापासून मला सैन्यात भरती व्हायचे होते. सैनिकांना पाहून मला वाटले की एक दिवस मी असाच होईन".

त्यांच्याकडे इंडिया सिमेंट्स लिमिटेडमध्ये विपणन उपाध्यक्ष पद आहे. कंपनीचे अध्यक्ष बीसीसीआयचे माजी अध्यक्ष आणि आयपीएल फ्रँचायझी चेन्नई सुपर किंग्जचे मालक एन. श्रीनिवासन आहेत.

आंतरराष्ट्रीय रेकॉर्ड

कसोटी क्रिकेट

धोनीच्या नेतृत्वाखाली, 2009 मध्ये भारताने प्रथमच कसोटी क्रिकेट क्रमवारीत अव्वल स्थान पटकावले.

भारतीय कर्णधाराकडून धोनीने परदेशात सर्वाधिक 15 कसोटी पराभव पत्करले आहेत.

4,000 कसोटी धावा पूर्ण करणारा धोनी हा पहिला भारतीय यष्टीरक्षक आहे.

फैसलाबाद येथे धोनीचे पाकिस्तानविरुद्ध पहिले शतक (148) हे भारतीय यष्टीरक्षकाने केलेले सर्वात जलद शतक आणि एकूण चौथे शतक आहे.

साउदम्प्टन येथे इंग्लंडविरुद्धच्या तिसऱ्या कसोटीत षटकार मारल्यानंतर धोनीने कर्णधार म्हणून ५० षटकार पूर्ण केले, हा एक भारतीय विक्रम आहे.

धोनीने त्याच्या कारकिर्दीत 294 बाद बाद केले, भारतीय यष्टीरक्षकांच्या सर्वकालीन बाद होण्याच्या यादीत तो पहिल्या क्रमांकावर आहे.

एका डावात (६, सय्यद किरमाणीसह) आणि एका सामन्यात (९) भारतीय यष्टीरक्षकाने सर्वाधिक बाद करण्याचा विक्रम धोनीच्या नावावर आहे.

एका मालिकेत 300 धावा करणारा आणि 15 बाद करणारा धोनी हा पहिला भारतीय यष्टीरक्षक आहे.

एकदिवसीय क्रिकेट

हे देखील पहा: एकदिवसीय आंतरराष्ट्रीय क्रिकेटमध्ये 10,000 किंवा त्याहून अधिक धावा करणाऱ्या खेळाडूंची यादी

100 सामने जिंकणारा धोनी हा तिसरा कर्णधार (आणि पहिला गैर-ऑस्ट्रेलियन) आहे.

सचिन तेंडुलकर, सौरव गांगुली आणि राहुल द्रविड यांच्यानंतर 10,000 एकदिवसीय धावा पूर्ण करणारा चौथा भारतीय आणि हा टप्पा गाठणारा दुसरा यष्टिरक्षक आहे.

एकदिवसीय क्रिकेटमध्ये 50 च्या करिअर सरासरीसह 10,000 धावा करणारा पहिला खेळाडू.

5,000 पेक्षा जास्त धावा करणाऱ्या क्रिकेटपटूंमध्ये धोनीची फलंदाजी सरासरी (51.09) पाचव्या क्रमांकावर आहे आणि एकूण 10,000 पेक्षा जास्त धावा करणाऱ्या खेळाडूंमध्ये दुसऱ्या क्रमांकाची फलंदाजी सरासरी आहे.

6व्या क्रमांकावर फलंदाजी करताना (4031) ODI इतिहासातील सर्वाधिक धावा.

एकदिवसीय क्रिकेटमध्ये 7व्या क्रमांकावर किंवा त्यापेक्षा कमी क्रमांकावर फलंदाजी करताना एकमात्र खेळाडू (धोनीने 7व्या क्रमांकावर 2 शतके केली आहेत).

एकदिवसीय सामन्यांमध्ये सर्वाधिक नाबाद (84).

ODI मध्ये 200 षटकार मारणारा पहिला भारतीय आणि एकूण पाचवा.

2005 मध्ये श्रीलंकेविरुद्ध धोनीची 183 ही विकेटकीपरची सर्वोच्च धावसंख्या आहे.

धोनीने 2012 मध्ये चेन्नई येथे पाकिस्तान विरुद्ध 113 धावा केल्या होत्या 7व्या क्रमांकावर फलंदाजी करणाऱ्या कर्णधाराने केलेली सर्वोच्च खेळी आहे.

धोनी आणि भुवनेश्वर कुमार यांनी श्रीलंकेविरुद्ध नाबाद 100 धावांची भागीदारी केली, जी भारताची वनडेत आठव्या विकेटसाठीची सर्वोच्च भागीदारी आहे.

एकदिवसीय धावसंख्येचा यशस्वी पाठलाग करताना सर्वाधिक नाबाद खेळी आणि सर्वोच्च सरासरी (अशा 20 पेक्षा जास्त डाव असलेल्या फलंदाजांमध्ये).

एकदिवसीय इतिहासात कर्णधार म्हणून सर्वाधिक सामने खेळण्याचा विक्रम ज्याने यष्टिरक्षक (200) म्हणूनही काम केले आहे.

एका डावात (6) आणि भारतीय यष्टीरक्षकाकडून (432) सर्वाधिक बाद करण्याचा विक्रम धोनीच्या नावावर आहे.

धोनीने वनडे कारकिर्दीत कोणत्याही यष्टिरक्षकाकडून सर्वाधिक स्टंपिंग (120) एका डावातही (3) केले आहेत आणि आतापर्यंत 100 स्टंपिंग पार करणारा तो एकमेव कीपर आहे.

300 एकदिवसीय झेल घेणारा पहिला भारतीय यष्टीरक्षक आणि हा पराक्रम गाजवणारा जगातील चौथा यष्टीरक्षक.

T20I क्रिकेट

T20I मध्ये कर्णधार म्हणून सर्वाधिक सामने (72)

T20I इतिहासात कर्णधार आणि यष्टीरक्षक (72) म्हणून सर्वाधिक सामने

शून्याशिवाय सर्वाधिक सलग T20I डाव (84)

धोनीच्या नावावर सर्वाधिक T20I डाव (76) खेळण्याचा आणि अर्धशतक करण्यापूर्वी सर्वाधिक धावा (1,153) करण्याचा विक्रम आहे

T20I मध्ये यष्टिरक्षक म्हणून सर्वाधिक बाद (87)

T20I मध्ये यष्टिरक्षक म्हणून सर्वाधिक झेल (54)

T20I मध्ये यष्टिरक्षक म्हणून सर्वाधिक स्टंपिंग (33)

T20I डावात यष्टिरक्षक म्हणून सर्वाधिक झेल (5)

एकत्रित ODI, कसोटी आणि T20I

त्याने कर्णधार म्हणून सर्वाधिक आंतरराष्ट्रीय सामने खेळले आहेत (332)

खेळाच्या तीन प्रकारात 150 स्टंपिंग बाद करणारा धोनी हा पहिला आणि आतापर्यंत फक्त यष्टिरक्षक आहे. आंतरराष्ट्रीय सामन्यांमध्ये त्याची सध्याची एकूण स्टंपिंगची संख्या १६१ आहे

क्रिकेटच्या बाहेर

क्रीडा-संघ मालकी

सहारा इंडिया परिवारासोबत, धोनी हा रांची-आधारित हॉकी क्लब रांची रेजचा सह-मालक आहे, जो हॉकी इंडिया लीगची फ्रँचायझी आहे.

धोनी हा इंडियन सुपर लीगच्या चेन्नई-आधारित फुटबॉल क्लब चेन्नईयन एफसीचा अभिषेक बच्चन आणि विटा दानी यांच्यासह सह-मालक आहे.

धोनीच्या बाइक्समधील स्वारस्याची अनेकदा मीडियामध्ये चर्चा होते.

व्यावसायिक हितसंबंध

फेब्रुवारी 2016 मध्ये धोनीने लाइफस्टाइल ब्रँड SEVEN लॉंच केला. धोनीकडे ब्रँडची फुटवेअर बाजू आहे आणि तो SEVEN चा ब्रँड ॲम्बेसेडर देखील आहे. 2019 मध्ये, धोनीने CARS24 मध्ये गुंतवणूक केली आणि त्याच वेळी तो कंपनीचा ब्रँड ॲम्बेसेडर बनला.

धोनी एंटरटेनमेंट

2019 मध्ये, धोनी एंटरटेनमेंटने विविध शैलींमध्ये सामग्री तयार करण्यासाठी बनजय एशियासोबत दीर्घकालीन व्यवसाय करार केला. चेन्नई सुपर किंग्जच्या 2018 च्या इंडियन प्रीमियर लीगमध्ये मुख्य भूमिकेत एमएस धोनीची प्रमुख भूमिका असलेल्या चेन्नई सुपर किंग्जच्या पुनरागमनाबद्दल रोअर ऑफ द लायन नावाची डॉक्युमेंटरी वेब सीरिज विकसित करण्यात आलेला पहिला शो होता. हॉटस्टार स्पेशलच्या प्लॅटफॉर्मद्वारे ही वेब सिरीज आतापर्यंतची सर्वात मोठी रिलीज आहे आणि 20 मार्च 2019 पासून तिचे ऑनलाइन स्ट्रीमिंग सुरू केले आहे.

प्रादेशिक सैन्य

लष्करप्रमुख, जनरल व्ही.के. सिंग यांनी माननीय पदावर निवड केली. लेफ्टनंट कर्नल ते एमएस धोनी

धोनीला भारतीय प्रादेशिक सैन्याच्या पॅराशूट रेजिमेंट (106 पॅरा टीए बटालियन) मध्ये लेफ्टनंट कर्नलचे मानद पद आहे. 2011 मध्ये भारतीय सैन्याने त्यांना क्रिकेटपटू म्हणून देशासाठी केलेल्या सेवेबद्दल सन्माननीय रँक प्रदान केला होता.

आग्रा प्रशिक्षण शिबिरात भारतीय लष्कराच्या विमानातून पाच पॅराशूट प्रशिक्षण उडी पूर्ण केल्यानंतर, 2015 मध्ये तो एक पात्र पॅराट्रूपर बनला. ऑगस्ट 2019 मध्ये त्यांनी

जम्मू आणि काश्मीरमध्ये प्रादेशिक सैन्यासह दोन आठवड्यांचा कार्यकाळ पूर्ण केला.

पुरस्कार आणि यश

सामनावीर पुरस्कार (क्रिकेट)

राष्ट्रपती, श्री राम नाथ कोविंद सोमवार, 2 एप्रिल 2018 रोजी श्री एमएस धोनी यांना पद्मभूषण पुरस्कार प्रदान करताना

राष्ट्रीय सन्मान

2018: पद्मभूषण, भारताचा तिसरा-सर्वोच्च नागरी पुरस्कार.

2009: पद्मश्री, भारताचा चौथा-सर्वोच्च नागरी पुरस्कार.

2007-08: मेजर ध्यानचंद खेलरत्न पुरस्कार, क्रीडा क्षेत्रातील कामगिरीसाठी दिला जाणारा भारताचा सर्वोच्च सन्मान.

क्रीडा सन्मान

ICC ODI प्लेयर ऑफ द इयरः 2008, 2009

ICC वर्ल्ड ODI XI: 2006, 2008, 2009, 2010, 2011, 2012, 2013, 2014 (2009, 2011-2014 मध्ये कर्णधार)

कॅस्ट्रॉल इंडियन क्रिकेटर ऑफ द इयरः 2011

दशकातील ICC पुरुष एकदिवसीय संघ: 2011–2020 (कर्णधार आणि यष्टिरक्षक)

दशकातील ICC पुरुष T20I संघ: 2011–2020 (कर्णधार आणि यष्टिरक्षक)

दशकातील ICC स्पिरिट ऑफ द क्रिकेट अवॉर्ड: 2011-2020

इतर सन्मान आणि पुरस्कार

MTV युथ आयकॉन ऑफ द इयरः 2006

एलजी पीपल्स चॉइस अवॉर्ड: 2013

ऑगस्ट 2011 मध्ये डी मॉन्टफोर्ट विद्यापीठाने मानद डॉक्टरेट पदवी

CNN-न्यूज18 इंडियन ऑफ द इयरः 2011

2019 मध्ये झारखंड क्रिकेट असोसिएशनने त्यांच्या स्टेडियमच्या दक्षिण स्टँडला धोनीचे नाव दिले

14

इ्लाटन इब्राहिमोविक

इ्लाटन इब्राहिमोविक

Top Sportsmans

Scan for Story Videos - www.itibook.com

झ्लाटन इब्राहिमोविक (स्वीडिश: , बोस्नियन: जन्म 3 ऑक्टोबर 1981) हा एक स्वीडिश व्यावसायिक फुटबॉलपटू आहे जो स्ट्रायकर म्हणून खेळतो. सेरी ए क्लब एसी मिलान आणि स्वीडन राष्ट्रीय संघासाठी. इब्राहिमोविच त्याच्या ॲक्रोबॅटिक स्ट्राइक आणि व्हॉली, शक्तिशाली लांब पल्ल्याच्या शॉट्स आणि उत्कृष्ट तंत्र आणि चेंडू नियंत्रण यासाठी प्रसिद्ध आहे. तो आतापर्यंतच्या महान स्ट्रायकरपैकी एक म्हणून ओळखला जातो आणि त्याच्या कारकिर्दीत 34 ट्रॉफी जिंकलेल्या, जगातील सर्वात सुशोभित सक्रिय फुटबॉलपटूंपैकी एक आहे. त्याने 500 हून अधिक क्लब गोलांसह 570 हून अधिक कारकीर्दीतील गोल केले आहेत आणि गेल्या चार दशकांमध्ये प्रत्येकी गोल केला आहे.

इब्राहिमोविचने 1999 मध्ये मालमो एफएफ येथे आपल्या कारकिर्दीची सुरुवात केली आणि दोन वर्षांनंतर अजाक्ससाठी साइन केले, जिथे त्याने युरोपमधील सर्वात आशाजनक फॉरवर्ड्सपैकी एक म्हणून नावलौकिक मिळवला. 2006 मध्ये देशांतर्गत प्रतिस्पर्धी इंटर मिलानमध्ये सामील होण्यापूर्वी तो जुव्हेंटससाठी साइन इन करण्यासाठी दोन वर्षांनंतर निघून गेला, जिथे त्याने सलग तीन सेरी ए खिताब जिंकले. 2009 च्या उन्हाळ्यात, तो जगातील सर्वात महागड्या बदल्यांपैकी एकामध्ये बार्सिलोनामध्ये गेला. फक्त एका हंगामानंतर, तो इंटरच्या प्रतिस्पर्धी मिलानसाठी करारबद्ध होऊन इटलीला परतला. त्यांच्यासोबत त्याने पदार्पणाच्या मोसमात सेरी ए जेतेपद पटकावले. 2012 मध्ये, इब्राहिमोविच पॅरिस सेंट-जर्मेनमध्ये सामील झाला, ज्यामुळे त्यांना 19 वर्षातील त्यांचे पहिले लीग 1 विजेतेपद मिळाले आणि लवकरच फ्रेंच फुटबॉलमधील त्यांच्या वर्चस्वात एक प्रमुख व्यक्ती म्हणून प्रस्थापित केले. फ्रान्समध्ये त्याच्या चार-हंगामांच्या वास्तव्यादरम्यान, त्याने सलग चार लीग 1 विजेतेपदे जिंकली, तीन हंगामात तो लीग 1 मध्ये सर्वाधिक गोल करणारा खेळाडू होता आणि त्या वेळी तो PSG चा सर्वकालीन आघाडीचा गोल करणारा खेळाडू बनला. 2016 मध्ये, तो विनामूल्य हस्तांतरणावर मँचेस्टर युनायटेडमध्ये सामील झाला आणि त्याच्या पदार्पणाच्या हंगामात त्याचा पहिला युरोपियन सन्मान जिंकला. इब्राहिमोविच 2018 मध्ये अमेरिकन क्लब LA Galaxy मध्ये सामील झाला आणि 2020 मध्ये मिलानमध्ये पुन्हा सामील झाला आणि 2022 मध्ये त्याचे पाचवे सेरी A विजेतेपद जिंकले.

20 वर्षांच्या आंतरराष्ट्रीय कारकिर्दीत स्वीडिश राष्ट्रीय संघासाठी 100 किंवा त्याहून अधिक सामने खेळणाऱ्या अकरा खेळाडूंपैकी इब्राहिमोविच एक आहे. 62 गोलांसह तो देशाचा सर्वकालीन आघाडीचा गोल करणारा खेळाडू आहे. 2002 आणि 2006 FIFA विश्वचषक तसेच 2004, 2008, 2012 आणि 2016 UEFA युरोपियन चॅम्पियनशिपमध्ये त्याने स्वीडनचे प्रतिनिधित्व केले. त्याला गुल्डबोलेन (गोल्डन बॉल) पुरस्काराने सन्मानित करण्यात आले आहे, जो 2007 ते 2016 या कालावधीत सलग 10 वेळा

स्वीडनच्या वर्षातील सर्वोत्कृष्ट खेळाडूला 12 वेळा देण्यात आला आहे. इब्राहिमोविचचा स्वीडनसाठी 35-यार्ड सायकल किक गोल 2013 FIFA Puskás जिंकला. पुरस्कार, आणि बऱ्याचदा सर्व काळातील सर्वोत्तम गोलांपैकी एक मानले जाते.

इब्राहिमोविचला 2013 मध्ये फिफा फिफप्रो वर्ल्ड इलेव्हन आणि 2007, 2009, 2013 आणि 2014 मध्ये UEFA टीम ऑफ द इयरमध्ये नाव देण्यात आले. 2013 मध्ये फिफा बॅलन डी'ओरसाठी तो चौथ्या क्रमांकावर राहिला. 2015 मध्ये, UEFA ने त्याला UEFA चॅम्पियन्स लीग न जिंकणारा सर्वोत्कृष्ट खेळाडू म्हणून मानांकन दिले, तर 2019 मध्ये, FourFourTwo मासिकाने त्याला कधीही स्पर्धा न जिंकणारा तिसरा महान खेळाडू म्हणून घोषित केले. डिसेंबर 2014 मध्ये, स्वीडिश वृत्तपत्र Dagens Nyheter ने त्याला टेनिसपटू ब्योर्न बोर्ग नंतर दुसऱ्या क्रमांकाचा स्वीडिश खेळाडू म्हणून स्थान दिले. मैदानाबाहेर, इब्राहिमोविच हा तिसऱ्या व्यक्तीमध्ये स्वतःचा संदर्भ देण्यासोबतच त्याच्या उग्र व्यक्ती आणि स्पष्टवक्त टिप्पण्यांसाठी ओळखला जातो.

इब्राहिमोविचचा जन्म स्वीडनमधील माल्मो येथे 3 ऑक्टोबर 1981 रोजी झाला. त्यांचा जन्म मुस्लिम बोस्नियाक पिता, सेफिक इब्राहिमोविक, ज्यांनी 1977 मध्ये स्वीडनमध्ये स्थलांतर केले, आणि कॅथोलिक क्रोएट आई, जुर्का ग्रॅविक, ज्यांनी देखील स्वीडनमध्ये स्थलांतर केले जेथे हे जोडपे प्रथम भेटले होते. इब्राहिमोविचने वयाच्या सहाव्या वर्षी फुटबॉल खेळायला सुरुवात केली, फुटबॉल बूटची जोडी मिळाल्यानंतर. त्यांनी FBK बाल्कन, युगोस्लाव स्थलांतरितांनी स्थापन केलेला माल्मो क्लब, माल्मो बीआय आणि थोडक्यात बीके फ्लॅग फुटबॉल क्लब यांच्यात बदल केला.

लहानपणी त्याची आई कधी कधी लाकडी चमच्याने त्याच्या डोक्यावर मारायची, जी अनेकदा तुटायची. चोरीचा माल हाताळताना तिला अटक केल्यानंतर सामाजिक सेवांनी हस्तक्षेप केला. त्याच्या घटस्फोटित आईच्या पाच मुलांचा सामना करण्याच्या क्षमतेबद्दल चिंतित, ज्यापैकी एक, इब्राहिमोविकची सावत्र बहीण, तिला ड्रग्सची समस्या होती, वयाच्या नवव्या वर्षी त्याला त्याच्या वडिलांसोबत राहण्यासाठी पाठवण्यात आले. त्याच्या वडिलांच्या घरी अन्नाची कमतरता असल्याने, फ्रिजमध्ये बिअरने भरलेले होते, इब्राहिमोविकला अनेकदा भूक लागली म्हणून तो रात्रीच्या जेवणासाठी त्याच्या आईकडे धावत असे. त्याने दुकाने उचलली आणि बाईकही चोरल्या. त्याच्या व्यक्तिरेखेला आकार देणाऱ्या कठीण संगोपनावर, लेखक डेव्हिड लेगरक्रँट्झ, ज्यांनी आय ॲम झ्लाटन सह-लेखन केले, ते म्हणतात.

झ्लाटनचे वर्णन करण्यासाठी कॉम्प्लेक्स हा सर्वोत्तम शब्द आहे. एकीकडे तो एक मजबूत, योद्धा प्रकार आहे ज्याला माहित होते की त्याला जगण्यासाठी खूप कठीण असणे आवश्यक आहे. त्यामुळे तो नेहमी मारामारी करतो कारण त्याला नेहमीच करावे लागते. पण त्याचा आणखी एक भाग असुरक्षित आहे. तो त्याच्या संगोपनामुळे घायाळ झालेला माणूस आहे, जो या सर्व गोष्टींचा वापर स्वतःसाठी शक्ती निर्माण करण्यासाठी करतो.

त्याच्या स्थितीत, 100 पैकी 99 मुले खाली गेली असती, परंतु त्याने आपला राग स्वतः ला सुधारण्यासाठी वापरला. तो मला म्हणाला, 'डेव्हिड, मला चांगले खेळण्यासाठी राग येण्याची गरज आहे'. जेव्हा तो मध्यमवर्गीय मुलांबरोबर खेळतो तेव्हा त्याला कमीपणाचे वाटत होते कारण त्याने चुकीचे कपडे घातले होते आणि त्याच्याकडे पैसे नव्हते, म्हणून तो स्वतःला म्हणाला 'एक दिवस मी त्यांना दाखवीन!' हीच त्याची प्रेरणा बनली.

किशोरवयात असताना, इब्राहिमोविक हा त्याच्या गावी माल्मो एफएफसाठी नियमित खेळत होता. वयाच्या १५ व्या वर्षी, तो माल्मो येथील डॉक्सवर काम करण्याच्या बाजूने त्याच्या फुटबॉल कारकिर्दीतून बाहेर पडण्याच्या जवळ होता, परंतु त्याच्या व्यवस्थापकाने त्याला खेळणे सुरू ठेवण्यास पटवून दिले. 15 लहानपणी त्याचा नायक ब्राझिलियन फॉरवर्ड रोनाल्डो होता. इटालियन फुटबॉलचा उत्कट प्रेक्षक, तो प्रशंसनीय स्ट्रायकर गॅब्रिएल बतिस्तुता - त्याच्या सारखीच वैशिष्ट्ये असलेला खेळाडू.

खेळण्याची शैली

"स्वीडिश शैली? नाही. युगोस्लाव्हियन शैली? नक्कीच नाही. ती झ्लाटन-शैलीची असावी."

— त्याच्या पार्श्वभूमीचा प्रभाव कमी करून, इब्राहिमोविच त्याच्या अद्वितीय खेळण्याच्या शैलीचे वर्णन करतो

इब्राहिमोविचचे वर्णन ईएसपीएनने "हवेत चांगले, वेगवान, उंच, मजबूत आणि चपळ असे केले आहे, तो गोल करण्यासाठी त्याच्या पाठीशी चांगला खेळतो आणि त्याच्याकडे सर्वोत्तम फिनिशिंग, दृष्टी, पासिंग आणि चेंडूवर नियंत्रण आहे." एक अष्टपैलू आणि गोल आक्रमण करणारा, सामरिक दृष्टिकोनातून, इब्राहिमोविक त्याच्या संघासाठी गोल तयार करणे आणि गोल करण्याच्या दोन्ही क्षमतेमुळे, आघाडीच्या फळीसह कुठेही खेळण्यास सक्षम आहे, जरी तो बहुतेक वेळा स्ट्रायकर म्हणून तैनात असतो. , त्याच्या संयमीपणामुळे आणि ध्येयाकडे लक्ष दिल्याने. त्याने काही वेळा सपोर्टिंग फॉरवर्ड म्हणून किंवा अगदी 10 व्या क्रमांकाच्या भूमिकेत देखील काम केले आहे, विशेषतः त्याच्या नंतरच्या कारकिर्दीत, वयानुसार त्याचा वेग आणि तग धरण्याची क्षमता गमावल्यानंतर; या सखोल स्थितीमुळे तो चेंडू उचलण्यासाठी मिडफिल्डमध्ये उतरू शकतो, जिथे तो त्याची तांत्रिक क्षमता, दृष्टी, पासिंग आणि हालचाल यांचा वापर करून जागा निर्माण करू शकतो आणि संघातील खेळाडूंना मदत करू शकतो.

नैसर्गिकरित्या उजव्या पायाचा असला तरी, इब्राहिमोविक हा पेनल्टी क्षेत्राच्या आतून किंवा बाहेर दोन्ही बाजूने एकतर पायाने चेंडूचा एक शक्तिशाली आणि अचूक स्ट्रायकर आहे, आणि तो पेनल्टी आणि डेड बॉलच्या परिस्थितीत अचूकतेसाठी देखील ओळखला जातो. त्याच्या डोक्यासह तसेच पायांसह अचूक फिनिशर, त्याची उंची, उंची आणि सामर्थ्य यामुळे त्याला अनेकदा हवाई आव्हाने जिंकण्याचा फायदा मिळतो आणि त्याला "लक्ष्य पुरुष" म्हणून कार्य करण्यास अनुमती देते; त्याच्या मोठ्या उंचीच्या असूनही, इब्राहिमोविक

त्याच्या आकारमानाच्या खेळाडूसाठी असामान्यपणे चपळ आहे, आणि त्याच्या क्रीडापटू आणि हवेतील क्षमतेमुळे त्याने त्याच्या संपूर्ण कारकिर्दीत ॲक्रोबॅटिक स्ट्राइक आणि व्हॉलीमधून अनेक गोल केले, ज्यामुळे त्याला कमाई झाली. इटालियन मीडियामध्ये मोनिकर इब्राकाडाब्रा. त्याचा आकार आणि शरीरयष्टी असूनही, इब्राहिमोविचकडे उत्कृष्ट तंत्र आणि चेंडूवर नियंत्रण आहे, जे त्याच्या समतोल, सामर्थ्य आणि शारीरिकतेच्या सहाय्याने त्याला त्याच्या पाठीमागे चेंडू चांगल्या प्रकारे धरून ठेवण्यास, ताबा टिकवून ठेवण्यास आणि इतरांशी संबंध जोडण्यास सक्षम करते. खेळाडू; त्याच्या सर्जनशीलता आणि ड्रिब्लिंग कौशल्यासाठी पंडितांनीही त्याची प्रशंसा केली आहे. जरी त्याला अपवादात्मक गतीची देणगी नाही, विशेषतः कमी अंतरावर, जे त्याच्या नंतरच्या कारकिर्दीत अधिक स्पष्ट झाले कारण तो वयानुसार कमी होत गेला, तो एक वेगवान खेळाडू आहे आणि वेगवान धावपटू, ज्याच्या तारुण्यात लक्षणीय प्रवेग होता, आणि 30 व्या वर्षीही तो 30 किमी/ता पेक्षा जास्त वेग पकडू शकला.

इब्राहिमोविच जून 2012 मध्ये फ्रान्सविरुद्ध ॲक्रोबॅटिक व्हॉलीसह गोल केल्यानंतर आनंद साजरा करत आहे. त्याच्या आदर्श रोनाल्डोप्रमाणे, झ्लाटन अनेकदा दोन्ही हात पसरून गोल करण्याचा आनंद साजरा करतो.

त्याच्या तारुण्यात एक अत्यंत प्रतिभावान खेळाडू म्हणून ओळखला जातो, त्याच्या उत्तुंग गोल, सातत्य आणि नेत्रदीपक फटकेबाजीमुळे, इब्राहिमोविच या खेळातील अनेकांच्या नजरेत तो एक खेळाडू म्हणून ओळखला जातो. त्याच्या प्रमुख काळात जगातील सर्वोत्कृष्ट खेळाडू, आणि त्याच्या पिढीतील एक महान आणि पूर्ण स्ट्रायकर म्हणून; त्याला सर्वकाळातील महान स्ट्रायकर म्हणूनही ओळखले जाते.

इब्राहिमोविचने त्याचे नेतृत्व आणि दीर्घायुष्य तसेच त्याच्या फिटनेस, व्यावसायिकता आणि प्रशिक्षणातील समर्पण यासाठी व्यवस्थापक आणि संघसहकाऱ्यांकडून कौतुक केले आहे. त्याच्या वर्क-एथिकबद्दल, त्याच्या माजी जुव्हेंटस, फॅबियो कॅपेलोने 2016 मध्ये टिप्पणी केली: "जुव्हेंटसमधील त्याच्या पहिल्या स्पेलच्या सुरुवातीस ... माझ्या लक्षात आले की जेव्हा त्याला चेंडू लाथ मारावी लागली तेव्हा तो माझ्या विचारापेक्षा कमकुवत होता आणि तो नव्हता. हवेत खूप मजबूत. इब्राहिमोविच sic ला गोल करण्यापेक्षा सहाय्य करणे जास्त आवडते. त्याने गोल करण्यासाठी अधिक निर्दयी व्हावे आणि त्याचे फिनिशिंग सुधारावे अशी माझी इच्छा होती. त्याच्याकडे व्हॅन बास्टेन सारखेच तांत्रिक कौशल्य होते आणि मी त्याला काही व्हिडिओ पाहण्यास भाग पाडले त्याच्या फिनिशिंगमध्ये सुधारणा करण्यासाठी. मी त्याला व्हॅन बॅस्टेनच्या परिसरातल्या हालचाली आणि तो गोल करण्याच्या पद्धतीकडे लक्ष देण्यास सांगितले. इब्राला ते लगेच मिळाले; मला वाटते की ते सिद्ध करण्यासाठी निकाल समोर आले आहेत. तो एक अतिशय नम्र माणूस आहे आणि त्याने दररोज सुधारण्यासाठी काम केले. त्याला स्वतःचा अभिमान देखील आहे, त्याला सर्वोत्कृष्ट असणे आवडते."

15

मेसूत ओझिल

मेसूत ओझिल

Scan for Story Videos - www.itibook.com

मेसुत ओझिल जन्म 15 ऑक्टोबर 1988) हा एक जर्मन व्यावसायिक फुटबॉलपटू आहे जो Süper Lig क्लब इस्तंबूल बसाकसेहिरसाठी आक्रमक मिडफिल्डर म्हणून खेळतो. . ओझिल त्याच्या तांत्रिक कौशल्ये, सर्जनशीलता, उत्तीर्ण कौशल्ये आणि दृष्टी यासाठी ओळखला जातो. तो वाइड मिडफिल्डर म्हणूनही खेळू शकतो.

गेल्सेनकिर्चेन येथे जन्मलेल्या आणि वाढलेल्या, ओझिलने 2008 मध्ये वेर्डर ब्रेमेनसोबत करार करण्यापूर्वी, 19 वर्षांच्या वयाच्या, होमटाउन क्लब शाल्के कडून खेळून त्याच्या वरिष्ठ क्लब कारकीर्दीची सुरुवात केली. त्याच्या पहिल्या सत्रात डीएफबी-पोकल जिंकल्यानंतर, त्याच्या वैयक्तिक कामगिरीमुळे रियलमध्ये स्थानांतरीत झाले. 2010 मध्ये माद्रिद. तेथे, त्याने क्लबला ला लीगा विजेतेपद जिंकण्यास मदत केली आणि सलग तीन हंगामात लीग असिस्टमध्ये प्रथम क्रमांक मिळवला. 2013 मध्ये, ओझिल हा तत्कालीन क्लब रेकॉर्ड असोसिएशन फुटबॉल हस्तांतरणाचा विषय होता, जेव्हा त्याने आर्सेनलसाठी £42.5 दशलक्ष (€50 दशलक्ष) पर्यंतच्या हस्तांतरणासाठी स्वाक्षरी केली होती, तो त्यावेळचा सर्वात महागडा जर्मन खेळाडू बनला होता. इंग्लंडमध्ये, त्याने तीन एफए कप जिंकले आणि आर्सेनलचा नऊ वर्षांचा ट्रॉफीचा दुष्काळ संपवण्यास मदत केली, तर प्रीमियर लीग हंगामात दुसऱ्या क्रमांकाची सर्वाधिक सहाय्यक नोंदवली. 2021 मध्ये, Özil विनामूल्य हस्तांतरणावर फेनेरबाहेमध्ये सामील झाला; 2022 मध्ये क्लबसोबतचा त्याचा करार संपुष्टात आल्यानंतर, त्याने इस्तंबूल बासाकसेहिर सोबत स्वाक्षरी केली.

एक जर्मन आंतरराष्ट्रीय, ओझिलच्या नावावर सर्वाधिक जर्मन खेळाडूचा वर्षातील पुरस्कार आहे. त्याने 2009 मध्ये वयाच्या 20 व्या वर्षी जर्मनीच्या राष्ट्रीय संघासाठी वरिष्ठ पदार्पण केले आणि पाच प्रमुख स्पर्धांमध्ये दिसला. 2010 FIFA विश्वचषक आणि UEFA युरो 2012 मध्ये तो अव्वल सहाय्यक प्रदाता होता, जिथे त्याने जर्मनीला दोनदा

उपांत्य फेरीत पोहोचण्यास मदत केली. Özil ने जर्मनीला 2014 FIFA विश्वचषक जिंकण्यास मदत केली, परंतु जर्मन फुटबॉल असोसिएशन (DFB) आणि जर्मन मीडियाद्वारे भेदभाव आणि अनादर केल्याचा आरोप करत 2018 मध्ये आंतरराष्ट्रीय स्पर्धेतून निवृत्ती घेतली.

Özil 8 यांचा जन्म 15 ऑक्टोबर 1988 9 रोजी गेल्सेनकिर्चेन, नॉर्थ राइन-वेस्टफालिया येथे तुर्की स्थलांतरितांचा मुलगा म्हणून झाला होता. त्याचे आजोबा गॅस्टरबीटर म्हणून झोंगुलडाक, तुर्की येथून जर्मनीला गेले. रॉट-वेइस एसेनसाठी पाच वर्षांचा कार्यकाळ होण्यापूर्वी १९९५-२००० दरम्यान तो युवा स्तरावर गेल्सेनकिर्चेनमधील विविध क्लबसाठी खेळला.

खेळण्याची शैली

एक जलद, चपळ, सर्जनशील आणि तांत्रिक खेळाडू, उत्तम ड्रिब्लिंग कौशल्यांसह, ओझिल हा एक अष्टपैलू मिडफिल्डर आहे, जो प्रगत प्लेमेकिंग भूमिकेत उत्कृष्ट कामगिरी करतो, दोन्ही बाजूंनी विंगर म्हणून , किंवा खेळपट्टीच्या मध्यभागी आक्रमण करणारा मिडफिल्डर म्हणून. फिफा विश्वचषकादरम्यान, त्याला एका नवीन भूमिकेत देखील नियुक्त करण्यात आले होते, ज्याचे वर्णन नंतर खोटे किंवा सेंट्रल विंगर म्हणून केले गेले, कारण चेंडू ताब्यात असताना मध्यभागीून विस्तीर्ण स्थितीत जाण्याच्या त्याच्या प्रवृत्तीमुळे त्याला अधिक प्रगत भूमिकेतही तैनात करण्यात आले आहे, जेथे तो सहसा दुसरा स्ट्रायकर म्हणून काम करतो, कारण तो अनेकदा सखोल पोझिशनमध्ये जातो, ज्यातून तो मिडफिल्डला आक्रमणाशी जोडू शकतो आणि पासिंग चाली सुरू करू शकतो. तो प्रसंगी केंद्र-फॉरवर्ड म्हणूनही खेळला आहे, वरवर एकटा स्ट्रायकर म्हणून कार्यरत आहे, परंतु प्रत्यक्षात खोट्या भूमिका बजावत आहे. एक शोभिवंत डाव्या पायाचा खेळाडू, त्याची दृष्टी, त्याचे नियंत्रण, हालचाल (बॉलवर आणि बाहेर दोन्ही), स्थितीची जाणीव, चातुर्य, अंतर पार करणे आणि अचूक क्रॉसिंग क्षमता हे त्याचे मुख्य गुणधर्म आहेत. तसेच सेट-पीसमधून त्याची डिलिव्हरी, ज्यामुळे तो चांगल्या आक्रमणाच्या पोझिशनमध्ये प्रवेश करू शकतो, संधी निर्माण करू शकतो आणि त्याच्या टीममेट्ससाठी अनेक सहाय्य करू शकतो किंवा स्वतः गोल देखील करू शकतो.

त्याच्या सर्जनशील क्षमतेमुळे आणि प्लेमेकर म्हणून आक्षेपार्ह पराक्रमामुळे, ओझिलला मीडियामध्ये "सहायक-राजा" म्हटले जाते. जानेवारी 2016 पर्यंत, प्रीमियर लीगच्या इतिहासात ओझिलचे प्रति गेम सहाय्याचे सर्वोत्तम गुणोत्तर होते. नॉन-प्राथमिक स्रोत आवश्यक जर्मनीचे २१ वर्षाखालील व्यवस्थापक होर्स्ट ह्रुबेश यांनी एकदा सांगितले होते, "आम्ही जर्मनीमध्ये रेव करण्यासाठी प्रवण आहोत. परदेशी खेळाडूंबद्दल. आम्ही वेन रुनीची स्तुती करतो, त्याचप्रमाणे रोनाल्डो किंवा मेस्सी. पण आमचा स्वतःचा मेस्सी आहे. आमचा मेस्सी ओझिल आहे." बेल्जियमविरुद्ध UEFA युरो 2012 च्या पात्रता फेरीत त्याने गोल केला होता. "कलेचे कार्य" असे वर्णन केले आहे. जर्मनीचे प्रशिक्षक जोआकिम लो यांनी

ओझिलचे त्याच्या "जिनियस मोमेंट्स" आणि बॉलशिवाय त्याच्या कामगिरीबद्दल कौतुक केले.

रिअल माद्रिदचा माजी मिडफिल्डर झाबी अलोन्सो यांनी ओझिलचे वर्णन "आजकाल तुम्हाला ज्या प्रकारचा खेळाडू सापडत नाही" असे केले, "तो खेळ समजतो, गोष्टी पाहतो, एकत्र करतो आणि संघांना अनलॉक करतो." रिअल माद्रिदमध्ये काही काळ ओझिलचे प्रशिक्षक असलेले जोस मोरिन्हो म्हणाले, "ओझिल अद्वितीय आहे. त्याची कोणतीही प्रत नाही - अगदी वाईट प्रतही नाही." जर्मनीच्या राष्ट्रीय संघाचे सहाय्यक प्रशिक्षक हॅन्सी फ्लिक म्हणाले, "आम्ही आहोत. तो आमच्या संघात असल्याचा अभिमान वाटतो. जेव्हा त्याच्याकडे चेंडू असतो तेव्हा तुम्ही चाहत्यांमध्ये उत्साह आणि आश्चर्य अनुभवू शकता." माजी नेदरलँड्स आणि मिलान फॉरवर्ड रुड गुलिट यांनी ओझिलला "तांत्रिकदृष्ट्या परिपूर्ण" खेळाडू म्हणून वर्णन केले ज्याचे "संपूर्ण नियंत्रण" आहे. ऑफ द बॉल" आणि "उत्कृष्ट कल्पनाशक्ती". जर्मनीचा माजी सहकारी फिलीप लाहमने ओझिलबद्दल सांगितले की "त्याची दृष्टी कदाचित मी पाहिलेली सर्वोत्तम आहे... तो स्ट्रायकर्ससाठी एक स्वप्न आहे.", तर मारियो गोमेझने ओझिलला "कदाचित आमच्याकडे असलेला किंवा आजवरचा सर्वात हुशार फुटबॉलपटू म्हणून संबोधले. ". आक्षेपार्ह प्लेमेकर म्हणून त्याची ख्याती असूनही, ओझिलने त्याच्या शारीरिकतेच्या अभावामुळे आणि चेंडूवर कमी बचावात्मक कार्य-दर यासाठी काही वेळा टीकाही केली आहे. त्याचे यश असूनही, ग्लेन हॉडल, रेमंड डोमेनेच आणि जोनाथन स्मिथ यांच्यासह खेळातील काहींनी त्याच्यावर महत्त्वाच्या किंवा शारीरिक खेळांमध्ये हरवल्याचा आरोप केला आहे.

व्यवसाय उपक्रम

ओझिलने गेल्या काही वर्षांत वैविध्यपूर्ण व्यवसाय पोर्टफोलिओ तयार केला आहे. तो त्याच्या स्वतःच्या M10 स्ट्रीटवेअर फर्म आणि एस्पोर्ट्स टीमचा बॉस आहे. याव्यतिरिक्त त्याच्याकडे कॉफी शॉप्सची स्वतःची साखळी आहे, एक स्पोर्ट्स क्लिनिक आहे आणि तो संयुक्तपणे माजी आर्सेनल टीममेट मॅथ्यू फ्लॅमिनीसह यशस्वी युनिटी हेल्थ सप्लिमेंट्स प्रयोगशाळा चालवतो. त्याच्या मालकीच्या कराराचा भाग म्हणून मेक्सिकन फुटबॉल क्लब नेकॅक्सामध्ये शेअर्स देखील आहेत ज्यात अभिनेत्री इवा लॉन्गोरिया आणि मॉडेल केट अप्टन सारख्या इतर भागधारकांचा समावेश आहे.

16

मारिया शारापोव्हा

मारिया शारापोव्हा

Scan for Story Videos - www.itibook.com

मारिया युरिएव्हना शारापोव्हा (यूके रशिय जन्म 19 एप्रिल 1987) एक रशियन माजी आहे जगातील नंबर 1 टेनिसपटू. तिने 2001 ते 2020 या कालावधीत डब्ल्यूटीए टूरमध्ये भाग घेतला आणि 21 आठवडे महिला टेनिस असोसिएशन (WTA) द्वारे एकेरीमध्ये जागतिक क्रमवारीत प्रथम क्रमांक पटकावला. ती दहा महिलांपैकी एक आहे आणि करिअर ग्रँडस्लॅम मिळवणारी एकमेव रशियन आहे. २०१२ लंडन ऑलिम्पिकमध्ये महिला एकेरीत रौप्यपदक जिंकणारी ती ऑलिम्पिक पदक विजेती देखील आहे.

शारापोव्हा 22 ऑगस्ट 2005 रोजी वयाच्या 18 व्या वर्षी प्रथमच जागतिक क्रमांक 1 बनली, एकेरी क्रमवारीत अव्वल स्थान मिळवणारी ती पहिली रशियन महिला ठरली आणि 11 जून 2012 पासून चार आठवड्यांपर्यंत पाचव्यांदा या स्थानावर राहिली. 8 जुलै 2012. तिने पाच प्रमुख विजेतेपदे जिंकली - फ्रेंच ओपनमध्ये दोन आणि ऑस्ट्रेलियन ओपन, विम्बल्डन आणि यूएस ओपनमध्ये प्रत्येकी एक. तिने 2004 मध्ये पदार्पण करताना वर्षअखेरीच्या चॅम्पियनशिपसह एकूण 36 विजेतेपदे जिंकली. तिने तीन दुहेरी विजेतेपदेही जिंकली. जरी ती WTA सह रशियाच्या बॅनरखाली खेळली असली तरी ती 1994 पासून युनायटेड स्टेट्समध्ये राहिली आहे आणि ती कायमस्वरूपी रहिवासी आहे.

शारापोव्हा 2016 ऑस्ट्रेलियन ओपनमध्ये औषध चाचणीत अयशस्वी झाली, मेल्डोनियमसाठी सकारात्मक चाचणी झाली, हा पदार्थ जागतिक उत्तेजक विरोधी एजन्सी (WADA) द्वारे प्रतिबंधित (1 जानेवारी 2016 पासून प्रभावी) करण्यात आला होता. 8 जून 2016 रोजी तिला आंतरराष्ट्रीय टेनिस महासंघाने (ITF) दोन वर्षांसाठी टेनिस खेळण्यापासून निलंबित केले. ऑक्टोबर 2016 रोजी, अयशस्वी चाचणीच्या तारखेपासून निलंबन 15 महिन्यांपर्यंत कमी करण्यात आले, कारण क्रीडा लवादाच्या न्यायालयाला असे आढळून आले की तिने "कोणतीही महत्त्वाची चूक केली नाही" आणि तिने "ए'च्या

आधारावर पदार्थ घेतला होता. डॉक्टरांची शिफारस... ती योग्य आणि संबंधित नियमांचे पालन करणारी असल्याच्या सद्भावनेने विश्वासाने." ती 26 एप्रिल 2017 रोजी पोर्श टेनिस ग्रांप्री येथे WTA टूरमध्ये परतली.

शारापोव्हाला स्पोर्ट्स इलस्ट्रेटेड स्विमसूट अंकातील वैशिष्ट्यासह अनेक मॉडेलिंग असाइनमेंटमध्ये वैशिष्ट्यीकृत केले गेले आहे. ती नाइके, प्रिन्स आणि कॅननच्या जाहिरातींसह अनेक जाहिरातींमध्ये दिसली आहे आणि अनेक फॅशन हाऊसचा चेहरा आहे, विशेषत: कोल हान. फेब्रुवारी 2007 पासून, ती युनायटेड नेशन्स डेव्हलपमेंट प्रोग्रामची सदिच्छा दूत आहे, विशेषत: चेर्नोबिल रिकव्हरी आणि डेव्हलपमेंट प्रोग्रामशी संबंधित आहे. जून 2011 मध्ये, तिला वेळेनुसार "30 लीजेंड्स ऑफ वुमेन्स टेनिस: पास्ट, प्रेझेंट अँड फ्युचर" पैकी एक म्हणून नाव देण्यात आले आणि मार्च 2012 मध्ये टेनिस चॅनलद्वारे "सर्वकाळातील 100 महान" पैकी एक म्हणून नाव देण्यात आले. फोर्ब्सच्या मते, ती सलग 11 वर्षे जगातील सर्वाधिक कमाई करणारी महिला धावपटू आहे आणि 2001 मध्ये प्रोफेसर झाल्यापासून तिने US$285 दशलक्ष (बक्षीस रकमेसह) कमावले आहेत. 2018 मध्ये, तिने महिला उद्योजकांना मार्गदर्शन करण्यासाठी एक नवीन कार्यक्रम सुरू केला.

मारिया शारापोव्हाचा जन्म 19 एप्रिल 1987 रोजी एम न्यागन, रशियन SFSR, सोव्हिएत युनियन येथे झाला. तिचे पालक, युरी शारापोव्ह आणि येलेना, गोमेल, बायलोरशियन एसएसआरचे आहेत. 1986 चेरनोबिल आण्विक दुर्घटनेच्या प्रादेशिक परिणामांबद्दल चिंतित, त्यांनी मारियाच्या जन्माच्या काही काळाआधीच त्यांची मातृभूमी सोडली.

टेनिसचा परिचय

1990 मध्ये, जेव्हा शारापोव्हा तीन वर्षांची होती, तेव्हा हे कुटुंब सोची, क्रास्नोडार क्राय, रशिया येथे गेले. तिने 4 वर्षांची असताना पहिला टेनिस बॉल मारला होता. तिचे वडील, युरी, अलेक्झांडर काफेल्निकोव्ह यांच्याशी मैत्री करतात, ज्याचा मुलगा येवगेनी दोन ग्रँड स्लॅम एकेरी विजेतेपद जिंकेल आणि रशियाचा पहिला जागतिक क्रमवारीत क्रमांक 1 असलेला टेनिसपटू होईल. अलेक्झांडरने शारापोव्हाला 1991 मध्ये तिचे पहिले टेनिस रॅकेट दिले जेव्हा ती चार वर्षांची होती, त्यानंतर तिने स्थानिक उद्यानात तिच्या वडिलांसोबत नियमितपणे सराव करण्यास सुरुवात केली. मारियाने तिचे पहिले टेनिसचे धडे अनुभवी रशियन प्रशिक्षक युरी युटकिन यांच्याकडे घेतले, जेव्हा त्यांनी तिचा खेळ पाहिला तेव्हा ते लगेच प्रभावित झाले, त्यांनी तिचे "असाधारण हात-डोळा समन्वय" लक्षात घेतले.

व्यावसायिक प्रशिक्षणाची सुरुवात

1993 मध्ये, वयाच्या सहाव्या वर्षी, शारापोव्हाने मार्टिना नवरातिलोवा चालवल्या जाणाऱ्या मॉस्कोमधील टेनिस क्लिनिकमध्ये हजेरी लावली, ज्याने ब्रॅडेंटन, फ्लोरिडा येथील IMG अकादमीमध्ये निक बोलेटिएरी यांच्याकडे व्यावसायिक प्रशिक्षणाची शिफारस केली, ज्यांनी यापूर्वी आंद्रे अगासी, मोनिका सेलेस, यांसारख्या खेळाडूंना प्रशिक्षण दिले होते.

आणि अण्णा कुर्निकोवा. युरी शारापोव्हने पैसे कमी असताना, युरी शारापोव्हने युनायटेड स्टेट्सला प्रवास करण्यासाठी त्याला आणि त्याच्या मुलीला, ज्यापैकी कोणीही इंग्रजी बोलू शकत नाही, सक्षम होईल अशी रक्कम उधार घेतली, जी त्यांनी शेवटी 1994 मध्ये केली. व्हिसा निर्बंधांमुळे शारापोव्हाच्या आईला दोन वर्षे त्यांच्याशी सामील होण्यापासून रोखले गेले. 19 US$700 च्या बचतीसह फ्लोरिडामध्ये आगमन, शारापोव्हाच्या वडिलांनी अकादमीमध्ये प्रवेश घेण्याइतपत वय होईपर्यंत तिच्या धड्यांसाठी निधी देण्यासाठी विविध कमी पगाराच्या नोकऱ्या घेतल्या. सुरुवातीला तिने रिक मॅकीकडे प्रशिक्षण घेतले. 1995 मध्ये, तथापि, तिच्यावर IMG ने स्वाक्षरी केली, ज्याने शारापोव्हाला अकादमीमध्ये राहण्यासाठी $35,000 ची वार्षिक शिकवणी फी भरण्यास सहमती दर्शविली, ज्यामुळे तिला शेवटी वयाच्या 9 व्या वर्षी प्रवेश घेता आला.

टेनिस कारकीर्द

शारापोव्हाने नोव्हेंबर 2000 मध्ये पहिल्यांदा टेनिस प्रसिद्धी मिळवली, जेव्हा तिने वयाच्या 13 व्या वर्षी एडी हेर इंटरनॅशनल ज्युनियर टेनिस चॅम्पियनशिप मुलींच्या विभागात जिंकली. त्यानंतर तिला एक विशेष सन्मान, रायझिंग स्टार अवॉर्ड देण्यात आला, जो केवळ अपवादात्मक प्रतिज्ञा असलेल्या खेळाडूंनाच दिला जातो. शारापोव्हाने 2001 मध्ये 19 एप्रिल रोजी तिच्या 14 व्या वाढदिवसाला व्यावसायिक पदार्पण केले आणि 2002 मध्ये पॅसिफिक लाइफ ओपनमध्ये तिची पहिली डब्ल्यूटीए स्पर्धा खेळली, मोनिका सेलेसला हरण्यापूर्वी एक सामना जिंकला. ती किती व्यावसायिक स्पर्धा खेळू शकते यावरील निर्बंधांमुळे, शारापोव्हा ज्युनियर स्पर्धांमध्ये तिचा खेळ सुधारण्यासाठी गेली, जिथे तिने 2002 मध्ये ऑस्ट्रेलियन ओपन आणि विम्बल्डनमध्ये मुलींच्या एकेरीच्या अंतिम फेरीत प्रवेश केला. ती आतापर्यंतची सर्वात तरुण मुलगी होती.

खेळण्याची शैली

शारापोव्हा एक आक्रमक बेसलाइनर होती, जिचा खेळ तिच्या शक्तिशाली सर्व्हिस आणि ग्राउंडस्टोक्सवर केंद्रित होता. तिने अथक वेग, शक्ती आणि खोलीने तिचे शॉट्स मारले आणि तिच्या फोरहँड आणि बॅकहँडसह तीक्ष्ण, तीव्र कोन निर्माण करू शकले. तिची आक्रमक, उच्च-जोखीम खेळण्याच्या शैलीचा अर्थ असा होतो की तिने विशेषतः विजेते आणि अनफोर्स्ड एरर दोन्ही मोठ्या संख्येने व्युत्पन्न केले. शारापोव्हाचे सर्वात मोठे शस्त्र म्हणजे तिचा बॅकहँड होता, ज्याचे वर्णन तिच्या निवृत्तीनंतर "टेनिसमधील सर्वोत्कृष्ट खेळाडूंपैकी" असे केले गेले. तिचा क्रॉसकोर्ट बॅकहँड हा तिचा सर्वात मोठा शॉट होता, जरी ती तिचा बॅकहँड डाउन-द-लाइन मारण्यात पारंगत होती; कोर्टावरील कोणत्याही पोझिशनमधून ती बॅकहँडने विजेत्यांना मारण्यात सक्षम होती. तिच्या सपाट, शक्तिशाली फोरहँडने प्रतिस्पर्ध्यांवर वर्चस्व गाजवण्यास सक्षम असल्याने तिचा फोरहँडही मजबूत होता. ती डब्ल्यूटीए टूरमधील काही खेळाडूंपैकी एक होती ज्यांनी अनेकदा रिव्हर्स फोरहँड वापरला, ज्याला 'बग्गी व्हिप' फोरहँड म्हणूनही ओळखले जाते; तिच्या फोरहँड तंत्रामुळे

तिला बचावात्मक पोझिशनमधून विजेते मारता आले. हा शॉट वेगवान गवत, कठोर आणि कार्पेट कोर्टवर उत्कृष्ट झाला; तथापि, असा कयास लावला जात आहे की, या शॉटवर तिचा विसंबून राहिल्याने तिच्या खांद्याच्या दुखापतीला कारणीभूत ठरले असावे. 2010 पासून, जेव्हा ती खांद्यावर शस्त्रक्रिया करून परतली तेव्हा शारापोव्हाने तिच्या फोरहँडला अधिक पारंपारिक स्विंगसह, टॉपस्पिनच्या वाढीव प्रमाणात मारण्यास सुरुवात केली. या बदलामुळे तिला क्ले कोर्टवर उत्कृष्ट कामगिरी करता आली, परंतु वेगवान आणि ग्रास कोर्टवर तिच्या खेळावर परिणाम झाला. पारंपारिक व्हॉली किंवा ओव्हरहेड स्मॅश वापरण्याऐवजी, नेटजवळ जाताना किंवा लॉबवर हल्ला करताना तिने शक्तिशाली "स्विंगिंग" व्हॉली मारणे पसंत केले. नंतर तिच्या कारकिर्दीत, शारापोव्हाने तिच्या प्रदर्शनात ड्रॉप शॉट आणि स्लाइस्ड बॅकहँड दोन्ही जोडले, ज्यामुळे खेळण्याची शैली अधिक अप्रत्याशित होती; तिचा ड्रॉप शॉट अत्यंत टेलीग्राफ केलेला असताना, तिच्या अपवादात्मक अंमलबजावणीमुळे तिला या शॉटसह पॉइंट्स समाप्त होऊ शकले, किंवा प्रतिस्पर्ध्यांकडून अयोग्य चुका होऊ दिल्या. तिच्या डोपिंग निलंबनातून परत आल्यावर, शारापोव्हाने नेटवर अधिक आक्रमण करण्यास सुरुवात केली आणि व्हॉली करताना सुधारित अनुभव दर्शविला, वाढत्या नियमिततेसह नाजूक व्हॉली मारण्यास सक्षम होती; तिच्या खांद्याच्या दुखापतीमुळे बेसलाइनवर तिच्या कमी झालेल्या शक्तीची भरपाई करण्यासाठी काहींनी ही युक्ती मानली.

तिच्या कारकिर्दीच्या सुरुवातीच्या काळात, शारापोव्हाची पहिली आणि दुसरी सर्व्हिस शक्तिशाली मानली गेली, आणि तिच्याकडे डब्ल्यूटीए टूरमधील सर्वोत्तम चेंडूंपैकी एक असल्याचे मानले जात होते. 2007 च्या सुरुवातीपासून, तथापि, तिच्या खांद्याच्या समस्यांमुळे तिच्या सर्व्हिसची प्रभावीता कमी झाली. तिच्या खांद्याच्या दुखापतीमुळे केवळ पहिल्या सर्व्हिसमध्ये विसंगती निर्माण झाली नाही तर शारापोव्हाने अनेक दुहेरी दोषही मारले. दोन वेळची यूएस ओपन एकेरी चॅम्पियन ट्रेसी ऑस्टिनने सांगितले की शारापोव्हाने अनेकदा तिच्या उर्वरित खेळातील आत्मविश्वास गमावला जेव्हा तिला तिच्या सर्व्हिसमध्ये समस्या आल्या, आणि परिणामी ती अधिक न भरलेल्या त्रुटी निर्माण करते आणि सामान्यतः अधिक तात्पुरते खेळते, तर टेनिस लेखक जोएल ड्रकर यांनी टिप्पणी केली. की तिची सर्व्हिस ही "तिच्या संपूर्ण खेळासाठी उत्प्रेरक" होती, आणि तिच्याशी केलेल्या संघर्षामुळे तिला "नकाश केले गेले." 2008 ते 2009 मध्ये दुखापतीतून काढून टाकल्यानंतर, तिने एक संक्षिप्त गती वापरली, जी निर्मिती करताना एसेस, काहीसे कमी सामर्थ्यवान होते, आणि दुहेरी दोषांची संख्या देखील खूप जास्त होती. 2010 पासून, शारापोव्हा तिच्या शस्त्रक्रियेपूर्वीच्या सर्व्हिसप्रमाणेच अधिक लांबलचक गतीकडे परत आली. 2010 मधील बर्मिंगहॅम स्पर्धेत 121 mph (195 km/h) सर्व्हिससह ती पूर्वीपेक्षा जास्त वेग निर्माण करण्यात सक्षम होती - तिच्या कारकिर्दीतील सर्वात वेगवान सर्व्हिस. खांद्याच्या दुखापतींमुळे तिच्या सर्व्हिसवर परिणाम झाला आणि तिच्या कारकिर्दीच्या अखेरीस, शारापोव्हाने प्रति सामन्यात अनेक दुहेरी चूक केल्यामुळे तिची सर्व्हिस ही एक

मोठी जबाबदारी होती. शारापोव्हाचा कोर्टभोवती चांगला वेग असल्याचे मानले जात होते, विशेषतः तिची उंची लक्षात घेता, जरी तिचे फूटवर्क, वेग आणि कोर्ट कव्हरेज या तिच्या खेळातील प्रमुख कमकुवतपणा मानल्या जात होत्या. ती तिच्या संपूर्ण कारकिर्दीत सुधारली, ज्यामुळे तिला अधिक बचावात्मक खेळण्याची शैली प्रभावीपणे अंमलात आणता आली, जोपर्यंत ती विजेत्याला मारण्याची संधी निर्माण करू शकत नाही तोपर्यंत काउंटरपंचिंग करते.

तिच्या संपूर्ण कारकिर्दीत, शारापोव्हाची सर्वात मोठी संपत्ती ही तिची मानसिक कणखरता आणि स्पर्धात्मक भावना मानली जात होती, निक बोलेटिएरीने सांगितले की ती "नखांसारखी कठीण" आहे; बोल्लेटिएरीने नंतर तिच्या मानसिक शक्तीचे वर्णन "अविश्वसनीय" असे केले. हॉल-ऑफ-फेमर जॉन मॅकेनरो यांनी शारापोव्हाबद्दल सांगितले की, "ती खेळाच्या इतिहासातील सर्वोत्तम स्पर्धकांपैकी एक आहे." तिच्या निवृत्तीनंतर, तिचे वर्णन "अंतिम स्पर्धक" म्हणून केले गेले, जी तिच्या समवयस्कांपेक्षा वेगळी होती. तिच्या मानसिक सामर्थ्याने, आणि "निरपेक्ष पात्र" म्हणून कौतुक केले गेले. अमेरिकन खेळाडू क्रिस्टीना मॅकहेलने शारापोव्हाला तिची मानसिक बळ, स्पर्धात्मक भावना आणि दबावाखाली शांतता यामुळे "धमकीदायक" खेळण्याचे वर्णन केले. शारापोव्हा ऑन-कोर्ट "ग्रंटिंग" साठी ओळखली जात होती, जी 2005 मध्ये विम्बल्डनमधील एका सामन्यादरम्यान 101 डेसिबलपर्यंत पोहोचली होती; शारापोव्हाने तिच्या कुरकुरण्याचे वर्णन "नैसर्गिक अंतःप्रेरणा" असे केले होते. , शारापोव्हाने प्रसारमाध्यमांना "फक्त सामना पाहण्याचे आवाहन केले."

तिने सामर्थ्य आणि आक्रमकतेवर तिच्या खेळाचे भाकीत केल्यामुळे, शारापोव्हाच्या कारकिर्दीच्या सुरुवातीच्या काळात तिच्या पसंतीचे पृष्ठभाग जलद कठीण, गवत आणि कार्पेट कोर्ट होते. शारापोव्हा सुरुवातीला धीमे क्ले कोर्टसाठी तितकीशी अनुकूल नव्हती, 2007 मध्ये तिने कबूल केले की इतर कोर्टाच्या पृष्ठभागाच्या तुलनेत तिला मातीवर हालचाल करणे तितकेसे आरामदायक वाटत नाही; सरकता न आल्याने तिने एकदा स्वतःचे वर्णन चिकणमातीवरील "बर्फावरील गाय" असे केले होते. तिची कारकीर्द जसजशी विकसित होत गेली, तसतसे तिने पृष्ठभागावर सुधारणा करण्यास सुरुवात केली, तिने 2009 इंटरनॅशनॉक्स डी स्ट्रासबर्ग येथे तिचे पहिले रेड क्ले विजेतेपद जिंकले, तिच्या क्ले-कोर्ट पराक्रमाने शारापोव्हाने रोलँड-गॅरोस येथे दोन विजेतेपद जिंकले; 2014 पर्यंत, तिने 84.25% जिंकण्याच्या दरासह, सक्रिय खेळाडूंमध्ये क्लेवर सर्वाधिक विजयी टक्केवारी म्हणून WTA टूरचे नेतृत्व केले.

17

नोव्हाक जोकोविच

नोव्हाक जोकोविच

Scan for Story Videos - www.itibook.com

नोवाक जोकोविच (सर्बियन सिरिलिक रोमनीकृत: जन्म 22 मे 1987) हा सर्बियन व्यावसायिक टेनिस खेळाडू आहे. तो सध्या असोसिएशन ऑफ टेनिस प्रोफेशनल्स (ATP) द्वारे एकेरीमध्ये जागतिक क्रमवारीत सहाव्या क्रमांकावर आहे. त्याला एकूण 373 आठवडे विक्रमी जागतिक क्रमवारीत 1 क्रमांक मिळाला आहे, आणि वर्षअखेरीस त्याने सात वेळा विक्रमी क्रमांक 1 बनवला आहे. त्याने 21 ग्रँड स्लॅम पुरुष एकेरीची विजेतेपदे जिंकली आहेत, ज्यात विक्रमी नऊ ऑस्ट्रेलियन ओपन विजेतेपदांचा समावेश आहे. एकूण, त्याने 88 एटीपी एकेरी खिताब जिंकले आहेत, ज्यात विक्रमी 64 बिग टायटल्स आणि विक्रमी 38 मास्टर्स टायटल्सचा समावेश आहे. जोकोविचने एकेरीमध्ये नॉन-कॅलेंडर वर्ष ग्रँडस्लॅम पूर्ण केले आहे, तो टेनिस इतिहासातील एकमेव माणूस बनला आहे जो तीन वेगवेगळ्या पृष्ठभागांवर एकाच वेळी चार प्रमुख स्पर्धांचा चॅम्पियन बनला आहे. एटीपी टूरवर करिअर गोल्डन मास्टर्स पूर्ण करणारा तो एकमेव खेळाडू आहे, जो त्याने दोनदा केला आहे.

जोकोविचने त्याच्या व्यावसायिक कारकिर्दीला 2003 मध्ये सुरुवात केली. वयाच्या 20 व्या वर्षी, त्याने रॉजर फेडरर आणि राफेल नदालच्या सलग 11 मेजरच्या मालिकेत अडथळा आणला आणि 2008 ऑस्ट्रेलियन ओपनमध्ये त्याचे पहिले मोठे विजेतेपद जिंकले. 2010 पर्यंत, जोकोविचने बिग थ्रीमध्ये फेडरर आणि नदालमध्ये सामील होण्यासाठी स्वतःला उर्वरित क्षेत्रापासून वेगळे केले, काही लोक एकत्रितपणे ते आतापर्यंतचे तीन सर्वात यशस्वी पुरुष टेनिसपटू मानतात. 2011 मध्ये, जोकोविच पहिल्या क्रमांकावर गेला. . प्रथमच, चार प्रमुख आणि पाच मास्टर्स स्पर्धांपैकी तीन जिंकले. तो उर्वरित दशकात पुरूषांच्या टेनिसमधील सर्वोत्तम खेळाडू राहिला, मेजर, मास्टर्स आणि इयर-एंड चॅम्पियनशिपच्या टूरमध्ये तो आघाडीवर राहिला. 2015 मध्ये, जोकोविचने सलग पंधरा अंतिम फेरी गाठली, तीन प्रमुख स्पर्धा जिंकल्या, सहा मास्टर्स स्पर्धांचा हंगाम-विक्रम

आणि एटीपी फायनल्स. त्याने 2016 फ्रेंच ओपनमध्ये करिअर ग्रँडस्लॅम पूर्ण केले आणि 1969 मध्ये रॉड लेव्हर नंतर एकाच वेळी चारही प्रमुख स्पर्धा घेणारा तो पहिला खेळाडू बनला. 2021 फ्रेंच ओपनमध्ये, तो ओपन एरामध्ये दुहेरी करिअर ग्रँड स्लॅम मिळवणारा पहिला माणूस बनला.

सर्बियाचे प्रतिनिधित्व करताना, जोकोविचने सर्बियाच्या राष्ट्रीय संघाचे नेतृत्व 2010 मध्ये त्यांच्या पहिल्या डेव्हिस कप विजेतेपदावर केले आणि 2020 मध्ये एटीपी कप जेतेपद पटकावले. शिवाय, 2008 बीजिंग ऑलिंपिकमध्ये त्याने सर्बियासाठी कांस्यपदक जिंकले. जोकोविचने चार वेळा लॉरियस वर्ल्ड स्पोर्ट्समन ऑफ द इयर पुरस्कार (2012, 2015, 2016, 2019), 2011 मध्ये बीबीसी स्पोर्ट्स पर्सनॅलिटी वर्ल्ड स्पोर्ट स्टार ऑफ द इयर पुरस्कार आणि 2021 मध्ये L'Équipe चॅम्पियन ऑफ चॅम्पियन्स पुरस्कार जिंकला आहे. ऑर्डर ऑफ सेंट सावा, ऑर्डर ऑफ कराडोर्डे स्टार आणि ऑर्डर ऑफ द रिपब्लिका सर्प्सका प्राप्तकर्ता.

स्पर्धेच्या पलीकडे, जोकोविच एक सक्रिय परोपकारी आहे आणि एटीपी प्लेयर कौन्सिलचा माजी अध्यक्ष आहे. ऑगस्ट 2020 मध्ये, जोकोविच आणि व्हॅसेक पॉस्पिसिल यांनी टेनिसमधील केवळ खेळाडूंची पहिली संघटना म्हणून व्यावसायिक टेनिस प्लेयर्स असोसिएशनच्या स्थापनेची घोषणा केली, या दौऱ्यावर खेळाडूंचा अधिक प्रभाव असण्याची गरज आहे आणि खालच्या रँकिंगच्या खेळाडूंसाठी बक्षीस रकमेच्या चांगल्या संरचनेची वकिली केली.

नोव्हाक जोकोविचचा जन्म 22 मे 1987 रोजी बेलग्रेड, SR सर्बिया, SFR युगोस्लाव्हिया येथे Srdan आणि Dijana Đokovic (जन्म Žagar) येथे झाला. तो पितृसर्बियन आणि मातृ क्रोएशियन वंशाचा आहे. त्याचे दोन धाकटे भाऊ, मार्को आणि जोर्डजे हे देखील व्यावसायिक टेनिस खेळले आहेत.

जोकोविचने वयाच्या चारव्या वर्षी टेनिस खेळण्यास सुरुवात केली, त्याच्या पालकांनी त्याला मिनी-रॅकेट आणि सॉफ्ट फोम बॉल दिल्यावर, जे त्याच्या वडिलांनी "त्याच्या आयुष्यातील सर्वात प्रिय खेळणी" बनल्याचा दावा केला. त्यानंतर त्याच्या पालकांनी त्याला नोव्ही सॅड येथील टेनिस कॅम्पमध्ये पाठवले.1993 च्या उन्हाळ्यात, सहा वर्षांचा असताना, त्याला टेनिस्की क्लब पार्टिझान द्वारे आयोजित टेनिस शिबिरात पाठवण्यात आले आणि माउंट कोपाओनिक येथे युगोस्लाव्ह टेनिसपटू जेलेना जेन्सिक यांच्या देखरेखीखाली जोकोविचचे आई-वडील धावत होते. फास्ट-फूड पार्लर आणि क्रीडा उपकरणांचा व्यवसाय. मुलाला जोकोविच टेनिस खेळताना पाहिल्यावर, तिने सांगितले: "मोनिका सेलेस नंतर मी पाहिलेली ही सर्वात मोठी प्रतिभा आहे."

जेन्सिकने पुढील सहा वर्षे तरुण जोकोविचसोबत काम केले, त्याच्या वेगवान विकासामुळे, स्पर्धेच्या वाढीव पातळीच्या शोधात परदेशात जाणे हा त्याच्या भविष्यासाठी सर्वोत्तम पर्याय आहे हे लक्षात येण्यापूर्वी. त्यासाठी तिने निकोला पिलिकशी संपर्क साधला

आणि सप्टेंबर 1999 मध्ये 12 वर्षांची मुलगी जर्मनीच्या ओबेश्लेईशेम येथील पिलिक टेनिस अकादमीमध्ये गेली आणि तेथे चार वर्षे घालवली. वयाच्या 14 व्या वर्षी, त्याने एकेरी, दुहेरी आणि सांघिक स्पर्धांमध्ये युरोपियन चॅम्पियनशिप जिंकून आपल्या आंतरराष्ट्रीय कारकिर्दीला सुरुवात केली.

जोकोविच हा सर्बियन, इंग्रजी, फ्रेंच, जर्मन आणि इटालियन भाषांचा स्व-वर्णित चाहता आहे.

श्रद्धा आणि धार्मिक श्रद्धा

जोकोविच सर्बियन ऑर्थोडॉक्स चर्चचा सदस्य आहे. 28 एप्रिल 2011 रोजी, सर्बियाचे कुलपिता इरिनेज यांनी जोकोविच यांना कोसोवोमधील सर्बियन ऑर्थोडॉक्स चर्चच्या मठांमध्ये केलेल्या योगदानाबद्दल आणि सर्बियातील धर्मादाय कार्यासाठी जोकोविचला सेंट सावा I वर्गाचा ऑर्डर प्रदान केला, जो सर्बियन ऑर्थोडॉक्स चर्चची सर्वोच्च सजावट आहे. त्यांनी असे म्हटले आहे की त्यांनी बिशप अॅम्फिलोहिजेचे कौतुक केले आणि त्यांचा आदर केला, ज्यांनी युगोस्लाव युद्धांदरम्यान त्यांना कठीण काळात मदत करण्यात महत्त्वाची भूमिका बजावली.

जोकोविचला विम्बल्डनमधील बौद्ध बुद्धपदीपा मंदिरात दिवसातून एक तासापर्यंत ध्यान करण्याची नोंद करण्यात आली आहे कारण तो नैसर्गिक वातावरण आणि शांततेची प्रशंसा करतो आणि संकुलातील भिक्षूंच्या जवळ आहे. त्यांनी ध्यानाच्या सकारात्मक शक्तीबद्दल सांगितले आहे.

खेळ आणि क्रीडापटूंचे समर्थन

जोकोविच हा सर्बियन फुटबॉल क्लब रेड स्टार, इटालियन क्लब मिलान, आणि पोर्तुगीज क्लब बेनफिका, 525 तसेच सर्बियन बास्केटबॉल क्लब रेड स्टारचा चाहता आहे. च्या फिफा विश्वचषकातही त्याने क्रोएशियाला जाहीर पाठिंबा दर्शविला आणि सर्बिया या त्याच्या मूळ देशातल्या काही लोकांकडून टीकेला सामोरे जावे लागले तेव्हा, जोकोविचने उत्तर दिले की "खेळांना त्यांची 'सार्वत्रिक भाषा' असते, ते लोकांमधील सीमा पुसून टाकतात, आणि मात करतात. धर्म, वंश आणि राष्ट्रीयत्व यातील फरक." जोकोविचने रिअल माद्रिदकडून खेळणाऱ्या क्रोएशियन फुटबॉलपटू लुका मॉड्रिकचे कौतुक केले आहे. माजी सर्बियन टेनिसपटू अना इव्हानोविक हिच्याशी त्याची चांगली मैत्री आहे, जिला तो सर्बियामध्ये वाढणारी मुले असल्यापासून ओळखत आहे.

जोकोविच हा "चॅम्पियन्स फॉर पीस" क्लबचा सदस्य आहे, जो खेळाच्या माध्यमातून जगात शांतता प्रस्थापित करण्यासाठी वचनबद्ध असलेल्या प्रसिद्ध एलिट ऍथलीट्सचा एक गट आहे. मोनॅकोस्थित आंतरराष्ट्रीय संस्थेने हे पीस अँड स्पोर्ट तयार केले आहे.

18

उसेन बोल्ट

उसेन बोल्ट

Scan for Story Videos - www.itibook.com

उसैन सेंट लिओ बोल्ट, जन्म 21 ऑगस्ट 1986) हा निवृत्त जमैकन धावपटू आहे, जो सर्वकाळातील सर्वोत्कृष्ट धावपटू मानला जातो. 100 मीटर, 200 मीटर आणि 4 × 100 मीटर रिलेमध्ये तो जागतिक विक्रम धारक आहे.

आठ वेळा ऑलिम्पिक सुवर्णपदक विजेता, बोल्ट हा सलग तीन ऑलिम्पिक (2008, 2012 आणि 2016) मध्ये ऑलिम्पिक 100 मीटर आणि 200 मीटर स्पर्धा जिंकणारा एकमेव धावपटू आहे. त्याने दोन 4×100 रिले सुवर्णपदकेही जिंकली. 2008 बीजिंग ऑलिंपिकमध्ये जागतिक विक्रमी वेळा दुहेरी स्प्रिंट विजयासाठी त्याने जगभरात प्रसिद्धी मिळवली, ज्यामुळे पूर्णपणे स्वयंचलित वेळ अनिवार्य झाल्यापासून दोन्ही विक्रम करणारा तो पहिला व्यक्ती बनला.

अकरा वेळा जागतिक चॅम्पियन, त्याने 2009 ते 2015 पर्यंत सलग जागतिक चॅम्पियनशिप 100 मीटर, 200 मीटर आणि 4 × 100 मीटर रिलेमध्ये सुवर्णपदके जिंकली, 2011 मध्ये 100 मीटर खोट्या सुरुवातीचा अपवाद वगळता तो सर्वात यशस्वी पुरुष खेळाडू आहे. जागतिक स्पर्धा. २०० मीटरमध्ये चार जागतिक विजेतेपद जिंकणारा बोल्ट हा पहिला ॲथलीट आहे आणि १०० मीटरमध्ये तीन विजेतेपदांसह सर्वात यशस्वी खेळाडूंपैकी एक आहे

बोल्टने 2009 मध्ये 9.58 सेकंदांसह 9.69 च्या दुसऱ्या 100 मीटर जागतिक विक्रमात सुधारणा केली – इलेक्ट्रॉनिक वेळेच्या सुरुवातीपासूनची सर्वात मोठी सुधारणा. त्याने 2008 मध्ये 19.30 आणि 2009 मध्ये 19.19 असा 200 मीटरचा विश्वविक्रम दोनदा मोडला आहे. त्याने जमैकाला तीन 4 × 100 मीटर रिले विश्वविक्रमात मदत केली आहे, सध्याचा विक्रम 2012 मध्ये 36.84 सेकंदांचा आहे. बोल्टची सर्वात यशस्वी स्पर्धा आहे तीन ऑलिम्पिक आणि चार जागतिक विजेतेपदांसह 200 मी. 2008 ऑलिम्पिक हे त्याचे 100 मीटर वरील

आंतरराष्ट्रीय पदार्पण होते; त्याने यापूर्वी 200 मीटरमध्ये (2007 वर्ल्ड चॅम्पियनशिप रौप्य पदकांसह) असंख्य पदके जिंकली होती आणि 2021 मध्ये एरियॉन नाइटनने मागे टाकेपर्यंत या स्पर्धेसाठी 20 वर्षाखालील जागतिक आणि 18 वर्षाखालील जागतिक विक्रम आपल्या नावावर केले होते.

धावपटू म्हणून त्याच्या कामगिरीमुळे त्याला मीडिया टोपणनाव "लाइटनिंग बोल्ट" मिळाले आहे आणि त्याच्या पुरस्कारांमध्ये IAAF वर्ल्ड अॅथलीट ऑफ द इयर, ट्रॅक अँड फील्ड अॅथलीट ऑफ द इयर, बीबीसी ओव्हरसीज स्पोर्ट्स पर्सनॅलिटी ऑफ द इयर (तीन वेळा) आणि लॉरियस यांचा समावेश आहे. वर्ल्ड स्पोर्ट्समन ऑफ द इयर (चार वेळा). टाईम मासिकाच्या 2016 च्या 100 सर्वात प्रभावशाली व्यक्तींमध्ये बोल्टचा समावेश करण्यात आला होता. 16 बोल्टने 2017 वर्ल्ड चॅम्पियनशिपनंतर निवृत्ती घेतली, जेव्हा त्याने त्याच्या शेवटच्या एकल 100 मीटर शर्यतीत तिसरे स्थान पटकावले, 200 मीटरमधून बाहेर पडले आणि 4×100 मीटर रिले फायनलमध्ये जखमी झाले.

बोल्टचा जन्म 21 ऑगस्ट 1986 रोजी वेलस्ली आणि जेनिफर बोल्ट शेरवुड कंटेंट, या जमैकामधील एका लहानशा गावात झाला. त्याला एक भाऊ, सादीकी, 18 आणि एक बहीण, शेरीन आहे. त्याचे पालक ग्रामीण भागात स्थानिक किराणा दुकान चालवतात, आणि बोल्टने त्याचा वेळ त्याच्या भावासोबत रस्त्यावर क्रिकेट आणि फुटबॉल खेळण्यात घालवला, नंतर म्हणाले, "मी लहान असताना, मी याशिवाय कशाचाही विचार केला नाही. खेळ." लहानपणी, बोल्टने वॉल्डेन्सिया प्रायमरीमध्ये शिक्षण घेतले, जेथे त्याने त्याच्या पॅरिशच्या वार्षिक राष्ट्रीय प्राथमिक शाळेच्या संमेलनात धावत असताना त्याची स्प्रिंट क्षमता दाखवण्यास सुरुवात केली. वयाच्या बाराव्या वर्षी, बोल्ट 100 मीटर अंतरावर शाळेचा सर्वात वेगवान धावपटू बनला होता. बोल्टला रियल माद्रिद आणि मँचेस्टर युनायटेड या युरोपियन फुटबॉल संघांबद्दलही स्नेह निर्माण झाला.

विल्यम निब मेमोरियल हायस्कूलमध्ये प्रवेश केल्यावर, बोल्टने इतर खेळांवर लक्ष केंद्रित करणे सुरूच ठेवले, परंतु त्याच्या क्रिकेट प्रशिक्षकाने खेळपट्टीवरील बोल्टचा वेग लक्षात घेतला आणि त्याला ट्रॅक आणि फील्ड इव्हेंट्स वापरण्याचा आग्रह केला. पाब्लो मॅकनील, एक माजी ऑलिम्पिक स्प्रिंट ऍथलीट, आणि ड्वेन जॅरेट यांनी बोल्टला प्रशिक्षित केले, त्याला त्याची ऍथलेटिक क्षमता सुधारण्यासाठी आपली ऊर्जा केंद्रित करण्यास प्रोत्साहित केले. शाळेचा धावपटू मायकेल ग्रीनसह भूतकाळातील विद्यार्थ्यांसह अॅथलेटिक्समध्ये यशाचा इतिहास होता. बोल्टने 2001 मध्ये त्याचे पहिले वार्षिक हायस्कूल चॅम्पियनशिप पदक जिंकले; त्याने 200 मीटरमध्ये 22.04 सेकंद वेळेसह रौप्य पदक पटकावले. मॅकनील लवकरच त्याचे प्राथमिक प्रशिक्षक बनले, आणि दोघांनी सकारात्मक भागीदारीचा आनंद लुटला, जरी मॅकनील अधूनमधून बोल्टच्या प्रशिक्षणाप्रती समर्पण न बाळगल्यामुळे आणि व्यावहारिक विनोदांची आवड यामुळे निराश झाला होता.

बोल्ट लहान असताना, तो त्याच्या आईसोबत जमैकाच्या ट्रेलॉनी येथील शेरवुड सामग्री सेव्हन्थ-डे ॲडव्हेंटिस्ट चर्चमध्ये गेला. त्याच्या आईने ॲडव्हेंटिस्ट समजुतीनुसार त्याला डुकराचे मांस दिले नाही.

सुरुवातीच्या स्पर्धा

त्याच्या पहिल्या कॅरिबियन प्रादेशिक स्पर्धेत जमैकाचे प्रतिनिधित्व करताना, बोल्टने 2001 कॅरिफ्टा गेम्समध्ये 400 मीटरमध्ये 48.28 सेकंदांची वैयक्तिक सर्वोत्तम वेळ नोंदवली आणि रौप्य पदक जिंकले. बोल्टने 21.81 सेकंदात पूर्ण केल्यामुळे 200 मीटरमध्येही रौप्यपदक मिळाले.

डेब्रेसेन, हंगेरी येथे 2001 च्या IAAF वर्ल्ड युथ चॅम्पियनशिपमध्ये त्याने जागतिक मंचावर पहिले प्रदर्शन केले. 200 मीटर स्पर्धेत धावताना तो फायनलसाठी पात्र ठरू शकला नाही, परंतु तरीही त्याने 21.73 सेकंदांची नवीन वैयक्तिक सर्वोत्तम कामगिरी केली. तथापि, बोल्टने अद्याप ॲथलेटिक्स किंवा स्वतःला फारसे गांभीर्याने घेतले नाही, आणि कॅरिफ्टा ट्रायल्समध्ये 200 मीटर फायनलची तयारी करत असताना व्हॅनच्या मागे लपून त्याने आपल्या खोडकरपणाला नवीन उंचीवर नेले. त्याच्या व्यावहारिक विनोदासाठी त्याला पोलिसांनी ताब्यात घेतले आणि स्थानिक समुदायाकडून आक्रोश झाला, ज्याने या घटनेसाठी प्रशिक्षक मॅकनीलला दोषी ठरवले. तथापि, वाद कमी झाला आणि मॅकनील आणि बोल्ट दोघेही कॅरिफ्टा गेम्समध्ये गेले, जेथे बोल्टने 200 मीटर आणि 400 मीटरमध्ये अनुक्रमे 21.12 आणि 47.33 सेकेंडसह चॅम्पियनशिप रेकॉर्ड केले. 28 त्याने सेंट्रल अमेरिकन आणि कॅरिबियन ज्युनियर चॅम्पियनशिपमध्ये 20.61 सेकंद आणि 47.12 सेकेंडसह विक्रम प्रस्थापित करणे सुरू ठेवले.

युवा, कनिष्ठ आणि वरिष्ठ स्तरावर जागतिक स्पर्धा जिंकणाऱ्या (व्हॅलेरी ॲडम्स, वेरोनिका कॅम्पबेल-ब्राऊन, जॅक फ्रीटॅग, येलेना इसिनबायेवा, जना पिटमन, डॅनी सॅम्युअल्स, डेव्हिड स्टॉर्ल आणि किरानी जेम्स यांच्यासह) केवळ नऊ खेळाडूंपैकी बोल्ट एक आहे. ॲथलेटिक इव्हेंटचे. माजी पंतप्रधान पीजे पॅटरसन यांनी बोल्टची प्रतिभा ओळखली आणि त्याला जर्मेन गोन्झालेससह किंग्स्टन येथे जाण्याची व्यवस्था केली, जेणेकरून ते जमैका विद्यापीठ, जमैका येथे जमैका एमेच्योर ॲथलेटिक असोसिएशन (JAAA) सोबत प्रशिक्षण घेऊ शकतील.

प्रसिद्धीसाठी उदय

2002 वर्ल्ड ज्युनियर चॅम्पियनशिप किंग्स्टन, जमैका येथे घरच्या प्रेक्षकांसमोर आयोजित करण्यात आली होती आणि बोल्टला जागतिक स्तरावर आपली ओळख सिद्ध करण्याची संधी देण्यात आली होती. वयाच्या 15 व्या वर्षी, तो 1.96 मीटर (6 फूट 5 इंच) उंच वाढला होता आणि तो शारीरिकदृष्ट्या त्याच्या समवयस्कांमध्ये वेगळा होता. त्याने 20.61 सेकंदांच्या वेळेत 200 मीटर जिंकले, जे त्याच्या वैयक्तिक सर्वोत्तम 20.58 सेकंदापेक्षा 0.03 से कमी होते, जे त्याने पहिल्या फेरीत सेट केले होते. बोल्टच्या 200

मीटरच्या विजयामुळे तो आतापर्यंतचा सर्वात तरुण जागतिक-ज्युनियर सुवर्णपदक विजेता ठरला. घरच्या प्रेक्षकांच्या अपेक्षेने तो इतका घाबरला होता की त्याने चुकीच्या पायात शूज ठेवले होते, जरी शर्यत सुरू होण्यापूर्वी त्याला चूक लक्षात आली. तथापि, बोल्टसाठी हा एक खुलासा अनुभव ठरला, कारण त्याने पुन्हा कधीही शर्यतीपूर्वीच्या मज्जातंतूंवर परिणाम होऊ न देण्याची शपथ घेतली. 35 जमैकाच्या स्प्रिंट रिले संघाचा सदस्य म्हणून, त्याने दोन रौप्य पदके देखील मिळवली आणि 4×100 मीटर आणि 4×400 मीटर रिलेमध्ये अनुक्रमे 39.15 s आणि 3:04.06 मिनिटे धावताना राष्ट्रीय ज्युनियर विक्रम प्रस्थापित केले.

वैयक्तिक जीवन

बोल्ट नृत्यासाठी प्रेम व्यक्त करतो आणि त्याच्या व्यक्तिरेखेचे वर्णन वारंवार शांत आणि आरामशीर असे केले जाते. त्याच्या जमैकन ट्रॅक आणि फील्ड मूर्तींमध्ये हर्ब मॅककेनली आणि माजी जमैकन 100 मीटर आणि 200 मीटर विश्वविक्रम धारक डॉन क्वेरी यांचा समावेश आहे. मायकेल जॉन्सन, माजी 200 मीटर जागतिक आणि ऑलिम्पिक विक्रम धारक, बोल्टला देखील खूप आदराने ओळखले जाते.

बोल्टचे नाव आणि वेग यामुळे त्याला "लाइटनिंग बोल्ट" असे टोपणनाव आहे. तो कॅथोलिक आहे आणि स्पर्धात्मकरीत्या रेसिंग करण्यापूर्वी क्रॉसचे चिन्ह बनवण्यासाठी ओळखला जातो आणि तो त्याच्या शर्यतींमध्ये एक चमत्कारी पदक धारण करतो. त्याचे मधले नाव सेंट लिओ आहे.

2010 मध्ये, बोल्टने पॅरिसमधील गर्दीसाठी रेगे डीजे सेट वाजवून संगीताची आवड देखील प्रकट केली. तो कॉल ऑफ ड्यूटी व्हिडिओ गेम मालिकेचा एक उत्कट चाहता देखील आहे, "मी उशीरापर्यंत ऑनलाइन गेम खेळत असतो , मी काही मदत करू शकत नाही" असे म्हणत.

त्याच्या आत्मचरित्रात, बोल्ट प्रकट करतो की त्याला स्कोलियोसिसचा त्रास झाला आहे, या स्थितीमुळे त्याचा पाठीचा कणा उजवीकडे वक्र झाला आहे आणि त्याचा उजवा पाय डाव्यापेक्षा 1/2 इंच (13 मिमी) लहान झाला आहे. याचा परिणाम असा आहे की त्याचा डावा पाय उजव्या पायापेक्षा १४ टक्के लांब जमिनीवर राहतो, डावा पाय जमिनीवर ९५५ एलबीएफ (४,२५० एन) आणि उजवा पाय १०८० एलबीएफ (४,८०० एन) च्या जोराने जमिनीवर आदळतो. या विषमतेने बोल्टला त्याच्या धावण्याच्या कारकिर्दीत मदत केली की दुखापत झाली आहे का, याचा कोणताही ठोस निष्कर्ष न घेता बायोमेकॅनिक्स संशोधकांनी अभ्यास केला आहे.

त्याने "लाइटनिंग बोल्ट" पोझ लोकप्रिय केली, ज्याला "टू डी वर्ल्ड" किंवा "बोल्टिंग" देखील म्हटले जाते, ज्याचा वापर तो शर्यतींपूर्वी आणि उत्सव दोन्हीमध्ये करत असे. पोझमध्ये थोडासा वर केलेला डावा हात बाजूला वाढवणे आणि उजवा हात छातीवर दुमडलेला असतो, दोन्ही हातांचा अंगठा आणि तर्जनी पसरलेली असते. त्याच्या

ऑलिम्पिक आणि जागतिक चॅम्पियनशिपच्या विजयादरम्यानच्या पोझच्या कामगिरीमुळे अमेरिकन राष्ट्राध्यक्ष बराक ओबामा ते लहान मुलांपर्यंत या हालचालीची मोठ्या प्रमाणावर कॉपी केली गेली. असे सुचवण्यात आले आहे की पोझ त्या काळातील जमैकन डान्सहॉल मूव्हसमधून आली आहे, जरी ऑलिंपिक स्प्रिंट चॅम्पियन बर्नार्ड विल्यम्सने देखील त्या दशकाच्या सुरुवातीला अशाच सेलिब्रेशन मूव्हस केल्या होत्या. शुभेच्छांसाठी स्वयंसेवकांना मुठ मारण्याची त्याची सवय प्रसारमाध्यमांमध्ये नोंदवली गेली आहे.

2021 मध्ये, बोल्टने बीबीसीला सांगितले की मारिओ कार्ट आणि मॉर्टल कोम्बॅट सारख्या व्हिडिओ गेमवरील प्रेमामुळे त्याच्या ऑलिम्पिक कारकीर्दीत त्याला मदत झाली.

मध्ये, बोल्टने हेडफोन्सची स्वतःची लाइन डिझाइन करण्यासाठी हेडफोन निर्माता सोल इलेक्ट्रॉनिक्ससोबत सहयोग केला. बोल्टने जमैकन रंगसंगती आणि त्याच्या स्वाक्षरी "टू डी वर्ल्ड" पोझसह इन-इअर बड आणि ओव्हर-इअर मॉडेल दोन्ही डिझाइन केले.

बोल्टचे आत्मचरित्र, माय स्टोरी: 9.58: बीइंग द वर्ल्ड्स फास्टेस्ट मॅन, 2010 मध्ये प्रसिद्ध झाले. बोल्टने यापूर्वी असे म्हटले होते की हे पुस्तक "... रोमांचक असले पाहिजे, हे माझे जीवन आहे आणि मी एक मस्त आणि रोमांचक माणूस आहे." त्याचा ऍथलेटिक्स एजंट PACE स्पोर्ट्स मॅनेजमेंट आहे.

प्यूमासोबतच्या त्याच्या प्रायोजकत्व कराराचा एक भाग म्हणून, निर्माता दरवर्षी त्याच्या अल्मा मेटर, विल्यम निब मेमोरियल हायस्कूलला क्रीडा उपकरणे पाठवतो. बोल्टच्या आग्रहास्तव, त्याला दाखविणाऱ्या जाहिराती जमैकामध्ये जमैकामध्ये चित्रित केल्या जातात, जमैकन प्रॉडक्शन क्रूद्वारे, स्थानिक उद्योगाला चालना देण्यासाठी आणि देशासाठी एक्सपोजर मिळवण्याच्या प्रयत्नात. 2017 मध्ये, क्रीडापटूंमध्ये (ख्रिस्तियानो रोनाल्डो आणि नेमारच्या मागे) प्रायोजकांसाठी बोल्ट तिसरा सर्वाधिक कमाई करणारा सोशल मीडियावर होता आणि पहिल्या सातमध्ये तो एकमेव गैर-फुटबॉलर होता.

बोल्ट हा खेळाच्या इतिहासातील सर्वाधिक मानधन घेणारा खेळाडू आहे. 2016 मध्ये, बोल्टने एका वर्षात सुमारे $33 दशलक्ष कमावले आणि फोर्ब्सच्या जगातील सर्वाधिक कमाई करणाऱ्या खेळाडूंच्या यादीत त्याला 32 व्या क्रमांकावर आणले आणि या यादीत तो एकमेव ट्रॅक आणि फील्ड ॲथलीट बनला.

उद्योजकता

उसेन बोल्टने 2018 मध्ये इलेक्ट्रिक स्कूटर कंपनी बोल्ट मोबिलिटीची सह-स्थापना केली, जी त्याच्या नावाने तयार केली गेली. बोल्टने मायक्रोमोबिलिटी कंपनीची स्थापना केली, जी इलेक्ट्रिक स्कूटर आणि कंपनीची आगामी बोल्ट नॅनो सारखी इतर अद्याप सोडलेली मोबिलिटी उपकरणे प्रदान करते. बोल्ट बोल्ट मोबिलिटीच्या पदार्पणाच्या जाहिरातीमध्ये दिसला, जो यूट्यूब आणि त्याच्या अधिकृत फेसबुक खात्याद्वारे प्रसिद्ध झाला. सीईओ सारा पिशेवर हेन्ससोबत बोल्ट कंपनीसाठी अनेक मुलाखतींमध्ये दिसला .

मार्च 2019 मध्ये, कंपनीच्या न्यूयॉर्क सिटी लॉन्च दरम्यान आणि NYSE वरील CNBC मुलाखतींमध्ये बोल्टने कंपनीसाठी त्याची पहिली सार्वजनिक उपस्थिती दर्शविली. मे 2019 मध्ये, कंपनीने आपल्या सेवांचा युरोपमध्ये विस्तार केला, पॅरिसमध्ये प्रथम उत्पादन सादर केले.

मे 2019 मध्ये, बोल्ट पॅरिसमध्ये व्हिवा टेक्नॉलॉजी कॉन्फरन्समध्ये बोलला, जिथे त्याने कंपनीच्या नॅनो मिनीकारच्या भविष्यातील रिलीझची ओळख करून दिली. परिषदेत असताना त्यांनी फ्रान्सचे अध्यक्ष इमॅन्युएल मॅक्रॉन यांचीही भेट घेतली. फ्रान्समध्ये असताना, बोल्टने एका CNN मुलाखतीत भाग घेतला जेथे त्याने कंपनी स्थापनेची कारणे उघड केली.

"मी न्यूयॉर्क, लंडन, पॅरिसला गेलो आहे आणि एक गोष्ट माझ्या लक्षात आली आहे की आपण सर्व ट्रॅफिकबद्दल तक्रार करतो!"

बोल्टचा तर्क आहे की त्याची स्कूटर वेगळी आहे, जी बॅग, खरेदी आणि मोबाईल फोन स्टोरेज करण्यास परवानगी देते. स्कूटर्समध्ये 30 MPH पर्यंत पोहोचण्याची क्षमता असते, परंतु शहराच्या नियमानुसार साधारणपणे 15 MPH वर मर्यादा असते. कंपनीने अमेरिकेतील अनेक शहरांमध्ये काम सुरू केले आहे आणि संपूर्ण युरोप आणि आशियामध्ये विस्तार करण्याची योजना आखली आहे.

जुलै 2022 च्या सुरुवातीस, बोल्ट मोबिलिटीने अचानक काम बंद केले, बाईक-शेअरिंग कार्यक्रम हवेत सोडले, बर्लिंग्टन, व्हरमाँट; पोर्टलँड, ओरेगॉन; रिचमंड, कॅलिफोर्निया; आणि रिचमंड, व्हर्जिनिया.

संगीत निर्माता

जुलै 2019 मध्ये, बोल्टने ऑलिंप रोजे रिडिमच्या रिलीजसह डान्सहॉल संगीत निर्माता म्हणून पदार्पण केले ज्यामध्ये जमैकन डान्सहॉल कलाकारांचे 5 ट्रॅक होतेः डेक्सटा डॅप्स "बिग मूव्हस", मुंगा ऑनरेबल "वीकेंड", क्रिस्टोफर मार्टिन "ड्विट", डिंग डोंग "टॉप ए डी टॉप" आणि फुटबॉल खेळाडू कलाकार रिकार्डो "बीबी" गार्डनर "माउंट ए ग्याल" बनले.

नोव्हेंबर 2019 मध्ये, त्याने इमॉर्टल रिद्दिम नावाच्या दुसऱ्या संकलनाचा पाठपुरावा केला ज्यामध्ये वायब्झ कार्टेल, मसिक्का, मुंगा ऑनरेबल आणि क्रिस्टोफर मार्टिन यांचे ट्रॅक समाविष्ट होते.

जानेवारी 2021 च्या सुरुवातीला, बोल्टने त्याचा बालपणीचा मित्र आणि व्यवस्थापक न्युजेंट 'एनजे' वॉकरसोबत "लिव्हिंग द ड्रीम" नावाचा एकल रिलीज केला.

19

कोबे ब्रायंट

कोबे ब्रायंट

Top Sportsmans

Scan for Story Videos - www.itibook.com

कोबे बीन ब्रायंट; 23 ऑगस्ट 1978 - 26 जानेवारी 2020) हा अमेरिकन व्यावसायिक बास्केटबॉल खेळाडू होता. एक शूटिंग गार्ड, त्याने आपली संपूर्ण 20 वर्षांची कारकीर्द नॅशनल बास्केटबॉल असोसिएशन (NBA) मध्ये लॉस एंजेलिस लेकर्ससोबत घालवली. सर्वकाळातील सर्वोत्कृष्ट बास्केटबॉल खेळाडूंपैकी एक म्हणून व्यापकपणे ओळखले जाते, ब्रायंटने पाच एनबीए चॅम्पियनशिप जिंकल्या, तो 18-वेळा ऑल-स्टार होता, 15-वेळा सदस्य होता. ऑल-एनबीए टीम, ऑल-डिफेन्सिव्ह टीमचा 12-वेळा सदस्य, 2008 एनबीए मोस्ट व्हॅल्यूएबल प्लेयर (एमव्हीपी), आणि दोन वेळा एनबीए फायनल्स एमव्हीपी. ब्रायंटने दोनदा स्कोअरिंगमध्ये NBA चे नेतृत्व केले आणि लीग ऑल-टाइम रेग्युलर सीझन आणि पोस्ट सीझन स्कोअरिंगमध्ये चौथ्या क्रमांकावर आहे. 2020 मध्ये त्याला मरणोत्तर नॅस्मिथ मेमोरियल बास्केटबॉल हॉल ऑफ फेममध्ये मतदान करण्यात आले आणि 2021 मध्ये NBA 75 व्या वर्धापन दिन संघात त्याचे नाव देण्यात आले.

माजी एनबीए खेळाडू जो ब्रायंटचा मुलगा, तो फिलाडेल्फियामध्ये जन्मला आणि अंशतः इटलीमध्ये वाढला. फिलाडेल्फिया उपनगर लोअर मेरियन येथे असताना सर्वोच्च अमेरिकन हाय-स्कूल बास्केटबॉल खेळाडू म्हणून ओळखले गेले, ब्रायंट 1996 च्या NBA मसुद्यासाठी घोषित झाला आणि शार्लोट हॉर्नेट्सने एकूण 13 व्या निवडीसह त्याची निवड केली; त्यानंतर त्याचा लेकर्सकडे व्यापार करण्यात आला. एक धोकेबाज म्हणून, ब्रायंटने 1997 ची स्लॅम डंक स्पर्धा जिंकून एक उच्च-उड्डाण करणारा म्हणून नाव कमावले आणि त्याच्या दुसऱ्या सत्रात त्याला ऑल-स्टार म्हणून नाव देण्यात आले. टीममेट शाकिल ओ'नीलशी भांडण असूनही, या जोडीने लेकर्सला 2000 ते 2002 पर्यंत सलग तीन NBA चॅम्पियनशिपमध्ये नेले.

2004 एनबीए फायनलमध्ये लेकर्स हरल्यानंतर, ओ'नीलचा व्यापार झाला आणि ब्रायंट फ्रँचायझीचा कोनशिला बनला. 2005-06 आणि 2006-07 सीझनमध्ये स्कोअरिंगमध्ये त्याने NBA चे नेतृत्व केले आणि 2008 मध्ये त्याला लीग MVP असे नाव देण्यात आले. 22 जानेवारी 2006 रोजी त्याने कारकिर्दीतील उच्च 81 गुण मिळवले; विल्ट चेंबरलेनच्या 100-पॉइंट गेमनंतर, एका NBA गेममध्ये सर्वाधिक गुण मिळवलेला दुसरा. ब्रायंटने 2009 आणि 2010 मध्ये संघाला सलग चॅम्पियनशिपमध्ये नेले, दोन्ही वेळा NBA फायनल MVP असे नाव देण्यात आले. 2012-13 च्या मोसमात तो लीगमधील अव्वल खेळाडूंमध्ये राहिला, जेव्हा त्याला वयाच्या 34 व्या वर्षी फाटलेल्या ॲचिलीस टेंडनचा त्रास झाला. त्याचे पुढील दोन सत्र अनुक्रमे गुडघा आणि खांद्याला झालेल्या दुखापतीमुळे कमी झाले. शारीरिक घसरणीचा दाखला देत, ब्रायंट 2015-16 हंगामानंतर निवृत्त झाला. 2017 मध्ये, लेकर्सने त्याचे क्रमांक 8 आणि 24 दोन्ही निवृत्त केले, ज्यामुळे तो NBA इतिहासातील एकमेव खेळाडू बनला ज्याने एकाच फ्रँचायझीद्वारे अनेक क्रमांक निवृत्त केले.

लेकर्सच्या इतिहासातील सर्वकालीन आघाडीचा स्कोअरर, ब्रायंट 20 सीझन खेळणारा NBA इतिहासातील पहिला गार्ड होता. त्याचे 18 ऑल-स्टार पदनाम हे सर्व काळातील दुसऱ्या क्रमांकाचे आहेत आणि स्टार्टर म्हणून त्याने सर्वाधिक सलग हजेरी लावली आहे. ब्रायंटचे चार NBA ऑल-स्टार गेम MVP अवॉर्ड्स NBA इतिहासातील सर्वात जास्त बॉब पेटिटसोबत जोडले गेले आहेत. 2000 च्या मध्यात त्याने स्वतःला "ब्लॅक मांबा" हे टोपणनाव दिले आणि हे नाव सामान्य जनतेने मोठ्या प्रमाणावर स्वीकारले. त्याने 2008 आणि 2012 च्या यूएस ऑलिम्पिक संघांमध्ये सुवर्णपदके जिंकली. 2018 मध्ये, त्याने डियर बास्केटबॉल (2017) या चित्रपटासाठी सर्वोत्कृष्ट ॲनिमेटेड लघुपटाचा अकादमी पुरस्कार जिंकला.

2020 मध्ये कॅलबासास, कॅलिफोर्निया येथे हेलिकॉप्टर अपघातात ब्रायंट, त्याची मुलगी जियाना आणि इतर सात जणांसह मरण पावला. त्यानंतर त्यांच्या सन्मानार्थ ऑल-स्टार MVP पुरस्काराचे नाव बदलण्यासह अनेक श्रद्धांजली आणि स्मारके जारी करण्यात आली.

ब्रायंटचा जन्म फिलाडेल्फिया येथे झाला, तीन मुलांपैकी सर्वात लहान आणि पामेला कॉक्स ब्रायंट आणि माजी NBA खेळाडू जो ब्रायंट यांचा एकुलता एक मुलगा. तो एनबीए खेळाडू जॉन "चब्बी" कॉक्सचा मामा भाचा होता. त्याच्या पालकांनी त्याचे नाव जपानमधील कोबे येथील प्रसिद्ध गोमांसावरून ठेवले, जे त्यांनी रेस्टॉरंटच्या मेनूमध्ये पाहिले. त्याचे मधले नाव बीन हे त्याच्या वडिलांच्या टोपणनाव "जेलीबीन" वरून आले होते.

ब्रायंटने तीन वर्षांचा असताना बास्केटबॉल खेळायला सुरुवात केली, आणि तो मोठा होत असताना लेकर्स हा त्याचा आवडता संघ होता. जेव्हा ब्रायंट सहा वर्षांचा होता, तेव्हा त्याचे वडील NBA मधून निवृत्त झाले आणि व्यावसायिक बास्केटबॉल खेळणे सुरू ठेवण्यासाठी त्यांचे कुटुंब इटलीतील रीती येथे गेले. दोन वर्षांनंतर, ते प्रथम रेजिओ कॅलाब्रिया, नंतर

पिस्टोइया आणि रेजिओ एमिलिया येथे गेले. कोबेला त्याच्या नवीन जीवनशैलीची सवय झाली आणि तो अस्खलित इटालियन बोलायला शिकला. त्याला रेगियो एमिलियाची विशेष आवड होती, जिला तो एक प्रेमळ जागा मानत होता आणि जिथे त्याच्या बालपणीच्या काही सर्वोत्तम आठवणी बनवल्या गेल्या होत्या. ब्रायंटने रेगिओ एमिलियामध्ये राहताना गंभीरपणे बास्केटबॉल खेळायला सुरुवात केली. ब्रायंटचे आजोबा ब्रायंटला अभ्यासासाठी एनबीए गेम्सचे व्हिडिओ पाठवायचे. प्रेरणाचा आणखी एक स्त्रोत म्हणजे खेळांबद्दलचे ॲनिमेटेड युरोपियन चित्रपट, ज्यातून त्याला बास्केटबॉलबद्दल अधिक माहिती मिळाली. 1987 ते 1989 पर्यंत, त्याचे वडील ऑलिम्पिया बास्केट पिस्टोयासाठी खेळले जेथे त्यांनी माजी डेट्रॉईट पिस्टन लिओन डग्लस यांच्यासोबत जोडी केली. कोबे बॉल आणि मॉप बॉय म्हणून गेममध्ये काम करायचा आणि हाफटाइममध्ये नेमबाजीचा सराव करायचा, डग्लस शेअर करत होता, "आमच्या प्रत्येक गेममध्ये हाफटाइमला तो कोबेचा शो होता. तो तिथून बाहेर पडायचा आणि त्याचा शॉट अप करायचा. आम्ही अर्ध्या वेळेस लॉकर रूममधून बाहेर पडलो होतो आणि कोर्टाबाहेर त्याचा पाठलाग करावा लागला होता."

ब्रायंटने सॉकर खेळायलाही शिकले आणि त्याचा आवडता सॉकर संघ एसी मिलान होता. उन्हाळ्यात, ब्रायंट बास्केटबॉल समर लीग खेळण्यासाठी युनायटेड स्टेट्सला परत यायचा. 35 जेव्हा ब्रायंट 13 वर्षांचा होता, तेव्हा तो आणि त्याचे कुटुंब फिलाडेल्फियाला परत गेले, जिथे त्याने बाला सिन्विड मिडल स्कूलमध्ये आठव्या वर्गात प्रवेश घेतला.

हायस्कूल (1992-1996)

ब्रायंटने लोअर मेरियनच्या फिलाडेल्फिया उपनगरात असलेल्या आर्डमोर येथील लोअर मेरियन हायस्कूलमध्ये नेत्रदीपक उच्च माध्यमिक कारकीर्दीदरम्यान राष्ट्रीय ओळख मिळवली. तो विद्यापीठ बास्केटबॉल संघात नवीन खेळाडू म्हणून खेळला. लोअर मेरियनच्या विद्यापीठ संघासाठी सुरुवात करणारा ब्रायंट हा दशकातील पहिला नवोदित खेळाडू बनला, परंतु संघाने 4-20 विक्रमासह पूर्ण केले. पुढील तीन वर्षांत, एसेसने 77-13 रेकॉर्ड संकलित केले, ब्रायंटने पाचही पोझिशन खेळल्या. त्याच्या कनिष्ठ वर्षात, त्याने सरासरी 31.1 गुण, 10.4 रीबाउंड्स, 5.2 असिस्ट, 3.8 ब्लॉक्स आणि 2.3 स्टिल्स मिळवले आणि त्याला पेनसिल्व्हेनिया प्लेयर ऑफ द इयर म्हणून निवडले गेले आणि चौथ्या-संघ परेड ऑल-अमेरिकन नामांकन देखील मिळवले, प्रक्रियेत कॉलेज रिक्रूटर्सचे लक्ष वेधून घेणे. ड्यूक, मिशिगन, नॉर्थ कॅरोलिना आणि व्हिलानोव्हा त्याच्या यादीत सर्वात वर होते. तथापि, हायस्कूलर केविन गार्नेट 1995 एनबीए मसुद्याच्या पहिल्या फेरीत गेल्यानंतर, ब्रायंटनेही थेट साधकांकडे जाण्याचा विचार सुरू केला.

Adidas ABCD कॅम्पमध्ये, ब्रायंटने 1995 चा वरिष्ठ MVP पुरस्कार मिळवला आणि भविष्यातील NBA टीममेट लामर ओडोम सोबत खेळला. हायस्कूलमध्ये असताना, 76 वर्षांचे प्रशिक्षक जॉन लुकास यांनी ब्रायंटला वर्कआऊट करण्यासाठी आणि संघासोबत भांडणासाठी आमंत्रित केले होते, जिथे तो जेरी स्टॅकहाऊससह वन-ऑन-वन खेळला.

हायस्कूलच्या त्याच्या वरिष्ठ वर्षात, ब्रायंटने एसेसचे नेतृत्व 53 वर्षांमध्ये त्यांच्या पहिल्या राज्य विजेतेपदासाठी केले. धावण्याच्या दरम्यान, त्याने सरासरी 30.8 पॉइंट्स, 12 रिबाउंड्स, 6.5 असिस्ट, 4 स्टिल्स आणि 3.8 ब्लॉक केलेले शॉट्स मिळून एसेसला 31-3 विक्रमाकडे नेले. ब्रायंटने विल्ट चेंबरलेन आणि लिओनेल सिमन्स या दोघांनाही मागे टाकत दक्षिण-पूर्व पेनसिल्व्हेनियाचा सर्वकालीन आघाडीचा स्कोअरर म्हणून 2,883 गुणांसह आपली उच्च माध्यमिक कारकीर्द संपवली.

ब्रायंटला लोअर मेरियन येथे त्याच्या वरिष्ठ वर्षात उत्कृष्ट कामगिरीसाठी अनेक पुरस्कार मिळाले. यामध्ये नैस्मिथ हायस्कूल प्लेयर ऑफ द इयर, गॅटोरेड मेन्स नॅशनल बास्केटबॉल प्लेअर ऑफ द इयर, मॅकडोनाल्ड्स ऑल-अमेरिकन, फर्स्ट-टीम परेड ऑल-अमेरिकन आणि यूएसए टुडे ऑल-यूएसए फर्स्ट टीम प्लेयर असे नाव देण्यात आले आहे. ब्रायंटचे विद्यापीठ प्रशिक्षक, ग्रेग डाऊनर यांनी टिप्पणी केली की तो "एक पूर्ण वर्चस्व गाजवणारा खेळाडू" होता आणि संघाचा अव्वल खेळाडू असतानाही त्याच्या कामाच्या नैतिकतेची प्रशंसा केली. 1996 मध्ये, ब्रायंट, R&B गायिका ब्रँडीला त्याच्या वरिष्ठ कार्यक्रमात घेऊन गेले. शेवटी, 17 वर्षीय ब्रायंटने थेट NBA मध्ये जाण्याचा निर्णय घेतला आणि NBA इतिहासात असे करणारा तो फक्त सहावा खेळाडू ठरला. ब्रायंटच्या बातम्यांना अशा वेळी खूप प्रसिद्धी मिळाली जेव्हा प्रीप-टू-प्रो एनबीए खेळाडू फारसे सामान्य नव्हते (20 वर्षांत गार्नेट हा एकमेव अपवाद होता). त्याचे बास्केटबॉल कौशल्य आणि 1080 च्या SAT स्कोअरमुळे त्याने निवडलेल्या कोणत्याही कॉलेजमध्ये प्रवेश निश्चित केला असता, परंतु त्याने अधिकृतपणे कोणत्याही कॅम्पसला भेट दिली नाही. 2012 मध्ये, ब्रायंटला त्याच्या हायस्कूल खेळासाठी तसेच त्याच्या नंतरच्या कामगिरीसाठी 35 महान मॅकडोनाल्ड्स ऑल-अमेरिकनांपैकी एक म्हणून सन्मानित करण्यात आले.

व्यावसायिक करिअर

"तुम्ही डोळे बंद करून थोडासा विचार केला, तर तुम्हाला वाटले असेल की तुम्ही मायकेल जॉर्डनला पाहत आहात. त्याने सर्व काही चांगले केले - त्याच्या पलीकडे. त्याने केलेल्या प्रत्येक गोष्टीत तो अपवादात्मक होता. आणि मग मला आठवते त्याप्रमाणे आम्ही टिप्पणी केली, कसे तो मायकेलची आठवण करून देतो."

खेळाडू प्रोफाइल

ब्रायंट प्रामुख्याने शूटिंग गार्ड म्हणून खेळला. त्याला 6 फूट 6 इंच (1.98 मी) आणि 212 पाउंड (96 किलो) सूचीबद्ध करण्यात आले होते, त्याला एनबीए मधील सर्वात धोकादायक स्कोअरर म्हणून अनेकदा उद्धृत केले गेले होते. ब्रायंटने जॉर्डनशी वारंवार तुलना केली आहे, ज्यानंतर त्याने त्याच्या खेळण्याच्या शैलीचे मॉडेल बनवले आहे. जॉर्डनप्रमाणेच, तो फॉल-अवे जंप शॉट शूट करण्यासाठी प्रसिद्ध झाला. स्पोर्ट्स इलस्ट्रेटेडच्या ख्रिस बॅलार्डने ब्रायंटच्या आणखी एका प्रसिद्ध चालीचे वर्णन "जॅब स्टेप-अँड-पॉज" असे केले ज्यामध्ये डिफेंडरला आराम मिळावा म्हणून ब्रायंटने त्याच्या नॉन-पिव्होट पायाला पुढे केले परंतु जॅब

पाय मागे आणण्याऐवजी त्याने ढकलले. तो टोपलीकडे जाण्यासाठी त्याच्या प्रतिस्पर्ध्याला वळसा घालून गेला.

ब्रायंटने तंग खेळांच्या शेवटच्या क्षणांमध्ये शॉट्स घेण्यासाठी प्रतिष्ठा निर्माण केली, तो दुहेरी किंवा तिहेरी संघात असतानाही, आणि NBA मधील प्रीमियर क्लोजरपैकी एक म्हणून त्याची ख्याती होती. एनबीए महाव्यवस्थापकांच्या 2012 च्या वार्षिक सर्वेक्षणात, ब्रायंटची सलग 10 व्या हंगामासाठी निवड करण्यात आली कारण खेळाडू महाव्यवस्थापकांना लाइनवर गेमसह क्लच शॉट घ्यायचा होता. ब्रायंटला खलनायक बनण्याचा आनंद वाटला आणि त्याच्या नाटकाने प्रेक्षकांना गप्प करण्यात आनंद झाला. त्याच्या अवघड शॉट्स करण्याच्या क्षमतेमुळे त्याच्या शॉट निवडीवर टीकाही झाली आहे. त्याच्या संपूर्ण कारकिर्दीत, ब्रायंट हा स्वार्थी, उच्च-खंड नेमबाज असल्याबद्दल अपमानित झाला; त्याने त्याच्या कारकिर्दीत NBA इतिहासातील इतर कोणत्याही खेळाडूपेक्षा जास्त क्षेत्रीय गोलचे प्रयत्न चुकवले. g फिल जॅक्सन, जो ब्रायंटला अनेक वर्षे प्रशिक्षित केले, असे सांगितले की ब्रायंट "ॲक्शन करण्यास भाग पाडतो, विशेषत: जेव्हा खेळ त्याच्या मार्गाने जात नाही. जेव्हा त्याचा शॉट बंद असतो, तेव्हा त्याचे नशीब फिरेपर्यंत कोबे अथकपणे धाव घेतो." ब्रायंटच्या मते , "मी 30 साठी 0 जाईन आधी मी 9 साठी 0 जाईन; 9 साठी 0 म्हणजे तुम्ही स्वतःला हरवले, तुम्ही स्वतःला खेळातून बाहेर काढले.

गुन्ह्यावरील त्याच्या क्षमतेव्यतिरिक्त, ब्रायंटने स्वतःला एक उत्कृष्ट बचावात्मक खेळाडू म्हणूनही स्थापित केले. ब्रायंटने बचाव खेळताना क्वचितच आरोप केले, ज्यामुळे त्याचे शरीर वाचले आणि त्याच्या दीर्घायुष्यात योगदान दिले. तथापि, काही समीक्षकांनी असे सुचवले आहे की ब्रायंटचे त्याच्या नंतरच्या वर्षांतील बचावात्मक कौतुक त्याच्या वास्तविक खेळापेक्षा त्याच्या प्रतिष्ठेवर आधारित होते.

ब्रायंटचे त्याच्या अथक कार्य नीतिमत्तेसाठी देखील कौतुक करण्यात आले, त्याला "मांबा मानसिकता" असे संबोधले जाते. त्याच्या पहिल्या 16 सीझनमध्ये, त्याचे शरीर लवचिक होते, आणि अनेकदा दुखापतींमधून खेळताना त्याने उच्च वेदना थ्रेशोल्ड प्रदर्शित केले. एक भयंकर प्रतिस्पर्धी, ब्रायंटने विरोधक आणि सहकाऱ्यांना आपल्या तिरस्काराचे कारण बनवले. त्याच्या उच्च पातळीच्या बांधिलकी आणि कामगिरीमुळे अनेक खेळाडूंनी त्याला खेळणे कठीण मानले आहे. फोर्ब्सचे क्रीडालेखक मार्क हेस्लर यांच्या मते, "सुमारे 2004-2007, कोबे हा एनबीएने पाहिलेला सर्वात पराकोटीचा सुपरस्टार होता." शाकिल ओ'नीलच्या निर्गमनानंतर, त्याने लेकर्सचे दोन एनबीए चॅम्पियनशिपमध्ये नेतृत्व केले; या कालावधीत, तो त्याच्या कारकिर्दीत पूर्वीपेक्षा त्याच्या सहकाऱ्यांसाठी अधिक मार्गदर्शक बनला होता. ब्रायंटचे दीर्घकाळचे मुख्य प्रशिक्षक फिल जॅक्सन यांनी त्याच्या दोन लेकर्स कोचिंग कार्यकाळात ब्रायंटच्या सहकाऱ्यांबद्दलच्या वागणुकीत मोठा फरक नोंदवला. जर ब्रायंटने त्याच्या सुरुवातीच्या काळात संघातील सहकाऱ्यांशी बोलले तर ते सहसा "मला धिक्कार बॉल द्या" असे होते, परंतु नंतरच्या काळात, " ब्रायंट ने संघ आणि त्याच्या

सहकाऱ्यांना मिठी मारली, आम्ही रस्त्यावर असताना त्यांना कॉल केला आणि त्यांना आमंत्रित केले. रात्रीच्या जेवणासाठी बाहेर. जणू काही इतर खेळाडू आता त्याचे भागीदार आहेत, त्याचे वैयक्तिक भाला-वाहक नाहीत."

परोपकार

ब्रायंट हे आफ्टर-स्कूल ऑल-स्टार्स (ASAS) चे अधिकृत राजदूत होते, एक अमेरिकन ना-नफा संस्था जी तेरा यूएस शहरांमधील मुलांना शाळेनंतरचे सर्वसमावेशक कार्यक्रम प्रदान करते. ब्रायंटने कोबे ब्रायंट चायना फंड देखील सुरू केला ज्याने सूंग चिंग लिंग फाउंडेशन या चिनी सरकारच्या पाठिंशी असलेल्या धर्मादाय संस्थेसोबत भागीदारी केली. कोबे ब्रायंट चायना फंड चीनमध्ये शिक्षण आणि आरोग्य कार्यक्रमांसाठी राखून ठेवलेला पैसा उभा करतो. 4 नोव्हेंबर 2010 रोजी, ब्रायंट कॉल ऑफ ड्यूटी: ब्लॅक ऑप्स लॉन्च इव्हेंटमध्ये झॅक ब्रॅफ सोबत हजर झाले, सांता मोनिका विमानतळावर, जिथे त्यांनी कॉल ऑफ ड्यूटी एन्डॉमेंटला $1 दशलक्ष चेक सादर केला, एक ॲक्टिव्हिजन-स्थापित नानफा संस्था जी दिग्गजांना मदत करते. त्यांची लष्करी सेवा संपल्यानंतर नागरी करिअरमध्ये संक्रमण.

ब्रायंटने आपल्या पत्नीसह कोबे आणि व्हेनेसा ब्रायंट फॅमिली फाउंडेशन (KVBFF) ची स्थापना केली. "गरजू तरुणांना मदत करणे, खेळांद्वारे शारीरिक आणि सामाजिक कौशल्यांच्या विकासास प्रोत्साहन देणे आणि बेघरांना मदत करणे" ही त्याची उद्दिष्टे आहेत. ब्रायंटने बेघर लोकांवर केलेल्या अन्यायाबद्दल बोलले ज्यांना त्यांच्या परिस्थितीसाठी दोषी ठरवले जाते, ते म्हणाले की बेघरपणाकडे दुर्लक्ष केले जाऊ नये किंवा कमी प्राधान्य दिले जाऊ नये. ब्रायंट म्हणाले की, त्याला केवळ यशस्वी बास्केटबॉल कारकीर्दीपेक्षा जीवनातून बाहेर काढायचे आहे.

ब्रायंट आणि त्याची पत्नी व्हेनेसा हे आफ्रिकन अमेरिकन हिस्ट्री अँड कल्चरच्या नॅशनल म्युझियमचे संस्थापक देणगीदार होते, ब्रायंटने 2008 एनबीए फायनल्समध्ये घातलेला गणवेश देखील दान केला, ज्या वर्षी त्याला लीग MVP असे नाव देण्यात आले. आपल्या हयातीत, ब्रायंटने मेक-ए-विश फाउंडेशनसाठी दोनशेहून अधिक विनंत्या मंजूर केल्या.

व्यवसाय उपक्रम

ब्रायंटने स्पोर्ट्स इंडस्ट्रीमध्ये ब्रँडची मालकी घेण्यासाठी आणि वाढवण्यासाठी Kobe Inc. ची स्थापना केली. मार्च 2014 मध्ये Bodyarmor SuperDrink कंपनीमध्ये 10% हिस्सा $6 दशलक्षसाठी प्रारंभिक गुंतवणूक होती. मुख्यालय न्यूपोर्ट बीच, कॅलिफोर्निया येथे आहे. कोका-कोला कंपनीने ऑगस्ट 2018 मध्ये कंपनीतील अल्पसंख्याक स्टेक खरेदी केल्यामुळे, ब्रायंटच्या स्टेकचे मूल्यांकन अंदाजे $200 दशलक्ष झाले.

2013 मध्ये, ब्रायंटने ग्रॅनिटी स्टुडिओ नावाची एक निर्मिती कंपनी सुरू केली, ज्याने चित्रपटांपासून दूरदर्शन कार्यक्रम आणि कादंबऱ्यांपर्यंत विविध माध्यमे विकसित केली.

22 ऑगस्ट 2016 रोजी, ब्रायंट आणि त्याचा व्यवसाय भागीदार जेफ स्टिबेल यांनी $100 दशलक्ष निधीसह मीडिया, डेटा, गेमिंग आणि तंत्रज्ञानासह विविध व्यवसायांवर लक्ष केंद्रित करणारी उद्यम भांडवल फर्म ब्रायंट-स्टिबेल लाँच केली. 2018 मध्ये, ब्रायंट आणि स्पोर्ट्स अकादमीने मंबा स्पोर्ट्स अकादमी सुरू केली, एक संयुक्त ऍथलेटिक-प्रशिक्षण व्यवसाय उपक्रम. अकादमीने थाउजंड ओक्स आणि रेडोंडो बीच, कॅलिफोर्निया येथे स्थाने स्थापन केली.

पुस्तके

23 ऑक्टोबर 2018 रोजी, ब्रायंटचे पुस्तक द माम्बा मेंटॅलिटी: हाऊ आय प्ले, छायाचित्रे आणि अँड्र्यू डी. बर्नस्टीन यांनी दिलेले शब्द, फिल जॅक्सनची प्रस्तावना आणि पॉ गॅसोल यांचे अग्रलेख, एमसीडी/फरार, स्ट्रॉस आणि गिरॉक्स यांनी प्रकाशित केले. या पुस्तकात फोटो आणि त्याच्या प्रतिबिंबांसह त्याच्या कारकिर्दीचा आढावा घेतला आहे.

त्यांच्या मृत्यूच्या वेळी, ते ब्राझिलियन लेखक पाउलो कोएल्हो यांच्यासोबत वंचित मुलांना प्रेरणा देण्याच्या उद्देशाने मुलांच्या पुस्तकावर काम करत होते. ब्रायंटच्या मृत्यूनंतर, कोएल्होने मसुदा हटवला आणि एका मुलाखतीत म्हटले की "त्याच्याशिवाय प्रकाशित करण्यात काही अर्थ नाही." त्याने किती पाने लिहिली आहेत किंवा पुस्तकाला शीर्षक आहे की नाही हे सांगितले नाही.

ब्रायंटने ग्रॅनिटी स्टुडिओ: द विझेनर्ड सिरीज: ट्रेनिंग कॅम्प, लेगसी अँड द क्वीन आणि इपोका: द ट्री ऑफ इक्रोफ यांच्या माध्यमातून अनेक तरुण प्रौढ कादंबऱ्यांचे सह-लेखन/निर्मिती केली. चौथी कादंबरी, द विझेनर्ड सिरीज: सीझन वन, मार्च 2020 मध्ये मरणोत्तर प्रसिद्ध झाली. द विझारेनार्ड मालिका: सीझन वन न्यू यॉर्क टाइम्सच्या मध्यम दर्जाच्या हार्डकव्हर यादीत अव्वल स्थानावर आहे.

अपघात

26 जानेवारी 2020 रोजी पॅसिफिक मानक वेळेनुसार सकाळी 9:06 वाजता, कॅलिफोर्नियाच्या ऑरेंज काउंटीमधील जॉन वेन विमानतळावरून सिकोर्स्की S-76 हेलिकॉप्टर निघाले, त्यात नऊ लोक होते: ब्रायंट, त्याची 13 वर्षांची मुलगी जियाना, सहा कौटुंबिक मित्र , आणि पायलट, आरा झोबायन. कॅलिफोर्निया सेक्रेटरी ऑफ स्टेट बिझनेस डेटाबेसनुसार हेलिकॉप्टर फिलमोर-आधारित आयलंड एक्सप्रेस होल्डिंग कॉर्पोरेशनमध्ये नोंदणीकृत होते. 516 हा गट थाउजंड ओक्स येथील मांबा स्पोर्ट्स अकादमी येथे बास्केटबॉल खेळासाठी वेंचुरा काउंटीमधील कॅमरिलो विमानतळावर जात होता.

त्या सकाळी हलका पाऊस आणि धुक्यामुळे, लॉस एंजेलिस पोलिस विभागाचे हेलिकॉप्टर आणि इतर बहुतेक हवाई वाहतूक ग्राउंड करण्यात आली. फ्लाइट ट्रॅकरने दर्शविले की हेलिकॉप्टर LA प्राणिसंग्रहालयाच्या वरती प्रदक्षिणा घालत आहे कारण परिसरात प्रचंड हवाई वाहतूक होते. सकाळी 9:30 वाजता, झोबायनने बरबँक विमानतळाच्या कंट्रोल टॉवरशी संपर्क साधला, टॉवरला परिस्थितीची सूचना दिली, आणि

त्याला सांगण्यात आले की तो रडारद्वारे ट्रॅक करण्यासाठी "खूप खाली उडत आहे". त्या वेळी, हेलिकॉप्टरने प्रचंड धुके अनुभवले आणि ते दक्षिणेकडे डोंगराकडे वळले. सकाळी 9:40 वाजता, हेलिकॉप्टर 1,200 ते 2,000 फूट (370 ते 610 मीटर) पर्यंत वेगाने चढले, 161 नॉट्स (298 किमी/ता; 185 mph) वेगाने उडत होते.

सकाळी 9:45 वाजता, हेलिकॉप्टर लॉस एंजेलिसच्या वायव्येकडील 30 मैल (48 किमी) अंतरावर असलेल्या कॅलाबासासमधील डोंगराच्या बाजूला कोसळले आणि जळू लागले. ब्रायंट, त्याची मुलगी आणि इतर सात रहिवासी हे सर्वजण मारले गेले. दाट धुक्यात हेलिकॉप्टर कॅलाबासाच्या वरच्या टेकड्यांवर कोसळल्याचे प्राथमिक अहवालात सूचित केले आहे. साक्षीदारांनी हेलिकॉप्टर क्रॅश होण्यापूर्वी धडपडत असल्याचे ऐकले.-

20

राफेल नदाल

राफेल नदाल

Scan for Story Videos - www.itibook.com

राफेल नदाल परेरा (कॅटलन: 4 जन्म ३ जून १९८६) एक स्पॅनिश व्यावसायिक टेनिस खेळाडू आहे. तो सध्या असोसिएशन ऑफ टेनिस प्रोफेशनल्स (ATP) द्वारे एकेरीमध्ये जागतिक क्रमवारीत 3 व्या क्रमांकावर आहे. तो 209 आठवडे जागतिक क्रमवारीत प्रथम क्रमांकावर आहे आणि वर्षअखेरीस तो पाच वेळा क्रमांक 1 राहिला आहे. नदालने विक्रमी 14 फ्रेंच ओपन विजेतेपदांसह सर्वकालीन विक्रमी 22 ग्रँड स्लॅम पुरुष एकेरीची विजेतेपदे जिंकली आहेत. त्याने 92 एटीपी एकेरी विजेतेपद जिंकले आहेत, ज्यात 36 मास्टर्स विजेतेपदे आहेत, त्यापैकी 63 क्लेवर आहेत. एकेरीमध्ये करिअर गोल्डन स्लॅम पूर्ण करणाऱ्या दोन पुरुषांपैकी नदाल हा एक आहे. त्याचा क्लेवर सलग ८१ विजय हा ओपन एरामधील सर्वात लांब एकल-सरफेस विजयाचा सिलसिला आहे.

एका दशकाहून अधिक काळ, नदालने पुरुष टेनिसमध्ये रॉजर फेडरर आणि नोव्हाक जोकोविचसह बिग थ्री म्हणून वर्चस्व राखले आहे, काही लोक एकत्रितपणे तीन सर्वात यशस्वी पुरुष टेनिसपटू मानतात. त्याच्या व्यावसायिक कारकीर्दीच्या सुरुवातीला, नदाल एटीपी टूर इतिहासातील सर्वात यशस्वी किशोरांपैकी एक बनला, त्याने जागतिक क्रमवारीत 2 क्रमांकावर पोहोचला आणि 20 वर्षांचा होण्यापूर्वी 16 विजेतेपद जिंकले, ज्यात त्याच्या पहिल्या फ्रेंच ओपन आणि सहा मास्टर्स स्पर्धांचा समावेश आहे. ऐतिहासिक विम्बल्डन फायनलमध्ये फेडररला पराभूत करून मातीतल्या पहिल्या मोठ्या विजयानंतर 2008 मध्ये नदाल प्रथमच जागतिक क्रमांक 1 बनला. 2008 बीजिंग ऑलिम्पिकमध्ये त्याने ऑलिम्पिक एकेरी सुवर्णपदकासह त्याच्या विजयाचा पाठपुरावा केला. 2010 च्या यूएस ओपन फायनलमध्ये जोकोविचला पराभूत केल्यानंतर, 24 वर्षीय नदाल करिअर ग्रँड स्लॅम मिळवणारा ओपन एरामधील सर्वात तरुण आणि तीन वेगवेगळ्या पृष्ठभागावर (कठोर, गवत आणि चिकणमाती) जिंकणारा पहिला माणूस बनला.) त्याच वर्षी (सरफेस स्लॅम).

दुखापतींनी ग्रासलेल्या दोन हंगामांनंतर, नदालने 2013 मधील आतापर्यंतच्या सर्वोत्तम पुनरागमन हंगामांपैकी एक उत्कृष्ट पुनरागमन केले; यूएस ओपन सिरीज स्वीप (समर स्लॅम) सह दोन प्रमुख आणि पाच मास्टर्स स्पर्धा जिंकून, फायनलमध्ये पोहोचणे. त्याने फ्रेंच ओपनमध्ये आपला दबदबा कायम ठेवला, त्याने 2016 च्या रिओ ऑलिंपिकमध्ये देशबांधव मार्क लोपेझसह सलग दोन टाइटल स्क्रीक, दोन यूएस ओपन जेतेपद, ऑस्ट्रेलियन ओपन जेतेपद आणि ऑलिंपिक दुहेरीत सुवर्णपदक मिळवले. नदालने 2022 ऑस्ट्रेलियन ओपनमध्ये सर्वात मोठ्या पुरुष एकेरी विजेतेपदांसाठी जोकोविच आणि फेडरर यांच्यासोबतचा त्याचा संयुक्त विक्रम मागे टाकला आणि एकेरीमध्ये दुहेरी करिअर ग्रँडस्लॅम पूर्ण करणाऱ्या इतिहासातील चार पुरुषांपैकी एक बनला. एप्रिल 2005 पासून तो सलग एटीपी क्रमवारीत टॉप 10 मध्ये दिसला आहे.

एक जोमदार डावखुरा खेळाडू म्हणून, नदालची मुख्य ताकद म्हणजे त्याचा फोरहँड, ज्याला तो कठीण कोनातून अत्यंत जड टॉपस्पिनने मारतो. तो ब्रेकिंग सर्व्हिसमध्ये सर्वोत्कृष्ट खेळाडूंपैकी एक आहे, तो नियमितपणे रिटर्न गेम्स, रिटर्न पॉइंट्स आणि जिंकलेल्या ब्रेक पॉइंट्सच्या टक्केवारीत टूर लीडर्समध्ये दिसतो. नदालने पाच वेळा स्टीफन एडबर्ग स्पोर्ट्समनशिप अवॉर्ड जिंकला आहे, आणि 2011 आणि 2021 मध्ये लॉरियस वर्ल्ड स्पोर्ट्समन ऑफ द इयर होता. तो ग्रँड क्रॉस ऑफ द ऑर्डर ऑफ डॉस डी मेयो, ग्रँड क्रॉस ऑफ नेव्हल मेरिट, ग्रँड क्रॉसचा देखील प्राप्तकर्ता आहे. प्रिन्सेस ऑफ अस्टुरियस पुरस्कार आणि पॅरिस शहराचे पदक. स्पेनचे प्रतिनिधित्व करताना, त्याने दोन ऑलिम्पिक सुवर्णपदके जिंकली आणि देशाला पाच डेव्हिस कप विजेतेपद मिळवून दिले. नदालने मॅलोर्का येथे टेनिस अकादमी देखील उघडली आहे आणि तो सक्रिय परोपकारी आहे.

राफेल नदाल परेरा यांचा जन्म 3 जून 1986 रोजी मॅनाकोर, स्पेनमधील बॅलेरिक बेटांमधील मॅलोर्का बेटावरील एक गाव, पालक आना मारिया परेरा फेमेनिअस आणि सेबॅस्टियन नदाल होमर येथे झाला. त्याचे वडील व्यापारी आहेत, विमा कंपनीचे मालक, काच आणि खिडकी कंपनी विद्रेस मॅलोर्का आणि रेस्टॉरंट, सा पुंता. राफेलला मारिया इसाबेल ही धाकटी बहीण आहे. त्याचे काका, मिगुएल अँजेल नदाल हे निवृत्त व्यावसायिक फुटबॉलपटू आहेत, जे आरसीडी मॅलोर्का, एफसी बार्सिलोना आणि स्पॅनिश राष्ट्रीय संघाकडून खेळले आहेत. 5 त्याने लहानपणी बार्सिलोना स्ट्रायकर रोनाल्डोला आदर्श मानले आणि त्याच्या काकांच्या मार्फत ब्राझिलियनसोबत फोटो काढण्यासाठी बार्सिलोना ड्रेसिंग रूममध्ये प्रवेश मिळाला. 6 नदालमधील नैसर्गिक प्रतिभा ओळखून, आणखी एक काका आणि टेनिस प्रशिक्षक, टोनी नदाल यांनी, तो तीन वर्षांचा असताना त्याला खेळाची ओळख करून दिली आणि 2005 ते 2017 या कालावधीत त्याला प्रशिक्षण दिले.

वयाच्या 8 व्या वर्षी, नदालने 12 वर्षांखालील प्रादेशिक टेनिस चॅम्पियनशिप जिंकली त्या वेळी तो एक आश्वासक फुटबॉल खेळाडू होता. 8 यामुळे टोनी नदालने प्रशिक्षण अधिक तीव्र केले आणि त्यावेळी नदालच्या दोन हातांच्या फोरहँड स्ट्रोकचा अभ्यास केल्यानंतर

त्याच्या काकांनी नदालला टेनिस कोर्टवर नैसर्गिक फायद्यासाठी डाव्या हाताने खेळण्यास प्रोत्साहित केले.

वयाच्या 12 व्या वर्षी, नदालने त्याच्या वयोगटात स्पॅनिश आणि युरोपियन टेनिस स्पर्धा जिंकल्या, त्याचवेळी तो फुटबॉलही खेळत होता. नदालच्या वडिलांनी त्याला फुटबॉल आणि टेनिस यापैकी एक निवडायला लावले जेणेकरून त्याचे शालेय काम पूर्णपणे बिघडू नये. नदाल म्हणाला: "मी टेनिसची निवड केली. फुटबॉल लगेच थांबवावा लागला."

जेव्हा तो 14 वर्षांचा होता, तेव्हा स्पॅनिश टेनिस महासंघाने नदालला मॅलोर्का सोडून बार्सिलोनाला त्याचे टेनिस प्रशिक्षण सुरू ठेवण्याची विनंती केली. त्याच्या कुटुंबाने ही विनंती नाकारली, कारण त्यांना त्याच्या शिक्षणाचे नुकसान होईल अशी भीती होती, पण टोनीने सांगितले की "चांगला खेळाडू होण्यासाठी तुम्हाला अमेरिकेत किंवा इतर ठिकाणी जावे लागेल यावर मला विश्वास ठेवायचा नाही. तुम्ही ते तुमच्या घरून करू शकता. त्याऐवजी, नदालच्या वडिलांनी खर्च भागवला. मे 2001 मध्ये, त्याने क्ले-कोर्टच्या प्रदर्शनीय सामन्यात माजी ग्रँड स्लॅम स्पर्धा चॅम्पियन पॅट कॅशचा पराभव केला.

खेळण्याची शैली आणि प्रशिक्षण

नदालच्या खेळण्याच्या शैलीचे आणि व्यक्तिमत्त्वाचे वर्णन जिमी कॉनर्सने केले आहे: "तो अशा साच्यातून तयार झाला आहे ज्यातून मी आलो आहे असे मला वाटते, की तुम्ही तिथून बाहेर पडता, तुम्ही तुमच्याकडे जे काही आहे ते पहिल्या पॉइंटपासून शेवटपर्यंत देता, स्कोअर काहीही असो. . आणि तुम्ही हे सर्व मांडण्यास तयार आहात आणि लोकांना ते पाहू देण्यास तुम्ही घाबरत नाही."

नदाल सामान्यत: आक्रमक, बेसलाइन गेम खेळतो जो हेवी टॉपस्पिन ग्राउंडस्ट्रोक, सातत्य, वेगवान फूटवर्क आणि कठोर कोर्ट कव्हरेजवर आधारित आहे, त्यामुळे तो आक्रमक काउंटरपंचर बनतो. त्याच्या ऍथलेटिकिझमसाठी आणि कोर्टाभोवती वेगासाठी ओळखला जाणारा, नदाल हा एक उत्कृष्ट बचावपटू आहे जो धावताना चांगला मारा करतो, वरवर बचावात्मक पोझिशनमधून विजयी नाटके रचतो. तो अतिशय सुरेख ड्रॉपशॉट्स देखील खेळतो, जे विशेषतः चांगले काम करतात कारण त्याची जड टॉपस्पिन अनेकदा प्रतिस्पर्ध्यांना कोर्टाच्या मागील बाजूस भाग पाडते.

नदाल अर्ध-पश्चिम पकड फोरहँड वापरतो, बहुतेक वेळा "लॅसो-व्हीप" फॉलो-थ्रूसह, जिथे त्याचा डावा हात चेंडूवर आदळतो आणि त्याच्या डाव्या खांद्याच्या वर पूर्ण होतो - शरीरावर किंवा त्याच्या विरूद्ध अधिक पारंपारिक फिनिशच्या विरूद्ध. खांदा. नदालच्या फोरहँड ग्राउंडस्ट्रोकच्या फॉर्ममुळे तो जड टॉपस्पिनसह शॉट्स मारतो - त्याच्या अनेक समकालीनांपेक्षा अधिक.

सॅन फ्रान्सिस्कोचे टेनिस संशोधक जॉन यांडेल यांनी नदालने पूर्ण ताकदीने मारलेल्या टेनिस बॉलच्या आवर्तनांची सरासरी संख्या मोजण्यासाठी हाय-स्पीड व्हिडिओ कॅमेरा आणि विशेष सॉफ्टवेअर वापरले. यांडेलने निष्कर्ष काढला:

आम्ही पहिले लोक सांप्रस आणि अगासी होते. ते फोरहँड मारत होते की सर्वसाधारणपणे प्रति मिनिट सुमारे 1,800 ते 1,900 आवर्तने फिरत होती. फेडररही अप्रतिम फिरकी मारत आहे, बरोबर? प्रति मिनिट 2,700 क्रांती. बरं, आम्ही एक फोरहँड नदालने 4,900 मारले. त्याची सरासरी 3,200 होती.

नदालचे शॉट्स बेसलाईनपेक्षा कमी अंतरावर उतरतात, परंतु त्याच्या फोरहँड्सने मिळवलेल्या वैशिष्ट्यपूर्ण उच्च बाउंसमुळे प्रतिस्पर्ध्याला लहान चेंडूचे भांडवल करून मिळणारा फायदा कमी होतो. जरी त्याचा फोरहँड जड टॉपस्पिनवर आधारित असला तरी तो स्वच्छ विजेत्यांसाठी अधिक ऑर्थोडॉक्स फॉलो थ्रूसह खोल आणि सपाट चेंडू मारू शकतो.

सुरुवातीला नदालची सर्व्हिस हा त्याच्या खेळातील कमकुवत बिंदू मानला जात होता, जरी 2005 पासून प्रथम सर्व्हिसचे जिंकलेले आणि जतन केलेले ब्रेक पॉइंट या दोन्हींतील सुधारणांमुळे त्याला सातत्याने स्पर्धा करता आली आणि वेगवान पृष्ठभागांवर प्रमुख विजेतेपदे जिंकता आली. सर्व्हिस विजेत्यांकडे जाण्यापेक्षा गुणांमध्ये मोक्याचा फायदा मिळवण्यासाठी नदाल त्याच्या सर्व्हिसच्या सातत्यावर अवलंबून असतो. तथापि, 2010 च्या यूएस ओपनपूर्वी, त्याने त्याच्या सर्व्हिस मोशनमध्ये बदल केला, ट्रॉफीच्या पोझमध्ये आधी पोहोचला आणि ट्रॉफी पोझ दरम्यान रॅकेट खाली खेचला. 2010 च्या यूएस ओपनपूर्वी, नदालने आपली सर्व्हिस पकड अधिक खंडात बदलली. त्याच्या सर्व्हिसमधील या दोन बदलांमुळे 2010 यूएस ओपन दरम्यान त्याचा सरासरी वेग सुमारे 10 mph ने वाढला, जास्तीत जास्त 135 mph (217 km/h) होता, ज्यामुळे त्याला त्याच्या सर्व्हिसवर अधिक फ्री पॉइंट जिंकता आले. 2010 यूएस ओपनपासून, नदालची सर्व्हिस गती मागील पातळीपर्यंत घसरली आणि पुन्हा सुधारणेची गरज असल्याचे नमूद केले गेले. पासून, अनेक विश्लेषकांनी नदालच्या सर्व्हिसमधील सुधारणेचे कौतुक केले, त्याच्या सर्व्हिसचा वेग वाढल्याचे लक्षात घेऊन.

डिसेंबर 2016 मध्ये त्याच्या नवीन प्रशिक्षक कार्लोस मोयावर स्वाक्षरी केल्यानंतर, नदालच्या खेळ शैलीने अधिक आक्षेपार्ह दृष्टीकोन प्राप्त केला. मोयाच्या दिग्दर्शनाखाली, नदालने आपली सर्व्हिस सुधारली, आणि त्याच्या काही सामन्यांमध्ये सर्व्ह आणि व्हॉली एक आश्चर्यकारक युक्ती म्हणून समाविष्ट केली.

नदाल हा क्ले कोर्ट स्पेशालिस्ट आहे, या अर्थाने तो त्या पृष्ठभागावर कमालीचा यशस्वी ठरला आहे. त्याने फ्रेंच ओपनमध्ये 14 वेळा, बार्सिलोनामध्ये 12 वेळा, मॉन्टे कार्लोमध्ये 11 आणि रोममध्ये 10 वेळा जिंकले आहे. तथापि, गवत, हार्ड कोर्ट आणि क्लेवर एकाचवेळी ग्रँडस्लॅम स्पर्धा दोन वेगवेगळ्या प्रसंगी जिंकणे, हार्ड कोर्टवर दहा मास्टर्स विजेतेपदे जिंकणे आणि ऑलिम्पिक सुवर्णपदक जिंकणे यासह इतर पृष्ठभागांवरील यशामुळे नदालने हे लेबल पाडले आहे. हार्डकोर्ट.

नदालच्या प्रतिभेची आणि कौशल्याची प्रशंसा करूनही, भूतकाळात, काहींनी त्याच्या खेळातील दीर्घायुष्यावर प्रश्नचिन्ह उपस्थित केले होते, त्याची बांधणी आणि खेळण्याची

शैली दुखापतीसाठी अनुकूल असल्याचे नमूद केले होते. नदालने स्वतः एटीपी टूर प्लेयर्सच्या भौतिक टोल हार्ड कोर्टच्या ठिकाणी मान्य केले आहे, कमी हार्ड कोर्ट टूर्नामेंट्ससह फेरमूल्यांकन केलेल्या टूर शेड्यूलची मागणी केली आहे. ही "दीर्घायुष्य" कथा चुकीची सिद्ध झाली आहे आणि आज पंडित त्याच्या लवचिकतेची प्रशंसा करतात.

नदालला त्याच्या कारकिर्दीत तीन प्रशिक्षक होते. टोनी नदाल, त्याचे काका, यांनी त्याला 1990 ते 2017 पर्यंत प्रशिक्षण दिले. त्याला सध्या फ्रान्सिस्को रॉइग (2005–) आणि कार्लोस मोया (2016–) यांनी प्रशिक्षित केले आहे.

मे 2021 मध्ये CBS च्या 60 मिनिट्स मध्ये दिलेल्या मुलाखतीत, नदालने सांगितले की त्याने कधीही सामन्यात रागाने रॅकेट फोडले नाही. तो पुढे म्हणाला की त्याच्या कुटुंबाला हे मान्य नाही आणि रॅकेट फोडणे म्हणजे त्याच्या भावनांवर नियंत्रण नाही.

नदाल हा न्यायालयीन विधींसाठी ओळखला जातो ज्यात विशिष्ट शारीरिक हालचाली आणि कोर्टसाइड वस्तूंचे स्थान समाविष्ट आहे. नदालने स्वतः नाकारले आहे की अशा विधी एका वेड-कंपल्सिव्ह डिसऑर्डर कॉम्प्लेक्समधून उद्भवतात किंवा अंधश्रद्धेवर आधारित आहेत. रॉजर फेडरर आणि डेनिस शापोवालोव्हसह इतर खेळाडूंकडून नदालने पॉइंट्स दरम्यान घेतलेल्या विस्तृत वेळेवर टीका झाली आहे.

न्यायालयाचे नाव आणि श्रद्धांजली

एप्रिल 2017 मध्ये, बार्सिलोना ओपनच्या सेंटर कोर्टला पिस्ता राफा नदाल असे नाव देण्यात आले. 2021 मध्ये, स्पर्धा सुरू होण्यापूर्वी, फ्रेंच ओपनने स्टेड रोलँड गॅरोस येथे 3-मीटर उंच स्टीलचा पुतळा बसवून नदालला श्रद्धांजली वाहिली . हे स्पेनच्या सर्वात प्रसिद्ध शिल्पकारांपैकी एक जॉर्डी डिएझ फर्नांडेझ यांनी तयार केले होते.

लोकप्रिय संस्कृतीत

नदालचे आत्मचरित्र, राफा (हायपेरियन, 2012, ISBN 1-4013-1092-3), जॉन कार्लिन यांच्या सहाय्याने लिहिलेले, ऑगस्ट 2011 मध्ये प्रकाशित झाले. फेब्रुवारी 2010 मध्ये, राफेल नदालला शकीराच्या "जिप्सी" म्युझिक व्हिडिओमध्ये दाखवण्यात आले. आणि तिच्या अल्बमचा एक भाग शी वुल्फ रिलीज झाला. व्हिडिओसाठी तिने नदालची निवड का केली याचे स्पष्टीकरण देताना, शकीरा लॅटिन अमेरिकन हेराल्ड ट्रिब्यूनला दिलेल्या मुलाखतीत म्हणाली: "मला वाटले की कदाचित मला अशा एखाद्या व्यक्तीची गरज आहे ज्याच्याशी मी ओळखू शकतो. आणि राफेल नदाल ही अशी व्यक्ती आहे जी तो अगदी लहान असल्यापासून त्याच्या कारकिर्दीसाठी पूर्णपणे वचनबद्ध आहे. तो 17 वर्षांचा असल्याने माझा विश्वास आहे."

लघुग्रह

128036 राफेलनाडाल हा 2003 मध्ये ऑब्झर्व्हेटरिओ ॲस्ट्रोनोमिको डे मॅलोर्का येथे सापडलेला मुख्य पट्ट्यावरील लघुग्रह आहे आणि त्याला नदालचे नाव देण्यात आले आहे. वेधशाळेच्या विनंतीला प्रतिसाद म्हणून लघुग्रहाला नदालचे नाव देण्याचा निर्णय

आंतरराष्ट्रीय खगोलशास्त्रीय संघाने घेतला. लघुग्रहाचा व्यास चार किलोमीटर आहे आणि तो 20 किमी प्रति सेकंद या वेगाने अंतराळातून प्रवास करतो.

परोपकार

नदालने थायलंडच्या "अ मिलियन ट्रीज फॉर द किंग" प्रकल्पात भाग घेतला, त्याच्या थायलंड ओपन 2010 दरम्यान हुआ हिनला भेट देताना राजा भूमिबोल अदुल्यादेज यांच्या सन्मानार्थ वृक्षारोपण केले. "माझ्यासाठी या प्रकल्पाचा भाग होणे हा सन्मान आहे", नदाल म्हणाला. "हा एक अतिशय चांगला प्रकल्प आहे. मला थाई लोकांचे अभिनंदन करायचे आहे आणि या अविश्वसनीय दिवसासाठी राजाचे अभिनंदन करायचे आहे. या कल्पनेसाठी मी शुभेच्छा देतो. हे खूप, खूप छान आहे."

निधी राफा नदाल

Fundación Rafa Nadal ची निर्मिती नोव्हेंबर 2007 मध्ये झाली आणि त्याचे अधिकृत सादरीकरण फेब्रुवारी 2008 मध्ये मॅलोर्का, स्पेन येथील मॅनाकोर टेनिस क्लबमध्ये झाले. फाउंडेशन सामाजिक कार्य आणि विकास मदतीवर विशेषत: बालपण आणि तरुणपणावर लक्ष केंद्रित करेल. फाउंडेशन का सुरू करायचे हे ठरवताना नदाल म्हणाला, "ही माझ्या भविष्याची सुरुवात असू शकते, जेव्हा मी निवृत्त होतो आणि अधिक वेळ असतो, ... मी खूप चांगले काम करत आहे आणि मी समाजाचे ऋणी आहे, ... एक महिना -दीड-दीड पूर्वी मी भारतातील चेन्नई येथे होतो. सत्य हे आहे की आम्ही येथे छान राहतो....मी माझ्या प्रतिमेसह काहीतरी योगदान देऊ शकतो..." नदालला मलेरियाविरुद्धच्या रेडक्रॉस बेनिफिट सामन्यातून प्रेरणा मिळाली. माद्रिदचा गोलकीपर इकर कॅसिलास, आठवण करून देताना, "आम्ही कधीही कल्पनाही केली नसेल अशी रक्कम आम्ही उभारली. मला माझ्या प्रकल्प भागीदार इकरचे आभार मानावे लागतील, ज्याने यासाठी सर्वतोपरी प्रयत्न केले, ... म्हणूनच ही वेळ आली आहे. माझा स्वतःचा पाया तयार करण्यासाठी आणि पैशाचे गंतव्यस्थान निश्चित करण्यासाठी.

नदालची आई आना मारिया परेरा या धर्मादाय संस्थेच्या अध्यक्ष आहेत आणि वडील सेबॅस्टियन उपाध्यक्ष आहेत. प्रशिक्षक आणि काका टोनी नदाल आणि त्याचा एजंट, माजी टेनिसपटू कार्लोस कोस्टा यांचाही यात सहभाग आहे. रॉजर फेडररने नदालला परोपकारात सहभागी होण्याचा सल्ला दिला आहे. भारतातील दारिद्र्याने त्याला विशेष त्रास दिला हे तथ्य असूनही, नदालला "जवळच्या लोकांना, बेलेरिक बेटांवर, स्पेनमध्ये आणि नंतर, शक्य असल्यास, परदेशात" मदत करून सुरुवात करायची आहे.

16 ऑक्टोबर 2010 रोजी, आंध्र प्रदेशातील अनंतपूर शहरातील अनंतपूर स्पोर्ट्स व्हिलेज येथील वंचित मुलांसाठीच्या टेनिस अकादमीला भेट देण्यासाठी नदाल प्रथमच भारतात आला. त्याच्या फाउंडेशनने व्हिसेंट फेरर फाऊंडेशनच्या सहकार्याने अनंतपूर शैक्षणिक केंद्र प्रकल्पातही काम केले आहे.

Majorca मध्ये पूर

राफेल नदालने ऑक्टोबर 2018 मध्ये माजोर्का पूरग्रस्तांसाठी त्याचे टेनिस अकादमी केंद्र उघडले. 378 तोपर्यंत तो माजोर्का येथे घरी परतला होता, दुखापतीमुळे यूएस ओपनमधून बाहेर पडल्यानंतर लगेचच आणि पूर आल्याच्या एका दिवसानंतर त्याने पीडितांना मदत करण्यासाठी वैयक्तिकरित्या काही मित्रांसोबत काम केले.

नंतर, नदालने बेटावरील पुरामुळे सर्वाधिक प्रभावित झालेल्या सेंट लोरेन्का डेस कार्डासरच्या पुनर्बांधणीसाठी €1 दशलक्ष देणगी दिली. ओलाझाबाल आणि नदाल चॅरिटी गोल्फ टूर्नामेंट आणि एक धर्मादाय टेनिस सामना ज्यामध्ये तो भाग घेणार होता आणि त्याला स्थगिती द्यावी लागली म्हणून नदालने इतर धर्मादाय उपक्रमांचेही आयोजन केले होते. घोट्याच्या दुखापतीवर ऑपरेशन करावे लागले, 385 नंतर म्युलर-वेइस सिंड्रोम म्हणून ओळखले गेले.

इतर धर्मादाय संस्था

नदालने सिटी हार्वेस्ट, एल्टन जॉन एड्स फाउंडेशन, लॉरियस स्पोर्ट फॉर गुड फाऊंडेशन आणि स्मॉल स्टेप्स प्रोजेक्ट यासारख्या इतर धर्मादाय संस्थांना समर्थन दिले आहे किंवा समर्थन दिले आहे.

फुटबॉलमध्ये सहभाग

नदाल हा असोसिएशन फुटबॉल क्लब रिअल माद्रिदचा उत्कट चाहता आहे. 8 जुलै 2010 रोजी, क्लबला कर्जातून मदत करण्याच्या प्रयत्नात तो जन्मतः त्याच्या स्थानिक क्लब आरसीडी मॅलोर्काचा शेअरहोल्डर बनल्याची नोंद झाली. नदालकडे 10 टक्के मालकी असल्याची माहिती आहे आणि त्याला उपाध्यक्षपदाची ऑफर देण्यात आली होती, जी त्याने नाकारली. त्याचे काका मिगुएल अँजेल नदाल मायकेल लॉड्रपच्या नेतृत्वाखाली सहाय्यक प्रशिक्षक बनले. नदाल हा रिअल माद्रिदचा उत्कट समर्थक आहे; ESPN.com लेखक ग्रॅहम हंटर यांनी लिहिले, "तो रिअल माद्रिदच्या आयकॉन्स राउल, इकर कॅसिलास आणि अल्फ्रेडो डी स्टेफानो सारखा मेरेंग्यू आहे."

मॅलोर्कामध्ये आपली स्वारस्य संपादन केल्यानंतर, नदालने 2010-11 UEFA युरोपा लीगमधून क्लबला जास्त कर्जासाठी बाहेर काढण्यात स्पष्ट ढोंगीपणाबद्दल UEFA ला हाक मारली, क्लबच्या प्रवक्त्यामार्फत असे म्हटले, "बरं, जर ते निकष असतील ज्यावर UEFA कार्यरत आहे. , तर युरोपियन स्पर्धेत फक्त दोन किंवा तीन क्लब असतील कारण बाकीचे सगळे कर्जात बुडाले आहेत."

तो स्पॅनिश राष्ट्रीय संघाचा उत्कट समर्थक आहे, आणि 2010 फिफा विश्वचषक फायनलमध्ये स्पेनच्या विजयानंतर संघ किंवा राष्ट्रीय महासंघाशी संलग्न नसलेल्या सहा लोकांपैकी तो एक होता.

21

जेम्स रॉड्रिग्ज

जेम्स रॉड्रिग्ज

Scan for Story Videos - www.itibook.com

जेम्स डेव्हिड रॉड्रिग्ज रुबियो (जन्म 12 जुलै 1991) हा कोलंबियाचा व्यावसायिक फुटबॉलपटू आहे जो कतार स्टार्स लीग क्लब अल-रेयान आणि कोलंबिया राष्ट्रीय संघासाठी आक्रमक मिडफिल्डर किंवा विंगर म्हणून खेळतो. त्याच्या तंत्र, दृष्टी आणि प्लेमेकिंग कौशल्यांसाठी भूतकाळात त्याची प्रशंसा केली गेली होती आणि अनेकदा त्याला त्याचा देशबांधव कार्लोस वाल्डेरामाचा उत्तराधिकारी मानले जात असे.

एन्व्हिगॅडो येथे कारकीर्दीची सुरुवात करून, आणि नंतर अर्जेंटिनाच्या बाजूने बॅनफिल्डला गेले, जेम्स पोर्टो येथे त्याच्या काळात युरोपमध्ये प्रसिद्ध झाला, त्याने क्लबमध्ये तीन वर्षांच्या कालावधीत अनेक ट्रॉफी आणि वैयक्तिक पुरस्कार जिंकले. 2014 मध्ये, जेम्स AS मोनॅको वरून £63 दशलक्ष ट्रान्सफर फीसाठी रियल माद्रिदला गेला, ज्याने रडामेल फाल्काओने सेट केलेल्या एका सेटवर मात केली आणि तो सर्वात महागडा कोलंबियन फुटबॉल खेळाडू आणि त्यावेळचा सर्वात महागडा खेळाडू बनला. त्याच्या पदार्पणाच्या मोसमात, त्याला सीझनच्या ला लीगा संघात नाव देण्यात आले आणि ला लीगा सर्वोत्कृष्ट मिडफिल्डरचा किताब जिंकला. 2017 मध्ये, त्याने जर्मन क्लब बायर्न म्युनिकसाठी दोन वर्षांच्या कर्ज करारावर स्वाक्षरी केली. 2020 च्या उन्हाळ्यात त्याने प्रीमियर लीग क्लब एव्हर्टनसाठी विनामूल्य हस्तांतरणावर स्वाक्षरी केली.

जेम्सने आपल्या आंतरराष्ट्रीय कारकिर्दीची सुरुवात कोलंबियाच्या अंडर-20 संघासोबत केली, ज्यासह त्याने 2011 ची टूलॉन स्पर्धा जिंकली. त्यानंतर 2011 च्या फिफा अंडर-20 विश्वचषकादरम्यान त्याने अंडर-20 संघाचे नेतृत्व केले. स्पर्धेतील त्याच्या कामगिरीमुळे, त्याला वयाच्या 20 व्या वर्षी नियमितपणे वरिष्ठ संघात बोलावण्यात आले. तो 2014 आणि 2018 फिफा विश्वचषक खेळला, 2014 मध्ये गोल्डन बूट जिंकला आणि कपच्या ऑल स्टार संघात त्याचा समावेश झाला. त्याने 2015 कोपा अमेरिका, 2016 मधील कोपा

अमेरिका सेंटेनारियो आणि 2019 कोपा अमेरिका येथे आपल्या राष्ट्राचे प्रतिनिधित्व केले, 2016 मध्ये तिसरे स्थान पटकावले.

एन्विगाडो

कुकुटा, नॉर्टे डी सँटेंडर येथे जन्मलेल्या जेम्सचे बालपण टोलिमाच्या इबागुए शहरात गेले. त्यांचा जन्म माजी फुटबॉलपटू विल्सन जेम्स रॉड्रिग्ज बेडोया आणि मारिया डेल पिलार रुबियो यांच्या पोटी झाला.

जेम्सने 2006 मध्ये कोलंबियन सेकंड डिव्हिजन क्लब एनविगाडो सोबत त्याच्या व्यावसायिक फुटबॉल कारकिर्दीची सुरुवात केली, ज्यासह तो 2007 च्या जाहिरातीद्वारे कोलंबियन फर्स्ट डिव्हिजनमध्ये पोहोचला. 21 मे 2006 रोजी वयाच्या 14 व्या वर्षी पहिला सामना खेळून व्यावसायिक सामना सुरू करणारा तो दुसरा सर्वात तरुण कोलंबियन खेळाडू ठरला.

बॅनफिल्ड

2008 मध्ये त्याला अर्जेंटिना संघ बॅनफिल्डने करारबद्ध केले. त्याने 7 फेब्रुवारी 2009 रोजी प्रथम संघात पदार्पण केले, आणि 27 फेब्रुवारी रोजी रोझारियो सेंट्रलवर 3-1 असा विजय मिळवून क्लबसाठी पहिला गोल केला. त्याने 11 सामने एका गोलसह त्याचे पहिले सत्र संपवले.

रिअल माद्रिद

"माझ्यासाठी आकड्यांचा काहीच अर्थ नाही. मला फक्त इतिहास घडवायचा आहे आणि माद्रिदच्या चाहत्यांना आनंद मिळवून द्यायचा आहे. हा एक क्लब आहे ज्याला जिंकण्याची सवय आहे आणि मी तसे करण्यासाठी मानसिक आणि शारीरिकदृष्ट्या तयार आहे. हे आनंददायी आहे. अनेक स्टार्समध्ये आणि मला खात्री आहे की मी प्रत्येकाकडून खूप काही शिकेन. मी नेहमीच रियल माद्रिदला फॉलो केले आहे आणि येथे खेळण्याचे नेहमीच स्वप्न पाहिले आहे. येथे येण्यासाठी मला खूप त्रास सहन करावा लागला आहे आणि जेव्हा तुम्ही असे करता तेव्हा ते खूप चवदार होते. खूप चांगले. मी हा दिवस कधीच विसरणार नाही. मी कठोर परिश्रम करण्याची, चांगले प्रशिक्षण घेण्याची आणि येथे खूप आनंद अनुभवण्याची आशा आहे. मला माहित आहे की मी खूप दबावाखाली आहे, परंतु मला त्याचा सामना करण्यात आनंद आहे."

जेम्स रिअल माद्रिदला जाताना.

2014 फिफा विश्वचषक स्पर्धेदरम्यान एका सामन्यानंतरच्या मुलाखतीत जेम्सने रियल माद्रिदसाठी त्याचे "प्रेम", "प्रशंसा" आणि "उत्कटता" व्यक्त केली आणि सांगितले की त्याच्या कामगिरीने अफवा पसरवल्यानंतर त्यांच्यासाठी खेळणे हे "जीवनाचे स्वप्न" असेल. त्याला स्पॅनिश क्लबशी जोडणे.

जुलै 2014 रोजी, जेम्सने स्पॅनिश क्लबसोबत एका अज्ञात शुल्कासाठी सहा वर्षांच्या करारावर स्वाक्षरी केली, जी अंदाजे £63 दशलक्ष असल्याचे नोंदवले गेले. त्यावेळी, हे

जगातील चौथ्या क्रमांकाचे सर्वात महागडे हस्तांतरण होते, माद्रिदच्या इतिहासातील तिसरे-सर्वात महागडे आणि 2013 मध्ये राडामेल फाल्काओच्या €60 दशलक्ष हस्तांतरणानंतरचे सर्वात महागडे कोलंबियन होते. 75 लुइस फिगो आणि फेरेंक पुस्कास यांसारख्या माद्रिदच्या दिग्गजांनी परिधान केलेला 10 क्रमांकाचा शर्ट दिल्यानंतर त्याच्या हस्तांतरण शुल्कावर खर्च केलेल्या रकमेमुळे अनेकांनी जेम्सला गॅलॅक्टिको म्हणून संबोधले.

जेम्सला त्याच्या सादरीकरणादरम्यान 45,000 उपस्थितीने स्वागत केले. माद्रिदमधील कोलंबियाच्या राजदूताने या कार्यक्रमात भाषण केले आणि कोलंबियाचे अध्यक्ष जुआन मॅन्युएल सँटोस यांच्याकडून संदेश दिला की जेम्स कोलंबियन फुटबॉलचा इतिहास बदलत आहेत आणि संपूर्ण राष्ट्र त्याच्या मागे आहे. रिअल माद्रिदचे अध्यक्ष फ्लोरेंटिनो पेरेझ यांनी स्वतःच्या भाषणात असे सांगितले की त्यांनी जेम्सचे स्वागत केले, जो क्लबचा "प्रेयसी" आणि "दीर्घकाळ समर्थक" आहे जो त्याने आपले स्वप्न साकार केलेला दिवस कधीही विसरणार नाही.

2014 विश्वचषक

"माझ्यासाठी, विशेष प्रतिभा ते आहेत जे पूर्णपणे सामान्य नसलेल्या गोष्टी करतात. डिएगो मॅराडोना, लिओनेल मेस्सी, लुईस सुआरेझ, जेम्स रॉड्रिग्ज - ते गोष्टी करतात कारण त्यांच्याकडे काही भेटवस्तू आहेत ज्यामुळे त्यांना खास बनवते. माझा विश्वास आहे की तो सर्वोत्तम खेळाडू आहे. विश्वचषकात आणि मला वाटत नाही की मी अतिशयोक्ती करत आहे; तो एक तरुण खेळाडू आहे. आम्ही त्याचा प्रभाव मर्यादित करण्याचा प्रयत्न केला, पण तो पुढे जात राहिला आणि त्याची उपस्थिती जाणवत राहिली. आशा आहे की तो प्रगती करत राहील, कारण तो खूपच तरुण आहे. फुटबॉलला या वैशिष्ट्यांसह खेळाडूंची गरज आहे."

खेळण्याची शैली

एकेकाळी जगातील सर्वोत्कृष्ट युवा खेळाडूंपैकी गणले जाणारे, जेम्स हा एक अष्टपैलू फुटबॉलपटू आहे जो मिडफिल्ड किंवा फ्रंट-लाइनमध्ये अनेक पोझिशनवर खेळू शकतो, तो क्लब आणि दोन्ही संघांसाठी प्लेमेकर, विंगर आणि सेंट्रल मिडफिल्डर म्हणून खेळला होता. देश, जरी त्याने मुलाखतींमध्ये म्हटले आहे की स्ट्रायकरच्या मागे आक्रमक मिडफिल्डर म्हणून त्याची प्राधान्याची भूमिका आहे. त्याचा वेग, तांत्रिक कौशल्य, दृष्टी आणि प्रगत प्लेमेकर म्हणून संघसहकाऱ्यांसाठी संधी निर्माण करण्याच्या त्याच्या क्षमतेबद्दल कौतुक केले गेले, क्लासिक क्रमांक 10 म्हणून जेम्सच्या कामगिरीमुळे प्रसिद्ध खेळाडूंशी तुलना केली गेली. कोलंबियाचा फुटबॉलपटू कार्लोस वाल्देररामा; वाल्देरामा यांनी स्वतः जेम्सला त्याचा "उत्तराधिकारी" म्हणून घोषित केले.

"त्याच्याकडे छिद्र पाहण्याची क्षमता आहे जिथे इतरांना ते सापडत नाही. हे या मोसमातील अनेक खेळांमध्ये आधीच दर्शविले गेले आहे. मायकेल लॉड्रप काय होते याची आठवण करून देणारी त्याची खेळाची दृष्टी आहे आणि महान लाभार्थी त्याचे सहकारी

आहेत."

मार्का लेखक जस्टिन शर्मन जेम्सच्या बायर्नसोबतच्या पहिल्या सत्राबाबत.

नैसर्गिकरित्या डाव्या पायाचा असला तरी, 186 जेम्सने त्याच्या ड्रिब्लिंग आणि खेळाच्या शैलीत द्विधा मनस्थिती दाखवली आहे. 2014 च्या फिफा विश्वचषक स्पर्धेचे ठळक वैशिष्ट्य म्हणजे त्याची गोल करण्याची क्षमता, जिथे ब्राझीलकडून 2-1 असा पराभव पत्करावा लागल्याने कोलंबिया उपांत्यपूर्व फेरीत पराभूत होऊनही तो गोल्डन बूट जिंकण्यात यशस्वी झाला. तो एक अचूक फ्री किक टेकर देखील आहे आणि खेळपट्टीवर कुठूनही गोल करण्याचा धोका आहे. मार्का लेखक जस्टिन शर्मन यांनी नमूद केल्याप्रमाणे जेम्सला त्याच्या अप्रत्याशिततेसाठी ओळखले गेले आहे: "जेम्सचा इतर खेळाडूंशी असलेला एक फरक म्हणजे, क्षेत्राबाहेर खूप चांगला असण्याबरोबरच तो आतूनही चांगला आहे. त्याच्याकडे त्याचे गुण आहेत. एक क्र. आणि डोक्यावरून किंवा दोन्ही पायांनी मोठ्या परिणामकारकतेने पूर्ण करण्यास सक्षम आहे."

22

रॉजर फेडरर

रॉजर फेडरर

Top Sportsmans

Scan for Story Videos - www.itibook.com

रॉजर फेडरर (जर्मन: जन्म 8 ऑगस्ट 1981) एक स्विस व्यावसायिक टेनिस खेळाडू आहे. असोसिएशन ऑफ टेनिस प्रोफेशनल्स (ATP) द्वारे त्याला 310 आठवडे जागतिक क्रमवारीत 237 सलग आठवडे मिळून जागतिक क्रमवारीत 1 क्रमांक मिळवून दिला आणि वर्षअखेरीस पाच वेळा क्रमांक 1 बनला. त्याने 103 एटीपी एकेरी खिताब जिंकले आहेत, जिमी कॉनर्स नंतरचे दुसरे सर्वाधिक, 20 ग्रँड स्लॅम एकेरी विजेतेपद, विक्रमी आठ पुरूष एकेरी विम्बल्डन विजेतेपद, ओपन एरा विक्रमी पाच पुरुष एकेरी यूएस ओपन जेतेपदे आणि विक्रमी सहा वर्षअखेरीच्या चॅम्पियनशिप.

फेडरर अशा युगात खेळला आहे जिथे त्याने पुरुष टेनिसमध्ये राफेल नदाल आणि नोव्हाक जोकोविच सोबत बिग थ्री म्हणून वर्चस्व गाजवले होते, जे काही लोक एकत्रितपणे आतापर्यंतचे तीन सर्वात यशस्वी पुरुष टेनिसपटू मानतात. 1998 मध्ये विम्बल्डन ज्युनियर चॅम्पियन, फेडररने 2003 मध्ये वयाच्या 21 व्या वर्षी विम्बल्डनमध्ये पहिले मोठे एकेरी विजेतेपद जिंकले. 2003 ते 2009 दरम्यान, त्याने 28 प्रमुख एकेरी फायनलपैकी 21 सामने जिंकले. या कालावधीत, त्याने 2004, 2006 आणि 2007 मध्ये चार प्रमुखांपैकी तीन आणि एटीपी फायनल्स तसेच विम्बल्डन आणि यूएस ओपन या दोन्ही स्पर्धांमध्ये सलग पाच विजेतेपदे जिंकली. त्याने 2009 फ्रेंच ओपनमध्ये 2010 पर्यंत त्याचा मुख्य प्रतिस्पर्धी असलेल्या नदालशी सलग तीन उपविजेते झाल्यानंतर करिअर ग्रँडस्लॅम पूर्ण केले. वयाच्या 27 व्या वर्षी त्याने 2009 मध्ये विम्बल्डनमधील प्रमुख पुरुष एकेरी विजेतेपदांचा पीट सॅम्प्रासचा विक्रम मागे टाकला

2010 च्या सुरुवातीच्या काळात फेडरर टॉप 3 मध्ये राहिला असला तरी, जोकोविच आणि नदालच्या यशाने ग्रास आणि हार्ड कोर्टवरील त्याचे वर्चस्व संपुष्टात आणले, 2010 आणि 2016 दरम्यान दोन मोठे सामने जिंकले. या कालावधीत, त्याने आणि स्टॅन

वॉवरिन्काने स्वित्झर्लंड डेव्हिस कपचे नेतृत्व केले. 2008 बीजिंग ऑलिम्पिकमध्ये ऑलिम्पिक दुहेरीत सुवर्ण जिंकल्यानंतर 2014 मध्ये संघाने त्यांचे पहिले विजेतेपद मिळवले. फेडररने २०१२ लंडन ऑलिम्पिकमध्ये एकेरीत रौप्य पदकही जिंकले, जिथे त्याने अँडी मरेला उपविजेतेपद मिळविले. गुडघ्याच्या शस्त्रक्रियेतून बरे होण्यासाठी 2016 च्या उत्तरार्धात अर्ध्या वर्षाच्या विश्रांतीनंतर, फेडररने टेनिसमध्ये उत्कृष्ट पुनरागमन केले, पुढील दोन वर्षांत नदालवर 2017 ऑस्ट्रेलियन ओपन आणि 2017 विम्बल्डन चॅम्पियनशिपमधील आठव्या एकेरी विजेतेपदासह आणखी तीन प्रमुख स्पर्धा जिंकल्या. . 2018 ऑस्ट्रेलियन ओपनमध्ये, फेडरर 20 प्रमुख एकेरी खिताब जिंकणारा पहिला पुरुष बनला आणि लवकरच वयाच्या 36 व्या वर्षी सर्वात जुना ATP जागतिक क्रमांक 1 बनला.

एक अष्टपैलू सर्व-कोर्ट खेळाडू, फेडररच्या सहजतेने त्याला टेनिस चाहत्यांमध्ये खूप लोकप्रिय बनवले आहे. मूलतः ज्युनियर म्हणून आत्म-नियंत्रण नसल्यामुळे, त्याने 13 वेळा स्टीफन एडबर्ग स्पोर्ट्समनशिप अवॉर्ड जिंकून, त्याच्या सामान्य दयाळूपणासाठी त्याच्या ऑन-कोर्ट आचरणात बदल केले. त्याने विक्रमी पाच वेळा लॉरेस वर्ल्ड स्पोर्ट्समन ऑफ द इयर हा पुरस्कारही जिंकला आहे. स्पर्धेच्या बाहेर, त्याने लेव्हर कप संघ स्पर्धेच्या निर्मितीमध्ये महत्त्वपूर्ण भूमिका बजावली. तो एक सक्रिय परोपकारी देखील आहे. त्यांनी रॉजर फेडरर फाउंडेशनची स्थापना केली, जी दक्षिण आफ्रिकेतील गरीब मुलांना लक्ष्य करते आणि मॅच फॉर आफ्रिका प्रदर्शन मालिकेद्वारे काही प्रमाणात निधी उभारला आहे. तो नियमितपणे कोणत्याही खेळातील टॉप टेन सर्वाधिक कमाई करणाऱ्या ॲथलीट्सपैकी एक आहे आणि 2020 मध्ये $100 दशलक्ष एंडोर्समेंट कमाईसह सर्व ॲथलीट्समध्ये प्रथम क्रमांकावर आहे.

फेडररचा जन्म 8 ऑगस्ट 1981 रोजी बासेल, स्वित्झर्लंड येथे झाला. त्याचे स्विस-जर्मन वडील, रॉबर्ट फेडरर, सेंट गॅलेनच्या कँटनमधील बर्नेक येथील आहेत आणि त्याची आफ्रिकेनेर आई, लिनेट फेडरर (नी ड्युरंड), दक्षिण आफ्रिकेतील केम्प्टन पार्क, गौतेंग येथील आहे. त्याला एक भावंड आहे, त्याची मोठी बहीण डायना, जुळ्या मुलांची आई आहे. फेडररची आई दक्षिण आफ्रिकेची असल्याने त्याच्याकडे स्विस आणि दक्षिण आफ्रिकेचे नागरिकत्व आहे. तो फ्रेंच आणि जर्मन सीमेजवळील बिर्सफेल्डन, रीहेन आणि नंतर म्युनचेन्स्टीन येथे मोठा झाला आणि स्विस जर्मन, मानक जर्मन, इंग्रजी आणि फ्रेंच तसेच कार्यशील इटालियन आणि स्वीडिश अस्खलितपणे बोलतो. स्विस जर्मन ही त्याची मातृभाषा आहे. 1992 आणि 1993 मध्ये स्विस इनडोर्स, त्याच्या मूळ गावी बेसल टूर्नामेंटमध्ये तो बॉल बॉय होता.

सर्व पुरुष स्विस नागरिकांप्रमाणे, फेडररला स्विस सशस्त्र दलात सक्तीची लष्करी सेवा होती. तथापि, 2003 मध्ये त्याला "अनुपयुक्त" ठरवण्यात आले आणि त्यानंतर त्याला त्याचे लष्करी दायित्व पूर्ण करण्याची आवश्यकता नव्हती. त्याऐवजी, त्याने नागरी संरक्षण दलात काम केले आणि पर्यायी म्हणून त्याच्या करपात्र उत्पन्नाच्या 3% भरणे आवश्यक

होते. तो एफसी बासेल आणि स्विस राष्ट्रीय फुटबॉल संघाला पाठिंबा देत मोठा झाला. बॅडमिंटन आणि बास्केटबॉलसह लहानपणी खेळलेल्या विविध खेळांनाही तो त्याच्या हात-डोळ्याच्या समन्वयाचे श्रेय देतो.

कुटुंब

फेडररचा विवाह माजी महिला टेनिस असोसिएशन खेळाडू मिरोस्लाव्हा फेडरर (née Vavrinec) सोबत झाला आहे, ज्यांना ते दोघे 2000 सिडनी ऑलिम्पिकमध्ये स्वित्झर्लंडकडून स्पर्धा करत असताना त्यांची भेट झाली. सामान्यतः मिर्का म्हणून ओळखले जाणारे, पायाला दुखापत झाल्यामुळे 2002 मध्ये तिने या दौऱ्यातून निवृत्ती घेतली. त्यांचे लग्न 11 एप्रिल 2009 रोजी बासेलजवळील रीहेन येथील वेनकेनहॉफ व्हिला येथे झाले होते.

टेनिस कारकीर्द

फेडररने 1996 मध्ये वयाच्या 14 व्या वर्षी स्वित्झर्लंडमधील ग्रेड 2 स्पर्धेत पहिला ज्युनियर सामना खेळला. ज्युनियर खेळाडू म्हणून त्याची मुख्य कामगिरी 1998 मध्ये विम्बल्डनमध्ये झाली, जिथे त्याने इराक्ली लबाडझे यांच्यावर दोन्ही मुलांच्या एकेरी अंतिम फेरीत विजय मिळवला, आणि दुहेरीत ऑलिव्हियर रोचस सोबत मिळून मायकेल लोड्रा आणि अँडी राम यांच्या संघाचा पराभव केला. याशिवाय, तो 1998 मध्ये यूएस ओपन ज्युनियरच्या अंतिम फेरीत पोहोचला आणि डेव्हिड नलबँडियनकडून पराभूत झाला. फेडररने त्याच्या कारकिर्दीत चार ITF कनिष्ठ एकेरी स्पर्धा जिंकल्या, ज्यात प्रतिष्ठित ऑरेंज बाउलचा समावेश होता, जिथे त्याने अंतिम फेरीत गिलेर्मो कोरियाचा पराभव केला. तो 1998 मध्ये प्रथम क्रमांकाच्या कनिष्ठ जागतिक क्रमवारीत संपला आणि त्याला ITF ज्युनियर वर्ल्ड चॅम्पियन म्हणून सन्मानित करण्यात आले. त्याने 1998 च्या अखेरीस एकेरीमध्ये क्रमांक 1 आणि दुहेरीमध्ये क्रमांक 7 (दोन्ही 31 डिसेंबर 1998 रोजी प्राप्त) आणि एकेरीमध्ये 78-20 आणि 36 च्या विजय-पराजयाच्या विक्रमासह त्याच्या कनिष्ठ कारकीर्दीचा शेवट केला

वारसा आणि सांस्कृतिक प्रभाव

फेडररची क्रीडा जगतात प्रचंड लोकप्रियता आहे, आणि 2009 ते 2018 या कालावधीत अनेक खेळाडू आणि विश्लेषकांनी त्याला आतापर्यंतचा सर्वोत्कृष्ट खेळाडू मानून सर्व काळातील महान टेनिसपटूंपैकी एक मानले जाते. त्यांच्या पिढीतील महान खेळाडू म्हणूनही ओळखले जाते. Tennis.com ने त्याला ओपन एरामधील महान पुरुष खेळाडू म्हणून सूचीबद्ध केले. फेडररने स्वतः हे दावे कमी केले आहेत, 2012 मध्ये असे म्हटले आहे की वेगवेगळ्या युगातील टेनिसपटूंची तुलना करणे अशक्य आहे आणि भविष्यातील चॅम्पियन्सचा मार्ग मोकळा करण्यासाठी भूतकाळातील विजेते आवश्यक आहेत. 2014 मध्ये, फ्रँक सेजमनने त्याच्या 'गेम, सेज अँड मॅच' या आत्मचरित्रात फेडररला, जॅक क्रेमरच्या मागे, त्याच्या सर्वकालीन सर्वोत्तम पुरुष टेनिसपटूंमध्ये क्रमांक दोनमध्ये स्थान

दिले. मे 2020 मध्ये, टेनिस चॅनलने फेडररला सर्वकालीन महान पुरुष टेनिसपटू म्हणून स्थान दिले. मे 2021 मध्ये, सेरेना विल्यम्सने फेडररचे वर्णन "प्रतिभावान" आणि "सर्वात महान" म्हणून केले. जुलै 2021 मध्ये, बीबीसी स्पोर्ट वापरकर्त्यांनी फेडररला सर्वकालीन महान पुरुष टेनिसपटू म्हणून निवडले. जुलै 2021 मध्ये L'Équipe ला दिलेल्या मुलाखतीदरम्यान, रिचर्ड गॅस्केट म्हणाले की महान कोण आहे हे ठरवताना ग्रँड स्लॅम विजेतेपदांच्या संख्येपेक्षा 'सौंदर्यशास्त्र आणि कृपा' अधिक महत्त्वाचे आहेत. त्याने फेडरर, जोकोविच आणि नदाल यांना इतिहासातील तीन सर्वोत्तम खेळाडू म्हणून नाव दिले, परंतु रॉजर फेडररला सर्वोत्कृष्ट खेळाडू म्हणून निवडले.

मी टेनिसला वेगळ्या पद्धतीने पाहतो, मी नेहमीच असे म्हटले आहे की माझ्यासाठी फक्त ग्रँड स्लॅम जेतेपदांची संख्या महत्त्वाची नाही. मी फक्त ग्रँड स्लॅम विजेता पाहत नाही, मी सौंदर्यशास्त्र पाहतो, तुम्ही कोर्टवर काय देता. मी बऱ्याचदा सर्वोच्चतेची शर्यत ऐकतो, हा एक निरर्थक विषय आहे. माझ्यासाठी, रॉजर फेडरर अपूरणीय आहे, जेव्हा मी सौंदर्यशास्त्र, कोर्टवर त्याची कृपा पाहतो तेव्हा तो सर्वकाळातील महान खेळाडू आहे.

2020 पर्यंत, इतर कोणत्याही पुरुष टेनिसपटूने 20 प्रमुख एकेरी विजेतेपद जिंकले नव्हते (त्यानंतर हा विक्रम राफेल नदाल आणि नोव्हाक जोकोविचने मागे टाकला आहे). फेडररने 31 मोठ्या फायनलमध्येही (नोव्हाक जोकोविचपेक्षा एक कमी), सलग 10 विक्रमी सामने खेळले आहेत. त्याने एटीपी क्रमवारीत जोकोविचच्या मागे दुसऱ्या क्रमांकाच्या पुरुष खेळाडूसाठी जागतिक क्रमवारीत अव्वल स्थान राखले आहे. वयाच्या 36 व्या वर्षी तो क्रमांक 1 वर होता आणि त्याने विक्रमी आठ विम्बल्डन विजेतेपदे जिंकली आहेत. त्याने सलग पाच यूएस ओपन विजेतेपद जिंकले, जे ओपन युगातील सर्वाधिक आहे.

त्याला त्याच्या समवयस्कांनी विक्रमी 13 वेळा टूर स्पोर्ट्समनशिप अवॉर्ड मिळवून देण्यासाठी मतदान केले आणि सलग 17 वर्षे एटीपी फॅन्सचा आवडता पुरस्कार मिळवण्यासाठी टेनिस चाहत्यांनी मतदान केले. त्याला सात वेळा स्विस स्पोर्ट्स पर्सनॅलिटी ऑफ द इयर म्हणून नाव देण्यात आले आहे. त्याला पाच वेळा एटीपी प्लेयर ऑफ द इयर आणि आयटीएफ वर्ल्ड चॅम्पियन म्हणून नाव देण्यात आले आहे आणि 2005 ते 2008 पर्यंत सलग चार पुरस्कारांसह लॉरियस वर्ल्ड स्पोर्ट्समन ऑफ द इयर पुरस्कार विक्रमी पाच वेळा जिंकला आहे. जिंकणारा तो एकमेव व्यक्ती आहे. बीबीसी ओव्हरसीज स्पोर्ट्स पर्सनॅलिटी ऑफ द इयर पुरस्कार चार वेळा.

फेडररने टेनिसमध्ये पुनरुज्जीवन घडवून आणण्यास मदत केली, ज्याला अनेकांनी सुवर्णयुग म्हणून ओळखले, ज्यामुळे या खेळात रस वाढला आणि अनेक टेनिस स्थळांना जास्त महसूल मिळाला. वाढत्या कमाईमुळे बक्षीस रकमेचा स्फोट झाला: 2004 मध्ये जेव्हा फेडररने पहिल्यांदा ऑस्ट्रेलियन ओपन जिंकले तेव्हा त्याने $985,000 कमावले. जेव्हा तो 2018 मध्ये जिंकला तेव्हा बक्षीस 4 दशलक्ष AUD पर्यंत वाढले होते.

2009 फ्रेंच ओपन जिंकल्यानंतर आणि करिअर ग्रँड स्लॅम पूर्ण केल्यावर, फेडरर 1999 मध्ये आंद्रे अगासीनंतर स्पोर्ट्स इलस्ट्रेटेडच्या मुखपृष्ठावर कृपा करणारा पहिला पुरुष टेनिसपटू बनला. 1992 मध्ये स्टीफन एडबर्ग नंतर मासिकाच्या मुखपृष्ठावर दिसणारा तो पहिला गैर-अमेरिकन खेळाडू होता. त्याने स्पोर्ट्स इलस्ट्रेटेडचे 8वे विम्बल्डन विजेतेपद आणि 2017 चे दुसरे ग्रँडस्लॅम विजेतेपद मिळविल्यानंतर 2009 मध्ये स्पोर्ट्स इलस्ट्रेटेडचे मुखपृष्ठ बनवले, 2009 मध्ये तो कव्हरवर प्रदर्शित झालेला पहिला पुरुष टेनिसपटू बनला.

फेडररला "फेडरर एक्सप्रेस" ("फेड एक्स्प्रेस" किंवा "फेडएक्स") असे टोपणनाव देण्यात आले आहे, आणि "स्विस मेस्ट्रो." त्याला देखील संबोधले गेले आहे. प्रसंगी "किंग रॉजर" म्हणून

परोपकार आणि पोहोच

2003 मध्ये, त्यांनी वंचित मुलांना मदत करण्यासाठी आणि त्यांच्या शिक्षण आणि खेळाच्या प्रवेशास प्रोत्साहन देण्यासाठी रॉजर फेडरर फाउंडेशनची स्थापना केली.

मे 2004 पासून, दक्षिण आफ्रिकेशी (त्याची आई दक्षिण आफ्रिकन आहे) जवळच्या संबंधांचा हवाला देऊन तो दक्षिण आफ्रिका-स्विस धर्मादाय संस्था IMBEWU ला समर्थन देत आहे, जे मुलांना खेळांशी तसेच सामाजिक आणि आरोग्य जागरूकता अधिक चांगल्या प्रकारे जोडण्यास मदत करते. 2005 मध्ये, त्यांनी दक्षिण आफ्रिकेला भेट दिली त्यांना त्यांच्या पाठिंब्याचा फायदा झाला होता. तसेच 2005 मध्ये, त्याने कॅटरिना चक्रीवादळाच्या बळींना मदत करण्यासाठी त्याच्या यूएस ओपन चॅम्पियनशिपमधून त्याच्या रॅकेटचा लिलाव केला.

इंडियन वेल्समधील 2005 पॅसिफिक लाइफ ओपनमध्ये, फेडररने रॅली फॉर रिलीफ नावाच्या ATP आणि WTA टूरमधील अनेक शीर्ष खेळाडूंसोबत एक प्रदर्शन आयोजित केले होते, ज्याची रक्कम 2004 च्या हिंदी महासागरातील भूकंपामुळे झालेल्या त्सुनामीच्या बळींसाठी गेली होती. डिसेंबर 2006 मध्ये, त्यांनी तामिळनाडूला भेट दिली, जो भारतातील त्सुनामीने सर्वाधिक प्रभावित झालेल्या भागांपैकी एक आहे. एप्रिल 2006 मध्ये त्यांची युनिसेफने सदिच्छा दूत म्हणून नियुक्ती केली आणि एड्सबद्दल जनजागृती करण्यासाठी युनिसेफच्या सार्वजनिक संदेशांमध्ये ते दिसले.

2010 हैती भूकंपाला प्रतिसाद म्हणून, फेडररने 2010 ऑस्ट्रेलियन ओपन दरम्यान 'हिट फॉर हैती' नावाच्या एका विशेष धर्मादाय कार्यक्रमासाठी सहकारी अव्वल टेनिसपटूंसोबत सहयोगाची व्यवस्था केली, ज्याचे पैसे हैती भूकंपग्रस्तांसाठी गेले. 2010 च्या इंडियन वेल्स मास्टर्स दरम्यान त्यांनी फॉलो-अप धर्मादाय प्रदर्शनात भाग घेतला, ज्याने $1 दशलक्ष जमा केले.

नदाल विरुद्ध फेडरर "आफ्रिकेसाठी सामना" 2010 मध्ये झुरिच आणि माद्रिदमध्ये रॉजर फेडरर फाऊंडेशन आणि फंडासीओन राफा नदालसाठी $4 दशलक्षपेक्षा जास्त जमा केले. जानेवारी 2011 मध्ये, फेडररने रॅली फॉर रिलीफमध्ये भाग घेतला, क्वीन्सलँड

पूरग्रस्तांसाठी पैसे उभारण्याचे प्रदर्शन. 411 412 2014 मध्ये, फेडरर आणि स्टॅन वॉवरिंका यांच्यातील "मॅच फॉर आफ्रिका 2" मध्ये, पुन्हा झुरिचमध्ये, दक्षिण आफ्रिकेतील शैक्षणिक प्रकल्पांसाठी £850,000 जमा केले.

विशेष आवृत्ती स्टॅम्प

2007 मध्ये, बासेलमधील स्विस पोस्टने फेडररसाठी एक विशेष संस्करण स्टॅम्प जारी केला. तीन वर्षांनंतर, 2010 मध्ये, फेडररला ऑस्ट्रियाच्या पोस्टल सर्व्हिसद्वारे विशेष आवृत्तीचे स्टॅम्प देण्यात आले.

जगातील सर्वात आदरणीय, प्रशंसनीय आणि विश्वासार्ह व्यक्तिमत्त्व

2011 मध्ये, जगातील सर्वात प्रतिष्ठित, प्रशंसनीय आणि विश्वासार्ह व्यक्तिमत्त्वांच्या रेप्युटेशन इन्स्टिट्यूटच्या अभ्यासानुसार, फेडरर नेल्सन मंडेला यांच्या मागे 2 व्या क्रमांकावर होता परंतु बिल गेट्स, स्टीव्ह जॉब्स, ओप्रा विन्फ्रे आणि बोनो यांच्याही पुढे होता.

रॉजर फेडरर रस्त्यावर

2012 मध्ये, जर्मनीतील हॅले शहराने गेरी वेबर ओपनमध्ये फेडररच्या गवतावरील यशाची ओळख म्हणून "रॉजर-फेडरर-अली" चे अनावरण केले. 2016 मध्ये, स्वित्झर्लंडमधील बिएल शहर, स्विस टेनिसच्या राष्ट्रीय केंद्राचे स्थान जेथे फेडररने ज्युनियर म्हणून प्रशिक्षण घेतले, त्याच्या सन्मानार्थ रस्त्याचे नाव "1 Allée Roger Federer" असे ठेवले.

स्वित्झर्लंडची सर्वात ओळखण्यायोग्य व्यक्तिमत्त्वे

जुलै 2016 मध्ये, फेडररने स्वित्झर्लंडमधील सर्वात ओळखल्या जाणाऱ्या लोकांच्या यादीत अल्बर्ट आइन्स्टाईन आणि विल्यम टेल यांसारख्या व्यक्तिमत्त्वांना मागे टाकून प्रथम क्रमांक मिळवला. 15 देशांतील 9,000 हून अधिक लोकांच्या सर्वेक्षणात, फेडररने सर्वात ओळखल्या जाणाऱ्या स्विसच्या यादीत देशाचा दुसरा राष्ट्रीय नायक, विल्यम टेल याच्यापेक्षा 600 अधिक मतांसह अव्वल स्थान पटकावले. फेडररला 916 मते मिळाली, टेलला 316 मते मिळाली आणि आइन्स्टाईनला 204 मते मिळाली. पहिल्या सहामधील इतर तीन हेन्री ड्युनांट, जीन-जॅक रौसो आणि कादंबरी पात्र हेडी हे होते.

जगातील सर्वात विक्रीयोग्य क्रीडा व्यक्ती

जानेवारी 2017 मध्ये, लंडन स्कूल ऑफ मार्केटिंगच्या संशोधकांनी फेडररला 2016 साठी सर्वाधिक विक्रीयोग्य क्रीडा व्यक्ती म्हणून घोषित केले. त्यांनी समर्थन आणि प्रायोजकत्वांमध्ये £49.2 दशलक्ष कमावले.

मानद डॉक्टरेट

24 नोव्हेंबर 2017 रोजी, बासेल आणि स्वित्झर्लंडची आंतरराष्ट्रीय प्रतिष्ठा वाढवण्याच्या भूमिकेबद्दल आणि त्याच्या धर्मादाय प्रतिष्ठानद्वारे आफ्रिकेतील मुलांसाठी केलेल्या कार्याबद्दल, फेडररला त्याच्या गृह विद्यापीठ, बासेल विद्यापीठाकडून

मानद डॉक्टरेट प्राप्त झाली.

स्विस नाणे

डिसेंबर 2019 मध्ये, फेडरर स्विस नाण्यांवर साजरा होणारा पहिला जिवंत व्यक्ती ठरला. त्याचा चेहरा 20-फ्रँकच्या नाण्यावर असेल आणि मे 2020 मध्ये, स्विसमिंटने फेडरर 50-फ्रँक सोन्याचे नाणे जारी केले ज्यामध्ये वेगळ्या डिझाइनचे वैशिष्ट्य आहे.

दशकातील सर्वात स्टाइलिश माणूस

डिसेंबर 2019 मध्ये, फेडररला GQ वाचकांनी दशकातील मोस्ट स्टायलिश मॅन (2010-2019) म्हणून मतदान केले, टिमोथी चालमेट, लेब्रॉन जेम्स, हॅरी स्टाइल्स, डेव्हिड बेकहॅम, जस्टिन बीबर, कान्ये वेस्ट आणि रायन गॉस्लिंग यासारख्या सेलिब्रिटींच्या पुढे.

जगातील सर्वाधिक मानधन घेणारा खेळाडू

2020 मध्ये, फेडरर पगार, विजय आणि समर्थन यातून एकूण $106.3 दशलक्ष कमाईसह, फोर्ब्सच्या जगातील सर्वाधिक मानधन घेणाऱ्या खेळाडूंच्या यादीत अव्वल स्थानावर आहे. 2021 च्या यादीनुसार, तो 2012 पासून दरवर्षी टॉप-10 मध्ये देखील आला आहे.

स्विस इतिहासातील आकृती

20 जुलै 2020 रोजी फेडररला स्विस नॅशनल म्युझियमने त्यांच्या स्विस इतिहास आणि संस्कृतीच्या 100 भागांच्या क्रॉनिकलमध्ये वैशिष्ट्यीकृत केले.

खेळण्याची शैली

फेडररच्या अष्टपैलुत्वाचे वर्णन जिमी कॉनर्स यांनी केले आहे: "विशेषज्ञांच्या युगात, तुम्ही एकतर क्ले कोर्ट स्पेशालिस्ट, ग्रास कोर्ट स्पेशालिस्ट, किंवा हार्ड कोर्ट स्पेशलिस्ट... किंवा तुम्ही रॉजर फेडरर आहात."

एक एलिट ॲथलीट, फेडरर हा एक सर्व-कोर्ट, सर्वांगीण खेळाडू आहे जो त्याच्या वेगवान खेळासाठी, तरल खेळण्याच्या शैलीसाठी आणि अपवादात्मक शॉट बनवण्यासाठी ओळखला जातो. फेडरर मुख्यत्वे बेसलाइनवरून खेळतो पण नेटवरही तो आरामदायक असतो, तो खेळातील सर्वोत्तम व्हॉलीअर्सपैकी एक आहे. त्याच्याकडे शक्तिशाली, अचूक स्मॅश आहे आणि तो बॅकहँड स्मॅश आणि स्कायहूक, हाफ-व्हॉली, जंप स्मॅश (स्लॅम डंक) आणि SABR (रोजरचा स्नीक अटॅक, रॉजरचा स्नीक अटॅक) या नावाने ओळखला जाणारा आक्रमक सर्व्ह रिटर्न यासारखे दुर्मिळ व्यावसायिक टेनिसचे घटक अतिशय प्रभावीपणे करतो. प्रतिस्पर्ध्याच्या दुसऱ्या सर्व्हिसवर हाफ-व्हॉली हल्ला). डेव्हिड फॉस्टर वॉलेस यांनी फेडररच्या फोरहँड मोशनच्या क्रूर शक्तीची तुलना "महान लिक्विड व्हीप" केली, तर जॉन मॅकेनरो यांनी फेडररच्या फोरहँडचा उल्लेख "आमच्या खेळातील सर्वात मोठा शॉट" म्हणून केला. फेडररला त्याच्यासाठी देखील ओळखले जाते. कोर्टाभोवती कार्यक्षम, भ्रामकपणे सहज हालचाल आणि उत्कृष्ट फूटवर्क, ज्यामुळे तो त्याच्या बॅकहँडकडे निर्देशित केलेल्या शॉट्सभोवती धावू शकतो, सामान्यतः त्याचा कमकुवत पंख मानला जातो आणि त्याऐवजी

एक शक्तिशाली आणि आत-बाहेर किंवा आत-इन-इन-इन फोरहँड मारतो, जो त्याच्या सर्वोत्तमपैकी एक आहे. शॉट्स त्याच्याकडे फोरहँडसह उत्कृष्ट वैविध्य आहे, तो कोर्ट उघडण्यात आणि आक्रमक व्हॉलींसाठी फोरकोर्टमध्ये जाण्यासाठी टॉपस्पिन किंवा वेग (किंवा दोन्ही) मारण्यास सक्षम आहे.

फेडरर एकट्या हाताने बॅकहँड खेळतो, ज्यामुळे त्याला खूप वैविध्य मिळते. तो स्लाइस वापरतो, अधूनमधून प्रतिस्पर्ध्याला नेटवर आकर्षित करण्यासाठी आणि पासिंग शॉट देण्यासाठी त्याचा वापर करतो. फेडरर टॉपस्पिन विजेते देखील काढू शकतो आणि त्याच्याकडे 'फ्लिक' बॅकहँड आहे, ज्याच्या मदतीने तो त्याच्या मनगटाने वेग निर्माण करू शकतो. हे सहसा प्रतिस्पर्ध्याला नेटवर पास करण्यासाठी वापरले जाते. त्याने त्याच्या संपूर्ण कारकिर्दीत सरासरी 90% सर्व्हिस गेम जिंकले आहेत, अनेकदा क्लच किंवा प्रेशर सर्व्हिस गेममध्ये विजय मिळवला आहे. त्याची सर्व्हिस वाचणे कठीण आहे कारण तो कोणत्या प्रकारची सर्व्ह मारणार आहे आणि कोठे मारायचे आहे याची पर्वा न करता तो नेहमी सारख्याच चेंडूचा टॉस वापरतो आणि त्याच्या हालचालीदरम्यान तो त्याच्या विरोधकांकडे पाठ फिरवतो. सामन्यातील महत्त्वाच्या गुणांवर तो अनेकदा मोठी सर्व्हिस देऊ शकतो. त्याची पहिली सर्व्हिस साधारणतः 200 किमी/ता (125 mph), असते परंतु तो 220 km/h (137 mph) वेगाने सर्व्ह करण्यास सक्षम आहे. फेडरर सर्व्हिंग आणि वॉलींगमध्येही निपुण आहे, आणि त्याने आपल्या कारकिर्दीच्या सुरुवातीच्या काळात ही युक्ती वारंवार वापरली.

नंतर त्याच्या कारकिर्दीत, फेडररने त्याच्या शस्त्रागारात ड्रॉप शॉट जोडला आणि दोन्ही पंखांवर एक चांगला प्रच्छन्न कामगिरी करू शकतो. तो कधीकधी पायांच्या दरम्यान शॉट वापरतो, ज्याला "ट्वीनर" किंवा "हॉटडॉग" असे संबोधले जाते. ट्वीनरचा त्याचा सर्वात उल्लेखनीय वापर 2009 यूएस ओपनच्या उपांत्य फेरीत नोव्हाक जोकोविच विरुद्ध होता, ज्यामुळे त्याला तिहेरी सामना गुण मिळाला. फेडरर हा अशा अव्वल खेळाडूंपैकी एक आहे जो "स्क्वॅश शॉट" यशस्वीरित्या वापरतो, जेव्हा तो त्याच्या फोरहँड विंगवर खोल आणि रुंद ढकलतो. 2014 हंगामाच्या सुरुवातीला स्टीफन एडबर्ग त्याच्या प्रशिक्षक संघात सामील झाल्यापासून, फेडररने अधिक आक्षेपार्ह खेळ केला, नेटवर अधिक वेळा आक्रमण केले आणि त्याचे व्हॉली शॉट्स सुधारले. 2015 च्या यूएस ओपनच्या आघाडीवर, फेडररने त्याच्या शस्त्रागारात SABR (रोजरचा स्नीक अटॅक) नावाचा एक नवीन अनोखा शॉट यशस्वीपणे जोडला, ज्यामध्ये तो दुसरी सर्व्हिस घेण्यासाठी शुल्क आकारतो आणि सर्व्हिस लाइनवर परत येतो. SABR हा एक अद्वितीय शॉट आहे जो फेडररच्या मालकीचा आहे, ज्या प्रकारे तो शॉटमध्ये पुरेशी शक्ती आणि स्थान जोडण्यास व्यवस्थापित करतो, ज्यामुळे प्रतिस्पर्ध्यापर्यंत पोहोचणे खूप कठीण किंवा अशक्य होते. 90 इंच वरून 97 इंच मोठ्या रॅकेटवर स्विच केल्याने, फेडररने त्याच्या शॉट्सवरील काही नियंत्रण सोडताना सहज शक्ती मिळवली आहे. मोठ्या रॅकेटमुळे दोन्ही पंखांवर कमी टांग्यांसह सोपे सर्व्हिंग

आणि चांगले संरक्षण शक्य झाले आहे. तथापि, यामुळे त्याच्या फोरहँड, स्लाइस बॅकहँड आणि ड्रॉपशॉटवरील नियंत्रण आणि शक्ती कमी झाली आहे. 2017 मध्ये त्याचे पुनरागमन झाल्यापासून, फेडरर त्याच्या सुधारित बॅकहँडसाठी खाली लाईन आणि क्रॉस कोर्ट दोन्हीसाठी प्रख्यात आहे, जे 2017 ऑस्ट्रेलियन ओपन फायनल आणि इंडियन वेल्स 4थ्या फेरीत नदालविरुद्धच्या विजयाचे कारण म्हणून नमूद केले गेले.

फेडरर त्याच्या शांत वर्तनासाठी आणि कोर्टवर भावनिक नियंत्रणासाठी देखील प्रसिद्ध आहे. त्याच्या सुरुवातीच्या कारकिर्दीच्या विरूद्ध, त्याच्या व्यावसायिक खेळातील बहुतेक त्रुटींमुळे उद्रेक नसणे किंवा भावनिक निराशेचे वैशिष्ट्य आहे, ज्यामुळे त्याला कमी नियंत्रित प्रतिस्पर्ध्यांवर फायदा मिळतो. फेडररने घोषित केले:

मला आता सामन्यादरम्यान इतकी चिंता वाटत नाही. तुम्हाला माहिती आहे की, रॅकेट फेकणे, चेंडू कोर्टाबाहेर फेकणे, किंचाळणे आणि सामान. आज जेव्हा एखादा विरोधक असे करतो तेव्हा मला याबद्दल आतून थोडेसे हसू येते. पण माझ्यासाठी ही अशी गोष्ट आहे जी आता समस्या नाही.

उपकरणे आणि पोशाख

उपकरणे

फेडरर त्याच्या स्वाक्षरी विल्सन प्रो स्टाफ RF97 ऑटोग्राफ रॅकेटसह खेळत आहे. याचे 97 चौरस इंच हेड, 16x19 स्ट्रिंग पॅटर्न, 366 ग्रॅम स्ट्रंग वजन, 340 ग्रॅम स्विंग वजन, 68 RA कडकपणा आणि 9 पॉइंट हेड लाइट बॅलन्स आहे. फेडरर त्याच्या मुख्य स्ट्रिंगसाठी विल्सन नॅचरल गट 16 गेज आणि त्याच्या क्रॉस स्ट्रिंगसाठी लक्सिलॉन एएलयू पॉवर रफ 17 गेज (पॉलिएस्टर) वापरून त्याचे रॅकेट स्ट्रिंग करतो. नोव्हेंबर 2017 मध्ये एका मुलाखतीत, फेडररने 26.5 किलोग्रॅम (58.4 lb) मेन आणि 25 किलोग्राम (55.1 lb) क्रॉस हे त्याचे आवडते स्ट्रिंगिंग टेंशन असल्याचे सांगितले.

कनिष्ठ खेळाडू म्हणून, फेडरर विल्सन प्रो स्टाफ 6.0 85 स्क्वेअर इंच हेड रॅकेटसह खेळला. 2003 मध्ये त्याने मोठ्या कस्टम-बिल्ट विल्सन 90 स्क्वेअर इंच हेड रॅकेटवर स्विच केले. त्याच्या पकडीचा आकार 4+3/8 इंच (L3) होता. स्ट्रिंग टेंशनबद्दल विचारले असता, फेडरर म्हणाला, "दिवस किती उबदार आहेत आणि मी कोणत्या प्रकारचे चेंडू खेळतो आणि कोणाच्या विरुद्ध खेळतो यावर हे अवलंबून आहे. त्यामुळे तुम्ही पाहू शकता - हे अनेक घटकांवर अवलंबून आहे आणि केवळ पृष्ठभागावर नाही; भावना मी असणे सर्वात महत्वाचे आहे."

पोशाख

फेडररने पहिल्यांदा 1994 मध्ये नायकेच्या फुटवेअर आणि पोशाखांशी करार केला. 2006 च्या विम्बल्डन चॅम्पियनशिपसाठी, नायकेने तीन टेनिस रॅकेटच्या क्रेस्टसह सुशोभित केलेले जॅकेट डिझाइन केले, जे त्याने यापूर्वी जिंकलेल्या तीन विम्बल्डन चॅम्पियनशिपचे प्रतीक आहे आणि 2006 मध्ये चॅम्पियनशिप जिंकल्यानंतर पुढील वर्षी

चार रॅकेटसह अद्यतनित केले गेले. विम्बल्डन 2008 मध्ये, आणि पुन्हा 2009 मध्ये, Nike ने हा ट्रेंड चालू ठेवला त्याला वैयक्तिक कार्डिगन बनवून ज्यामध्ये त्याचा स्वतःचा लोगो देखील होता, एक R आणि एक F जॉईन केले होते, जे मूळतः त्याच्या पत्नी मिर्काने डिझाइन केले होते.

फेडररचा नायकेसोबतचा करार मार्च 2018 मध्ये संपला आणि नंतर त्याने युनिक्लोसोबत करार केला. असे नोंदवले गेले की युनिक्लोने फेडररला अंदाजे $300 दशलक्ष 10 वर्षांसाठी ($30 दशलक्ष प्रतिवर्ष) साइन केले, जे फेडररसोबतच्या आधीच्या कराराच्या विरूद्ध होते, जे फेडररशी अंदाजे $10 दशलक्ष प्रति वर्ष होते. 2021 पासून, फेडररने स्विस-आधारित ॲथलेटिक शू आणि स्पोर्ट्स परिधान उत्पादक, ऑन द्वारे उत्पादित केलेले टेनिस शूज परिधान केले आहेत ज्यामध्ये तो नोव्हेंबर 2019 मध्ये भागधारक बनला. "द रॉजर" नावाचा मर्यादित संस्करण जीवनशैलीचा शू जुलै 2020 मध्ये On द्वारे जारी करण्यात आला.

अनुमोदन

मे 2020 मध्ये, फेडरर हा जगातील सर्वाधिक कमाई करणाऱ्या खेळाडूंच्या फोर्ब्सच्या यादीत शीर्षस्थानी पोहोचणारा पहिला टेनिसपटू ठरला. त्याला जपानी कपडे कंपनी Uniqlo आणि स्विस कंपन्या 2010 मध्ये, मर्सिडीज-बेंझ चायना द्वारे त्याचे समर्थन जागतिक भागीदारी करारात वाढविण्यात आले. त्याच्या इतर प्रायोजकांमध्ये जिलेट, विल्सन, बारिला आणि मोएट ॲंड चांडोन यांचा समावेश होतो. पूर्वी, ते Nike, NetJets, Emmi AG, आणि Maurice Lacroix चे राजदूत होते.

23

विराट कोहली

विराट कोहली

Top Sportsmans

Scan for Story Videos - www.itibook.com

विराट कोहली जन्म 5 नोव्हेंबर 1988) हा भारतीय आंतरराष्ट्रीय क्रिकेटपटू आणि भारताच्या राष्ट्रीय क्रिकेट संघाचा माजी कर्णधार आहे. तो देशांतर्गत क्रिकेटमध्ये दिल्लीकडून आणि इंडियन प्रीमियर लीगमध्ये रॉयल चॅलेंजर्स बंगलोरकडून उजव्या हाताचा फलंदाज म्हणून खेळतो. तो अनेकदा त्याच्या काळातील सर्वोत्कृष्ट फलंदाजांपैकी एक मानला जातो आणि त्याला सर्व काळातील सर्वोत्कृष्ट सर्व-स्वरूपातील फलंदाजांपैकी एक म्हणून ओळखले जाते 2013 ते 2022 दरम्यान, त्याने सर्व तीन फॉरमॅटमध्ये 213 सामन्यांमध्ये भारतीय क्रिकेट संघाचे नेतृत्व केले. 68 सामन्यांपैकी 40 विजयांसह, कोहली हा सर्वात यशस्वी भारतीय कसोटी कर्णधारांपैकी एक आहे.

कोहलीने 2011 मध्ये कसोटी पदार्पण केले. तो 2013 मध्ये प्रथमच एकदिवसीय फलंदाजांच्या आयसीसी क्रमवारीत पहिल्या क्रमांकावर पोहोचला. त्याने दोनदा आयसीसी वर्ल्ड ट्वेन्टी-२० (२०१४ आणि २०१६ मध्ये) मॅन ऑफ द टूर्नामेंट जिंकले आहे. सर्वात जलद 23,000 आंतरराष्ट्रीय धावा करण्याचा विश्वविक्रमही त्याच्या नावावर आहे.

कोहलीला अनेक पुरस्कार मिळाले आहेत- विशेष म्हणजे सर गारफिल्ड सोबर्स ट्रॉफी (आयसीसी मेन्स क्रिकेटर ऑफ द डिकेड): 2011–2020; 2017 आणि 2018 मध्ये सर गारफिल्ड सोबर्स ट्रॉफी (आयसीसी क्रिकेटर ऑफ द इयर); ICC कसोटी खेळाडू (2018); ICC ODI प्लेयर ऑफ द इयर (2012, 2017, 2018) आणि विस्डेन लीडिंग क्रिकेटर इन द वर्ल्ड (2016, 2017 आणि 2018). राष्ट्रीय स्तरावर, त्याला 2013 मध्ये अर्जुन पुरस्कार, 2017 मध्ये क्रीडा श्रेणी अंतर्गत पद्मश्री आणि 2018 मध्ये भारतातील सर्वोच्च क्रीडा सन्मान राजीव गांधी खेलरत्न पुरस्काराने सन्मानित करण्यात आले.

2016 मध्ये, त्याला ESPN द्वारे जगातील सर्वात प्रसिद्ध खेळाडूंपैकी एक आणि फोर्ब्सच्या सर्वात मौल्यवान ॲथलीट ब्रँडपैकी एक म्हणून स्थान देण्यात आले. 2018 मध्ये,

टाइम मासिकाने त्यांना जगातील 100 प्रभावशाली व्यक्तींपैकी एक म्हणून नाव दिले. 2020 मध्ये, $26 दशलक्ष पेक्षा जास्त अंदाजे कमाईसह 2020 मध्ये जगातील टॉप 100 सर्वाधिक कमाई करणाऱ्या ॲथलीट्सच्या फोर्ब्सच्या यादीत तो 66 व्या क्रमांकावर होता.

विराट कोहलीचा जन्म 5 नोव्हेंबर 1988 रोजी नवी दिल्ली येथे एका पंजाबी हिंदू कुटुंबात झाला. त्यांचे वडील, प्रेम कोहली, फौजदारी वकील म्हणून काम करत होते आणि त्यांची आई, सरोज कोहली, गृहिणी आहेत. त्याला एक मोठा भाऊ विकास आणि एक मोठी बहीण भावना आहे.

कोहलीचा संगोपन उत्तम नगर येथे झाला आणि त्याचे शालेय शिक्षण विशाल भारती पब्लिक स्कूलमध्ये सुरू झाले. 1998 मध्ये, पश्चिम दिल्ली क्रिकेट अकादमीची निर्मिती करण्यात आली आणि नऊ वर्षांचा कोहली त्याच्या पहिल्या प्रवेशाचा भाग होता. कोहलीने राजकुमार शर्मा यांच्या नेतृत्वाखाली अकादमीमध्ये प्रशिक्षण घेतले आणि त्याच वेळी वसुंधरा एन्क्लेव्ह येथील सुमीत डोग्रा अकादमीमध्ये सामने खेळले. नवव्या इयत्तेत, तो त्याच्या क्रिकेट सरावाला मदत करण्यासाठी पश्चिम विहार येथील सेव्हियर कॉन्व्हेंटमध्ये गेला. त्यांचे कुटुंब 2015 पर्यंत मीरा बागेत राहत होते जेव्हा ते गुडगावला गेले.

कोहलीच्या वडिलांचा 18 डिसेंबर 2006 रोजी स्ट्रोकमुळे मृत्यू झाला.

तरुण कारकीर्द

दिल्ली

कोहली पहिल्यांदा 2002-03 पॉली उमरीगर ट्रॉफीमध्ये ऑक्टोबर 2002 मध्ये दिल्ली अंडर-15 संघाकडून खेळला. 2003-04 पॉली उमरीगर ट्रॉफीसाठी तो संघाचा कर्णधार बनला. 2004 च्या उत्तरार्धात, 2003-04 विजय मर्चंट ट्रॉफीसाठी दिल्ली अंडर-17 संघात त्याची निवड झाली. दिल्ली अंडर-17 ने 2004-05 विजय मर्चंट ट्रॉफी जिंकली ज्यामध्ये कोहलीने 7 सामन्यांत दोन शतकांसह 757 धावा करून सर्वाधिक धावा केल्या. फेब्रुवारी 2006 मध्ये, त्याने सर्व्हिसेस विरुद्ध दिल्लीसाठी लिस्ट ए मध्ये पदार्पण केले परंतु त्याला फलंदाजी मिळाली नाही.

कोहलीने नोव्हेंबर 2006 मध्ये तमिळनाडू विरुद्ध दिल्लीकडून प्रथम श्रेणी क्रिकेटमध्ये पदार्पण केले, वयाच्या 18 व्या वर्षी त्याने पदार्पणाच्या डावात 10 धावा केल्या. वडिलांच्या मृत्यूनंतरच्या दिवशी त्याने कर्नाटकविरुद्ध त्याच्या संघाकडून खेळण्याचा निर्णय घेतल्याने डिसेंबरमध्ये तो चर्चेत आला आणि त्याने ९० धावा केल्या. सामन्यात बाद झाल्यानंतर तो थेट अंत्यविधीला गेला. त्या मोसमात त्याने सामन्यांत 36.71 च्या सरासरीने एकूण 257 धावा केल्या.

भारत अंडर-19

जुलै 2006 मध्ये, कोहलीची इंग्लंड दौऱ्यावर भारताच्या अंडर-19 संघात निवड झाली. इंग्लंडच्या अंडर-19 विरुद्धच्या तीन सामन्यांच्या वनडे मालिकेत त्याची सरासरी 105 आणि तीन सामन्यांच्या कसोटी मालिकेत 49 अशी होती. भारताच्या अंडर-19 संघाने

दोन्ही मालिका जिंकल्या. सप्टेंबरमध्ये भारताच्या अंडर-19 संघाने पाकिस्तानचा दौरा केला होता. कसोटी मालिकेत कोहलीची सरासरी 58 होती आणि पाकिस्तान अंडर-19 विरुद्धच्या एकदिवसीय मालिकेत 41.66

एप्रिल 2007 मध्ये, त्याने ट्वेंटी20 क्रिकेटमध्ये पदार्पण केले 35 आणि आंतर-राज्य टी20 चॅम्पियनशिपमध्ये 35.80 च्या सरासरीने 179 धावा करून त्याच्या संघासाठी सर्वाधिक धावा करणारा खेळाडू ठरला. 36 जुलै-ऑगस्ट 2007 मध्ये, भारताच्या अंडर-19 संघाने श्रीलंकेचा दौरा केला. श्रीलंका अंडर-19 आणि बांग्लादेश अंडर-19 विरुद्धच्या त्रिकोणीय मालिकेत, कोहली 5 सामन्यांत 29 च्या सरासरीने 146 धावा करून दुसऱ्या क्रमांकावर होता. त्यानंतरच्या दोन सामन्यांच्या कसोटी मालिकेत त्याने 122 च्या सरासरीने 244 धावा केल्या ज्यात एक शतक आणि अर्धशतक आहे.

फेब्रुवारी-मार्च 2008 मध्ये, कोहलीने मलेशियामध्ये झालेल्या 2008 अंडर-19 क्रिकेट विश्वचषक स्पर्धेत विजयी भारतीय संघाचे नेतृत्व केले. 3 व्या क्रमांकावर फलंदाजी करताना, त्याने 6 सामन्यांमध्ये 47 च्या सरासरीने 235 धावा केल्या आणि स्पर्धेतील तिसरा-सर्वाधिक धावा करणारा आणि स्पर्धेत शतक झळकावणाऱ्या तीन फलंदाजांपैकी एक म्हणून पूर्ण केले. त्याने भारताला न्यूझीलंड अंडर-19 विरुद्ध उपांत्य फेरीत तीन विकेट्सने विजय मिळवून दिला आणि धावांचा पाठलाग करताना 2 विकेट्स घेऊन 43 धावा केल्या आणि त्याला सामनावीराचा पुरस्कार देण्यात आला.

जून 2008 मध्ये, कोहली आणि त्याचे अंडर-19 सहकारी प्रदीप सांगवान आणि तन्मय श्रीवास्तव यांना बॉर्डर-गावस्कर शिष्यवृत्ती देण्यात आली. शिष्यवृत्तीमुळे तिन्ही खेळाडूंना ब्रिस्बेनमधील क्रिकेट ऑस्ट्रेलियाच्या सेंटर ऑफ एक्सलन्समध्ये सहा आठवडे सराव करण्याची परवानगी मिळाली. चार संघांच्या उदयोन्मुख खेळाडूंच्या स्पर्धेसाठी भारताच्या उदयोन्मुख खेळाडूंच्या संघातही त्याची निवड करण्यात आली आणि त्याने सहा सामन्यांमध्ये 41.20 च्या सरासरीने 206 धावा केल्या.

आंतरराष्ट्रीय कारकीर्द

सुरुवातीची वर्षे

ऑगस्ट 2008 मध्ये, कोहलीचा श्रीलंका दौरा आणि पाकिस्तानमधील चॅम्पियन्स ट्रॉफीसाठी भारतीय एकदिवसीय संघात समावेश करण्यात आला. श्रीलंकेच्या दौऱ्यापूर्वी, कोहली फक्त आठ लिस्ट ए सामने खेळला होता. त्यामुळे त्याच्या निवडीला "आश्चर्यचकित कॉल-अप" असे संबोधण्यात आले. श्रीलंकेच्या दौऱ्यात, सचिन तेंडुलकर आणि वीरेंद्र सेहवाग हे दोन्ही प्रथम पसंतीचे सलामीवीर जखमी झाल्यामुळे कोहलीने संपूर्ण मालिकेत तात्पुरता सलामीवीर म्हणून फलंदाजी केली. दौऱ्यातील पहिल्या एकदिवसीय सामन्यात त्याने वयाच्या 19 व्या वर्षी आंतरराष्ट्रीय क्रिकेटमध्ये पदार्पण केले आणि तो 12 धावांवर बाद झाला. त्याने चौथ्या सामन्यात पहिले एकदिवसीय अर्धशतक, 54 धावा केल्या. 48 इतर तीन सामन्यांमध्ये त्याने 37, 25 आणि 31 धावा केल्या. भारताने मालिका

3-2 ने जिंकली जी भारताची श्रीलंकेत श्रीलंकेविरुद्धची पहिली एकदिवसीय मालिका विजय होती.

चॅम्पियन्स ट्रॉफी 2009 पर्यंत पुढे ढकलल्यानंतर, कोहलीला दुखापतग्रस्त शिखर धवनच्या बदली म्हणून सप्टेंबर 2008 मध्ये ऑस्ट्रेलिया अ विरुद्धच्या अनधिकृत कसोटीसाठी भारत अ संघात निवडण्यात आले. दोन सामन्यांच्या मालिकेत त्याने फक्त एकदाच फलंदाजी केली आणि त्या डावात त्याने 49 धावा केल्या. त्याच महिन्यात सप्टेंबर 2008 मध्ये, तो दिल्लीकडून निसार ट्रॉफीमध्ये एसएनजीपीएल (पाकिस्तानकडून कायद-ए-आझम ट्रॉफीचे विजेते) विरुद्ध खेळला आणि दिल्लीसाठी दोन्ही डावांत 52 आणि 197 धावा करून सर्वाधिक धावा केल्या. सामना अनिर्णित राहिला परंतु SNGPL ने पहिल्या डावातील आघाडीवर ट्रॉफी जिंकली. ऑक्टोबर 2008 मध्ये कोहली भारतीय बोर्ड प्रेसिडेंट इलेव्हनकडून ऑस्ट्रेलियाविरुद्ध चार दिवसीय दौऱ्याच्या सामन्यात खेळला.

कोहली, खांद्याच्या किरकोळ दुखापतीतून बरा झाल्यानंतर, श्रीलंकेतील तिरंगी मालिकेसाठी भारतीय संघात जखमी गौतम गंभीरच्या जागी राष्ट्रीय संघात परतला. 2009 ICC चॅम्पियन्स ट्रॉफीमध्ये युवराज सिंगला दुखापत झाल्यामुळे त्याने भारतासाठी 4 व्या क्रमांकावर फलंदाजी केली. वेस्ट इंडिजविरुद्धच्या गट सामन्यात कोहलीने भारताच्या 130 धावांच्या यशस्वी पाठलागात नाबाद 79 धावा केल्या आणि त्याला सामनावीराचा पुरस्कार देण्यात आला. ऑस्ट्रेलियाविरुद्धच्या सात सामन्यांच्या होम वनडे मालिकेत कोहली राखीव फलंदाज म्हणून खेळला, दोन सामन्यांमध्ये तो दिसला. डिसेंबर 2009 मध्ये श्रीलंकेविरुद्धच्या घरच्या वनडे मालिकेत त्याला स्थान मिळाले आणि पहिल्या दोन एकदिवसीय सामन्यांमध्ये त्याने 27 आणि 54 धावा केल्या आणि तिसऱ्या एकदिवसीय सामन्यासाठी युवराजला पुन्हा तंदुरुस्ती मिळवून दिली. तथापि, युवराजच्या बोटाची दुखापत पुन्हा झाली ज्यामुळे तो अनिश्चित काळासाठी बाहेर पडला. कोहली कोलकाता येथे चौथ्या एकदिवसीय सामन्यात संघात परतला आणि त्याने 114 चेंडूत पहिले एकदिवसीय शतक – 107 झळकावले – गंभीरसह तिसऱ्या विकेटसाठी 224 धावांची भागीदारी केली, ज्याने त्याची वैयक्तिक सर्वोत्तम धावसंख्या 150 केली. 63 भारताने सात गडी राखून मालिका ३-१ ने जिंकली. सामनावीराचा पुरस्कार गंभीरला देण्यात आला ज्याने कोहलीला हा पुरस्कार दिला.

तेंडुलकरला जानेवारी 2010 मध्ये बांगलादेशमध्ये झालेल्या तिरंगी एकदिवसीय स्पर्धेसाठी विश्रांती देण्यात आली होती, ज्यामुळे कोहलीला भारताच्या प्रत्येक पाच सामन्यांमध्ये खेळता आले. बांगलादेशविरुद्ध, 297 धावांच्या आव्हानाचा पाठलाग करताना भारताचा डाव 51/3 पर्यंत लवकर संपुष्टात आल्यानंतर त्याने विजय निश्चित करण्यासाठी 91 धावा केल्या. श्रीलंकेविरुद्धच्या पुढील सामन्यात, कोहलीने नाबाद ७१ धावा करून भारताला ३३ षटकांत २१४ धावांचे लक्ष्य गाठून बोनस गुणासह सामना जिंकण्यास मदत केली. दुसऱ्या दिवशी, त्याने बांगलादेशविरुद्ध आपले दुसरे एकदिवसीय

शतक झळकावले आणि विजयी धावसंख्या वाढवली. तेंडुलकर आणि सुरेश रैना यांच्यानंतर 22 व्या वाढदिवसापूर्वी दोन एकदिवसीय शतके झळकावणारा तो केवळ तिसरा भारतीय फलंदाज ठरला. विशेषत: भारतीय कर्णधार धोनीने या मालिकेदरम्यान केलेल्या कामगिरीबद्दल कोहलीची खूप प्रशंसा केली होती . कोहलीने श्रीलंकेविरुद्धच्या फायनलमध्ये भारतीय संघाचा चार विकेट्सने पराभव करताना केवळ दोन धावा केल्या, तरी, त्याने पाच डावांत 91.66 च्या सरासरीने 275 धावा करून मालिकेत आघाडीवर धावा केल्या. फेब्रुवारीमध्ये दक्षिण आफ्रिकेविरुद्ध घरच्या मैदानावर झालेल्या तीन सामन्यांच्या एकदिवसीय मालिकेत कोहलीने दोन सामन्यांमध्ये फलंदाजी केली आणि 31 आणि 57 धावा केल्या.

कसोटी कर्णधार

डिसेंबर 2014 मधील ऑस्ट्रेलियन दौऱ्यातील पहिल्या कसोटीसाठी धोनी दुखापतीमुळे ॲडलेड येथे भारतीय संघाचा भाग नव्हता आणि कोहलीने प्रथमच कसोटी कर्णधार म्हणून जबाबदारी स्वीकारली. कोहलीने भारताच्या पहिल्या डावात 115 धावा केल्या, कसोटी कर्णधारपदाच्या पदार्पणात शतक ठोकणारा चौथा भारतीय ठरला. दुसऱ्या डावात भारताला पाचव्या दिवशी ३६४ धावांचे लक्ष्य ठेवले होते. विजय बाद होण्यापूर्वी कोहलीने मुरली विजयसोबत तिसऱ्या विकेटसाठी 185 धावांची भागीदारी रचली, ज्यामुळे फलंदाजी गडगडली. 242/2 पासून, कोहलीच्या 175 चेंडूत 141 धावा करून भारत 315 धावांवर बाद झाला.

ब्रिस्बेन येथील दुसऱ्या सामन्यात धोनी कर्णधार म्हणून संघात परतला जेथे कोहलीने भारताचा चार विकेटने पराभव करताना 19 आणि 1 धावा केल्या. मेलबर्न बॉक्सिंग डे कसोटीत, त्याने रहाणेसोबत 262 धावांची भागीदारी करताना पहिल्या डावात 169 ही वैयक्तिक सर्वोत्तम कसोटी धावसंख्या बनवली, ही दहा वर्षांतील आशियाबाहेर भारताची सर्वात मोठी भागीदारी आहे. पाचव्या दिवशी भारताच्या दुसऱ्या डावात कोहलीने 54 धावा केल्या आणि त्याच्या संघाला कसोटी सामना अनिर्णित ठेवण्यास मदत केली. या सामन्याच्या शेवटी धोनीने कसोटी क्रिकेटमधून निवृत्तीची घोषणा केली आणि सिडनी येथील चौथ्या कसोटीपूर्वी कोहलीला पूर्णवेळ कसोटी कर्णधार म्हणून नियुक्त करण्यात आले. दुसऱ्यांदा कसोटी संघाचे नेतृत्व करताना कोहलीने सामन्याच्या पहिल्या डावात 147 धावा केल्या आणि कसोटी कर्णधार म्हणून पहिल्या तीन डावात तीन शतके ठोकणारा तो कसोटी क्रिकेट इतिहासातील पहिला फलंदाज ठरला. दुसऱ्या डावात तो 46 धावांवर बाद झाला आणि सामना अनिर्णित राहिला. चार कसोटी सामन्यांमध्ये कोहलीच्या एकूण 692 धावा ऑस्ट्रेलियातील कसोटी मालिकेतील कोणत्याही भारतीय फलंदाजाने केलेल्या सर्वाधिक धावा होत्या.

जानेवारी 2015 मध्ये, यजमान ऑस्ट्रेलिया आणि इंग्लंडविरुद्धच्या तिरंगी एकदिवसीय मालिकेत भारताला एकही सामना जिंकता आला नाही. कोहली एकदिवसीय

सामन्यांमध्ये त्याच्या कसोटी यशाची पुनरावृत्ती करू शकला नाही, चारपैकी कोणत्याही सामन्यात दोन अंकी धावसंख्या बनवू शकला नाही. ऑस्ट्रेलिया आणि अफगाणिस्तानविरुद्धच्या सराव सामन्यांमध्ये अनुक्रमे १८ आणि ५ गुणांसह, विश्वचषकाच्या आघाडीवर कोहलीचा एकदिवसीय फॉर्म सुधारला नाही.

ॲडलेड येथे झालेल्या विश्वचषकातील पाकिस्तानविरुद्धच्या पहिल्या सामन्यात कोहलीने 126 चेंडूत 107 धावा फटकावल्या. त्याच्या खेळीसाठी त्याला सामनावीराचा पुरस्कार देण्यात आला. कोहली विश्वचषकाच्या सामन्यात पाकिस्तानविरुद्ध शतक झळकावणारा पहिला भारतीय फलंदाज बनला. भारताच्या दक्षिण आफ्रिकेविरुद्धच्या दुसऱ्या सामन्यात तो 46 धावांवर बाद झाला. या सामन्यात भारताने 130 धावांनी विजय नोंदवला. भारताने त्यांच्या उर्वरित चार गट सामन्यांमध्ये दुसऱ्या क्रमांकावर फलंदाजी केली ज्यात कोहलीने UAE, वेस्ट इंडिज, आयर्लंड आणि झिम्बाब्वे विरुद्ध अनुक्रमे 33, 33, 44 आणि 38 धावा केल्या. भारताने या चार सामन्यांमध्ये विजय मिळवला आणि अपराजित विक्रमासह पूल बी गुणांसह अव्वल स्थान मिळवले. बांगलादेशविरुद्धच्या उपांत्यपूर्व फेरीत भारताच्या 109 धावांनी विजयात, कोहलीला रुबेल हुसेनने 3 धावांवर बाद करून चेंडू यष्टीरक्षकाकडे वळवला. मेलबर्न येथे भारत उपांत्य फेरीत ऑस्ट्रेलियाकडून पराभूत झाला, जेथे कोहली 13 चेंडूत 1 धावा काढून बाद झाला, मिशेल जॉन्सनच्या शॉर्ट-पिच चेंडूवर तो वरच्या बाजूने होता.

भारताने जून 2015 मध्ये बांग्लादेशचा दौरा केला तेव्हा कोहलीच्या फॉर्ममध्ये घसरण झाली होती. बरोबरीत संपलेल्या एकमेव कसोटीत त्याने केवळ 14 धावांचे योगदान दिले आणि बांगलादेशने 2-1 ने जिंकलेल्या एकदिवसीय मालिकेत 16.33 च्या सरासरीने योगदान दिले. कोहलीने श्रीलंका दौऱ्यातील पहिल्या कसोटीत भारताचा पराभव झालेला 11 वे कसोटी शतक झळकावून कमी धावसंख्येचा सिलसिला संपवला. भारताने पुढील दोन सामने जिंकून मालिका 2-1 ने जिंकली, कसोटी कर्णधार म्हणून कोहलीचा पहिला मालिका विजय आणि चार वर्षांत भारताचा पहिला कसोटी मालिका विजय.

एकदिवसीय क्रिकेटमध्ये 10,000 धावा

त्यानंतर त्याने वेस्ट इंडिज आणि श्रीलंकेविरुद्ध सलग मालिकेत एकदिवसीय शतके झळकावली आणि रिकी पाँटिंगच्या 30 एकदिवसीय शतकांच्या संख्येशी बरोबरी केली. ऑक्टोबर 2017 मध्ये, त्याला दोन एकदिवसीय शतके झळकावल्याबद्दल न्यूझीलंडविरुद्ध एकदिवसीय क्रिकेटपटू म्हणून घोषित करण्यात आले, यादरम्यान त्याने सर्वाधिक धावा (8,888), सर्वोत्तम सरासरी (55.55) आणि सर्वाधिक शतके करण्याचा विक्रम केला. (३१) 200 एकदिवसीय सामने पूर्ण करताना कोणत्याही फलंदाजासाठी. नोव्हेंबरमध्ये घरच्या मैदानावर श्रीलंकेविरुद्धच्या 3 सामन्यांच्या कसोटी मालिकेदरम्यान कोहलीने आणखी अनेक विक्रम केले. पहिल्या दोन कसोटीत एक शतक आणि एक द्विशतक झळकावल्यानंतर, त्याने तिसऱ्या कसोटीत आणखी एक द्विशतक झळकावले,

ज्यादरम्यान तो कसोटी क्रिकेटमध्ये 5000 धावांचा टप्पा ओलांडणारा अकरावा भारतीय फलंदाज बनला आणि त्याचे 20 वे कसोटी शतक आणि 6 वे शतक झळकावले. द्विशतक. या सामन्यादरम्यान तो कर्णधार म्हणून सहा द्विशतके करणारा पहिला फलंदाज बनला. या मालिकेत 610 धावांसह कोहली भारतीयाकडून तीन सामन्यांच्या कसोटी मालिकेत सर्वाधिक धावा करणारा आणि एकूण चौथा सर्वाधिक धावा करणारा खेळाडू बनला. भारताने तीन सामन्यांची मालिका 1-0 ने आरामात जिंकली आणि कोहलीला दुसऱ्या आणि तिसऱ्या कसोटी सामन्यासाठी सामनावीर आणि मालिकावीर म्हणून गौरवण्यात आले. या विजयासह, भारताने कसोटी क्रिकेटमध्ये सलग नऊ मालिका जिंकण्याच्या विक्रमाची बरोबरी केली. त्याने वर्षाचा शेवट 2818 आंतरराष्ट्रीय धावांसह केला, ज्याची नोंद एका कॅलेंडर वर्षात आतापर्यंतची तिसरी-सर्वोच्च टॅली आणि भारतीय खेळाडूची आतापर्यंतची सर्वोच्च टॅली म्हणून नोंदवली गेली आहे. ICC ने कोहलीला 2017 साठी त्यांच्या वर्ल्ड टेस्ट XI आणि ODI XI या दोन्हींचा कर्णधार म्हणून नियुक्त केले.

आयसीसी स्पर्धांमध्ये भारताचे कर्णधार

2017 ICC चॅम्पियन्स ट्रॉफी

विराट कोहलीला 2017 ICC चॅम्पियन्स ट्रॉफीमध्ये प्रथमच ICC स्पर्धेत कर्णधारपदाची संधी मिळाली. बांग्लादेशविरुद्धच्या उपांत्य सामन्यात कोहलीने 96 धावा केल्या, त्यामुळे डावाच्या बाबतीत, 175 डावांमध्ये एकदिवसीय सामन्यांमध्ये 8,000 धावा करणारा तो सर्वात वेगवान फलंदाज बनला. भारताने अंतिम फेरी गाठली, पण पाकिस्तानकडून 180 धावांनी पराभव झाला. भारतीय डावाच्या तिसऱ्या षटकात, विराट कोहली स्लिपमध्ये फक्त पाच धावांवर बाद झाला पण पुढच्या चेंडूवर मोहम्मद अमीरच्या गोलंदाजीवर शादाब खानने झेल घेतला. आयसीसीने 2017 चॅम्पियन्स करंडक स्पर्धेतील 'टीम ऑफ द टूर्नामेंट'चा भाग म्हणूनही त्याची निवड केली.

2019 क्रिकेट विश्वचषक

एप्रिल 2019 मध्ये, त्याला 2019 क्रिकेट विश्वचषक स्पर्धेसाठी भारताच्या संघाचा कर्णधार म्हणून नियुक्त करण्यात आले. 16 जून 2019 रोजी, भारताच्या पाकिस्तान विरुद्धच्या सामन्यात, कोहली एकदिवसीय क्रिकेटमध्ये 11,000 धावा करणारा, डावाच्या बाबतीत सर्वात वेगवान फलंदाज बनला. त्याने आपल्या 222व्या डावात हा ऐतिहासिक टप्पा गाठला. अकरा दिवसांनंतर, वेस्ट इंडिजविरुद्धच्या सामन्यात, कोहली आंतरराष्ट्रीय क्रिकेटमध्ये 20,000 धावा पूर्ण करणारा, डावाच्या बाबतीत सर्वात वेगवान क्रिकेटपटू बनला, त्याने 417 व्या डावात असे केले. कोहलीने या स्पर्धेत सलग पाच फिफ्टी प्लस स्कोअर केले. न्यूझीलंडविरुद्ध भारत उपांत्य फेरीत हरला, ज्यात कोहली अवघ्या एका धावेवर बाद झाला.

2021 ICC वर्ल्ड टेस्ट चॅम्पियनशिप फायनल

जून 2021 मध्ये, भारत 2021 ICC वर्ल्ड टेस्ट चॅम्पियनशिप फायनल न्यूझीलंडकडून हरला. आयसीसी टूर्नामेंटच्या बाद फेरीत आणि अंतिम फेरीत कर्णधार म्हणून कोहलीचा हा तिसरा पराभव होता. विराट कोहलीने पहिल्या आणि दुसऱ्या डावात अनुक्रमे 44 आणि 13 धावा केल्या. तो दोन्ही डावात काईल जेमिसनने बाद केला.

2021 ICC पुरुष T20 विश्वचषक

सप्टेंबर 2021 मध्ये, कोहलीला 2021 ICC पुरुष T20 विश्वचषक स्पर्धेसाठी भारताच्या संघाचा कर्णधार म्हणून नियुक्त करण्यात आले. भारत उपांत्य फेरीत प्रवेश करू शकला नाही, जे गेल्या 9 वर्षांत प्रथमच होते.

डिसेंबर 2021 मध्ये, रोहित शर्माच्या जागी कोहलीला भारताचा एकदिवसीय कर्णधार म्हणून नियुक्त करण्यात आले. बीसीसीआयचे अध्यक्ष सौरव गांगुली यांनी नंतर कोहलीला एकदिवसीय कर्णधारपदावरून वगळण्याच्या निर्णयाचे स्पष्टीकरण देऊन असे म्हटले की निवडकर्त्यांना दोन पांढऱ्या चेंडूचे कर्णधार असणे योग्य वाटले नाही. नंतर गांगुली म्हणाला की बीसीसीआयने विराटला T20I कर्णधारपद न सोडण्यास सांगितले होते. विराट कोहलीने पत्रकार परिषदेत बीसीसीआयच्या अध्यक्षांचे खंडन केले आणि सांगितले की कर्णधारपदावरून पायउतार होण्याच्या त्यांच्या निर्णयाला "चांगले स्वागत" केले गेले आणि बीसीसीआय अधिकाऱ्यांनी "प्रगतीशील" म्हणून संबोधले. त्यांनी असा दावाही केला की मुख्य निवडकर्ता चेतन शर्मा यांनी भारताच्या दक्षिण आफ्रिका दौऱ्यासाठी कसोटी संघाची घोषणा होण्याच्या 90 मिनिटे अगोदर एकदिवसीय संघाच्या कर्णधारपदावरून हकालपट्टी करण्याबाबत माहिती दिली. एका आठवड्यापेक्षा जास्त कालावधीनंतर, दक्षिण आफ्रिका विरुद्ध एकदिवसीय मालिकेसाठी संघाची घोषणा करताना, चेतन शर्मा यांनी कोहलीला विरोध केला की अधिकाऱ्यांनी विराटला T20I कर्णधारपदावरून पायउतार होण्याच्या निर्णयावर पुनर्विचार करण्यास सांगितले होते.

15 जानेवारी 2022 रोजी, कोहलीने दक्षिण आफ्रिकेच्या दौऱ्यात दक्षिण आफ्रिकेविरुद्धच्या कसोटी मालिकेत 2-1 अशा पराभवानंतर भारताच्या कसोटी कर्णधारपदावरून पायउतार झाला.

खेळण्याची शैली

कोहली हा नैसर्गिकरित्या आक्रमक फलंदाज आहे 368 मजबूत तांत्रिक कौशल्ये. तो सामान्यतः एकदिवसीय क्रिकेटमध्ये तिसऱ्या क्रमांकावर फलंदाजी करतो. तो किंचित मोकळ्या छातीसह फलंदाजी करतो आणि तळाशी मजबूत पकड. तो मोठा हिटर नाही आणि तो अधिक मैदानी शॉट्स खेळतो. तो त्याच्या विस्तृत शॉट्ससाठी, डावाला वेग देण्याची क्षमता आणि दबावाखाली फलंदाजी करण्यासाठी ओळखला जातो. मिड-विकेट आणि कव्हर क्षेत्रातून तो मजबूत आहे. कव्हर ड्राईव्ह हा त्याचा आवडता शॉट असल्याचे त्याने म्हटले आहे, तसेच फ्लिक शॉट त्याच्यासाठी नैसर्गिकरित्या येतो असे म्हटले आहे. 20 तो "क्रिकेट बॉलचा नैसर्गिक स्वीपर नाही" असे म्हटल्याने तो अनेकदा स्वीप शॉट खेळत

नाही. लेग स्टंप लाइन गोलंदाजीवर कोहली मजबूत आहे. लेग स्टंपवर गोलंदाजी केल्यास तो फ्लिक शॉट खेळतो.

क्रिकेट पंडित व्हीव्हीएस लक्ष्मण यांच्या मते, विराट कोहलीसाठी, ऑफ स्टंपच्या बाहेर चेंडू टाकणे ही त्याची कमजोरी आहे. तो बाहेरच्या ऑफ स्टंप लाइनच्या चेंडूने बाद झाला आणि विरोधी संघाचे गोलंदाज त्याच्या कमकुवतपणाचा कसोटी तसेच एकदिवसीय सामन्यांमध्ये फायदा उठवण्याचा प्रयत्न करतात. रिचर्ड हॅडलीच्या म्हणण्यानुसार आउट स्विंगिंग बॉल्स ही त्याची कमकुवतता आहे. क्रिकेट पंडित आणि माजी भारतीय क्रिकेटपटू संजय मांजरेकर यांना असेच वाटते की ऑफसाइड ऑफ स्टंप लाइन ही त्यांची कमजोरी आहे.

त्याच्या संघातील सहकाऱ्यांनी त्याच्या आत्मविश्वास, वचनबद्धता, फोकस आणि कामाच्या नैतिकतेची प्रशंसा केली आहे. कोहलीला "तीक्ष्ण" क्षेत्ररक्षक म्हणूनही ओळखले जाते.

कोहलीला जगातील सर्वोत्तम मर्यादित षटकांचा फलंदाज म्हणून ओळखले जाते, विशेषतः पाठलाग करताना. 4 अपडेटची आवश्यकता आहे एकदिवसीय सामन्यांमध्ये, प्रथम फलंदाजी करणाऱ्या 51 च्या विरूद्ध दुसऱ्या सामन्यात त्याची सरासरी 69 च्या आसपास आहे. अपडेटची आवश्यकता आहे त्याच्या 43 एकदिवसीय शतकांपैकी 26 धावांचा पाठलाग करताना आले आहेत आणि दुसऱ्यांदा फलंदाजी करताना सर्वाधिक शतके करण्याचा विक्रम त्याच्या नावावर आहे.

आगळीक

कोहली त्याच्या मैदानावरील आक्रमकतेसाठी प्रख्यात आहे आणि त्याच्या कारकिर्दीच्या सुरुवातीच्या काळात मीडियामध्ये त्याचे वर्णन "निखळ" आणि "अहंकारी" असे केले गेले होते. तो अनेक प्रसंगी खेळाडू आणि पंचांसोबत भिडला आहे. अनेक माजी क्रिकेटपटूंनी त्याच्या आक्रमक वृत्तीचे समर्थन केले आहे, काहींनी त्यावर टीका केली आहे. 2012 मध्ये, कोहलीने सांगितले होते की तो त्याच्या आक्रमक वर्तनावर मर्यादा घालण्याचा प्रयत्न करतो परंतु "बांधणी आणि दबाव किंवा विशेष प्रसंगांमुळे आक्रमकता नियंत्रित करणे कठीण होते."

सचिन तेंडुलकरची तुलना

कोहलीची तुलना अनेकदा सचिन तेंडुलकरशी केली जाते, त्यांच्या फलंदाजीच्या सारख्या शैलीमुळे, आणि काहीवेळा त्याला तेंडुलकरचा "उत्तराधिकारी" म्हणून संबोधले जाते. कोहलीने तेंडुलकरचे फलंदाजीचे विक्रम मोडावेत अशी अनेक माजी क्रिकेटपटूंची अपेक्षा आहे. त्याला ESPN द्वारे जगातील सर्वात प्रसिद्ध खेळाडूंपैकी एक म्हणून स्थान देण्यात आले आहे. कोहलीने असे म्हटले आहे की तेंडुलकर हा त्याचा आदर्श आणि आदर्श होता आणि लहानपणी त्याने "तो फटके तेंडुलकर खेळले आणि षटकार मारायचा त्याप्रमाणे कॉपी करण्याचा प्रयत्न केला." वेस्ट इंडिजचे माजी महान विवियन रिचर्ड्स , ज्याला

क्रिकेटमधील सर्वात विध्वंसक फलंदाज म्हणून ओळखले जाते, त्याने सांगितले की कोहली त्याला स्वतःची आठवण करून देतो. 2015 च्या सुरुवातीस , रिचर्ड्स म्हणाले की कोहली ODI फॉरमॅटमध्ये "आधीपासूनच महान" होता, तर माजी ऑस्ट्रेलियन क्रिकेटर डीन जोन्स यांनी कोहलीला "जागतिक क्रिकेटचा नवीन राजा" म्हटले. आकाश चोप्रा या भारतीय समालोचकाने सांगितले की, “विराटच्या तुलनेत सचिनकडे अधिक शॉट्स होते”.

वैयक्तिक जीवन

कोहलीने 2013 मध्ये बॉलिवूड अभिनेत्री अनुष्का शर्माला डेट करायला सुरुवात केली. या जोडप्याने 11 डिसेंबर 2017 रोजी फ्लॉरेन्स, इटली येथे एका खाजगी समारंभात लग्न केले. 11 जानेवारी 2021 रोजी ते वामिका नावाच्या मुलीचे पालक झाले.

कोहलीच्या अंगावर बरेच टॅटू आहेत, त्याने कैलास पर्वतावरील ध्यान मुद्रामध्ये भगवान शिवाचे टॅटू काढले आहेत कारण तो भगवान शिव, ओम, त्याच्या पालकांची नावे (प्रेम आणि सरोज), एक आदिवासी चिन्ह, एक मठ, सामुराई योद्धा, ‘स्कॉर्पियन’ हा शब्द, आणि त्याच्या शरीरावर एकदिवसीय आणि कसोटी कॅप क्रमांक.

व्यावसायिक गुंतवणूक

कोहलीच्या मते, फुटबॉल हा त्याचा दुसरा आवडता खेळ आहे. 2014 मध्ये, कोहली इंडियन सुपर लीग क्लब एफसी गोवाचा सह-मालक बनला. त्याने सांगितले की त्याने क्लबमध्ये गुंतवणूक केली कारण त्याला "भारतात फुटबॉलचा विकास व्हायचा होता". तो पुढे म्हणाला, "भविष्यासाठी माझ्यासाठी हा एक व्यावसायिक उपक्रम आहे. क्रिकेट कायम टिकणार नाही आणि मी निवृत्तीनंतर माझे सर्व पर्याय खुले ठेवतो."

सप्टेंबर 2015 मध्ये, कोहली इंटरनॅशनल प्रीमियर टेनिस लीग फ्रँचायझी UAE Royals चा सह-मालक बनला, आणि, त्याच वर्षी डिसेंबरमध्ये, प्रो रेसलिंग लीगमध्ये JSW-मालकीच्या बेंगलुरु योधास फ्रँचायझीचा सह-मालक बनला.

नोव्हेंबर 2014 मध्ये, कोहली आणि अंजना रेड्डीज युनिव्हर्सल स्पोर्ट्सबिझ (USPL) यांनी एक युवा फॅशन ब्रँड WROGN लाँच केला. c ब्रँडने 2015 मध्ये पुरुषांसाठी कॅज्युअल वेअर कपडे तयार करण्यास सुरुवात केली आणि मिंत्रा आणि शॉपर्स स्टॉपशी करार केला. 2014 च्या उत्तरार्धात, कोहलीला लंडन स्थित ‘स्पोर्ट कॉन्व्हो’ या सोशल नेटवर्किंग उपक्रमाचा भागधारक आणि ब्रँड अॅम्बेसेडर म्हणून घोषित करण्यात आले.

2015 मध्ये, कोहलीने देशभरात जिम आणि फिटनेस सेंटरची साखळी सुरू करण्यासाठी £900 दशलक्ष (US$11 दशलक्ष) गुंतवले. चिझेल इंडिया आणि सीएसई (कॉर्नरस्टोन स्पोर्ट अँड एंटरटेनमेंट), ही एजन्सी जी कोहलीच्या व्यावसायिक हितसंबंधांचे व्यवस्थापन करते. 2016 मध्ये, कोहलीने स्टेपॅथलॉन लाइफस्टाइलच्या भागीदारीत स्टेपॅथलॉन किड्स हा मुलांचा फिटनेस उपक्रम सुरू केला.

परोपकार

मार्च 2013 मध्ये कोहलीने विराट कोहली फाउंडेशन (VKF) नावाची धर्मादाय संस्था सुरू केली. संस्थेचे उद्दिष्ट वंचित मुलांना मदत करणे आणि धर्मादाय संस्थेसाठी निधी उभारण्यासाठी कार्यक्रम आयोजित करणे आहे. कोहलीच्या म्हणण्यानुसार, फाऊंडेशन निवडक स्वयंसेवी संस्थांसोबत "जागरूकता निर्माण करण्यासाठी, समर्थन मिळविण्यासाठी आणि ते समर्थन करत असलेल्या विविध कारणांसाठी आणि ते ज्या लोकोपयोगी कार्यात गुंतले आहेत त्यासाठी निधी उभारण्यासाठी काम करते." मे 2014 मध्ये, eBay आणि सेव्ह द चिल्ड्रन इंडियाने एक कार्यक्रम आयोजित केला. VKF सह धर्मादाय लिलाव, त्यातून मिळणारे उत्पन्न वंचित मुलांच्या शिक्षण आणि आरोग्य सेवेला लाभदायक आहे.

अभिषेक बच्चनच्या प्लेइंग फॉर ह्युमॅनिटीच्या मालकीच्या ऑल स्टार्स फुटबॉल क्लब विरुद्ध चॅरिटी फुटबॉल सामन्यांमध्ये कोहलीने VKF च्या मालकीच्या ऑल हार्ट फुटबॉल क्लबचे नेतृत्व केले आहे. "सेलिब्रिटी क्लासिको" या नावाने ओळखले जाणारे सामने, ऑल स्टार्स संघातील ऑल हार्ट आणि बॉलीवूड कलाकारांसाठी क्रिकेटपटू खेळतात आणि दोन धर्मादाय संस्थांसाठी निधी निर्माण करण्यासाठी आयोजित केले जातात.

सोशल मीडिया फॅन फॉलोअर

कोहली सोशल मीडियावर खूप सक्रिय आहे आणि प्लॅटफॉर्मवर त्याचे खूप चाहते आहेत. इंस्टाग्रामवर 200 दशलक्षाहून अधिक फॉलोअर्स असलेले ते एकमेव क्रिकेटर आणि एकमेव आशियाई आणि तिसरे क्रीडा व्यक्तिमत्त्व आहे. जून 2022 मध्ये, इंस्टाग्रामवर 200 दशलक्षाहून अधिक फॉलोअर्स असलेले ते पहिले भारतीय बनले.

24

नेमार

नेमार

Scan for Story Videos - www.itibook.com

नेमार दा सिल्वा सँटोस ज्युनियर (जन्म 5 फेब्रुवारी 1992), नेहा हमर म्हणून ओळखली जाणारी, एक ब्राझिलियन व्यावसायिक फुटबॉलपटू आहे जी लीग क्लब पॅरिस सेंट-जर्मन आणि ब्राझील राष्ट्रीय संघासाठी विंगर म्हणून खेळते. तो एक अष्टपैलू खेळाडू मानला जातो, तो मध्यवर्ती स्ट्रायकर, दुसरा स्ट्रायकर, विंगर किंवा कधीकधी आक्रमण करणारा मिडफिल्डर म्हणून खेळू शकतो. एक विपुल गोल करणारा आणि प्रसिद्ध प्लेमेकर, तो जगातील सर्वोत्तम खेळाडूंपैकी एक म्हणून ओळखला जातो. नेमारने तीन वेगवेगळ्या क्लबसाठी किमान 100 गोल केले आहेत, ज्यामुळे तो हे साध्य करण्यासाठी तीन खेळाडूंपैकी एक आहे.

नेमार सँटोस येथे प्रसिद्ध झाला, जिथे त्याने 17 व्या वर्षी व्यावसायिक पदार्पण केले. त्याने क्लबला सलग दोन कॅम्पियोनाटो पॉलिस्टा चॅम्पियनशिप, एक कोपा डो ब्राझील आणि 2011 कोपा लिबर्टाडोरेस जिंकण्यास मदत केली; नंतरचे 1963 नंतरचे सँटोसचे पहिले आहे. नेमारला 2011 आणि 2012 मध्ये दोनदा दक्षिण अमेरिकन फुटबॉलर ऑफ द इयर म्हणून नाव देण्यात आले आणि लवकरच बार्सिलोनामध्ये सामील होण्यासाठी युरोपला स्थलांतरित झाले. बार्सिलोनाच्या लिओनेल मेस्सी आणि लुईस सुआरेझ, MSN या नावाने ओळखल्या जाणाऱ्या आक्रमक त्रिकूटाचा एक भाग म्हणून, त्याने ला लीगा, कोपा डेल रे आणि UEFA चॅम्पियन्स लीगचे महाद्वीपीय तिहेरी जिंकले. त्यानंतर 2015-16 हंगामात त्याने देशांतर्गत दुहेरी मिळवली. क्लब स्तरावर एक ताईत बनण्यास प्रवृत्त, नेमारने 2017 10 मध्ये 222 दशलक्ष युरो किमतीच्या हालचालीमध्ये PSG ला हस्तांतरित केले, ज्यामुळे तो आतापर्यंतचा सर्वात महागडा खेळाडू बनला. टीप फ्रान्समध्ये त्याने इतर सन्मानांसह चार लीग विजेतेपदे जिंकली. , आणि त्याला त्याच्या पदार्पणाच्या हंगामात Ligue प्लेयर ऑफ द इयर म्हणून निवडण्यात आले. उल्लेखनीय म्हणजे, त्याने 2019-20

हंगामात PSG ला देशांतर्गत चतुर्थश्रेणी गाठण्यात मदत केली आणि क्लबला त्याच्या पहिल्या चॅम्पियन्स लीग फायनलमध्ये नेले.

वयाच्या 18 व्या वर्षी पदार्पण केल्यापासून ब्राझीलसाठी 119 सामन्यांमध्ये 74 गोलांसह, नेमार हा त्याच्या राष्ट्रीय संघासाठी पेलेला मागे टाकून दुसरा सर्वोच्च गोल करणारा खेळाडू आहे. ब्राझीलसाठी त्याच्या युवा टप्प्यावर, 2011 च्या दक्षिण अमेरिकन युवा चॅम्पियनशिपमधील विजयात तो महत्त्वाचा खेळाडू होता, जिथे त्याने अग्रगण्य गोल स्कोअरर म्हणून पूर्ण केले आणि 2012 उन्हाळी ऑलिंपिकमध्ये पुरुष फुटबॉलमध्ये रौप्य पदक देखील मिळवले. पुढील वर्षी, त्याने गोल्डन बॉल जिंकून 2013 फिफा कॉन्फेडरेशन कप जिंकला. 2014 FIFA विश्वचषक आणि 2015 कोपा अमेरिका मधील त्याचा सहभाग अनुक्रमे दुखापतीमुळे आणि निलंबनामुळे कमी झाला होता, 2016 उन्हाळी ऑलिंपिकमध्ये पुरुष फुटबॉलमध्ये ब्राझीलचे पहिले ऑलिंपिक सुवर्णपदक जिंकण्यापूर्वी. कर्णधारपदाचा त्याग केल्यावर, त्याने 2018 च्या विश्वचषक स्पर्धेत भाग घेतला आणि दुखापतीमुळे 2019 कोपा अमेरिका गमावल्यानंतर, 2021 च्या स्पर्धेत ब्राझीलला उपविजेतेपदापर्यंत पोहोचण्यास मदत केली.

नेमारने 2015 आणि 2017 मध्ये FIFA Ballon d'Or साठी तिसरे स्थान पटकावले, त्याला FIFA Puskás पुरस्काराने सन्मानित करण्यात आले, दोनदा FIFA FIFPro World11 मध्ये, दोनदा UEFA टीम ऑफ द इयर आणि UEFA चॅम्पियन्स लीग संघात स्थान मिळाले. तीन वेळा. खेळपट्टीबाहेर, तो जगातील नामवंत खेळाडूंमध्ये गणला जातो. SportsPro ने त्याला 2012 आणि 2013 मध्ये जगातील सर्वात मार्केटेबल ॲथलीट म्हणून घोषित केले आणि 2016 मध्ये ESPN ने त्याला जगातील चौथ्या क्रमांकाचे प्रसिद्ध ॲथलीट म्हणून उद्धृत केले. 2017 मध्ये, टाइमने जगातील 100 सर्वात प्रभावशाली व्यक्तींच्या वार्षिक यादीमध्ये त्याचा समावेश केला. 2018 मध्ये, फ्रान्स फुटबॉलने नेमारला जगातील तिसरा सर्वाधिक कमाई करणारा फुटबॉलपटू म्हणून स्थान दिले. पुढच्या वर्षी, फोर्ब्सने त्याला जगातील तिसरे सर्वाधिक कमाई करणारे खेळाडू म्हणून स्थान दिले, 2020 मध्ये ते चौथ्या स्थानावर घसरले.

नेमार दा सिल्वा सॅंटोस ज्युनियरचा जन्म मोगी दास क्रूझेस, साओ पाउलो येथे नेमार सॅंटोस सीनियर आणि नादिन दा सिल्वा यांच्या घरी झाला. त्याला त्याचे नाव त्याच्या वडिलांकडून मिळाले, जे माजी फुटबॉलपटू आहेत आणि नेमारची प्रतिभा वाढू लागल्याने तो त्याच्या मुलाचा सल्लागार बनला. नेमार त्याच्या वडिलांच्या भूमिकेवर भाष्य करतो: "मी लहान असल्यापासून माझे वडील माझ्या पाठीशी आहेत. ते सर्व गोष्टी, माझे आर्थिक आणि माझ्या कुटुंबाची काळजी घेतात. नेमारने सांगितले की फुटसलचा त्याच्यावर मोठा प्रभाव पडला, ज्यामुळे त्याला त्याचे तंत्र, विचारांची गती आणि घट्ट जागेत चाली करण्याची क्षमता विकसित करण्यात मदत झाली.

2003 मध्ये, नेमार आपल्या कुटुंबासमवेत साओ व्हिसेंट येथे गेला, जिथे त्याने पोर्तुगेसा सँतिस्ता या युवा संघाकडून खेळण्यास सुरुवात केली. नंतर, नंतर 2003 मध्ये, ते सँटोसमध्ये गेले, जिथे नेमार सँटोसमध्ये सामील झाला. त्याच्या तरुण कारकिर्दीतील यश आणि वाढीव उत्पन्नासह, कुटुंबाने त्यांची पहिली मालमत्ता, विला बेल्मिरो, सँटोसच्या होम स्टेडियमच्या शेजारी एक घर विकत घेतले. त्यांच्या कौटुंबिक जीवनाची गुणवत्ता सुधारली, कारण वयाच्या 15 व्या वर्षी, नेमार दरमहा 10,000 रियास आणि 16,125,000 रियास प्रति महिना कमवत होता. 17 व्या वर्षी, त्याने त्याच्या पहिल्या पूर्ण व्यावसायिक करारावर स्वाक्षरी केली, त्याला सँटोस पहिल्या संघात श्रेणीसुधारित करण्यात आले आणि त्याच्या पहिल्या प्रायोजकत्व करारांवर स्वाक्षरी करण्यास सुरुवात केली.

क्लब कारकीर्द

नेमारने लहान वयातच फुटबॉल खेळायला सुरुवात केली आणि त्याला लवकरच सँटोसने पाहिले ज्याने त्याला 2003 मध्ये कराराची ऑफर दिली, जिथे त्याला त्यांच्या युवा अकादमीमध्ये सामील करण्यात आले, ज्याने भूतकाळात कौटिन्हो, क्लोडोआल्डो, डिएगो, इलानो सारख्या ब्राझिलियन आंतरराष्ट्रीय खेळाडूंची निर्मिती केली होती. आणि ॲलेक्स. पेईक्स टोपणनाव असलेल्या क्लबमध्ये कारकीर्द सुरू करण्यासाठी तो पेपे, पेले आणि रॉबिन्हो यांच्या बरोबरीने सामील झाला. 24 युवा अकादमीमध्ये असताना, नेमारने पाउलो हेन्रिक गान्सोला भेटले आणि प्रक्रियेत चांगले मित्र बनले. 14 वर्षांचा, नेमारने रियल माद्रिद युवा संघासोबत प्रयत्न करण्यासाठी स्पेनला प्रवास केला, त्या वेळी रियलमध्ये रोनाल्डो, झिनेदिन झिदान, डेव्हिड बेकहॅम, रॉबर्टो कार्लोस आणि रॉबिन्हो सारखे स्टार होते. तथापि, तो माद्रिदमध्ये राहिला नाही, कारण त्याच्या वडिलांनी त्या वेळी ठरवले की त्याने सँटोसमध्ये खेळत असताना लहान वयात वाढण्यास प्राधान्य दिले.

2009: पदार्पण हंगाम

केवळ 17 वर्षांचा असतानाही नेमारने 7 मार्च 2009 रोजी व्यावसायिक पदार्पण केले. ओस्टेविरुद्ध 2-1 असा विजय मिळवून त्याला शेवटची तीस मिनिटे खेळवण्यात आले. पुढच्या आठवड्यात त्याने सँटोससाठी मोगी मिरिमविरुद्ध पहिला गोल केला. एका महिन्यानंतर, 11 एप्रिल रोजी, नेमारने 2009 कॅम्पियोनाटो पॉलिस्टा उपांत्य फेरीच्या पहिल्या लेगमध्ये पाल्मीरास विरुद्ध 2-1 असा विजय मिळवून निर्णायक गोल केला. 27 फायनलमध्ये मात्र सँटोसला कोरिंथियन्सकडून 4-2 असा एकूण पराभव पत्करावा लागला. नेमारने त्याच्या पहिल्या सत्रात 48 गेममध्ये 14 गोल केले.

2010: कॅम्पियोनाटो पॉलिस्टा यश

"18 वर्षांचा मुलगा एक भव्य संभावना आहे. तो चपळ आणि कुशल आहे, दोन्ही बाजूंच्या बचावपटूला पराभूत करण्यास सक्षम आहे, चांगले संयोजन करण्यास सक्षम आहे आणि पेनल्टी क्षेत्रामध्ये आणि त्याच्या आजूबाजूला उत्पादक वापरासाठी युक्त्या पूर्ण आहेत."

—दक्षिण अमेरिकन फुटबॉल पत्रकार टिम विकरी 2010 मध्ये नेमारवर.

नेमारने 2010 मध्ये त्याचे चढाई चालू ठेवली आणि, 15 एप्रिल 2010 रोजी, त्याने ब्राझिलियन चषकाच्या पात्रता टप्प्यात ग्वारानीच्या 8-1 पराभवात सँटोससाठी पाच गोल केले. 2010 च्या कॅम्पियोनाटो पॉलिस्टा नंतर ज्यामध्ये नेमारने 19 गेममध्ये 14 गोल केले, अंतिम फेरीत सँटो आंद्रेवर 5-5 असा एकूण 5-5 असा विजय मिळविल्यानंतर क्लबला चॅम्पियन बनवण्यात आले. त्यानंतर नेमारला स्पर्धेतील सर्वोत्कृष्ट खेळाडूचा पुरस्कार देण्यात आला. सँटोससाठी नेमारच्या कामगिरीने रॉबिन्हो आणि ब्राझिलियन दिग्गज पेले यांच्यासह इतर ब्राझिलियन लोकांशी तुलना केली आहे.

2010 मध्ये, सँटोसने इंग्लिश प्रीमियर लीग संघ वेस्ट हॅम युनायटेड, कडून त्याच्यासाठी £12 दशलक्षची बोली नाकारली आणि नंतर चेल्सी या दुसऱ्या इंग्लिश क्लबची ऑफर £20 दशलक्ष क्षेत्रामध्ये असल्याचे नोंदवले गेले. सँटोस विकण्यास इच्छुक नसतानाही आणि नेमारने स्वतः "मी फक्त सँटोसवर केंद्रित आहे" असा आग्रह धरत असतानाही, त्याचा एजंट, वॅगनर रिबेरो, नेमारची कारकीर्द इतरत्र असल्याचे सूचित केले, "त्याला जगातील सर्वोत्कृष्ट खेळाडू बनायचे आहे. शक्यता ब्राझीलमध्ये खेळताना त्याने असे केल्याचे शून्य आहे." जरी एक वर्षानंतर नेमारने डेली टेलीग्राफला दिलेल्या मुलाखतीत कबूल केले की, चेल्सीच्या त्याच्याबद्दलच्या स्वारस्यामुळे तो आनंदी होता कारण ते त्याचे "स्वप्न" होते. युरोपमध्ये खेळण्यासाठी", तसेच त्या वेळी ब्राझीलमध्ये राहण्याचा योग्य निर्णय होता असे नमूद केले.

30 नोव्हेंबर 2010 रोजी, सँटोसने भविष्यातील हस्तांतरण शुल्काचा 5% हिस्सा विकला जो त्याला एक गुंतवणूक गट, Terceira Estrela Investimentos SA (TEISA), R$ 3,549,900 (€1.5 दशलक्ष) मध्ये मिळेल. 38 मागील वर्षी, त्याच्या कुटुंबाने नेमारच्या क्रीडा हक्कातील 40% भागभांडवल डीआयएस एस्पोर्ट समूहाला विकले होते, जो सँटोसच्या फुटबॉल क्लबचा दीर्घकालीन धोरणात्मक भागीदार होता.

खेळण्याची आणि स्वागताची शैली

नेमार (उजवीकडे) 2011 च्या FIFA क्लब विश्वचषक फायनलनंतर भावी सहकारी लिओनेल मेस्सीला शुभेच्छा देत आहे. किशोरवयात, नेमार मेस्सीपासून प्रेरित होता.

नेमार प्रामुख्याने मध्यवर्ती स्ट्रायकर, दुसरा स्ट्रायकर, विंगर किंवा अधूनमधून आक्रमण करणारा मिडफिल्डर म्हणून खेळतो आणि त्याचे वर्णन "एक खरी घटना" म्हणून केले जाते. त्याच्या उत्कृष्ट स्कोअरिंग आणि प्लेमेकिंग या दोन्ही क्षमतांवर प्रकाश टाकून, तो PSG चा सर्वकाळातील सहावा-सर्वोच्च-गोल करणारा आणि सातवा-सर्वोच्च-सहायक म्हणून उभा आहे. संघाच्या 4-3-3 फॉर्मेशनमध्ये, ड्रिफ्टिंग इनफिल्डमध्ये, त्याच्या दमदार वेगामुळे आणि प्लेमेकिंग कौशल्यामुळे तो अनेकदा क्लब आणि देश या दोन्हीसाठी डावी बाजूचा फॉरवर्ड म्हणून खेळतो; या स्थितीमुळे तो त्याच्या मजबूत पायाने शूट करू शकतो किंवा सहकाऱ्यांसाठी संधी निर्माण करू शकतो. नेमारचे ड्रिब्लिंग कौशल्य, युक्त्या आणि

खेळण्याची क्षमता देशबांधव रोनाल्डिन्होची आठवण करून देते. त्याची सर्जनशीलता, दृष्टी, पासिंग, फिनिशिंग, ड्रिब्लिंग, फेंट, स्पर्श आणि तंत्र ही त्याची मुख्य वैशिष्ट्ये आहेत, ज्याचे वर्णन "इलेक्ट्रिक" आणि "स्फोटक" असे दोन्ही केले जाते. तो इंद्रधनुष्याच्या झटक्याचा एक उल्लेखनीय कर्ता आहे. एक विपुल गोल करणारा, नैसर्गिकरित्या उजव्या पायाचा असला तरी तो दोन्ही पायांनी तसेच डोक्याने गोल करण्यास सक्षम आहे आणि तो अचूक फ्री-किक आणि पेनल्टी घेणारा आहे. नेमारने सांगितले: "मी नेहमी सर्वकाही परिपूर्ण करण्याचा प्रयत्न करतो - ड्रिब्लिंग, नेमबाजी, हेडर आणि नियंत्रण. तुम्ही नेहमी सुधारणा करू शकता". 18 त्याला लिओनेल मेस्सी, क्रिस्टियानो रोनाल्डो, आंद्रेस इनिएस्टा, झेवी आणि वेन रुनी यांच्याकडून प्रेरणा मिळाली आहे.

2011 मध्ये ब्राझीलकडून खेळणाऱ्या नेमारची तुलना देशबांधव पेले आणि रोनाल्डिन्हो यांच्याशी केली जाते.

तरुणपणी अत्यंत आशादायी खेळाडू म्हणून ओळखले जाणारे, ब्राझिलियन प्लेमेकर रोनाल्डिन्हो यांनी नेमारला जगातील सर्वोत्कृष्ट खेळाडू होण्यासाठी २०१३ मध्ये सांगितले होते: "नेमार तरुण आहे, आणि तो किती खास असेल हे मी सांगू शकत नाही. पुढील दोन किंवा तीन हंगामात तो सर्वोत्कृष्ट खेळाडू बनेल." ब्राझीलचा आणखी एक स्टार, निवृत्त विश्वचषक विजेता रोनाल्डोचाही विश्वास होता की नेमार जगातील सर्वोत्कृष्ट बनू शकतो, टिप्पणी: "तार्किकदृष्ट्या, मेस्सी अधिक योग्य आहे. आता मात्र नेमार हा एक महान प्रतिभा आहे जो जगाला दाखवून देईल की तो नंबर एक असेल". रिअल माद्रिदचे माजी क्रीडा संचालक जॉर्ज व्हॅल्डानो यांनीही नेमारचे कौतुक केले आहे, असे म्हटले आहे: "मला नेमार खूप आवडतो. त्याच्या अनेक वैयक्तिक कृतींमुळे एक गोल होतो आणि बहुतेकदा ही अशी हालचाल असते जी त्याच्यासोबत खेळपट्टीवर घडत असल्याचे दिसते." 285 बार्सिलोनामध्ये सामील झाल्यानंतर, नेमारने जागतिक फुटबॉलमधील सर्वोत्तम खेळाडूंपैकी एक म्हणून स्वतःची ओळख निर्माण केली.

"आणि म्हणून, सर्कस नेमार डॉर्टमंडमध्ये पोहोचला. ब्राझिलियनची मनःस्थिती, हिस्ट्रिओनिक्स, पेट्यूलन्स आणि गोलस्कोअरिंगचे पराक्रम प्रत्येक आकर्षक आणि चित्तथरारक तपशीलात दिसत होते."

—फेब्रुवारी 2020 मध्ये बोरुसिया डॉर्टमंड विरुद्ध पीएसजीसाठी चॅम्पियन्स लीग सामन्यानंतर नेमारशी संबंधित काही वैशिष्ट्यांवर फोर्ब्स.

तथापि, नेमारला त्याच्या अति डायव्हिंगसाठी देखील ओळखले जाते आणि टीका केली जाते जेव्हा दुसऱ्या खेळाडूने त्याचा सामना केला ज्यासाठी पेले म्हणाले, " हा हा एक शरीराचा खेळाडू आहे जो करू शकतो. खूप हिट घेऊ शकत नाही. ... बऱ्याच वेळा तो पडेल कारण तो दुसरे काही करू शकत नाही, परंतु तो ते जास्त करत होता." तो पुढे म्हणाला: "त्याला फाऊल केले तरी, तो त्यातून तमाशा करू शकत नाही". विश्वचषकादरम्यान, नेमारच्या कृत्यांमुळे सोशल मीडियावर नाट्यमय गोतावळ्यांसाठी नेमार चॅलेंजला प्रेरणा

मिळाली. ब्राझीलचा (आणि पीएसजी) स्टार खेळाडू म्हणून तो मैदानावरील सर्वाधिक लक्ष्य असलेला खेळाडू असतो; तो 2018 मधील युरोपच्या शीर्ष लीगमध्ये सर्वाधिक फाऊल करणारा खेळाडू होता. खेळातील एक विभक्त व्यक्तिमत्व, त्याच्यावर अतिशयोक्तीपूर्ण दुखापतीचा आरोप आहे, एरिक कँटोनाने नेमार एक "महान अभिनेता" असल्याचे म्हटले आहे, त्याची तुलना चाकांच्या सुटकेसशी केली आहे: "तुम्ही त्याला क्वचितच स्पर्श करता आणि तो तासनतास गोल गोल फिरतो." २९८ त्याच्या पिटुलन्स आणि हिस्ट्रिओनिक्सवर झालेल्या टीकेला प्रत्युत्तर देण्यासाठी, नेमारने 2018 च्या विश्वचषकानंतरच्या जाहिरातीमध्ये काम केले जेथे त्याने खेळपट्टीवर असताना नाट्यशास्त्राला हातभार लावणाऱ्या त्याच्या निराशेला सामोरे जाण्यास सक्षम नसल्याची कबुली दिली आणि बदल करण्याचे वचन दिले. चांगल्यासाठी. त्याला त्याच्या संपूर्ण कारकिर्दीत दुखापतींचा सामना करावा लागला आहे.

तुलना

नेमार आणि ब्राझिलियन दिग्गज पेले यांच्यात अनेकदा मीडियाने तुलना केली आहे, नेमारमध्ये समान गुणधर्म आहेत आणि पेले हे सँटोस युवा अकादमीमधून आले होते आणि आपल्या कौशल्याने डोके फिरवले होते. नेमारने म्हटले आहे की पेले हा त्याचा "रोल मॉडेल" आहे पण असेही म्हणतो: "मला पेलेशी तुलना करायला आवडत नाही". त्याची तुलना देशबांधव रोनाल्डिन्होशीही केली गेली आहे.

नेमारच्या वाढत्या प्रतिष्ठेमुळे मीडिया आणि माजी महान खेळाडूंनी नेमार आणि बार्सिलोना फॉरवर्ड लिओनेल मेस्सी यांच्यात तुलना केली, ज्यावर नेमारने टिप्पणी केली आहे: "मेस्सी सर्वापेक्षा वरचा आहे, त्याच्याशी माझी तुलना करून काही फायदा नाही. तो सर्वोत्तम खेळाडू आहे. जेव्हा मी चांगला फुटबॉल पाहतो तेव्हा जग आणि मला नेहमीच प्रेरणा मिळते." 303 रोनाल्डोने म्हटले: "नेमार हा एक उत्कृष्ट प्रतिभा आहे, आमच्याकडे ब्राझीलमधील सर्वोत्तम प्रतिभा आहे. तो मेस्सीसारखाच आहे." झिको म्हणाला: "मी नेमारला ख्रिस्तियानो रोनाल्डो किंवा मेस्सीसारखा पाहतो, जो दिसतो आणि गोष्टी घडवून आणतो." 304 कोपा लिबर्टाडोरेसमध्ये इंटरनॅसिओनल विरुद्ध 3-1 च्या विजयात हॅटट्रिक केल्यानंतर आणि मेस्सीच्या पाच चॅम्पियन्स लीगमध्ये केलेले गोल, नेमार म्हणाला: "मी मेस्सीचा चाहता आहे. त्याने आज काय केले हे मला सांगण्यात आले. मी त्याला खूप छान गोल करण्यासाठी पाठिंबा देतो जेणेकरून मी त्याची कॉपी आणि अनुकरण करत राहू शकेन."

संपत्ती आणि प्रायोजकत्व

नेमारने वयाच्या 17 व्या वर्षापासून त्याची प्रतिष्ठा वाढू लागल्यापासून अनेक प्रायोजकत्व करारांवर स्वाक्षरी केली आहे. मार्च 2011 मध्ये, त्याने अमेरिकन स्पोर्ट्सवेअर कंपनी Nike सोबत 11 वर्षांचा करार केला, जो ऑगस्ट 2020 मध्ये Nike कर्मचाऱ्याने लैंगिक संबंध ठेवल्यानंतर संपला. त्याच्याविरुद्ध प्राणघातक हल्ल्याची तक्रार. 328 329

नेमारने त्यानंतर जर्मन स्पोर्ट्सवेअर कंपनी पुमासोबत करार केला आहे. तरीही मार्च 2011 मध्ये, Panasonic ने नेमारच्या सेवा दोन वर्षांसाठी सुरक्षित करण्यासाठी US$2.4 दशलक्ष दिले. बार्सिलोनासाठी करार करण्यापूर्वी, फ्रान्स फुटबॉलने 2012 मध्ये नेमारला जगातील सर्वात श्रीमंत खेळाडूंच्या यादीत 13 व्या क्रमांकावर ठेवले होते, मागील 12 महिन्यांत एकूण $18.8 दशलक्ष कमाई होती. त्याने फॉक्सवॅगन, टेनीस पे बरुएल, लुपो, एम्बेव्ह, क्लारो, युनिलिव्हर आणि सँटेंडर यांच्या इतर प्रायोजकत्वांवरही स्वाक्षरी केली आहे. 332 333 334 335 2018 पर्यंत, फ्रान्स फुटबॉलने नेमारला पगार, बोनस आणि एंडोर्समेंट सौद्यांमधून एकत्रित उत्पन्नातून एका कॅलेंडर वर्षासाठी €81.5m ($95m) मिळवून नेमारला जगातील तिसरा सर्वाधिक मानधन देणारा फुटबॉलपटू मानला. 336 2019 मध्ये, फोर्ब्सने नेमारला कॅलेंडर वर्षासाठी $105 दशलक्ष कमाईसह (लिओनेल मेस्सी आणि क्रिस्टियानो रोनाल्डो नंतर) जगातील तिसरा सर्वाधिक कमाई करणारा खेळाडू म्हणून स्थान दिले.

8 मे 2013 रोजी, स्पोर्ट्सप्रो मासिकाने नेमारला लिओनेल मेस्सी (दुसरे) आणि क्रिस्टियानो रोनाल्डो (8वे) यांच्या मागे, जगातील सर्वात मार्केटेबल ॲथलीट म्हणून रेट केले होते. त्याच महिन्यात, नेमारने नायके हायपरवेनम फुटबॉल बूट लाँच केला. नोव्हेंबर 2012 मध्ये जाहिरात एजन्सी Loducca ने नेमारचा स्वतःचा वैयक्तिक ब्रँड लोगो तयार केला, ज्यात N, J आणि R (नेमार ज्युनियर) नेयमारच्या शर्ट क्रमांक 11 शी जुळण्यासाठी N ची शैली होती. 339 नेमारने बीट्सच्या 2014 च्या जाहिरातीत थियरी हेन्री आणि लुईस सुआरेझसह इतर जागतिक फुटबॉल स्टार्ससह 'द गेम बिफोर द गेम' या थीमसह आणि खेळाडूंनी संगीत ऐकण्याचा गेमपूर्व विधी केला होता.

मीडिया

कोनामी डिजिटल एंटरटेनमेंटने प्रो इव्होल्यूशन सॉकरमध्ये सामील झाल्याची घोषणा केल्यानंतर नेमारला प्रो इव्होल्यूशन सॉकर 2012 आणि प्रो इव्होल्यूशन सॉकर 2013 या व्हिडीओ गेमच्या उत्तर अमेरिकन आवृत्तीच्या मुखपृष्ठांवर वैशिष्ट्यीकृत केले होते. 341 नेमार क्रिस्टियानो रोनाल्डोमध्ये वैशिष्ट्यीकृत कव्हर ॲथलीट म्हणून सामील झाला. नेमारने EA स्पोर्ट्सच्या फिफा व्हिडिओ गेम मालिकेत देखील वैशिष्ट्यीकृत केले आहे, FIFA 18 च्या ट्रेलरमध्ये त्याला त्याच्या PSG होम जर्सीमध्ये दाखवण्यात आले आहे. तो FIFA 19 साठी चॅम्पियन्स आणि अल्टिमेट एडिशन पॅकवर क्रिस्टियानो रोनाल्डोसोबत दिसला, जिथे नेमारचा "हँग लूज" गोल सेलिब्रेशन देखील गेममध्ये वैशिष्ट्यीकृत आहे.

नेमार फेब्रुवारी 2013 मध्ये टाईम मासिकाच्या मुखपृष्ठावर दिसला, असे करणारा पहिला ब्राझिलियन ॲथलीट होता. या अंकात बॉबी घोष यांचा "द नेक्स्ट पेले" नावाचा लेख आणि "ब्राझिलियन फुटबॉल स्टार नेमारची कारकीर्द त्याच्या देशाची अर्थव्यवस्था कशी स्पष्ट करते" या उपशीर्षकाचा समावेश होता.

ब्राझिलियन फुटबॉल मॅगझिन प्लॅकारच्या मुखपृष्ठामुळे नेमारला क्रॉसवर चित्रित केल्यामुळे वाद सुरू झाला. शीर्षकात "A Crucificação de Neymar" (नेमारचा वधस्तंभ)

असे उपशीर्षक होते: "ब्राझिलियन एक्का अशा खेळात बळीचा बकरा बनतो जेथे प्रत्येकजण गलिच्छ खेळतो".

एप्रिल 2013 मध्ये, ब्राझिलियन व्यंगचित्रकार मॉरिसिओ डी सौसा यांनी मोनिकाचे गँग कॉमिक पुस्तक प्रसिद्ध केले ज्यामध्ये नेमारची एक तरुण आवृत्ती (ज्याला नेमार जूनियर म्हणतात) मुख्य पात्र म्हणून दाखवली.

मे 2013 मध्ये, स्पोर्ट्सप्रो मासिकाने नेमारला सलग दुसऱ्या वर्षी या ग्रहावरील सर्वाधिक विक्रीयोग्य खेळाडू म्हणून नाव दिले. तो लिओनेल मेस्सी, रॉरी मॅकिलरॉय, उसेन बोल्ट आणि क्रिस्टियानो रोनाल्डो, इतर क्रीडापटूंच्या पुढे यादीत अव्वल स्थानावर आहे. या यादीमध्ये आर्थिक मूल्य, वय, देशांतर्गत बाजारपेठेतील ताकद, करिष्मा आणि पुढील तीन वर्षांतील त्यांची बाजारातील संभाव्यता मोजली जाते. मार्च 2015 मध्ये, नेमारने क्रिस्तियानो रोनाल्डो, लिओनेल मेस्सी आणि डेव्हिड बेकहॅम यांच्या मागे 52 दशलक्ष फेसबुक चाहत्यांसह क्रीडापटूंमध्ये जगातील चौथ्या क्रमांकाची सोशल मीडिया रँक मिळवली. त्याचे 150 दशलक्ष इंस्टाग्राम फॉलोअर्स आहेत, जे एखाद्या खेळाडूसाठी (क्रिस्टियानो रोनाल्डो आणि मेस्सी नंतर) तिसऱ्या क्रमांकाचे सर्वाधिक फॉलोअर्स आहेत आणि टॉप 10 सर्वाधिक फॉलो केलेल्या लोकांमध्ये आहेत. 353 2016 मध्ये ESPN च्या सक्रिय क्रीडापटूंच्या यादीमध्ये, नेमारला जगातील चौथ्या क्रमांकाचा प्रसिद्ध खेळाडू म्हणून स्थान देण्यात आले. एप्रिल 2017 मध्ये, नेमारचा समावेश टाइम 100, टाइम मासिकाच्या जगातील सर्वात प्रभावशाली व्यक्तींच्या यादीत करण्यात आला. 2019 मध्ये, ESPN ने त्यांना पुन्हा जगातील चौथ्या क्रमांकाचे प्रसिद्ध खेळाडू म्हणून स्थान दिले.

ब्राझीलमध्ये सुरू होणाऱ्या विश्वचषकाच्या निमित्ताने, जून 2014 मध्ये, नेमार वोगच्या ब्राझिलियन आवृत्तीच्या मुखपृष्ठावर सुपरमॉडेल गिसेल बंडचेनसोबत दिसला. नोव्हेंबर 2014 मध्ये, नेमार फिफाच्या "इबोला विरुद्ध " मोहिमेत ख्रिस्तियानो रोनाल्डो, गॅरेथ बेल, झेवी आणि डिडिएर ड्रोग्बा यांच्यासह जगभरातील शीर्ष फुटबॉल खेळाडूंच्या निवडीसह दिसला. "Together, we can beat Ebola" या घोषवाक्याखाली, FIFA ची मोहीम आफ्रिकन फुटबॉल महासंघ आणि आरोग्य तज्ञ यांच्या संयुक्त विद्यमाने करण्यात आली होती, ज्यामध्ये खेळाडूंनी या आजाराविषयी जागरूकता निर्माण करण्यासाठी अकरा संदेश दिले होते आणि त्याचा मुकाबला करण्याचे मार्ग सांगितले होते.

DAZN च्या सहकार्याने, 2019 मध्ये नेमार द मेकिंग ऑफ सीरिजमध्ये दिसला, फुटबॉलच्या महान आधुनिक आयकॉन्सची व्याख्या करण्यात मदत करणाऱ्या महत्त्वपूर्ण खेळांचे पुनरुज्जीवन करणारे डॉक्युमेंट्री, नेमारने 2011 मध्ये सँटोससाठी फ्लेमेन्गो विरुद्ध त्याच्या कामगिरीची नोंद केली तेव्हा त्याने गोलसाठी FIFA Puskás पुरस्कार मिळवला. ऑफ द इयर, आणि नेमार अँड द लाइन ऑफ किंग हा चित्रपट देखील आहे ज्यात नेमारचा ब्राझीलचा अव्वल खेळाडू बनण्याचा प्रवास कव्हर केला आहे.

अगदी अलीकडे, त्याने Facebook गेमिंगशी करार केला होता. नेमार: द परफेक्ट केओस या नेटफ्लिक्सच्या 2022 च्या माहितीपट मालिकेचाही तो विषय होता.

संगीत

ब्राझिलियन आधुनिक पॉप संगीत, विशेषतः म्युसिका सर्टनेजा यांना प्रोत्साहन देण्यासाठी नेमार एक आयकॉन बनला आहे. ज्या व्हिडिओमध्ये नेमार सँटोस लॉकर रूममध्ये नाचत आहे तो संघातील सहकाऱ्यांसमोर त्याचा रेकॉर्डर घेऊन खेळाडूंचा फेरा मारत आहे आणि मिशेल टेलोच्या "Ai se eu te pego!" च्या ट्यूनवर प्रतिक्रिया देत आहे. व्हायरल झाले. त्याने फुटबॉल खेळांमध्ये गोल केल्यानंतर गाण्यावर त्याच्या नृत्याची कला सादर करण्याचा मुद्दा बनवला आणि नंतरच्या एका मैफिलीमध्ये ते टेलोसोबत थेट दिसले. त्याने सर्टनेजो गायक गुस्तावो लिमाला देखील समर्थन दिले जे गायकांच्या हिट "बालादा" आणि "फॅजर बीबर" च्या सादरीकरणावर लिमा सोबत थेट सादरीकरण करत होते. 2012 मध्ये, जोआओ लुकास आणि मार्सेलो यांच्या "Eu Quero Tchu, Eu Quero Tcha" या आणखी एका सर्टानेजो हिटसाठी त्यांनी संगीत व्हिडिओमध्ये कॅमिओ भूमिका केल्या. 2013 मध्ये, नेमार MC Guimê च्या "País do Futebol" या रॅप संगीत व्हिडिओमध्ये दिसला.

25

लिओनेल मेस्सी

लिओनेल मेस्सी

Scan for Story Videos - www.itibook.com

लिओनेल आंद्रेस मेस्सी नोंद जन्म 24 जून 1987), ज्याला लिओ मेस्सी म्हणूनही ओळखले जाते, हा अर्जेंटिनाचा व्यावसायिक फुटबॉलपटू आहे जो फॉरवर्ड म्हणून खेळतो. लीग क्लब पॅरिस सेंट-जर्मेन आणि अर्जेंटिना राष्ट्रीय संघाचा कर्णधार. बऱ्याचदा जगातील सर्वोत्कृष्ट खेळाडू मानला जाणारा आणि सर्वकाळातील सर्वोत्कृष्ट खेळाडूंपैकी एक म्हणून ओळखला जाणारा, मेस्सीने विक्रमी सात बॅलोन डी'ओर पुरस्कार जिंकले, टीप विक्रमी सहा युरोपियन गोल्डन शूज, आणि 2020 मध्ये बॅलन डी'ओर ड्रीम टीम. 2021 मध्ये क्लब सोडेपर्यंत, त्याने बार्सिलोनाबरोबर आपली संपूर्ण व्यावसायिक कारकीर्द व्यतीत केली होती, जिथे त्याने क्लब-विक्रमी 35 ट्रॉफी जिंकल्या, ज्यात दहा ला लीगा शीर्षके, सात कोपा डेल रे खिताब आणि चार UEFA चॅम्पियन्स लीग यांचा समावेश आहे. एक विपुल गोल करणारा आणि सर्जनशील प्लेमेकर, मेस्सीने ला लीगा (474), ला लीगा आणि युरोपियन लीग सीझन (50), ला लीगा (36) आणि UEFA चॅम्पियन्स लीग (8) मधील सर्वाधिक हॅटट्रिकचे विक्रम केले आहेत. , आणि ला लिगा (192), ला लिगा हंगाम (21) आणि कोपा अमेरिका (17) मध्ये सर्वाधिक सहाय्यक. दक्षिण अमेरिकन पुरुषाकडून (86) सर्वाधिक आंतरराष्ट्रीय गोल करण्याचा विक्रमही त्याच्या नावावर आहे. मेस्सीने क्लब आणि देशासाठी 750 हून अधिक वरिष्ठ कारकिर्दीतील गोल केले आहेत आणि एकाच क्लबसाठी खेळाडूने सर्वाधिक गोल केले आहेत.

मध्य अर्जेंटिनामध्ये जन्मलेला आणि वाढलेला मेस्सी वयाच्या 13 व्या वर्षी बार्सिलोनामध्ये सामील होण्यासाठी स्पेनला गेला, ज्यासाठी त्याने ऑक्टोबर 2004 मध्ये वयाच्या 17 व्या वर्षी स्पर्धात्मक पदार्पण केले. त्याने पुढील तीन वर्षांत क्लबसाठी एक अविभाज्य खेळाडू म्हणून स्वतःची स्थापना केली आणि 2008-09 मधील त्याच्या पहिल्या अविरत हंगामात त्याने बार्सिलोनाला स्पॅनिश फुटबॉलमध्ये पहिला तिहेरी जिंकण्यास

मदत केली; त्या वर्षी, वयाच्या 22 व्या वर्षी, मेस्सीने पहिला बॅलन डी'ओर जिंकला. त्यानंतर तीन यशस्वी हंगाम आले, मेस्सीने सलग चार बॅलॉन डी'ओर जिंकले, तो चार वेळा आणि सलग हा पुरस्कार जिंकणारा पहिला खेळाडू बनला. 2011-12 हंगामादरम्यान, त्याने ला लीगा आणि युरोपियन स्पर्धेत एकाच मोसमात सर्वाधिक गोल करण्याचा विक्रम प्रस्थापित केला आणि बार्सिलोनाचा सर्वकालीन सर्वोच्च स्कोअरर म्हणून स्वतःची स्थापना केली. पुढील दोन हंगामात, मेस्सीने 2014-15 मोहिमेदरम्यान आपला सर्वोत्तम फॉर्म परत मिळवण्याआधी, क्रिस्टियानो रोनाल्डो (त्याचा समजला जाणारा प्रतिस्पर्धी) च्या मागे बॅलोन डी'ओरसाठी दुसरा क्रमांक पटकावला, ला लीगामध्ये सर्वकालीन सर्वोच्च स्कोअरर बनला आणि बार्सिलोनाला आघाडीवर नेले. एक ऐतिहासिक दुसरा ट्रेबल, ज्यानंतर त्याला 2015 मध्ये पाचव्या बॅलन डी'ओर पुरस्काराने सन्मानित करण्यात आले. मेस्सीने 2018 मध्ये बार्सिलोनाचे कर्णधारपद स्वीकारले आणि 2019 मध्ये त्याने विक्रमी सहावा बॅलन डी'ओर जिंकला. कराराच्या बाहेर, त्याने ऑगस्ट 2021 मध्ये पॅरिस सेंट-जर्मेनसाठी स्वाक्षरी केली.

एक अर्जेंटिनाचा आंतरराष्ट्रीय, मेस्सीने सामने खेळण्याचा राष्ट्रीय विक्रम केला आहे आणि तो देशाचा सर्वकालीन आघाडीचा गोल करणारा खेळाडू आहे. युवा स्तरावर, त्याने 2005 FIFA वर्ल्ड युथ चॅम्पियनशिप जिंकली, गोल्डन बॉल आणि गोल्डन शू या दोन्हीसह स्पर्धा पूर्ण केली आणि 2008 उन्हाळी ऑलिंपिकमध्ये ऑलिम्पिक सुवर्णपदक जिंकले. एक लहान, डाव्या पायाचा ड्रिबलर म्हणून त्याच्या खेळण्याच्या शैलीने त्याचा देशबांधव डिएगो मॅराडोना यांच्याशी तुलना केली, ज्याने मेस्सीला त्याचा उत्तराधिकारी म्हणून वर्णन केले. ऑगस्ट 2005 मध्ये त्याच्या वरिष्ठ पदार्पणानंतर, 2006 मध्ये FIFA विश्वचषक खेळणारा आणि गोल करणारा मेस्सी हा सर्वात तरुण अर्जेंटिनाचा खेळाडू बनला आणि 2007 कोपा अमेरिकाच्या अंतिम फेरीत पोहोचला, जिथे त्याला स्पर्धेतील युवा खेळाडू म्हणून घोषित करण्यात आले. ऑगस्ट 2011 पासून संघाचा कर्णधार म्हणून, त्याने अर्जेंटिनाचे सलग तीन अंतिम फेरीत नेतृत्व केले: 2014 FIFA विश्वचषक, ज्यासाठी त्याने गोल्डन बॉल जिंकला आणि 2015 आणि 2016 कोपा अमेरिका, 2015 आवृत्तीत गोल्डन बॉल जिंकला. 2016 मध्ये आपली आंतरराष्ट्रीय निवृत्ती जाहीर केल्यानंतर, त्याने आपला निर्णय मागे घेतला आणि आपल्या देशाला 2018 फिफा विश्वचषकासाठी पात्रता मिळवून दिली, 2019 कोपा अमेरिकामध्ये तिसरे स्थान मिळवले आणि 2021 कोपा अमेरिका जिंकली, तसेच गोल्डन बॉल आणि गोल्डन जिंकले. नंतरचे बूट पुरस्कार. या कामगिरीमुळे त्याला 2021 मध्ये विक्रमी सातवा बॅलन डी'ओर मिळू शकेल.

मेस्सीने 2006 पासून स्पोर्ट्सवेअर कंपनी Adidas चे समर्थन केले आहे. फ्रान्स फुटबॉलच्या मते, तो 2009 आणि 2014 दरम्यान सहा पैकी पाच वर्षे जगातील सर्वाधिक कमाई करणारा फुटबॉलपटू होता आणि फोर्ब्सने 2019 आणि 2022 मध्ये जगातील सर्वाधिक कमाई करणारा खेळाडू म्हणून त्याला स्थान दिले होते. मेस्सी 2011 आणि 2012

मध्ये टाइमच्या जगातील 100 सर्वात प्रभावशाली व्यक्तींपैकी एक होता. फेब्रुवारी 2020 मध्ये, त्याला लॉरियस वर्ल्ड स्पोर्ट्समन ऑफ द इयरने सन्मानित करण्यात आले, अशा प्रकारे हा पुरस्कार जिंकणारा पहिला फुटबॉलपटू आणि पहिला सांघिक क्रीडापटू बनला. त्या वर्षाच्या उत्तरार्धात, करिअर कमाईत $1 अब्ज ओलांडणारा मेस्सी हा दुसरा फुटबॉलपटू (आणि दुसरा सांघिक-क्रीडा ॲथलीट) बनला.

मेस्सीचा जन्म 24 जून 1987 रोजी रोझारियो, सांता फे येथे झाला, जोर्ज मेस्सी, एक पोलाद कारखाना व्यवस्थापक आणि त्याची पत्नी सेलिया कुक्किटिनी, जी चुंबक निर्मिती कार्यशाळेत काम करत होती, यांच्या चार मुलांपैकी तिसरा होता. त्याच्या वडिलांच्या बाजूने, तो इटालियन आणि स्पॅनिश वंशाचा आहे, इटली आणि कॅटालोनियाच्या उत्तरमध्य एड्रियाटिक मार्चे प्रदेशातील स्थलांतरितांचा नातू आहे आणि त्याच्या आईच्या बाजूने, त्याला प्रामुख्याने इटालियन वंश आहे. 5 घट्ट विणलेल्या, फुटबॉलप्रेमी कुटुंबात वाढलेल्या, "लिओ" ने लहानपणापासूनच या खेळाची आवड निर्माण केली, तो त्याचे मोठे भाऊ, रॉड्रिगो आणि मॅटियास आणि त्याचे चुलत भाऊ, मॅक्सीमिलियानो आणि इमॅन्युएल बियानकुची, हे दोघेही सतत खेळत होते. व्यावसायिक फुटबॉलपटू बनले. वयाच्या चारव्या वर्षी तो स्थानिक क्लब ग्रँडोलीमध्ये सामील झाला, जिथे त्याला त्याच्या वडिलांनी प्रशिक्षण दिले होते, जरी खेळाडू म्हणून त्याचा सर्वात पहिला प्रभाव त्याच्या आजी, सेलिया यांच्याकडून आला, ज्यांनी त्याला प्रशिक्षण आणि सामन्यांसाठी साथ दिली. त्याच्या अकराव्या वाढदिवसाच्या काही दिवस आधी, तिच्या मृत्यूमुळे तो खूप प्रभावित झाला होता; तेव्हापासून, एक धर्माभिमानी कॅथोलिक म्हणून, त्याने आपल्या आजीला श्रद्धांजली म्हणून आकाशाकडे पाहून आपले ध्येय साजरे केले.

"जेव्हा तुम्ही त्याला पाहाल तेव्हा तुम्हाला वाटेल: हा मुलगा बॉल खेळू शकत नाही. तो एक बटू आहे, तो खूप नाजूक आहे, खूप लहान आहे. पण लगेच तुम्हाला समजेल की तो वेगळा जन्मला आहे, तो एक इंद्रियगोचर आहे आणि तो जात आहे. काहीतरी प्रभावी होण्यासाठी."

– नेवेलचे ओल्ड बॉयजचे युवा प्रशिक्षक एड्रियन कोरिया यांनी 12 वर्षीय मेस्सीची पहिली छाप सामायिक केली.

नेवेलच्या ओल्ड बॉईजचा आजीवन समर्थक, मेस्सी सहा वर्षांचा असताना रोझारियो क्लबमध्ये सामील झाला. सहा वर्षांच्या कालावधीत तो नेवेल्सकडून खेळला, त्याने "द मशिन ऑफ '87" चा सदस्य म्हणून जवळपास 500 गोल केले, जे त्यांच्या जन्माच्या वर्षासाठी नावाजलेले जवळचे-अपराजेय युवा संघ, आणि अर्ध्या दरम्यान चेंडू युक्त्या करून नियमितपणे गर्दीचे मनोरंजन केले. -पहिल्या संघाच्या घरच्या खेळांची वेळ. तथापि, वयाच्या 10 व्या वर्षी त्याला ग्रोथ हार्मोनची कमतरता असल्याचे निदान झाले तेव्हा एक व्यावसायिक खेळाडू म्हणून त्याचे भविष्य धोक्यात आले. त्याच्या वडिलांच्या आरोग्य विम्यामध्ये केवळ दोन वर्षांच्या वाढ संप्रेरक उपचारांचा समावेश होता, ज्याचा खर्च दरमहा

किमान $1,000 होता, नेवेलने योगदान देण्यास सहमती दर्शविली, परंतु नंतर त्यांनी त्यांच्या आश्वासनापासून दूर गेले. ब्युनोस आयर्स क्लब रिव्हर प्लेटने त्याला शोधून काढले होते, ज्याचे प्लेमेकर, पाब्लो आयमर, त्याने त्याची मूर्ती बनवली होती, परंतु त्यांनी त्याच्या उपचारासाठी पैसे देण्यास नकार दिला. रोनाल्डो हा त्याचा गोल करणारा आदर्श होता, मेस्सीने त्याला "मी पाहिलेला सर्वोत्तम फॉरवर्ड" असे संबोधले.

त्याच्या संपूर्ण कारकिर्दीत, मेस्सीची तुलना त्याच्या दिवंगत देशबांधव डिएगो मॅराडोनाशी केली गेली आहे, कारण त्यांच्या खेळण्याच्या शैली कमी, डाव्या पायाच्या ड्रिबलर्ससारख्या आहेत. सुरुवातीला, तो "नवीन मॅराडोना" मानणारा त्याच्या बालपणातील आदर्श पाब्लो आयमारसह अर्जेंटिनाच्या अनेक तरुण खेळाडूंपैकी एक होता, परंतु जसजशी त्याची कारकीर्द पुढे सरकत गेली, तसतसे मेस्सीने पूर्वीच्या सर्व स्पर्धकांपेक्षा आपली समानता सिद्ध केली आणि स्वतःला अर्जेंटिनाचा महान खेळाडू म्हणून स्थापित केले. मॅराडोना पासून निर्मिती केली होती. मॅराडोना सोबत 1986 चा विश्वचषक जिंकणारा जॉर्ज व्हॅल्डानो ऑक्टोबर 2013 मध्ये म्हणाला, "मेस्सी हा दररोज मॅराडोना असतो. गेल्या पाच वर्षांपासून मेस्सी, मेक्सिकोतील वर्ल्ड कपचा मॅराडोना आहे." सीझर मेनोट्टी, जो मॅनेजरने 1978 च्या विश्वचषक विजयाचे आयोजन केल्यामुळे, मेस्सी "सर्वोत्तम मॅराडोनाच्या स्तरावर" खेळतो असे मत व्यक्त करताना ही भावना प्रतिध्वनीत झाली. ऑस्वाल्डो अर्डिलेस, जेवियर झानेट्टी आणि डिएगो सिमोन यांसारख्या खेळातील इतर उल्लेखनीय अर्जेंटिनांनी त्यांचा विश्वास व्यक्त केला आहे की मेस्सीने मॅराडोनाला इतिहासातील सर्वोत्तम खेळाडू म्हणून मागे टाकले आहे.

अर्जेंटिनाच्या समाजात, मेस्सीला सामान्यतः मॅराडोनापेक्षा कमी मान दिला जातो, त्याचा परिणाम राष्ट्रीय संघासह त्याच्या असमान कामगिरीचाच नाही तर वर्ग, व्यक्तिमत्व आणि पार्श्वभूमीतील फरकांचा देखील आहे. मेस्सी हा काही प्रकारे त्याच्या पूर्ववर्तीचा विरोधाभास आहे: जिथे मॅराडोना हा एक बहिर्मुखी, वादग्रस्त पात्र होता जो झोपडपट्टीतून महानतेपर्यंत पोहोचला होता, मेस्सी राखीव आणि नम्र आहे, फुटबॉलच्या बाहेर एक अविस्मरणीय माणूस आहे. त्याच्या विरुद्ध एक चिरस्थायी चिन्ह ही आहे की, स्वतःची कोणतीही चूक नसताना, त्याने कधीही अर्जेंटिनाच्या प्राइमरा डिव्हिजनमध्ये एक आगामी खेळाडू म्हणून स्वतःला सिद्ध केले नाही, लहानपणापासूनच परदेशात स्टारडम मिळवला, तर त्याच्या बाहेरच्या गोष्टींचा अभाव अल्बिसेलेस्टे शर्टची आवड (तो राष्ट्रगीत गात नाही आणि भावनिक प्रदर्शनाकडे झुकलेला आहे) भूतकाळात त्याला खऱ्या अर्थाने अर्जेंटिनापेक्षा कॅटलान वाटत असल्याचा चुकीचा समज निर्माण झाला आहे. वयाच्या 13 व्या वर्षापासून स्पेनमध्ये वास्तव्य करूनही, मेस्सीने आंतरराष्ट्रीय स्तरावर स्पेनचे प्रतिनिधित्व करण्याचा पर्याय नाकारला. त्याने म्हटले आहे: "अर्जेंटिना हा माझा देश आहे, माझे कुटुंब आहे, स्वतःला व्यक्त करण्याचा माझा मार्ग आहे. माझ्या देशातील लोकांना आनंद देण्यासाठी मी माझे सर्व रेकॉर्ड बदलेन." मेस्सीची खेळण्याची क्षमता असूनही काही

वेळा अर्जेंटिनासोबतच्या नेतृत्वावर प्रश्नचिन्ह उपस्थित केले होते.

ख्रिस्तियानो रोनाल्डोशी तुलना

त्याच्या समकालीन समवयस्कांमध्ये, मेस्सीची तुलना बहुतेक वेळा पोर्तुगीज फॉरवर्ड क्रिस्टियानो रोनाल्डोशी केली जाते आणि मुष्टियुद्धातील मुहम्मद अली-जो फ्रेझियर स्पर्धा, रॉजर फेडरर-राफेल नदाल यांच्यातील स्पर्धा यांसारख्या भूतकाळातील क्रीडा प्रतिस्पर्ध्यांशी तुलना केली जाते. टेनिसमध्ये, आणि फॉर्म्युला वन मोटर रेसिंगमधील सेना-प्रॉस्ट स्पर्धा.

मेस्सीने काही वेळा कोणत्याही प्रतिस्पर्ध्याला नकार दिला असला तरी, ते जगातील सर्वोत्कृष्ट खेळाडू होण्याच्या उद्देशाने एकमेकांना धक्का देतात असे मानले जाते: 2008 पासून, मेस्सीने सात बॅलॉन डी'ओर जिंकले आहेत. रोनाल्डोच्या पाच, रोनाल्डोच्या पाचला सहा फिफा वर्ल्डचे सर्वोत्कृष्ट खेळाडू पुरस्कार आणि रोनाल्डोच्या चारला सहा युरोपियन गोल्डन शूज. पंडित आणि चाहते नियमितपणे दोन्ही खेळाडूंच्या वैयक्तिक गुणवत्तेवर वाद घालतात; त्यांच्या खेळण्याच्या शैलीच्या पलीकडे, वादविवाद देखील त्यांच्या भिन्न शरीरयष्टीभोवती फिरतो - रोनाल्डो 1.87 मीटर (6 फूट 1+1/2 इंच) स्नायूंच्या बांधणीसह आहे - आणि रोनाल्डोचा आत्मविश्वास आणि रंगमंचासह विरोधाभासी सार्वजनिक व्यक्तिमत्त्वे मेस्सीच्या नम्रतेला अपयशी ठरतात. 2009-10 ते 2017-18 पर्यंत, मेस्सीने एल क्लासिकोमध्ये प्रत्येक मोसमात किमान दोनदा रोनाल्डोचा सामना केला, जो जगातील सर्वाधिक पाहिल्या गेलेल्या वार्षिक क्रीडा स्पर्धांमध्ये आहे. खेळपट्टीच्या बाहेर, रोनाल्डो पगार, प्रायोजकत्व आणि सोशल मीडिया फॅनबेसच्या बाबतीत त्याचा थेट प्रतिस्पर्धी आहे.

लोकप्रिय संस्कृतीत

फ्रान्स फुटबॉलच्या मते, मेस्सी 2009 ते 2014 दरम्यान सहा पैकी पाच वर्षे जगातील सर्वाधिक कमाई करणारा फुटबॉलपटू होता; 2013 मध्ये €41 दशलक्ष कमाईसह €40 दशलक्ष बेंचमार्क ओलांडणारा तो पहिला खेळाडू होता आणि 2014 मध्ये €65 दशलक्ष कमाईसह €50– €60 दशलक्ष गुण होते. 166 538 2015-16 मध्ये त्याच्या पगारातून आणि जाहिरातींमधून $81.4 दशलक्ष कमाईसह मेस्सी जगातील सर्वाधिक कमाई करणाऱ्या खेळाडूंच्या फोर्ब्सच्या यादीत दुसऱ्या स्थानावर होता. 2018 मध्ये पगार, बोनस आणि ॲडॉर्समेंट यांच्या एकत्रित मिळकतीमध्ये €126m ($154m) कमाईसह कॅलेंडर वर्षासाठी €100m बेंचमार्क ओलांडणारा तो पहिला खेळाडू होता. फोर्ब्सने त्याला 2019 मध्ये जगातील सर्वाधिक कमाई करणारा खेळाडू म्हणून स्थान दिले. 2008 पासून, तो बार्सिलोनाचा सर्वाधिक मानधन घेणारा खेळाडू होता, त्याला पगार मिळत होता जो पुढील पाच वर्षांमध्ये €7.8 दशलक्ष वरून €13 दशलक्ष पर्यंत वाढला. 2017 मध्ये नवीन बार्सिलोना करारावर स्वाक्षरी केल्याने, त्याने दर आठवड्याला $667,000 वेतन मिळविले आणि बार्सिलोनाने त्याला बोनसवर स्वाक्षरी म्हणून $59.6 दशलक्ष देखील दिले. 542 त्याचे बायआउट क्लॉज $835 दशलक्ष (€700 दशलक्ष) सेट केले होते. 2020 मध्ये,

क्रिस्टियानो रोनाल्डोनंतर मेस्सी हा दुसरा फुटबॉलपटू (आणि सांघिक खेळातील दुसरा खेळाडू) बनला, ज्याने त्यांच्या कारकिर्दीत $1 अब्ज कमाई केली.

त्याच्या पगार आणि बोनस व्यतिरिक्त, त्याच्या उत्पन्नाचा बराचसा भाग समर्थनांमधून प्राप्त होतो; 2010 मध्ये त्यांचे संशोधन सुरू झाल्यापासून स्पोर्ट्सप्रोने त्यांना दरवर्षी जगातील सर्वाधिक विक्रीयोग्य खेळाडूंपैकी एक म्हणून उद्धृत केले आहे. 2006 पासून त्याची मुख्य प्रायोजक स्पोर्ट्सवेअर कंपनी Adidas आहे. बार्सिलोनाचा प्रमुख युवा प्रॉस्पेक्ट म्हणून, त्याने वयाच्या 14 व्या वर्षापासून नायकेसोबत करार केला होता, परंतु त्यांनी त्यांच्या प्रतिस्पर्ध्याच्या प्रतिस्पर्ध्याच्या हक्काच्या दाव्याला न्यायालयात यशस्वीपणे आव्हान दिल्यानंतर त्यांची बदली Adidas मध्ये करण्यात आली. कालांतराने, मेस्सीने स्वतःला त्यांचा प्रमुख ब्रँड एंडोर्सर म्हणून प्रस्थापित केले; 2008 पासून, त्याच्याकडे Adidas F50 बूट्सचा दीर्घकाळ चालणारा स्वाक्षरी संग्रह होता आणि 2015 मध्ये, तो स्वतःचा Adidas बूट्सचा उप-ब्रँड मिळवणारा पहिला फुटबॉलपटू बनला. , आदिदास मेस्सी. 546 547 2017 पासून, त्याने Adidas Nemeziz ची नवीनतम आवृत्ती परिधान केली आहे. 2015 मध्ये, मेस्सीचे नाव आणि नंबर असलेली बार्सिलोना जर्सी जगभरात सर्वाधिक विकली जाणारी प्रतिकृती जर्सी होती.

स्वतःला आशीर्वाद दिल्यानंतर, मेस्सी अनेकदा आपल्या दिवंगत आजीला समर्पणासाठी प्रत्येक हातावर बोट दाखवून गोल साजरा करतो. 550 FIFA 14 मध्ये प्रथम दिसणाऱ्या FIFA व्हिडिओ गेम मालिकेतील त्याच्या गोल सेलिब्रेशनची वैशिष्ट्ये आहेत.

क्रिस्टियानो रोनाल्डो आणि डेव्हिड बेकहॅम सारख्या वादातीत अधिक ग्लॅमरस खेळाडूंपेक्षा एक व्यावसायिक घटक म्हणून, मेस्सीचा मार्केटिंग ब्रँड केवळ त्याच्या प्रतिभा आणि खेळाडू म्हणून उपलब्धींवर आधारित आहे. आपल्या कारकिर्दीच्या सुरूवातीस, त्यांनी अशा प्रकारे प्रामुख्याने क्रीडा-देणारं विपणन, जसे की Adidas, Pepsi, आणि Konami अशा कंपन्यांशी प्रायोजकत्व करार केले. 2010 पासून पुढे, एक खेळाडू म्हणून त्याच्या वाढीव कामगिरीसह, त्याचे विपणन आकर्षण वाढले, ज्यामुळे लक्झरी ब्रँड डोल्से आणि गब्बाना आणि ऑडेमार्स पिग्युएट यांच्याशी दीर्घकालीन समर्थन करार झाले. मेस्सी हा जिलेट, तुर्की एअरलाइन्स, ओरेडू आणि टाटा मोटर्स या इतर कंपन्यांचा जागतिक ब्रँड ॲम्बेसेडर देखील आहे. 554 555 556 याव्यतिरिक्त, मेस्सी कोनामीच्या प्रो इव्होल्यूशन सॉकर या व्हिडिओ गेम मालिकेचा चेहरा होता, जो PES 2009, PES 2010, PES 2011 आणि PES 2020 च्या मुखपृष्ठांवर दिसत होता. त्यानंतर त्याने प्रतिस्पर्धी कंपनी EA Sports सोबत करार केला आणि FIFA चा चेहरा बनला FIFA 13 पासून FIFA 16 पर्यंत सलग चार कव्हरवर दिसल्यापासून.

मेस्सीची जागतिक लोकप्रियता आणि प्रभाव चांगल्या प्रकारे नोंदवलेला आहे. 2011 आणि 2012 मध्ये टाइम द्वारे प्रकाशित जगातील सर्वात प्रभावशाली व्यक्तींची वार्षिक यादी टाइम 100 मध्ये त्यांचा समावेश होता. सोशल मीडिया वेबसाइट फेसबुकवरील

त्याचा चाहतावर्ग हा सर्व सार्वजनिक व्यक्तींपैकी सर्वात मोठा आहे: एप्रिल 2011 मध्ये लॉन्च झाल्यापासून सात तासांच्या आत, मेस्सीच्या फेसबुक पेजचे जवळपास 7 दशलक्ष फॉलोअर्स होते आणि ऑगस्ट 2021 पर्यंत त्याचे 103 दशलक्ष फॉलोअर्स होते, जे दुसऱ्या क्रमांकाचे सर्वोच्च होते. क्रिस्टियानो रोनाल्डो नंतर खेळाडूसाठी. त्याचे 340 दशलक्षाहून अधिक इंस्टाग्राम फॉलोअर्स आहेत, जे क्रिस्टियानो रोनाल्डोनंतर व्यक्ती आणि खेळाडूसाठी दुसऱ्या क्रमांकाचे सर्वाधिक आहेत. स्पोर्ट्स रिसर्च फर्म रेपुकॉमच्या 15 आंतरराष्ट्रीय बाजारपेठेतील 2014 च्या सर्वेक्षणानुसार, मेस्सी जगभरातील 87% प्रतिसादकर्त्यांना परिचित होता, ज्यापैकी 78% लोकांनी त्याला अनुकूल मानले, ज्यामुळे तो जागतिक स्तरावर रोनाल्डोच्या मागे दुसरा-सर्वाधिक मान्यताप्राप्त खेळाडू बनला. सर्व समकालीन खेळाडूंपैकी सर्वात जास्त आवडेल. मेस्सी ज्या शहरामध्ये खेळतो त्या शहरावरील त्याच्या आर्थिक प्रभावाबद्दल टेरी गिब्सनने त्याला "पर्यटकांचे आकर्षण" म्हटले.

मेस्सीची भारतीय वाहन कला

इतर घटनांनी लोकप्रिय संस्कृतीत मेस्सीची उपस्थिती स्पष्ट केली आहे. 25 किलो (55 पौंड) वजनाची आणि $5.25 दशलक्ष किमतीची त्याच्या डाव्या पायाची सोन्याची प्रतिकृती मार्च 2013 मध्ये जपानमध्ये 2011च्या तोहोकू भूकंप आणि त्सुनामीच्या बळींसाठी निधी उभारण्यासाठी विकली गेली. मेस्सी अभिनीत 2013 ची तुर्की एअरलाइन्सची जाहिरात, ज्यामध्ये तो लॉस एंजेलिस लेकर्स स्टार कोबे ब्रायंटसोबत सेल्फी स्पर्धेत गुंतला होता, ती रिलीजच्या वर्षी YouTube वर सर्वाधिक पाहिली जाणारी जाहिरात होती, तिला 137 दशलक्ष दृश्ये मिळाली होती आणि त्यानंतर तिला मतदान करण्यात आले होते. YouTube च्या स्थापनेच्या स्मरणार्थ 2005-15 दशकातील सर्वोत्तम जाहिरात. वर्ल्ड प्रेस फोटोने "द फायनल गेम" निवडले, 2014 ची सर्वोत्कृष्ट क्रीडा प्रतिमा म्हणून अर्जेंटिनाचा जर्मनीकडून अंतिम पराभव झाल्यानंतर वर्ल्ड कप ट्रॉफीचा सामना करतानाचे मेस्सीचे छायाचित्र. मेस्सी हा चित्रपट निर्माते अॅलेक्स डे ला इग्लेसिया यांच्या जीवनावरील माहितीपटाचा प्रीमियर ऑगस्ट 2014 मध्ये व्हेनिस फिल्म फेस्टिव्हलमध्ये झाला.

जून 2021 मध्ये, मेस्सीने हार्ड रॉक कॅफे ब्रँडचा राजदूत होण्यासाठी पाच वर्षांच्या करारावर स्वाक्षरी केली. त्याने सांगितले की, "खेळ आणि संगीत हे माझ्या जीवनाचा अविभाज्य भाग आहेत. संगीत दिग्गजांसह टीम बनवण्याचा इतिहास असलेल्या ब्रँडसोबत भागीदारी करणारा पहिला ऍथलीट होणे हा सन्मान आहे." मे 2022 मध्ये मेस्सीचे अनावरण झाले. सौदी अरेबियाचे पर्यटन राजदूत म्हणून. सौदी अरेबियाच्या खराब मानवी हक्कांच्या नोंदीमुळे, सौदीच्या क्रीडा धुलाईचा प्रयत्न म्हणून पाहिल्या गेलेल्या भूमिका घेतल्याबद्दल मेस्सीचा निषेध करण्यात आला. ऑगस्ट 2022 मध्ये, मोहम्मद अल फराजच्या कुटुंबाने मेस्सीला 2017 मध्ये वयाच्या 15 व्या वर्षी सौदी राजवटीविरुद्धच्या गुन्ह्यांसाठी अटक केल्यानंतर आणि मृत्युदंडाची शिक्षा भोगल्यानंतर त्याच्या मुलाच्या

वतीने हस्तक्षेप करण्याचे आवाहन करण्यात आले.

परोपकार

त्याच्या संपूर्ण कारकिर्दीत, मेस्सी असुरक्षित मुलांसाठी असलेल्या सेवाभावी प्रयत्नांमध्ये सामील आहे, ही वचनबद्धता आहे जी त्याला त्याच्या स्वतःच्या बालपणात आलेल्या वैद्यकीय अडचणींमुळे उद्भवते. 2004 पासून, त्यांनी आपला वेळ आणि अर्थसाहाय्य युनायटेड नेशन्स चिल्ड्रन्स फंड (UNICEF) मध्ये दिले आहे, ही संस्था ज्याच्याशी बार्सिलोनाचाही मजबूत संबंध आहे. मेस्सीने मार्च 2010 मध्ये त्यांची नियुक्ती झाल्यापासून युनिसेफ सद्भावना दूत म्हणून काम केले आहे, चार महिन्यांनंतर संस्थेसाठी त्याचे पहिले फील्ड मिशन पूर्ण केले आहे कारण तो अलीकडील भूकंपाच्या पार्श्वभूमीवर देशातील मुलांच्या दुर्दशेबद्दल जनजागृती करण्यासाठी हैतीला गेला होता. तेव्हापासून त्यांनी एचआयव्ही प्रतिबंध, शिक्षण आणि अपंग मुलांचा सामाजिक समावेश करण्यासाठी युनिसेफच्या मोहिमांमध्ये भाग घेतला आहे. आपल्या मुलाचा पहिला वाढदिवस साजरा करण्यासाठी, नोव्हेंबर 2013 मध्ये, मेस्सी आणि थियागो वंचित मुलांमधील मृत्यू दराबाबत जागरूकता निर्माण करण्याच्या प्रचार मोहिमेचा भाग होते.

युनिसेफसोबतच्या त्याच्या कामाव्यतिरिक्त, मेस्सीने त्याच्या स्वतःच्या धर्मादाय संस्थेची स्थापना केली, लिओ मेस्सी फाऊंडेशन, जी मुलांच्या आरोग्य सेवा, शिक्षण आणि खेळांमध्ये प्रवेशास समर्थन देते. 2007 मध्ये मेस्सीने बोस्टनमधील दुर्धर आजारी मुलांसाठी हॉस्पिटलला दिलेल्या भेटीनंतर त्याची स्थापना करण्यात आली होती, हा अनुभव त्याच्याशी असा अनुभव आला की त्याने त्याच्या कमाईचा काही भाग समाजात पुन्हा गुंतवण्याचा निर्णय घेतला. त्याच्या फाउंडेशनद्वारे, मेस्सीने संशोधन अनुदान दिले आहे, वैद्यकीय प्रशिक्षणासाठी वित्तपुरवठा केला आहे आणि अर्जेंटिना, स्पेन आणि जगातील इतरत्र वैद्यकीय केंद्रे आणि प्रकल्पांच्या विकासामध्ये गुंतवणूक केली आहे. त्याच्या स्वतःच्या निधी उभारणीच्या क्रियाकलापांव्यतिरिक्त, जसे की त्याचे जागतिक "मेस्सी अँड फ्रेंड्स" फुटबॉल सामने, त्याच्या फाउंडेशनला विविध कंपन्यांकडून आर्थिक सहाय्य मिळते ज्यांना त्याने त्याचे नाव ॲडॉर्समेंट करारांमध्ये नियुक्त केले आहे, ज्यात Adidas त्यांचा मुख्य प्रायोजक आहे.

मेस्सीने अर्जेंटिनामधील युवा फुटबॉलमध्येही गुंतवणूक केली आहे: तो ज्या रोझारियो शेजारी जन्माला आला त्या ठिकाणी असलेल्या सर्मिएंटो या फुटबॉल क्लबला आर्थिक मदत करतो, 2013 मध्ये त्यांच्या सुविधांचे नूतनीकरण आणि सर्व-हवामानातील खेळपट्ट्या बसवण्याचे वचन दिले आणि व्यवस्थापनाला निधी दिला. नेवेल्स ओल्ड बॉईज आणि प्रतिस्पर्धी क्लब रोझारियो सेंट्रल, तसेच ब्युनोस आयर्समधील रिव्हर प्लेट आणि बोका ज्युनियर्स येथे अनेक युवा खेळाडूंचा समावेश आहे. नेवेलच्या ओल्ड बॉईजमध्ये, त्याच्या बालपण क्लबमध्ये, त्यांनी 2012 मध्ये त्यांच्या युवा अकादमीसाठी क्लबच्या स्टेडियममध्ये नवीन व्यायामशाळा आणि वसतिगृह बांधण्यासाठी निधी दिला. नेवेल्स

येथील त्यांचे माजी युवा प्रशिक्षक, अर्नेस्टो वेचियो, लिओ मेस्सी फाऊंडेशनद्वारे युवा खेळाडूंसाठी टॅलेंट स्काऊट म्हणून कार्यरत आहेत. 7 जून 2016 रोजी, मेस्सीने ला रॅझोन वृत्तपत्राविरुद्ध मानहानीचा खटला जिंकला आणि त्याला €65,000 नुकसान भरपाई देण्यात आली, जी त्याने धर्मादाय Médecins Sans Frontières ला दान केली. मेस्सीने कोरोनाव्हायरसच्या प्रसाराशी लढण्यासाठी €1 दशलक्ष ($1.1 दशलक्ष) ची देणगी दिली. हे बार्सिलोना, स्पेनमधील क्लिनिक बार्सिलोना हॉस्पिटल आणि त्याचे मूळ अर्जेंटिना यांच्यात विभागले गेले. या व्यतिरिक्त, मेस्सीने त्याच्या सहकारी FC बार्सिलोना सहकाऱ्यांसह जाहीर केले की तो 2020 च्या कोरोनाव्हायरस आणीबाणीच्या काळात पगारात 70% कपात करणार आहे आणि क्लबच्या सर्व कर्मचाऱ्यांचे पगार पूर्ण करण्यासाठी क्लबला आणखी योगदान देईल.

नोव्हेंबर 2016 मध्ये, अर्जेंटिना फुटबॉल असोसिएशनला आर्थिक संकटामुळे FIFA समितीद्वारे आणीबाणीसाठी चालवले जात असताना, राष्ट्रीय संघाच्या तीन सुरक्षा कर्मचाऱ्यांनी मेस्सीला सांगितले की त्यांना सहा महिन्यांपासून त्यांचे वेतन मिळालेले नाही. त्याने आत प्रवेश केला आणि तीन सदस्यांचे वेतन दिले. फेब्रुवारी 2021 मध्ये, मेस्सीने त्याचे Adidas शूज म्युझ्यू नॅसिओनल d'Art de Catalunya ला दान केले जे त्याने बार्सिलोनासाठी वा गोल करताना घातले आणि पेलेचा एकाच क्लबसाठी सर्वाधिक गोल करण्याचा विक्रम मोडला, नंतर एप्रिलमध्ये शूजचा लिलाव करण्यात आला. म्युझियम द्वारे कॅन्सरग्रस्त मुलांना मदत करण्यासाठी धर्मादाय आणि £125,000 मध्ये विकले गेले.

उरुग्वे मधील 2021 कोपा अमेरिकाच्या अगोदर, मेस्सीने चीनी फार्मास्युटिकल फर्म सिनोवाक बायोटेकला तीन स्वाक्षरी केलेले शर्ट दान केले - ज्यांच्या संचालकांनी मेस्सीबद्दल त्यांचे कौतुक केले - सिनोव्हॅकच्या COVID-19 लसीचे 50,000 डोस सुरक्षित करण्यासाठी दक्षिण अमेरिकेतील सर्व फुटबॉल खेळाडूंना लसीकरण करणे. उरुग्वेचे अध्यक्ष लुईस लॅकॅले पौ यांनी मध्यस्थी केलेल्या करारामुळे, फुटबॉल खेळाडूंना प्राधान्य देण्याच्या योजनेमुळे या प्रदेशात लसींचा मोठा तुटवडा असल्याने काही वाद निर्माण झाला, उरुग्वेमधील कॅनेलोन्सच्या महापौरांनी अशी टिप्पणी केली की "जसे अध्यक्षांनी कोपाला लसीकरण करण्यासाठी CONMEBOL सोबत सहकार्य प्रकट केले. अमेरीका, तो कॅनेलोन्ससाठीही असाच विचार करू शकतो".

26

लेब्रॉन जेम्स

Top Sportsmans

Scan for Story Videos - www.itibook.com

लेब्रॉन जेम्स जन्म डिसेंबर 30, 1984) हा नॅशनल बास्केटबॉल असोसिएशन (NBA) च्या लॉस एंजेलिस लेकर्सचा अमेरिकन व्यावसायिक बास्केटबॉल खेळाडू आहे. "किंग जेम्स" या टोपणनावाने, तो सर्वकाळातील महान खेळाडूंपैकी एक मानला जातो आणि आतापर्यंतच्या महान बास्केटबॉल खेळाडूच्या वादात त्याची तुलना मायकेल जॉर्डनशी केली जाते. जेम्सने चार NBA चॅम्पियनशिप, चार NBA MVP पुरस्कार जिंकले आहेत. NBA फायनल्स MVP पुरस्कार, तीन ऑल-स्टार MVP पुरस्कार आणि दोन ऑलिम्पिक सुवर्ण पदके. जेम्सने प्लेऑफमध्ये सर्वाधिक गुण मिळवले आहेत, करिअरमधील दुसऱ्या क्रमांकाचे सर्वाधिक गुण आहेत आणि करिअरमधील सातव्या क्रमांकावर सहाय्यक आहेत. त्याची 18 वेळा एनबीए ऑल-स्टार, ऑल-एनबीए टीमसाठी विक्रमी 18 वेळा, बी आणि एनबीए ऑल-डिफेन्सिव्ह फर्स्ट टीममध्ये पाच वेळा निवड झाली आहे. त्याने दहा एनबीए

फायनल्समध्ये भाग घेतला आहे, 2011 ते 2018 या कालावधीत सलग आठ स्पर्धांसह, तिसऱ्या क्रमांकावर आहे. 2021 मध्ये, जेम्सची NBA 75 व्या वर्धापन दिन संघात निवड झाली, 5 आणि 2022 मध्ये NBA इतिहासातील 10,000 किंवा त्याहून अधिक करिअर पॉइंट्स, रिबाउंड्स आणि सहाय्य जमा करणारा पहिला खेळाडू बनला.

जेम्स सेंट व्हिन्सेंट-सेंटसाठी बास्केटबॉल खेळला. अक्रॉन, ओहायो या त्याच्या गावी असलेल्या मेरी हायस्कूलमध्ये आणि भविष्यातील एनबीए सुपरस्टार म्हणून राष्ट्रीय प्रसारमाध्यमांद्वारे मोठ्या प्रमाणावर चर्चा केली गेली. 2003 च्या NBA मसुद्यातील पहिल्या एकूण निवडीसह क्लीव्हलँड कॅव्हलियर्सने त्याची निवड केली. 2004 NBA रुकी ऑफ द इयर म्हणून नावाजले गेले, त्याने लवकरच लीगच्या प्रमुख खेळाडूंपैकी एक म्हणून स्वतःची ओळख निर्माण केली, 2009 आणि 2010 मध्ये NBA MVP पुरस्कार जिंकले. क्लीव्हलँडसह चॅम्पियनशिप जिंकण्यात अयशस्वी झाल्यानंतर, जेम्स 2010 मध्ये मियामी हीटमध्ये सामील होण्यासाठी विनामूल्य एजंट म्हणून निघून गेला; याची घोषणा टेलिव्हिजन स्पेशल द डिसिजनमध्ये करण्यात आली आणि क्रीडा इतिहासातील सर्वात वादग्रस्त फ्री-एजंट निर्णयांपैकी एक आहे.

2012 आणि 2013 मध्ये हीटसाठी खेळताना जेम्सने त्याच्या पहिल्या दोन एनबीए चॅम्पियनशिप जिंकल्या; या दोन्ही वर्षांत, त्याने लीगचे MVP आणि Finals MVP पुरस्कार देखील मिळवले. 2014 मध्ये हीटसह त्याच्या चौथ्या हंगामानंतर, जेम्सने कॅव्हलियर्ससह पुन्हा स्वाक्षरी करण्याचा करार सोडला. 2016 मध्ये, त्याने 3-1 च्या पराभवातून पुनरागमन करून, संघाचे पहिले विजेतेपद वितरीत करून आणि क्लीव्हलँड क्रीडा शापाचा अंत करून फायनलमध्ये गोल्डन स्टेट वॉरियर्सवर कॅव्हलियर्सना विजय मिळवून दिला. 2018 मध्ये, जेम्सने कॅव्हलियर्स सोडण्यासाठी त्याच्या कराराचा पर्याय वापरला आणि लेकर्ससोबत स्वाक्षरी केली, जिथे त्याने 2020 एनबीए चॅम्पियनशिप जिंकली आणि त्याचा चौथा अंतिम MVP जिंकला. सक्रिय खेळाडू म्हणून $1 अब्ज कमाई जमा करणारा जेम्स एनबीए इतिहासातील पहिला खेळाडू आहे.

कोर्टाच्या बाहेर, जेम्सने असंख्य समर्थन करारांमधून अधिक संपत्ती आणि प्रसिद्धी जमा केली आहे. तो पुस्तके, माहितीपट (कार्यकारी निर्माता म्हणून दोन स्पोर्ट्स एमी पुरस्कार जिंकण्यासह) आणि टेलिव्हिजन जाहिरातींमध्ये वैशिष्ट्यीकृत आहे. त्याने ESPY पुरस्कार जिंकले आहेत, सॅटर्डे नाईट लाइव्हचे आयोजन केले आहे आणि स्पेस जॅम: अ न्यू लेगसी (2021) या स्पोर्ट्स फिल्ममध्ये काम केले आहे. जेम्स हे 2011 पासून लिव्हरपूल एफसीचे अंश-मालक आहेत आणि लेब्रॉन जेम्स फॅमिली फाऊंडेशनचे नेतृत्व करतात, ज्याने अक्रॉनमध्ये प्राथमिक शाळा, गृहनिर्माण संकुल, रिटेल प्लाझा/समुदाय केंद्र आणि वैद्यकीय केंद्र उघडले आहे.

जेम्सचा जन्म 30 डिसेंबर 1984 रोजी अक्रोन, ओहायो येथे ग्लोरिया मेरी जेम्स येथे झाला, जो त्याच्या जन्माच्या वेळी वर्षांचा होता. त्याचे वडील, अँथनी मॅकक्लेलँड,

यांचा मोठा गुन्हेगारी रेकॉर्ड आहे आणि ते त्यांच्या आयुष्यात सहभागी नव्हते. जेम्स मोठे होत असताना, कुटुंबासाठी जीवन अनेकदा संघर्षमय होते, कारण ते अक्रॉनच्या सीडीयर शेजारच्या एका अपार्टमेंटमधून अपार्टमेंटमध्ये गेले होते, तर ग्लोरिया स्थिर काम शोधण्यासाठी संघर्ष करत होती. तिचा मुलगा अधिक स्थिर कौटुंबिक वातावरणात अधिक चांगला होईल हे लक्षात घेऊन, ग्लोरियाने त्याला फ्रँक वॉकर, स्थानिक युवा फुटबॉल प्रशिक्षक, जेम्सला नऊ वर्षांचा असताना बास्केटबॉलची ओळख करून दिली होती, त्याच्या कुटुंबासोबत जाण्याची परवानगी दिली.

जेम्सने पाचव्या वर्गात संघटित बास्केटबॉल खेळायला सुरुवात केली. नंतर तो नॉर्थईस्ट ओहायो शूटिंग स्टार्ससाठी हौशी ऍथलेटिक युनियन (AAU) बास्केटबॉल खेळला. जेम्स आणि त्याचे मित्र Sian Cotton, Dru Joyce III, आणि Willie McGee यांच्या नेतृत्वाखाली संघाला स्थानिक आणि राष्ट्रीय स्तरावर यश मिळाले. गटाने स्वतःला "फॅब फोर" असे नाव दिले आणि एकमेकांना वचन दिले की ते एकत्र हायस्कूलमध्ये जातील. स्थानिक वाद निर्माण करणाऱ्या हालचालींमध्ये, त्यांनी सेंट व्हिन्सेंट-सेंट. मेरी हायस्कूल, प्रामुख्याने गोरे विद्यार्थी असलेली खाजगी कॅथोलिक शाळा.

हायस्कूल कारकीर्द

बास्केटबॉल

नवीन खेळाडू म्हणून, जेम्सने सेंट व्हिन्सेंट-सेंटसाठी प्रति गेम सरासरी 21 गुण आणि 6 रिबाउंड्स मिळवले. मेरी विद्यापीठ बास्केटबॉल संघ. 20 फाइटिंग आयरिश 27-0 ने डिव्हिजन III राज्य विजेतेपदाच्या मार्गावर गेला, ज्यामुळे ते ओहायोमधील एकमेव बॉईज हायस्कूल संघ बनले ज्याने हंगाम अपराजित संपवला. सोफोमोर म्हणून, जेम्सची सरासरी 25.2 पॉइंट्स आणि 7.2 रिबाउंड्स, सोबत 5.8 असिस्ट आणि 3.8 स्टिल्स प्रति गेम होती. मोसमातील काही घरगुती खेळांसाठी, सेंट व्हिन्सेंट-सेंट. माजी विद्यार्थी, चाहते, तसेच कॉलेज आणि एनबीए स्काउट्स ज्यांना जेम्स खेळायला बघायचे होते त्यांच्याकडून तिकीटाची मागणी पूर्ण करण्यासाठी मेरीने युनिव्हर्सिटी ऑफ अक्रॉनच्या 5,492-सीट रोड्स एरिना येथे खेळले. फाइटिंग आयरिशने 26-1 हंगाम संपवला आणि राज्य विजेते म्हणून पुनरावृत्ती केली. त्याच्या उत्कृष्ट खेळासाठी, जेम्सला ओहायो मिस्टर बास्केटबॉल असे नाव देण्यात आले आणि यूएसए टुडे ऑल-यूएसए फर्स्ट टीममध्ये निवडले गेले, यापैकी एक करणारा तो पहिला सोफोमोर बनला.

त्याचे कनिष्ठ वर्ष सुरू होण्याआधी, जेम्सला स्लॅममध्ये दाखवण्यात आले आणि लेखक रायन जोन्स यांनी "सध्या अमेरिकेतील सर्वोत्तम हायस्कूल बास्केटबॉल खेळाडू" म्हणून त्याचे कौतुक केले. हंगामादरम्यान, जेम्स स्पोर्ट्स इलस्ट्रेटेडच्या मुखपृष्ठावर देखील दिसला, असे करणारा तो पहिला हायस्कूल बास्केटबॉल अंडरक्लासमन बनला. सरासरी 29 गुण, 8.3 रीबाउंड्स, 5.7 असिस्ट आणि 3.3 प्रति गेम स्टिल्ससह, त्याला पुन्हा ओहायो मिस्टर बास्केटबॉल असे नाव देण्यात आले आणि यूएसए टुडे ऑल-यूएसए

फर्स्ट टीममध्ये निवडले गेले, आणि तो पुरुष म्हणून नावाजलेला पहिला ज्युनियर बनला. बास्केटबॉल गेटोरेड नॅशनल प्लेयर ऑफ द इयर. सेंट व्हिन्सेंट-सेंट मेरीने 23-4 विक्रमासह वर्ष पूर्ण केले, त्यांच्या हंगामाचा शेवट डिव्हिजन II चॅम्पियनशिप गेममध्ये पराभवासह केला. नुकसानानंतर, जेम्सने 2002 च्या NBA मसुद्यात प्रवेश करण्याच्या प्रयत्नात NBA च्या मसुद्याच्या पात्रता नियमांमध्ये बदल करण्याची अयशस्वी याचिका केली. या वेळी, त्याने गांजाचा वापर केला, जो तो म्हणाला की त्याला सतत मीडियाच्या लक्ष वेधून घेतलेल्या तणावाचा सामना करण्यास मदत होते.

जेम्स आणि फाइटिंग आयरिश यांनी त्याच्या वरिष्ठ वर्षभरात देशभरात अनेक राष्ट्रीय स्तरावरील संघ खेळण्यासाठी प्रवास केला, ज्यात 12 डिसेंबर 2002 रोजी ओक हिल अकादमी विरुद्ध खेळाचा समावेश होता जो ESPN2 वर राष्ट्रीय स्तरावर प्रसारित झाला होता. जेम्सच्या लोकप्रियतेचा फायदा घेण्यासाठी टाइम वॉर्नर केबलने सेंट व्हिन्सेंट-सेंट ऑफर केली. संपूर्ण हंगामात पे-पर-व्ह्यू आधारावर सदस्यांसाठी मेरीचे गेम. 1वर्षासाठी, जेम्सचे सरासरी 31.6 गुण, 9.6 रीबाउंड, 4.6 असिस्ट आणि 3.4 प्रति गेम, ओहायो मिस्टर बास्केटबॉल असे नाव देण्यात आले आणि अभूतपूर्व सलग तिसऱ्या वर्षी यूएसए टुडे ऑल-यूएसए फर्स्ट टीममध्ये निवडले गेले, आणि सलग दुसऱ्या वर्षी गेटोरेड नॅशनल प्लेअर ऑफ द इयर म्हणून निवडले गेले. त्याने तीन वर्षांच्या हायस्कूल बास्केटबॉल ऑल-स्टार गेम्समध्ये भाग घेतला—ईए स्पोर्ट्स राऊंडबॉल क्लासिक, जॉर्डन कॅपिटल क्लासिक आणि मॅकडोनाल्ड्स ऑल-अमेरिकन गेम—त्याची नॅशनल कॉलेजिएट ॲथलेटिक असोसिएशन (NCAA) पात्रता गमावली आणि अधिकृत केले की तो 2003 NBA मसुद्यात प्रवेश करेल.

तसेच त्याच्या वरिष्ठ वर्षात, जेम्स अनेक वादांचा केंद्रबिंदू होता. त्याच्या 18 व्या वाढदिवसानिमित्त, त्याने त्याच्या आईकडून भेट म्हणून Hummer H2 स्वीकारून राज्य हौशी उपनियम सोडले, ज्याने NBA सुपरस्टार म्हणून जेम्सच्या भविष्यातील कमाईच्या शक्तीचा वापर करून वाहनासाठी कर्ज मिळवले होते. यामुळे ओहायो हायस्कूल ॲथलेटिक असोसिएशन (OHSAA) द्वारे तपासणी करण्यास प्रवृत्त केले कारण त्याच्या मार्गदर्शक तत्त्वांमध्ये असे म्हटले आहे की कोणताही हौशी खेळाडू ॲथलेटिक कामगिरीसाठी बक्षीस म्हणून $100 पेक्षा जास्त मूल्य असलेली कोणतीही भेट स्वीकारू शकत नाही. जेम्सला कोणत्याही चुकीच्या कृत्यापासून मुक्त करण्यात आले कारण त्याने लक्झरी वाहन कुटुंबातील सदस्याकडून स्वीकारले होते आणि एजंट किंवा कोणत्याही बाह्य स्रोताकडून नाही. सीझनच्या उत्तरार्धात, जेम्सने चित्रांच्या बदल्यात शहरी कपड्यांच्या दुकानातून $845 किमतीच्या दोन थ्रोबॅक जर्सी स्वीकारल्या , अधिकृतपणे OHSAA नियमांचे उल्लंघन केले आणि परिणामी त्याची हायस्कूल क्रीडा पात्रता काढून घेतली गेली. जेम्सने या निर्णयाला अपील केले आणि त्याचा दंड अखेरीस दोन गेमच्या निलंबनात टाकण्यात आला, ज्यामुळे त्याला वर्षातील उर्वरित खेळ खेळता आला. आयरिश लोकांनाही त्यांचा एक विजय गमावावा लागला, त्या हंगामात त्यांचा एकमेव अधिकृत पराभव. निलंबनानंतर त्याच्या

पहिल्या गेममध्ये जेम्सने कारकिर्दीतील सर्वोच्च 52 गुण मिळवले. सेंट व्हिन्सेंट-सेंट मेरीने डिव्हिजन II चॅम्पियनशिप जिंकून चार वर्षांत तिसरे डिव्हिजन जेतेपद पटकावले.

फुटबॉल

अंडरक्लासमन म्हणून जेम्सने सेंट व्हिन्सेंट-सेंटसाठी वाइड रिसीव्हर खेळला. मेरीचा फुटबॉल संघ. नोट्रे डेमसह काही डिव्हिजन I कार्यक्रमांद्वारे त्यांची भरती करण्यात आली होती. त्याच्या सोफोमोर वर्षाच्या शेवटी, त्याला प्रथम संघ सर्व-राज्य म्हणून घोषित करण्यात आले आणि एक कनिष्ठ म्हणून त्याने फायटिंग आयरिश संघाला राज्य उपांत्य फेरीत नेण्यास मदत केली. एएयू बास्केटबॉल खेळात मनगटाच्या दुखापतीमुळे तो त्याच्या वरिष्ठ वर्षात खेळला नाही. काही क्रीडा विश्लेषक, फुटबॉल समीक्षक, हायस्कूल प्रशिक्षक, माजी आणि सध्याचे खेळाडू जेम्स नॅशनल फुटबॉल लीगमध्ये खेळू शकले असते असे अनुमान काढले आहे.

वारसा

जेम्स विथ द कॅव्हलियर्स 2017 मध्ये. NBA विश्लेषक ब्रायन विंडहॉर्स्ट, ज्यांनी आपली कारकीर्द जेम्सला कव्हर करण्यासाठी व्यतीत केली, त्यांनी सांगितले: "जेम्सला जेवढे जगावे लागले आहे तितके कोणीही कधीही अनुभवले नव्हते आणि जेम्सने प्रत्येक शेवटच्या थेंबामध्ये वितरित केले आहे."

जेम्सने एनबीएच्या इतिहासातील सर्वात प्रसिद्ध संभाव्यतेंपैकी एक म्हणून हायस्कूल सोडले. जून 2022 पर्यंत, त्याला ऑल-एनबीए संघांमध्ये नाव देण्यात आले आहे, ज्यामध्ये 13 वेळा प्रथम संघात समावेश आहे, जे दोन्ही एनबीए रेकॉर्ड आहेत. त्याचे चार MVP पुरस्कार फक्त मायकेल जॉर्डन, करीम अब्दुल-जब्बार, विल्ट चेंबरलेन आणि बिल रसेल यांच्याशी जुळतात; पाच वर्षांच्या कालावधीत चार MVP पुरस्कार जिंकणारे जेम्स आणि रसेल हे एकमेव खेळाडू आहेत. जेम्सने चार फायनल MVP अवॉर्ड्स देखील जिंकले आहेत, जे दुसऱ्या क्रमांकाचे सर्वकालीन आहे, आणि 2009 ते 2014 पर्यंत प्रत्येक हंगामात सर्व-संरक्षणात्मक सन्मान मिळवला. जेम्सने कधीच डिफेन्सिव्ह प्लेअर ऑफ द इयर अवॉर्ड जिंकला नसला तरी तो दोनदा व्होटिंगमध्ये दुसऱ्या क्रमांकावर राहिला आहे आणि त्याला त्याच्या मुख्य गोलांपैकी एक म्हणून सूचीबद्ध करतो. त्याचे संघ दहा वेळा अंतिम फेरीत आले आहेत आणि चार विजेतेपद जिंकले आहेत; त्याचे दहा अंतिम सामने तिसऱ्या वेळेसाठी बरोबरीत आहेत. f काही विश्लेषकांनी त्याच्यावर फायनल्सचा चांगला विक्रम नसल्याबद्दल टीका केली आहे, तर काहींनी विरोध केला आहे की जेम्स सामान्यतः चांगली कामगिरी करत होते परंतु त्याचा संघ उत्कृष्ट स्पर्धेमुळे पराभूत झाला होता.

त्याच्या कारकिर्दीतील दीर्घायुष्य आणि कोर्टातील कामगिरीच्या आधारावर, क्रीडा प्रकाशनांनी इतिहासातील सर्वोत्तम बास्केटबॉल खेळाडूंच्या क्रमवारीत जेम्सचा समावेश सातत्याने केला आहे, आणि त्याला 2010 च्या दशकातील असोसिएटेड प्रेस मेल ॲथलीट म्हणून घोषित करण्यात आले आहे. जेम्सच्या ऑन-कोर्ट कामगिरीची प्रशंसा

करण्याव्यतिरिक्त, विश्लेषकांनी एनबीएमध्ये खेळाडूंच्या सक्षमीकरणावर जेम्सचा प्रभाव देखील नोंदवला आहे, जो विनामूल्य एजन्सी दरम्यान संघ बदलण्याच्या त्याच्या इच्छेमुळे उद्भवला होता. द वॉशिंग्टन पोस्टचे बेन गोलिव्हर यांनी मत व्यक्त केले की 2010 मध्ये जेम्सच्या हीटमध्ये जाण्याने "खेळाडूंच्या चळवळीचा एक दशक परिभाषित केला", आणि त्याने "तारे आणि त्यांच्या संघटनांमधील शक्ती संतुलन मूलभूतपणे पलटवले." जेम्सच्या सहकारी खेळाडूंनी देखील यावर टिप्पणी केली आहे. त्याचा प्रभाव, जसे की वॉरियर्स फॉरवर्ड ड्रायमंड ग्रीन, ज्याने प्रतिबिंबित केले: "आम्ही आमच्या नशिबावर नियंत्रण ठेवले आहे. आणि मला वाटते की बरेच लोक याचा तिरस्कार करतात .... मला वाटते की त्याने ॲथलीट्स आणि विशेषतः बास्केटबॉल खेळाडूंसाठी उघडलेले दरवाजे आहेत त्याची सर्वात मोठी उपलब्धी."

जेम्सची सर्वकालीन महान बास्केटबॉलपटू असल्याच्या संदर्भात देखील चर्चा केली जाते, ज्यामुळे मायकेल जॉर्डनशी वारंवार तुलना केली जाते. फेब्रुवारी 2018 मध्ये, द रिंगरने संपूर्ण आठवडा दोन्ही खेळाडूंना समर्पित केला, बिल सिमन्सने शेवटी निष्कर्ष काढला की जॉर्डन अजूनही पुढे आहे. पोलमध्ये, जेम्स जॉर्डनच्या मागे दुसऱ्या क्रमांकावर आहे. वृद्ध मतदार जॉर्डनला अधिक पसंती देत असल्याने निकाल वयोमानाशी जोरदारपणे संबंध ठेवतात. डेव्हिस आणि इतर. ऑफ बिझनेस इनसाइडरने म्हटले: "डेटा असे सुचवेल की तरुण, अधिक गुंतलेले एनबीए चाहते जेम्सकडे झुकतात, कारण तो अजूनही खेळत आहे. जॉर्डनला खेळताना पाहणाऱ्या जुन्या पिढ्या आज जॉर्डनकडे झुकतात." जेम्सचा उल्लेख जॉर्डनचा सर्वकाळातील महान बास्केटबॉल खेळाडू म्हणून सर्वोत्कृष्ट चॅलेंजर, सीबीएस स्पोर्ट्सच्या सॅम क्विनने सांगितले की "जॉर्डनचा सहभाग असलेल्या त्रुटीचे मार्जिन अत्यंत सडपातळ आहे" आणि ते "रिंग्स-वेड बास्केटबॉल प्रवचनात", जॉर्डनकडे अधिक आहे. खिताब आणि "अकलंक फायनल रेकॉर्डमध्ये लक्षणीय वजन आहे".

सार्वजनिक प्रतिमा

2015 पर्यंत, जेम्सला त्याच्या सहकारी NBA खेळाडूंसह अनेक लोक "NBA चा चेहरा" मानत होते. लीगचे महत्त्वाचे निर्णय घेणाऱ्या लोकांवर त्याच्या मतांचा महत्त्वपूर्ण प्रभाव पडला आहे; 2014 मध्ये, त्यांनी कमिशनर ॲडम सिल्व्हर यांना ऑल-स्टार ब्रेकचा कालावधी वाढवण्यास सांगितले आणि पुढील हंगामात विनंती मंजूर करण्यात आली. 13 फेब्रुवारी 2015 रोजी जेम्सची राष्ट्रीय बास्केटबॉल प्लेयर्स असोसिएशन (NBPA) चे पहिले उपाध्यक्ष म्हणून निवड झाली.

पहिल्या महायुद्धाने हे मॅड ब्रूट पोस्टर नष्ट केले आणि जेम्स आणि गिसेल बंडचेनसह एप्रिल 2008 व्होग कव्हर, जे समीक्षकांनी आधीच्या पोस्टरचा संदर्भ दिला असे म्हटले आहे.

त्याच्या संपूर्ण कारकिर्दीत, जेम्सला फोर्ब्सने जगातील सर्वात प्रभावशाली खेळाडूंपैकी एक म्हणून स्थान दिले आहे, आणि 2017 मध्ये, त्याला टाइमने जगातील 100 प्रभावशाली

व्यक्तींपैकी एक म्हणून सूचीबद्ध केले आहे. कॅव्हलियर्ससोबतच्या त्याच्या पहिल्या कार्यकाळात, त्याला स्थानिक चाहत्यांनी पसंत केले आणि शेरविन-विलियम्सने जेम्सचे एक विशाल नायके-निर्मित बॅनर त्याच्या जागतिक मुख्यालयावर प्रदर्शित केले. जेम्सबद्दल त्यांचे प्रेम असूनही, न्यू यॉर्क यँकीज विरुद्ध क्लीव्हलँड इंडियन्स बेसबॉल गेममध्ये उपस्थित असताना त्यांनी यँकीज टोपी घातल्याने क्लीव्हलँडचे चाहते आणि समीक्षक वारंवार नाराज झाले होते. 2010 च्या मुक्त एजन्सी कालावधीत आणि द डिसिजन दरम्यान केलेल्या त्याच्या कृतींमुळे, त्याला युनायटेड स्टेट्समधील सर्वात नापसंत खेळाडूंपैकी एक म्हणून सूचीबद्ध करण्यात आले. 2013 पर्यंत, त्याची प्रतिमा बहुतांशी सुधारली होती आणि त्याच्या कारकिर्दीत दुसऱ्यांदा NBA मधील सर्वात लोकप्रिय खेळाडू म्हणून ESPN द्वारे त्याची नोंद करण्यात आली होती. 2014 मध्ये, हॅरिस पोलने त्याला अमेरिकेतील सर्वात लोकप्रिय पुरुष ऍथलीट म्हणून घोषित केले. त्याने सहा वेळा जर्सी विक्रीमध्ये लीगचे नेतृत्व केले आहे.

जेम्सशी संबंधित स्मृतीचिन्हांची खूप मागणी आहे; जेम्सच्या दोन रुकी कार्डे लिलावात विकल्या गेलेल्या सर्वात महागड्या बास्केटबॉल कार्डांपैकी एक आहेत आणि जुलै 2020 मध्ये लिलावात $1.8 दशलक्षमध्ये विकले गेले तेव्हा या कार्डांपैकी एकाने सर्वात महागडे आधुनिक स्पोर्ट्स कार्डचा विक्रमही नोंदवला. माईक ट्राउट रुकी कार्डने पुढील महिन्यात आधुनिक काळातील कार्डचा विक्रम मोडला. 2020 NBA ऑल-स्टार गेममध्ये परिधान केलेल्या सर्व जर्सींचा NBA आणि NBPA ने धर्मादाय निधी उभारण्यासाठी लिलाव केला होता; जेम्सची जर्सी $630,000 मध्ये विकली गेली, ज्याने आधुनिक काळातील स्पोर्ट्स जर्सीचा विक्रम केला.

मार्च 2008 मध्ये, जेम्स हा पहिला कृष्णवर्णीय माणूस बनला, तसेच रिचर्ड गेरे आणि जॉर्ज क्लूनी यांच्यानंतरचा तिसरा माणूस, व्होगच्या मुखपृष्ठावर दिसला, जेव्हा त्याने गिसेल बंडचेनसोबत पोज दिली. 426 प्रतिसादात, ईएसपीएन स्तंभलेखक जेमले हिल यांनी मुखपृष्ठाला आक्षेपार्ह आणि "चुकीच्या कारणास्तव संस्मरणीय" मानले, जेम्सच्या वागणुकीचे वर्णन केले आणि बंडचेनला त्याच्या गोरी कातडीचे कॅप्चर करणारा एक गडद रानटी मॉन्स्टर किंग कॉग या चित्रपटाच्या क्लासिक प्रतिमांचा संदर्भ म्हणून वर्णन केले. आवडीची आवड.

सक्रियता

जेम्स ना-नफा संस्थांचा सक्रिय समर्थक आहे, ज्यामध्ये शाळेनंतरचे ऑल-स्टार्स, बॉईज अँड गर्ल्स क्लब ऑफ अमेरिका आणि चिल्ड्रन्स डिफेन्स फंड यांचा समावेश आहे. त्याचे स्वतःचे धर्मादाय प्रतिष्ठान, लेब्रॉन जेम्स फॅमिली फाउंडेशन देखील आहे, जे अक्रोन येथे आहे. 2005 पासून, फाउंडेशनने विविध कारणांसाठी पैसे उभारण्यासाठी वार्षिक बाइक-ए-थॉन आयोजित केले आहे. 2015 मध्ये, जेम्सने 2021 पासून सुमारे 2,300 मुलांसाठी शिष्यवृत्ती प्रदान करण्यासाठी अक्रोन विद्यापीठासोबत भागीदारीची घोषणा केली. 2016

मध्ये, त्यांनी मुहम्मद अलीवरील प्रदर्शनाला पाठिंबा देण्यासाठी स्मिथसोनियन नॅशनल म्युझियम ऑफ आफ्रिकन अमेरिकन हिस्ट्री अँड कल्चरला $2.5 दशलक्ष देणगी दिली. 2017 मध्ये, "उत्कृष्ट सेवा आणि समाजासाठी समर्पण" यासाठी त्यांना NBA कडून जे. वॉल्टर केनेडी नागरिकत्व पुरस्कार प्राप्त झाला. संघर्ष करणाऱ्या प्राथमिक शाळेतील विद्यार्थ्यांना शाळेत राहण्यास मदत करण्यासाठी लेब्रॉन जेम्स फॅमिली फाउंडेशनच्या भागीदारीत शाळा तयार केली गेली. जेम्सने नंतर प्रतिबिंबित केले की ही त्याच्या आयुष्यातील सर्वात महत्वाची व्यावसायिक कामगिरी होती. 30 जुलै 2018 रोजी शाळा अधिकृतपणे उघडली.

जेम्स 2008 मध्ये अध्यक्ष जॉर्ज डब्ल्यू. बुश आणि 2012 मध्ये बराक ओबामा यांच्याशी भेटले

जेम्सने त्याच्या संपूर्ण कारकिर्दीत वादग्रस्त मुद्द्यांवर भूमिका घेतली आहे. अनेक प्रसंगी, त्यांनी आपल्या स्थितीचा वापर करून बदल घडवून आणण्याच्या दायित्वाच्या भावनेचा उल्लेख केला. त्यात डार्फरमधील युद्ध, ट्रेव्हॉन मार्टिनची हत्या, 2014 मध्ये आताचे माजी NBA मालक डोनाल्ड स्टर्लिंग यांच्या वर्णद्वेषी टिप्पण्या, मायकेल ब्राउनचा निकाल, आणि एरिक गार्नरचा मृत्यू. 2017 मध्ये त्याच्या लॉस एंजेलिसच्या घरी झालेल्या वर्णद्वेषाच्या घटनेनंतर, जेम्सने व्यक्त केले की "अमेरिकेत कृष्णवर्णीय असणे कठीण आहे. आम्हाला अमेरिकेत समान वाटत नाही तोपर्यंत आम्हाला एक समाज म्हणून आणि आफ्रिकन अमेरिकन म्हणून आमच्यासाठी खूप मोठा पल्ला गाठायचा आहे." नंतर त्या वर्षी, युनायटेड द राईट रॅलीनंतर, जेम्सने "मेक अमेरिका ग्रेट अगेन" या घोषणेवर प्रश्नचिन्ह उपस्थित केले आणि ते म्हणाले: "शार्लोट्सव्हिलमध्ये जे चालले आहे ते दुःखद आहे. आपला देश या दिशेने जात आहे का? मेक अमेरिका ग्रेट अगेन हं? आमचे तरुण अधिक चांगल्यासाठी पात्र आहेत!!" स्टीफन करी यांना व्हाईट हाऊसचे आमंत्रण अध्यक्षांनी रद्द केल्यानंतर जेम्सने ट्रम्प यांना "बम" म्हटले. CNN पत्रकार डॉन लेमन यांच्या 2018 च्या मुलाखतीदरम्यान, जेम्सने ट्रम्प यांच्यावर खेळांद्वारे देशाचे विभाजन करण्याचा प्रयत्न केल्याचा आरोप केला आणि असे सुचवले की "खेळ ही कधीही लोकांना विभाजित करणारी गोष्ट नव्हती, ती नेहमीच एखाद्याला एकत्र आणणारी गोष्ट असते." त्याने घोषित केले की तो "त्याच्या बाजूला कधीही बसणार नाही. मी बराक ओबामा च्या पलीकडे बसेन." प्रतिसादात, ट्रम्प यांनी ट्विट केले: "लेब्रॉन जेम्सची नुकतीच टेलिव्हिजनवरील सर्वात मूर्ख व्यक्तीने मुलाखत घेतली, डॉन लेमन. त्याने लेब्रॉनला स्मार्ट दिसले, जे करणे सोपे नाही." जेम्सने कॉलिन केपर्निकला अमेरिकेच्या राष्ट्रगीताच्या गुडघे टेकून निषेध व्यक्त केल्यानंतर त्याचे समर्थन केले आहे, असे म्हटले आहे की त्याला ब्लॅकबॉल केले जात आहे. नॅशनल फुटबॉल लीगमध्ये एक नवीन करार आणि जर तो फुटबॉल संघाचा मालक असेल तर तो त्याला कामावर घेईल. समर्थनाच्या कार्यक्रमात त्याने अनेक वेळा आपले कपडे परिधान केले आहेत.

जून 2008 मध्ये, जेम्सने 2008 च्या यूएस अध्यक्षीय निवडणुकीसाठी ओबामा यांच्या समर्थनार्थ एका समितीला $20,000 दान केले. त्या वर्षाच्या उत्तरार्धात, ओबामाच्या 30 मिनिटांच्या अमेरिकन स्टोरीज, अमेरिकन सोल्युशन्स टेलिव्हिजन जाहिरात पाहण्यासाठी जेम्सने क्विकन लोन्स एरिना येथे जवळपास 20,000 लोकांना एकत्र केले. स्टेजच्या वरच्या मोठ्या स्क्रीनवर जाहिरात दाखवण्यात आली होती, जिथे नंतर जे-झेडने विनामूल्य मैफिली आयोजित केली होती. नोव्हेंबर 2016 मध्ये, जेम्सने 2016 च्या यूएस अध्यक्षपदाच्या निवडणुकीसाठी हिलरी क्लिंटन यांना समर्थन दिले आणि प्रचार केला.

2019-2020 हाँगकाँगच्या निषेधादरम्यान, जेम्सने डॅरिल मोरेने हटवलेल्या ट्विटबद्दल केलेले विधान, ज्यामध्ये मोरेने हाँगकाँगमधील लोकशाही समर्थक चळवळीला पाठिंबा दर्शविला होता, तो वादाचा विषय बनला. जेम्स म्हणाले की मोरे यांना "चुकीची माहिती" देण्यात आली होती. त्यांच्या विधानावर हाँगकाँगच्या काही निदर्शकांकडून प्रतिक्रिया उमटली आणि फेब्रुवारी 2022 मध्ये, राजकीय समालोचक बिल माहेर यांनी जेम्सला चीनच्या मानवाधिकारांच्या उल्लंघनाबाबत कठोर भूमिका न घेतल्याबद्दल दांभिक म्हटले. जेम्सने केपर्निक विवाद आणि ह्यूस्टन अ‍ॅस्ट्रोस साइन स्टिलिंग स्कँडल यांसारख्या क्रीडाविषयक समस्यांबाबत इतर विविध भूमिका घेतल्या आहेत.

ऑगस्ट 2020 मध्ये, जेम्सने सुधारित MAGA टोपी घातली होती ज्यात ब्रेओना टेलरच्या गोळीबारात सहभागी असलेल्या पोलीस अधिकाऱ्यांना अटक करण्याची मागणी केली होती. 19 ऑगस्ट, 2020 रोजी, त्यांनी जो बिडेन 2020 च्या अध्यक्षीय मोहिमेला आणि 2020 च्या यूएस अध्यक्षीय निवडणुकीच्या अगोदर त्यांच्या रनिंग मेट कमला हॅरिसला पाठिंबा देण्याचे त्यांचे इरादे जाहीर केले. जेम्स मोअर दॅन अ व्होट चळवळीच्या समर्थनार्थ बोलले आणि आफ्रिकन-अमेरिकन समुदायाच्या सदस्यांना मतदान करण्यासाठी प्रोत्साहित केले. तो म्हणाला: "आमच्या समाजातील लोकांशी इतकी वर्षे खोटे बोलले जात आहे. आमच्याकडे असे लोक आहेत की ज्यांना भूतकाळात खात्री होती, त्यांना असे सांगण्यात आले आहे की त्यांना खात्री झाली म्हणून ते मतदान करू शकत नाहीत. ते म्हणजे मतदार दडपशाही."

27 ऑगस्ट रोजी, जेम्स आणि त्याच्या लेकर्स संघातील सहकाऱ्यांनी, तसेच मिलवॉकी बक्सने जेकब ब्लेकच्या शूटिंगचा निषेध करण्यासाठी 2020 एनबीए प्लेऑफवर बहिष्कार टाकण्यास सुरुवात केली. प्रत्युत्तरात, व्हाईट हाऊसचे वरिष्ठ सल्लागार जेरेड कुशनर यांनी सांगितले की बहिष्कार संदर्भात जेम्सशी संपर्क साधण्याची त्यांची योजना आहे. बहिष्कारावर चर्चा करण्यासाठी खेळाडूंच्या समितीनंतर, जेम्स आणि इतरांनी बराक ओबामा यांच्याशी संपर्क साधला, ज्यांनी त्यांना खेळणे सुरू ठेवण्याचा आणि त्या वर्षीचा NBA हंगाम संपवण्याचा सल्ला दिला.

21 एप्रिल, 2021 रोजी, माखिया ब्रायंटच्या मृत्यूला प्रतिसाद म्हणून, जेम्सने ट्विटरवर घेतला आणि ब्रायंटला जीवघेणा गोळी मारल्याचा विश्वास असलेल्या पोलिस अधिकाऱ्याचा

फोटो पोस्ट केला, असे म्हटले: "तुम्ही पुढील #खातीदार आहात." नंतर त्यांनी पोस्ट हटवली, असे स्पष्ट करत: "मी कृष्णवर्णीय लोकांना पोलिसांनी मारलेले पाहून खूप कंटाळलो आहे. मी हे ट्विट खाली घेतले कारण ते अधिक द्वेष निर्माण करण्यासाठी वापरले जात आहे - हे एका अधिकाऱ्याबद्दल नाही. हे संपूर्ण यंत्रणेबद्दल आहे. आणि ते नेहमी आमच्या शब्दांचा वापर अधिक वर्णद्वेष निर्माण करण्यासाठी करतात. मी अधिक जबाबदारीसाठी खूप आतुर आहे."

27

ख्रिस्तियानो रोनाल्डो

ख्रिस्तियानो रोनाल्डो

Top Sportsmans

Scan for Story Videos - www.itibook.com

क्रिस्टियानो रोनाल्डो जन्म 5 फेब्रुवारी 1985) हा एक पोर्तुगीज व्यावसायिक फुटबॉलपटू आहे जो प्रीमियर लीग क्लब मँचेस्टर युनायटेडसाठी फॉरवर्ड म्हणून खेळतो आणि पोर्तुगाल राष्ट्रीय संघाचा कर्णधार. बऱ्याचदा जगातील सर्वोत्कृष्ट खेळाडू मानला जातो आणि सर्वकाळातील सर्वोत्कृष्ट खेळाडूंपैकी एक म्हणून ओळखला जातो, रोनाल्डोने पाच बॅलोन डी'ओर पुरस्कार जिंकले आहेत नोट 3 आणि चार युरोपियन गोल्डन शूज, जे युरोपियन खेळाडूचे सर्वात जास्त आहे. त्याने त्याच्या कारकिर्दीत 32 ट्रॉफी जिंकल्या आहेत, ज्यात सात लीग विजेतेपदे, पाच UEFA चॅम्पियन्स लीग आणि UEFA युरोपियन चॅम्पियनशिप यांचा समावेश आहे. चॅम्पियन्स लीगमध्ये सर्वाधिक सामने (183), गोल (140), आणि सहाय्य (42), युरोपियन चॅम्पियनशिपमध्ये गोल (14), आंतरराष्ट्रीय गोल (117) आणि युरोपियन (189) आंतरराष्ट्रीय स्तरावर खेळण्याचा विक्रम रोनाल्डोच्या नावावर आहे. . तो अशा काही खेळाडूंपैकी एक आहे ज्यांनी 1,100 हून अधिक व्यावसायिक कारकीर्दीमध्ये सामने केले आहेत आणि क्लब आणि देशासाठी 800 हून अधिक अधिकृत वरिष्ठ करिअर गोल केले आहेत.

रोनाल्डोने 2003 मध्ये मँचेस्टर युनायटेडसोबत करार करण्यापूर्वी, 18 वर्षांच्या वयात, त्याच्या पहिल्या सत्रात FA कप जिंकण्यापूर्वी, स्पोर्टिंग CP सह त्याच्या वरिष्ठ कारकिर्दीची सुरुवात केली. त्याने सलग तीन प्रीमियर लीग विजेतेपद, चॅम्पियन्स लीग आणि फिफा क्लब विश्वचषक देखील जिंकले; वयाच्या 23 व्या वर्षी, त्याने पहिला बॅलन डी'ओर जिंकला. 2009 मध्ये रियल माद्रिदसाठी €94 दशलक्ष (£80 दशलक्ष) किमतीच्या हस्तांतरणामध्ये रोनाल्डोने स्वाक्षरी केली तेव्हा त्यावेळच्या सर्वात महागड्या असोसिएशन फुटबॉल हस्तांतरणाचा विषय होता, जिथे त्याने दोन ला लीगा विजेतेपदांसह 15 ट्रॉफी जिंकल्या, दोन कोपा डेल रे. , आणि चार चॅम्पियन्स लीग, आणि क्लबचा

सर्वकालीन सर्वोच्च गोल करणारा खेळाडू बनला. त्याने 2013 आणि 2014 मध्ये बॅलोन्स डी'ओर जिंकले, आणि पुन्हा 2016 आणि 2017 मध्ये, आणि लिओनेल मेस्सीच्या मागे तीन वेळा उपविजेता ठरला, जो त्याच्या कारकिर्दीचा प्रतिस्पर्धी आहे. 2018 मध्ये, त्याने जुव्हेंटससाठी प्रारंभिक €100 दशलक्ष (£88 दशलक्ष) किमतीच्या हस्तांतरणात स्वाक्षरी केली, इटालियन क्लबसाठी आणि 30 वर्षांपेक्षा जास्त वयाच्या खेळाडूसाठी सर्वात महाग हस्तांतरण. 2021 मध्ये युनायटेडमध्ये परतण्यापूर्वी त्याने दोन सेरी ए जेतेपदे, दोन सुपरकॉप इटालियाना आणि एक कोपा इटालिया जिंकली.

रोनाल्डोने वयाच्या 18 व्या वर्षी 2003 मध्ये पोर्तुगालसाठी आंतरराष्ट्रीय क्रिकेटमध्ये पदार्पण केले आणि तेव्हापासून 180 पेक्षा जास्त कॅप्स कमावल्या, ज्यामुळे तो पोर्तुगालचा सर्वात जास्त खेळणारा खेळाडू बनला. आंतरराष्ट्रीय स्तरावर 100 हून अधिक गोलांसह, तो देशाचा सर्वकालीन सर्वोच्च गोल करणारा खेळाडू देखील आहे. रोनाल्डो 11 मोठ्या स्पर्धांमध्ये खेळला आहे आणि त्याने गोल केले आहेत; त्याने युरो 2004 मध्ये पहिला आंतरराष्ट्रीय गोल केला, जिथे त्याने पोर्तुगालला अंतिम फेरी गाठण्यात मदत केली. जुलै 2008 मध्ये त्याने राष्ट्रीय संघाचे कर्णधारपद स्वीकारले. 2015 मध्ये, रोनाल्डोला पोर्तुगीज फुटबॉल महासंघाने सर्वकाळातील सर्वोत्कृष्ट पोर्तुगीज खेळाडू म्हणून घोषित केले. पुढच्या वर्षी, त्याने पोर्तुगालला युरो 2016 मध्ये त्यांच्या पहिल्या मोठ्या स्पर्धेचे विजेतेपद मिळवून दिले आणि स्पर्धेतील दुसरा-सर्वाधिक गोल करणारा सिल्व्हर बूट मिळवला. 2019 मधील उदघाटन UEFA नेशन्स लीगमध्ये देखील त्याने त्यांना विजय मिळवून दिला आणि नंतर युरो 2020 मधील सर्वोच्च स्कोअरर म्हणून गोल्डन बूट मिळवला.

जगातील सर्वात विक्रीयोग्य आणि प्रसिद्ध खेळाडूंपैकी एक, रोनाल्डोला 2016 आणि 2017 मध्ये फोर्ब्सने जगातील सर्वाधिक कमाई करणारे ॲथलीट आणि 2016 ते 2019 पर्यंत ESPN द्वारे जगातील सर्वात प्रसिद्ध ॲथलीट म्हणून स्थान दिले. टाइमने 100 सर्वात प्रभावशाली लोकांच्या यादीत त्याचा समावेश केला. 2014 मध्ये जगातील तो पहिला फुटबॉलपटू आणि त्याच्या कारकिर्दीत US$1 अब्ज कमावणारा तिसरा खेळाडू आहे.

क्रिस्टियानो रोनाल्डो डॉस सँटोस एवेरोचा जन्म पोर्तुगीज बेटाच्या मडेइरा या राजधानीच्या फंचलच्या साओ पेड्रो पॅरिशमध्ये झाला आणि सँतो अँटोनियोच्या जवळच्या पॅरिशमध्ये मोठा झाला. तो मारिया डोलोरेस डॉस सँटोस व्हिवेरोस दा अवेरो, एक स्वयंपाकी, आणि जोसे दिनिस एवेरो, नगरपालिका माळी आणि अर्धवेळ किट मॅन यांचा चौथा आणि सर्वात लहान मुलगा आहे. त्याच्या वडिलांच्या बाजूची त्याची आजी, इसाबेल दा पिएडेडे, साओ व्हिसेंटे, केप वर्दे बेटावरील होती. त्याला एक मोठा भाऊ, ह्यूगो आणि दोन मोठ्या बहिणी, एल्मा आणि लिलियाना कॅटिया "काटिया" आहेत. त्याच्या आईने उघड केले की तिला गरिबी, त्याच्या वडिलांचे मद्यपान, आणि आधीच खूप मुले असल्यामुळे तिला त्याचा गर्भपात करायचा होता, परंतु तिच्या डॉक्टरांनी प्रक्रिया करण्यास नकार दिला. रोनाल्डो

एका गरीब कॅथोलिक घरात लहानाचा मोठा झाला, तो त्याच्या सर्व भावंडांसोबत खोली सामायिक करत होता.

लहानपणी, रोनाल्डो 1992 ते 1995 या कालावधीत अंडोरिन्हा कडून खेळला, जिथे त्याचे वडील किट मॅन होते, आणि नंतर दोन वर्षे नॅसिओनालसोबत घालवली. 1997 मध्ये, वयाच्या व्या वर्षी, तो स्पोर्टिंग सीपी बरोबर तीन दिवसांच्या चाचणीसाठी गेला, ज्याने त्याला £1,500 च्या शुल्कासाठी साइन केले. त्यानंतर स्पोर्टिंगच्या युवा अकादमीमध्ये सामील होण्यासाठी तो मदेइराहून लिस्बनजवळील अल्कोचेटे येथे गेला. वयाच्या 14 व्या वर्षी, रोनाल्डोला असा विश्वास होता की त्याच्याकडे अर्ध-व्यावसायिक खेळण्याची क्षमता आहे आणि त्याने संपूर्णपणे फुटबॉलवर लक्ष केंद्रित करण्यासाठी त्याचे शिक्षण थांबवण्यास त्याच्या आईशी सहमती दर्शविली. 18 शाळेत इतर विद्यार्थ्यांमध्ये लोकप्रिय असताना, त्याला त्याच्या शिक्षकावर खुर्ची फेकून काढून टाकण्यात आले होते, ज्याने त्याचा "अनादर" केल्याचे त्याने सांगितले होते. एक वर्षानंतर, त्याला टाकीकार्डियाचे निदान झाले, अशा स्थितीमुळे त्याला फुटबॉल खेळणे सोडण्यास भाग पाडले जाऊ शकते. रोनाल्डोवर हृदयाची शस्त्रक्रिया झाली ज्यामध्ये हृदयाच्या अनेक मार्गांना एकामध्ये दागण्यासाठी लेसरचा वापर करण्यात आला, ज्यामुळे त्याच्या विश्रांतीच्या हृदयाची गती बदलली. प्रक्रियेनंतर काही तासांनी त्याला रुग्णालयातून सोडण्यात आले आणि काही दिवसांनी पुन्हा प्रशिक्षण सुरू केले.

क्लब कारकीर्द

वयाच्या 16 व्या वर्षी, रोनाल्डोला स्पोर्टिंगच्या युवा संघातून प्रथम-संघ व्यवस्थापक लास्झ्लो बोलोनी यांनी पदोन्नती दिली, जो त्याच्या ड्रिब्लिंगने प्रभावित झाला होता. त्यानंतर क्लबच्या अंडर-16, अंडर-17 आणि अंडर-18 टीम्स, ब टीम आणि पहिल्या टीमसाठी एकाच हंगामात खेळणारा तो पहिला खेळाडू बनला. एका वर्षानंतर, 29 सप्टेंबर 2002 रोजी, रोनाल्डोने प्राइमरा लीगामध्ये ब्रागा विरुद्ध पदार्पण केले आणि 7 ऑक्टोबर रोजी मोरेरेन्सविरुद्ध 3-0 च्या विजयात दोन गोल केले. 2002-03 हंगामात, त्याच्या प्रतिनिधींनी लिव्हरपूलचे व्यवस्थापक गेरार्ड होलियर आणि बार्सिलोनाचे अध्यक्ष जोन लापोर्टा यांना खेळाडू सुचवले. व्यवस्थापक आर्सेन वेंगर, ज्यांना रोनाल्डोवर स्वाक्षरी करण्यात रस होता, त्याने नोव्हेंबरमध्ये त्याच्याशी आर्सेनलच्या मैदानावर संभाव्य हस्तांतरणाबाबत चर्चा करण्यासाठी भेट घेतली.

मँचेस्टर युनायटेडचे मॅनेजर ॲलेक्स फर्ग्युसनने रोनाल्डोला तात्काळ कायमस्वरूपी हलवून घेण्याचा निर्धार केला होता, स्पोर्टिंगने ऑगस्ट 2003 मध्ये एस्टाडिओ जोस अल्वालेडच्या उद्घाटनाच्या वेळी युनायटेडचा 3-1 असा पराभव केल्यानंतर. सुरुवातीला, युनायटेडने रोनाल्डोवर स्वाक्षरी करून त्याला स्पोर्टिंगला परत कर्ज देण्याची योजना आखली होती. एक वर्ष. त्याच्यामुळे प्रभावित होऊन, युनायटेडच्या खेळाडूंनी फर्ग्युसनला त्याच्यावर स्वाक्षरी करण्याचा आग्रह केला. खेळानंतर, फर्ग्युसनने स्पोर्टिंगला £12.24

दशलक्ष 26 देण्यास सहमती दर्शवली ज्यासाठी तो "सर्वात रोमांचक युवा खेळाडू" म्हणून पाहिलेला होता. क्लबमधून बाहेर पडल्यानंतर एका दशकानंतर, एप्रिल 2013 मध्ये, स्पोर्टिंगने रोनाल्डोचा 100,000 वा सदस्य म्हणून निवड करून त्याचा गौरव केला.

विकास आणि प्रगती

"गेल्या काही वर्षांमध्ये 'नवीन जॉर्ज बेस्ट' म्हणून काही खेळाडूंचे वर्णन केले गेले आहे, परंतु ही माझ्यासाठी प्रथमच प्रशंसा झाली आहे."

—मँचेस्टर युनायटेडचे माजी खेळाडू जॉर्ज बेस्ट यांनी 2003 मध्ये 18 वर्षीय ख्रिस्तियानो रोनाल्डोचे स्वागत केले.

रोनाल्डोची मँचेस्टर युनायटेडमध्ये जाण्याची प्रक्रिया 12 ऑगस्ट 2003 रोजी पूर्ण झाली, 2003 एफए कम्युनिटी शिल्डसाठी खूप उशीर झाला परंतु 2003-04 हंगामाच्या पहिल्या दिवशी बोल्टन वँडरर्स विरुद्धच्या सामन्यासाठी तो वेळेत पूर्ण झाला आणि त्याला साइन इन करणारा पहिला पोर्तुगीज खेळाडू बनवला. क्लब. त्याच्या हस्तांतरण शुल्कामुळे तो त्यावेळेस इंग्लिश फुटबॉल इतिहासातील सर्वात महागडा किशोरवयीन बनला. जरी त्याने स्पोर्टिंगमध्ये 28 क्रमांकाची विनंती केली असली तरी, त्याला संघ क्रमांक 7 शर्ट मिळाला, जो पूर्वी जॉर्ज बेस्ट, एरिक कॅन्टोना आणि डेव्हिड बेकहॅम सारख्या युनायटेड खेळाडूंनी परिधान केला होता. क्रमांक 7 परिधान करणे हे रोनाल्डोसाठी प्रेरणाचे अतिरिक्त स्रोत बनले. इंग्लंडमधील त्याच्या काळातील त्याच्या विकासातील एक महत्त्वाचा घटक फर्ग्युसन हे सिद्ध झाले, ज्यांच्याबद्दल त्याने नंतर म्हटले: "ते माझे खेळातील वडील आहेत, माझ्या कारकिर्दीतील सर्वात महत्वाचे आणि प्रभावशाली घटकांपैकी एक."

खेळाडू प्रोफाइल

खेळण्याची शैली

एक अष्टपैलू आक्रमण करणारा, रोनाल्डो दोन्ही पंखांवर तसेच खेळपट्टीच्या मध्यभागी खेळण्यास सक्षम आहे, आणि उजव्या पायाचा असला तरी दोन्ही पायांनी तो खूप मजबूत आहे. कुशलतेने, रोनाल्डोने त्याच्या संपूर्ण कारकिर्दीत अनेक उत्क्रांती केल्या आहेत. स्पोर्टिंगमध्ये असताना आणि मँचेस्टर युनायटेडमधील त्याच्या पहिल्या सत्रादरम्यान, त्याला सामान्यतः मिडफिल्डच्या उजव्या बाजूला पारंपारिक विंगर म्हणून तैनात करण्यात आले होते, जिथे तो नियमितपणे पेनल्टी क्षेत्रात क्रॉस वितरीत करण्यासाठी पाहत असे. या स्थितीत, तो आपला वेग आणि प्रवेग, चपळता आणि तांत्रिक कौशल्ये वापरून प्रतिस्पर्ध्यांना एकामागून एक परिस्थितींमध्ये तोंड देण्यास सक्षम होता. रोनाल्डो त्याच्या ड्रिब्लिंग आणि फ्लेअरसाठी प्रख्यात झाला, अनेकदा युक्त्या आणि फुशारकी दाखवतो, जसे की स्टेप ओव्हर्स आणि तथाकथित 'चॉप्स' जे त्याचा ट्रेडमार्क बनले; त्याला देखील ओळखले जाते फ्लिप-फ्लॅप वापरा.

जसजसे रोनाल्डो परिपक्व होत गेला, तसतसे त्याच्यामध्ये एक मोठे शारीरिक परिवर्तन झाले, स्नायूंचा शरीर प्रकार विकसित झाला ज्यामुळे त्याला दबावाखाली चेंडूचा

ताबा राखता आला आणि मजबूत पाय ज्यामुळे उत्कृष्ट उडी मारण्याची क्षमता शक्य झाली. त्याची उंची, हेडिंग अचूकता आणि 1.87 मीटर (6 फूट 1+1/2 इंच) उंचीसह त्याचे सामर्थ्य आणि उडी मारण्याची क्षमता, त्याला हवाई द्वंद्वयुद्ध जिंकण्यात आघाडी मिळवून देते. या गुणधर्मांमुळे त्याला टार्गेट मॅन म्हणून काम करता येते आणि पेनल्टी एरियामध्ये त्याला हवाई गोलचा धोका निर्माण होतो; परिणामी, त्याचे अनेक गोल हेडर आहेत. त्याच्या वाढलेल्या तग धरण्याची क्षमता आणि कामाच्या गतीने, त्याच्या गोलस्कोअरिंग क्षमतेत डाव्या बाजूने कमालीची सुधारणा झाली जिथे त्याला हल्ले पूर्ण करण्यासाठी मध्यभागी जाण्याचे स्थानबद्ध स्वातंत्र्य देण्यात आले. त्याने त्याच्या संघासाठी सर्जनशील भूमिका देखील बजावली आहे, अनेकदा तो चेंडू उचलण्यासाठी खोलवर पडतो, नाटकांच्या उभारणीत भाग घेतो आणि त्याच्या संघसहकाऱ्यांना संधी निर्माण करतो, त्याच्या दृष्टी आणि पासिंग क्षमतेच्या सौजन्याने.

युनायटेडमधील त्याच्या शेवटच्या सीझनमध्ये, रोनाल्डोने आणखी आक्रमक आणि मध्यवर्ती भूमिका बजावली, स्ट्रायकर आणि सहाय्यक फॉरवर्ड म्हणून किंवा प्रसंगी आक्रमक मिडफिल्डर म्हणूनही काम केले. पेनल्टी क्षेत्रामध्ये आणि अंतरावरून अचूक आणि ताकदवान शॉटसह, त्याच्या प्रहार क्षमतेच्या सौजन्याने तो एक उत्कृष्ट गोल करणारा खेळाडू म्हणून विकसित झाला. अचूक पेनल्टी किक घेणारा, तो सेट पीस स्पेशालिस्ट देखील बनला, जो त्याच्या शक्तिशाली, झुकणाऱ्या फ्री किकसाठी प्रसिद्ध आहे. फ्री किक घेताना, रोनाल्डो नकलबॉल तंत्र वापरण्यासाठी ओळखला जातो, जो जुनिन्हो पेरनाम्बुकानोने विकसित केला होता. चेंडू मारण्याआधी तो ट्रेडमार्कची भूमिका देखील स्वीकारतो, ज्यामध्ये तो पाय लांब ठेवून उभा असतो. रोनाल्डोच्या फ्री किक घेण्याच्या अनोख्या शैलीबद्दल, मँचेस्टर युनायटेडचे माजी सहाय्यक व्यवस्थापक माईक फेलन यांनी टिप्पणी केली: "लोक चेंडू खाली ठेवायचे, दूर चालायचे, धावत जायचे आणि मारायचे. त्याने अधिक गतिशील शोमॅनशिप आणली. तो चेंडू खाली ठेवतो, एकाग्रता पातळी उच्च आहे, तो त्याची ठराविक पावले मागे घेतो जेणेकरून त्याचा उभा पाय गोड जागेवर चेंडू मारण्यासाठी योग्य ठिकाणी असेल. तो अंतिम शोमॅन आहे. त्याच्यात थोडासा अहंकार आहे. जेव्हा तो शॉर्ट्स ओढतो उठून त्याच्या मांड्या दाखवतो, तो म्हणतो 'सगळ्यांची नजर माझ्यावर आहे' आणि हे आत जात आहे. त्याला त्याची मार्केटिंग बाजू समजते. तो ज्या पद्धतीने उभा राहतो आणि ठेवतो; जग त्याला पाहत आहे."

रोनाल्डोने तिशीत प्रवेश केल्यावर तो कमी ड्रिबल करू लागला.

रिअल माद्रिदमध्ये, रोनाल्डोने अधिक आक्षेपार्ह भूमिका बजावणे सुरूच ठेवले, तर त्याची सर्जनशील आणि बचावात्मक कर्तव्ये अधिक मर्यादित झाली, जरी ती पूर्णपणे कमी झाली नाही. मॅनेजर्स मॅन्युएल पेलेग्रिनी आणि जोस मोरिन्हो यांनी सुरुवातीला सेंटर फॉरवर्ड म्हणून तैनात केले होते, नंतर त्याला डावीकडे हलविण्यात आले होते, जरी ते मुक्त रणनीतिक भूमिकेत होते; या पोझिशनमुळे त्याला क्रॉस आणि स्कोअरच्या शेवटी

इच्छेनुसार मध्यभागी वाहून जाऊ दिले किंवा चेंडूवरून त्याच्या हालचालीने बचावपटू काढता आला आणि संघातील खेळाडूंना शोषण करण्यासाठी जागा सोडली. माद्रिदच्या प्रति-आक्रमणाच्या खेळाच्या शैलीने त्याला अधिक कार्यक्षम आणि सातत्यपूर्ण खेळाडू बनण्यास अनुमती दिली, ज्याचा पुरावा त्याच्या विक्रमी गोलच्या पराक्रमावरून दिसून येतो. त्याने मुख्यत्वेकरून त्याच्या विपुल गोलसाठी प्रसारमाध्यमांमध्ये प्रशंसा मिळवली, तर रोनाल्डोने या भूमिकेत एक प्रभावी निर्माता म्हणून आपली क्षमता देखील प्रदर्शित केली. पंडितांनी या अनोख्या भूमिकेचे वर्णन "खोटे", "आक्रमक" किंवा "गोलस्कोअरिंग विंगर" असे केले आहे, कारण रोनाल्डो काहीवेळा त्याच्या मध्यवर्ती धावांसह पेनल्टी क्षेत्रात खेळत असतानाही जवळजवळ स्ट्रायकर म्हणून प्रभावीपणे काम करत असे. डावी बाजू. 2013 पासून, मॅनेजर कार्लो अँसेलोटीच्या नेतृत्वाखाली, त्याने आपली शैली प्रभावीपणे वृद्धत्वाच्या शारीरिक प्रभावांशी जुळवून घेतली ज्यामध्ये चेंडूच्या बाहेरची हालचाल आणि सामान्य सहभाग कमी झाला, प्रत्येक गेममध्ये कमी ड्रिबल्स आणि पास पूर्ण केले आणि त्याऐवजी कमी अंतराच्या निर्मितीवर लक्ष केंद्रित केले आणि गोल करणे. 2017 पासून, रोनाल्डोने मॅनेजर झिनेदिन झिदानच्या नेतृत्वाखाली एक फ्री-रोमिंग सेंटर फॉरवर्ड बनण्यासाठी पुन्हा त्याच्या खेळाच्या शैलीचे रुपांतर केले, ज्या भूमिकेत त्याने उत्कृष्ट कामगिरी करणे आणि गोल नोंदवण्याचा विक्रम कायम राखला; या पोझिशनमध्ये, त्याने चेंडूवर आणि बाहेर अशा दोन्ही प्रकारच्या बुद्धिमान हालचाली, पोझिशनल सेन्स, लिंक-अप प्ले आणि फिनिशिंग, तसेच त्याच्या मार्कर गमावण्याची किंवा अंदाज लावण्याची क्षमता, बॉक्समध्ये जागा शोधणे आणि स्कोअर करणे यासाठी मीडियामध्ये प्रशंसा मिळवली. काही स्पर्श किंवा संधींमधून.

जुव्हेंटसमधील त्याच्या पहिल्या सत्रात, रोनाल्डोने मॅनेजर मॅसिमिलियानो अॅलेग्रीच्या नेतृत्वाखाली विविध आक्रमण भूमिकांमध्ये खेळणे सुरू ठेवले, ज्याची त्याने भागीदारी केली होती यावर अवलंबून. रिअल माद्रिदमध्ये त्याच्या शेवटच्या वर्षांमध्ये त्याने अधिकाधिक आक्षेपार्ह भूमिका घेतली असताना, काही वेळा तो युव्हेंटसमध्ये मुक्त भूमिकेत, एकतर स्ट्रायकर म्हणून किंवा डावीकडील त्याच्या ट्रेडमार्कच्या भूमिकेत, 4-2-3– मध्ये कार्य करत असे. 1 किंवा 4–3–3 फॉर्मेशन, ज्यामध्ये त्याने अनेकदा मारियो मॅंडझुकिकसह पोझिशन्स बदलले. या भूमिकेत, त्याला चेंडू घेण्यासाठी उजव्या बाजूस खोलवर किंवा अगदी बाहेर रुंद टाकण्याचा आणि नाटकांच्या उभारणीत अधिक सहभागी होण्याचा परवानाही देण्यात आला होता; अशाप्रकारे, स्वतः गोल करण्याव्यतिरिक्त, त्याने प्रतिस्पर्ध्यांचा सामना करण्यास सुरुवात केली आणि रिअल माद्रिदबरोबरच्या त्याच्या अंतिम हंगामातील त्याच्यापेक्षा अधिक वारंवारतेसह इतर खेळाडूंसाठी संधी निर्माण करण्यास सुरुवात केली. चेंडूच्या बाहेर, तो त्याच्या हालचालींसह संघसहकाऱ्यांसाठी जागा निर्माण करण्यास आणि बॉक्समध्ये धावांवर आक्रमण करण्यास किंवा त्याच्या सहकाऱ्यांच्या क्रॉसच्या टोकाला जाऊन त्याच्या डोक्याने किंवा पायाने संधी पूर्ण करण्यास

सक्षम होता. प्रसंगी तो 4–3–1–2, 4–4–2, किंवा 3–5–2 फॉर्मेशनमध्ये मँडझुकिकच्या बरोबरीने आक्रमक भागीदारीतही खेळला. मॅनेजर मॉरिझियो सारी यांच्या नेतृत्वाखालील क्लबसोबत त्याच्या दुसऱ्या सत्रातही त्याने अशीच भूमिका बजावली.

रिसेप्शन

"सहा वर्षात तो आमच्याकडे होता, तुम्ही फक्त त्याच्या खेळात सतत वाढ होताना पाहिलं आणि तो एक विलक्षण खेळाडू होता. आता तुम्हाला पूर्ण खेळाडू दिसतो. त्याची निर्णयक्षमता, त्याची परिपक्वता, त्याचा अनुभव आणि सर्व उत्तम कौशल्ये. मिळाले आहे, ते सर्व त्याला पूर्ण खेळाडू बनवतात."

—माजी व्यवस्थापक अॅलेक्स फर्ग्युसन, जानेवारी २०१३

लिओनेल मेस्सीसह रोनाल्डोला त्याच्या पिढीतील दोन सर्वोत्तम खेळाडूंपैकी एक मानले जाते. 2008 मध्ये वयाच्या 23 व्या वर्षी विक्रमी-उच्च मतांनी त्याचा पहिला बॅलन डी'ओर जिंकला, पुढच्या दशकात रोनाल्डोने इतिहासातील सर्वात महान खेळाडू कोण आहे या विषयावर अनेकदा वादविवाद केले आहेत. त्याच्या विपुल आणि सातत्यपूर्ण गोल-स्कोअरिंगसाठी प्रशंसित, तो एक निर्णायक खेळाडू मानला जातो जो गेम चेंजर देखील असतो, विशेषत: महत्त्वाच्या आणि उच्च-दबावाच्या परिस्थितीत.

रियल माद्रिदचे चाहते (डावीकडे; रोनाल्डोचा तत्कालीन क्लब) आणि मँचेस्टर युनायटेड (उजवीकडे; रोनाल्डोचा तत्कालीन माजी क्लब जेव्हा तो 2021 मध्ये पुन्हा युनायटेडमध्ये सामील झाला तेव्हा) 2017 UEFA सुपर कपमध्ये रोनाल्डोचा 7 शर्ट परिधान केला

रोनाल्डो त्याच्या कामाची नीतिमत्ता, उच्चभ्रू शरीर कंडिशनिंग आणि प्रशिक्षण खेळपट्टीवर सुधारणा करण्यासाठी समर्पण, तसेच एक नैसर्गिक नेता म्हणून ओळखला जातो. त्याच्या दीर्घायुष्याबद्दल आणि "शारीरिक तयारीसाठी असाधारण बांधिलकी " बद्दल, स्काय स्पोर्ट्सचे अॅडम बेट म्हणाले: "समर्पण हे शीर्षस्थानी राहण्याचा एक मोठा भाग आहे आणि रोनाल्डोचे लक्ष कदाचित खेळात अतुलनीय आहे." ते शैलीत्मकदृष्ट्या भिन्न असल्याचे सांगताना गोल करण्याची समान इच्छा असलेले खेळाडू, ब्राझीलच्या माजी आंतरराष्ट्रीय रोनाल्डोने क्रिस्टियानोच्या प्रशिक्षणाच्या दृष्टिकोनाचे कौतुक केले आणि असा युक्तिवाद केला की "असे फार कमी खेळाडू आहेत जे आपल्या शरीराची त्याच्यासारखी काळजी घेतात. मी प्रशिक्षण दिले कारण मला करावे लागले, तो करतो कारण तो करतो. ते आवडते." एकदा निवृत्त झाल्यावर पेले आणि डिएगो मॅराडोना यांसारख्या इतर महान व्यक्तींसोबत बोलले जाण्याच्या इच्छेने त्याची यशस्वी वाटचाल आणि दृढनिश्चय वाढला आहे. 2010 आणि 2020 च्या दशकात पोर्तुगीज फुटबॉलच्या बदलत्या नशीबांचे श्रेय त्याला त्याचे देशबांधव प्रशिक्षक जोस मोरिन्हो यांच्यासह दिले जाते. काहीवेळा, त्याच्यावर टीका केली जाते तेव्हा त्याचा सामना केला जातो. त्याच्या कारकिर्दीच्या सुरुवातीस व्यवस्थापक अॅलेक्स फर्ग्युसन, संघातील सहकारी आणि

प्रसारमाध्यमांद्वारे त्याच्यावर अधूनमधून एक स्वार्थी किंवा अतिशय भडक खेळाडू असल्याबद्दल टीकाही झाली होती. द गार्डियनचे जोनाथन विल्सन यांनी मत व्यक्त केले की रोनाल्डोने 33 व्या वर्षी 2018 मध्ये सामील झालेल्या जुव्हेंटसला त्याच्या 30 च्या दशकाच्या मध्यभागी "त्याच्या सापेक्ष गतिमानतेमुळे" कमकुवत केले होते, जरी त्याचे वैयक्तिक गोल-स्कोअरिंग आउटपुट उच्च राहिले.

त्याच्या कारकिर्दीत, रोनाल्डोचे खेळपट्टीवर "अभिमानी प्रतिमा" असल्याचे देखील वर्णन केले गेले आहे, रोनाल्डोने असे म्हटले आहे की मीडियामध्ये त्याचे चित्रण कसे केले गेले त्यामुळे तो "बळी" बनला होता. त्याच्या संघाला विजयासाठी प्रेरित करण्याचा प्रयत्न करताना तो अनेकदा रडताना, हावभाव करताना आणि फुशारकी मारताना दिसतो, रोनाल्डोने त्याच्या स्पर्धात्मक स्वभावाला गर्विष्ठपणा समजू नये असा आग्रह धरला. त्याचे व्यवस्थापक, संघमित्र आणि विविध पत्रकारांनी असे म्हटले आहे की या प्रतिष्ठेमुळे त्याची चुकीची प्रतिमा निर्माण झाली आहे.

पोर्तुगालचे पंतप्रधान अँटोनियो कोस्टा यांनी जानेवारी 2017 मध्ये भारताचे पंतप्रधान नरेंद्र मोदींना रोनाल्डोचा स्वाक्षरी केलेला शर्ट भेट दिला.

त्याच्या संपूर्ण कारकिर्दीत रोनाल्डोच्या प्रतिकृती शर्टची मागणी जास्त आहे. 2008 मध्ये, रोनाल्डोचा क्रमांक 7 मँचेस्टर युनायटेड शर्ट हा प्रीमियर लीग क्रीडा उत्पादनांमध्ये सर्वाधिक विकला गेला. 2015 मध्ये, मेस्सीच्या बार्सिलोनाच्या 10 व्या क्रमांकाच्या शर्टनंतर, रोनाल्डोचा 7 क्रमांकाचा रिअल माद्रिदचा शर्ट जगभरात सर्वाधिक विकला जाणारा दुसरा शर्ट होता. 2018 मध्ये, त्याचा नंबर 7 जुव्हेंटस शर्ट रिलीज झाल्याच्या 24 तासांच्या आत, 520,000 पेक्षा जास्त विकले गेले होते, एका दिवसात $62.4 दशलक्ष कमावले.

रोनाल्डोने 2006 मध्ये मदेइरा बेटावर CR7 (त्याची आद्याक्षरे आणि शर्ट क्रमांक) नावाने फॅशन बुटीक उघडले आणि 2008 मध्ये लिस्बनमध्ये दुसरे उघडले. स्कॅन्डिनेव्हियन निर्माता जेबीएस टेक्सटाईल ग्रुप आणि न्यूयॉर्क फॅशन डिझायनर रिचर्ड चाय यांच्या भागीदारीत, रोनाल्डोने नोव्हेंबर 2013 मध्ये रिलीज झालेल्या अंडरवेअर आणि सॉक लाइनची सह-डिझाइन केली. जुलै 2014 मध्ये प्रीमियम शर्ट आणि शूजची एक लाइन लाँच करून त्याने त्याच्या CR7 फॅशन ब्रँडचा विस्तार केला. सप्टेंबर 2015 मध्ये, रोनाल्डोने ईडन परफम्सच्या भागीदारीत स्वतःचा सुगंध "लेगसी" जारी केला.

2007 मध्ये, CD Nacional ने आपल्या युवा कॅम्पसचे नाव बदलून क्रिस्टियानो रोनाल्डो कॅम्पस फुटबॉल (क्रिस्टियानो रोनाल्डो फुटबॉल कॅम्पस) असे ठेवले. डिसेंबर 2013 मध्ये, रोनाल्डोने ट्रॉफी आणि स्मृतीचिन्ह ठेवण्यासाठी त्याच्या मूळ गावी फंचल, मडेइरा येथे संग्रहालय CR7 उघडले; हे संग्रहालय स्थानिक फुटबॉल संघ União da Madeira चे अधिकृत प्रायोजक आहे. जानेवारी 2014 मध्ये बेलेम पॅलेस येथे आयोजित एका समारंभात, पोर्तुगालचे अध्यक्ष अनिबल कावाको सिल्वा यांनी रोनाल्डोला ग्रँड

ऑफिसर ऑफ द ऑर्डर ऑफ प्रिन्स हेन्री "या पदावर नेले आणि जागतिक स्तरावर पोर्तुगालचे प्रतीक असलेल्या जागतिक ख्यातीच्या ऍथलीटमध्ये फरक केला. देशाच्या आंतरराष्ट्रीय प्रक्षेपणासाठी आणि भावी पिढ्यांसाठी दृढतेचे उदाहरण प्रस्थापित करणे." कलाकार रिकार्डो मडेइरा वेलोसो यांनी डिझाइन केलेल्या रोनाल्डोच्या कांस्य पुतळ्याचे 21 डिसेंबर 2014 रोजी फंचल येथे अनावरण करण्यात आले.

परोपकार

रोनाल्डोने त्याच्या संपूर्ण कारकिर्दीत विविध धर्मादाय कार्यात योगदान दिले आहे. 2004 च्या हिंदी महासागरातील भूकंप आणि त्सुनामीच्या टेलिव्हिजन फुटेजमध्ये मार्टुनिस नावाचा एक आठ वर्षांचा मुलगा पोर्तुगीज फुटबॉल शर्ट घातलेला दिसत होता जो त्याच्या कुटुंबाला मारल्यानंतर 19 दिवस अडकून पडला होता. यानंतर, रोनाल्डोने पुनर्वसन आणि पुनर्बांधणीसाठी निधी उभारण्यासाठी आचे, इंडोनेशियाला भेट दिली. 2008 मध्ये द सन वृत्तपत्राविरुद्ध झालेल्या मानहानीच्या खटल्यातून अघोषित नुकसान स्वीकारल्यानंतर, रोनाल्डोने ही नुकसान भरपाई मडेरा येथील धर्मादाय संस्थेला दान केली. 2009 मध्ये, रोनाल्डोने 100,000 £ ची देणगी रुग्णालयाला दिली ज्याने त्याच्या आईचे कर्करोगाशी लढा दिल्यानंतर माडेरामध्ये त्यांचे प्राण वाचवले, जेणेकरून ते बेटावर कर्करोग केंद्र बांधू शकतील. 2010 मडेइरा पूरग्रस्तांच्या समर्थनार्थ, रोनाल्डोने मॅडेइरा येथे प्राइमरा लीगा क्लब पोर्टो आणि मॅडिरन-आधारित क्लब मारिटिमो आणि नॅशिओनल यांच्यातील चॅरिटी सामन्यात खेळण्याचे वचन दिले.

2012 मध्ये, रोनाल्डो आणि त्याच्या एजंटने एका नऊ वर्षांच्या कॅनेरियन मुलाच्या तज्ज्ञ उपचारांसाठी पैसे दिले होते, ज्याला वरवर पाहता टर्मिनल कर्करोग होता. डिसेंबर २०१२ मध्ये, मादक पदार्थांचे व्यसन, एचआयव्ही, मलेरिया आणि लठ्ठपणा यासारख्या परिस्थितींपासून मुक्त कसे व्हावे याबद्दल मुलांमध्ये जागरूकता निर्माण करण्यासाठी रोनाल्डो फिफाच्या "11 फॉर हेल्थ" कार्यक्रमात सामील झाला. जानेवारी 2013 मध्ये, रोनाल्डो सेव्ह द चिल्ड्रनचा नवीन ग्लोबल आर्टिस्ट ॲम्बेसेडर बनला, ज्यामध्ये त्याला लहान मुलांची भूक आणि लठ्ठपणाशी लढण्यात मदत करण्याची आशा आहे. मार्च 2013 मध्ये, रोनाल्डोने इंडोनेशियातील मॅन्ग्रोव्ह केअर फोरमचा राजदूत होण्यास सहमती दर्शविली, ही संस्था खारफुटीच्या संवर्धनाविषयी जागरूकता वाढवण्याचे उद्दिष्ट ठेवणारी संस्था आहे.

नेपाळमधील भूकंपात 8,000 हून अधिक लोक मारले गेल्यानंतर मदत कार्यासाठी £5 दशलक्ष देणगी दिल्यानंतर 2015 मध्ये रोनाल्डोला जगातील सर्वात धर्मादाय खेळाडू म्हणून घोषित करण्यात आले. जून 2016 मध्ये, रियल माद्रिदने चॅम्पियन्स लीग जिंकल्यानंतर रोनाल्डोने त्याच्या €600,000 चा चॅम्पियन्स लीगचा संपूर्ण बोनस दान केला. ऑगस्टमध्ये, रोनाल्डोने सेव्ह द चिल्ड्रनला मदत करण्यासाठी धर्मादायतेसाठी CR7Selfie हे सेल्फी ॲप लाँच केले जे सहभागींना त्याच्यासोबत विविध पोशाख आणि

पोझमध्ये सेल्फी घेऊ देते.

28

पंकज अडवाणी बिलियड्‌र्स खेळाडू

पंकज अडवाणी बिलियड्‌र्स खेळाडू

Scan for Story Videos - www.itibook.com

पंकज अर्जन अडवाणी (जन्म 24 जुलै 1985) हा एक भारतीय बिलियर्ड्स आणि माजी व्यावसायिक स्नूकर खेळाडू आहे. तो 23 वेळा आंतरराष्ट्रीय बिलियर्ड्स आणि स्नूकर फेडरेशन (IBSF) विश्वविजेता आहे. त्याने 16 बिलियर्ड्स जागतिक विजेतेपद, 15 वेळा IBSF वर्ल्ड बिलियर्ड्स चॅम्पियनशिप आणि एकदा वर्ल्ड टीम बिलियर्ड्स चॅम्पियनशिप जिंकली आहे. स्नूकरमध्ये, त्याने तीन वेळा IBSF वर्ल्ड स्नूकर चॅम्पियनशिप, IBSF वर्ल्ड सिक्स-रेड चॅम्पियनशिप दोन वेळा आणि IBSF वर्ल्ड टीम कप आणि IBSF वर्ल्ड टीम चॅम्पियनशिप प्रत्येकी एक वेळा जिंकली. त्याच्याकडे IBSF वर्ल्ड चॅम्पियनशिपची विक्रमी संख्या आहे. 2012/2013 मध्ये तो स्नूकर व्यावसायिक झाला.

त्यांच्या कामगिरीबद्दल, भारत सरकारने अडवाणींना अनेक पुरस्कार दिले आहेत: 2004 मध्ये अर्जुन पुरस्कार, 2006 मध्ये मेजर ध्यानचंद खेलरत्न, 2009 मध्ये पद्मश्री आणि 2018 मध्ये पद्मभूषण.

पंकज अडवाणी यांचा जन्म 24 जुलै 1985 रोजी पुण्यातील एका सिंधी कुटुंबात झाला. अडवाणी यांनी आपली सुरुवातीची वर्षे कुवेतमध्ये घालवली आणि बंगलोर, भारत येथे जाण्यापूर्वी. त्यांनी फ्रँक अँथनी पब्लिक स्कूल, बंगळुरू येथे शिक्षण घेतले आणि श्री भगवान महावीर जैन महाविद्यालयातून वाणिज्य शाखेतील पदवी पूर्ण केली. त्याने माजी राष्ट्रीय स्नूकर चॅम्पियन अरविंद सावूर यांच्याकडून स्नूकरचे प्रशिक्षण घेतले.

वयाच्या 10 व्या वर्षी स्नूकरबद्दलचे त्यांचे कौशल्य अरविंद सावूर यांच्या लक्षात आले, जेव्हा त्यांचे मोठे बंधू डॉ. श्री अडवाणी, प्रख्यात स्पोर्ट आणि परफॉर्मन्स मानसशास्त्रज्ञ यांनी या खेळाची ओळख करून दिली. वयाच्या 11 व्या वर्षी त्याने पहिले विजेतेपद जिंकले आणि राज्य आणि राष्ट्रीय स्तरावर अनेक विक्रम केले. सन 2000 मध्ये त्याने पहिले भारतीय ज्युनियर बिलियर्ड्स चॅम्पियनशिप जिंकले आणि नंतर 2001 आणि 2003 मध्ये

ते पुन्हा जिंकले. 2003 मध्ये त्याने फक्त इंडियन ज्युनियर स्नूकर आणि बिलियर्ड्स चॅम्पियनशिप जिंकली नाही तर त्याने सिनियर स्नूकर चॅम्पियनशिप देखील जिंकली ज्यामुळे तो बनला. वयाच्या 17 व्या वर्षी सर्वात तरुण राष्ट्रीय स्नूकर चॅम्पियन.

बिलियर्ड्स करिअर

अडवाणी यांनी 1999 मध्ये इंग्लंडमधील जागतिक बिलियर्ड्स चॅम्पियनशिपमधून आंतरराष्ट्रीय स्पर्धात्मक पदार्पण केले. 2003 मध्ये जागतिक स्नूकर चॅम्पियन विजेतेपद जिंकल्यानंतर, त्याने 2005 मध्ये कावरा, माल्टा येथे IBSF वर्ल्ड बिलियर्ड्स चॅम्पियनशिप जिंकली, जिथे तो वेळ आणि पॉइंट दोन्ही प्रकार जिंकून "ग्रँड डबल" मिळवणारा पहिला खेळाडू बनला, ज्यामुळे तो पहिला क्यूईस्ट बनला. तो पराक्रम साध्य करा. त्याने 2008 मध्ये बेंगळुरू, 2014 इंग्लंड आणि 2018 मध्ये म्यानमारमध्ये तीन वेळा "ग्रँड डबल" जिंकले आहे. स्नूकर आणि बिलियर्ड्स या दोन्ही प्रकारात हौशी जागतिक विजेतेपद मिळवणारा तो एकमेव भारतीय आहे.

अडवाणी यांना एकाच हंगामात पाचही राष्ट्रीय, प्रादेशिक आणि जागतिक बिलियर्ड्स स्पर्धा जिंकण्याचा मान आहे, भारतीय ज्युनियर नॅशनल चॅम्पियनशिप आणि सीनियर नॅशनल चॅम्पियनशिप, आशियाई बिलियर्ड्स चॅम्पियनशिप आणि दोन्ही वर्ल्ड बिलियर्ड्स चॅम्पियनशिप (पॉइंट) जिंकून त्यांनी एक पराक्रम केला. स्वरूप) आणि 2005 मध्ये जागतिक बिलियर्ड्स चॅम्पियनशिप (वेळ स्वरूप).

एप्रिल 2012 मध्ये, अडवाणी यांनी गोवा, भारत येथे आशियाई बिलियर्ड्स चॅम्पियनशिप जिंकली आणि 5 आशियाई बिलियर्ड्स चॅम्पियन जिंकणारा पहिला खेळाडू बनला. 2012-13 हंगामातील मुख्य स्नूकर दौऱ्यावर अडवाणींनी भारतीय वाइल्डकार्ड स्थान स्वीकारल्याचे मे महिन्यात जाहीर करण्यात आले होते.

ऑक्टोबर 2012 मध्ये, लीड्स, इंग्लंडमध्ये, अडवाणीने त्याचे सातवे (गणित व्यावसायिक आणि हौशी) जागतिक बिलियर्ड्स चॅम्पियनशिप विजेतेपद जिंकले, एकंदरीत आठवे जागतिक विजेतेपद, बचाव आणि नऊ वेळा WPBSA वर्ल्ड बिलियर्ड्स चॅम्पियन माईक रसेल पुन्हा, वेळेनुसार विभागीय अंतिम फेरीत (अडवाणी) गुण विभागाच्या अंतिम फेरीत पोहोचू शकला नाही).

14 ऑगस्ट 2014 रोजी, आडवाणीने रूपेश शान, देवेंद्र जोशी आणि अशोक शांडिल्य यांच्यासह ग्लासगो, स्कॉटलंड येथे झालेल्या पहिल्या जागतिक संघ बिलियर्ड्स चॅम्पियनशिप जिंकण्यास मदत केली.

2 फेब्रुवारी 2017 रोजी, पंकज अडवाणीने भारतातील पुणे येथील PYC हिंदू जिमखाना येथे 29 व्या राष्ट्रीय स्पर्धेचे विजेतेपद जिंकले. यामुळे त्याला 39 सामन्यात विजय मिळवून दिला. एकंदरीत, 2017 पर्यंत अडवाणींनी 60 विजेतेपदे जिंकली होती: 19 जागतिक विजेतेपद; 8 आशियाई शीर्षके; 2 आशियाई स्पर्धेतील विजेतेपद; 1 ऑस्ट्रेलियन ओपन विजेतेपद आणि 30 राष्ट्रीय विजेतेपद.

2018 मध्ये, अडवाणी यांनी म्यानमारमध्ये त्यांचे 7 वे आशियाई बिलियड्‌र्स विजेतेपद पटकावले आणि ते आशियाई विजेतेपदाचे सर्वाधिक धारक बनले. 11 मार्च 2020 रोजी, अहमदाबादमध्ये 6 रेड्स राष्ट्रीय स्नूकर चॅम्पियनशिप जिंकली आणि त्याच्या राष्ट्रीय विजेत्यांची एकूण संख्या 34 झाली. (11 कनिष्ठ आणि 23 वरिष्ठ).

स्नूकर करिअर

पंकज अडवाणी, शिस्तीत आंतरराष्ट्रीय स्पर्धात्मक पदार्पण करून, चीनमधील जिआंगमेन येथे 25 ऑक्टोबर 2003 रोजी IBSF जागतिक स्नूकर चॅम्पियनशिप (म्हणजे जागतिक हौशी स्नूकर चॅम्पियनशिप) जिंकली. तो 18 वर्षांचा होता, आणि विजेतेपद जिंकणारा सर्वात तरुण भारतीय ठरला, त्याचे पहिले जागतिक विजेतेपद. तो 28 वर्षांचा असताना, शर्म-अल-शिक, इजिप्त येथे IBSF वर्ल्ड 6-रेड वर्ल्ड स्नूकर चॅम्पियनशिपमध्ये, त्याने कराची, पाकिस्तानमध्ये यशस्वीरित्या विजेतेपदाचा रक्षण केल्यानंतर ऑगस्ट 2015 मध्ये पुनरावृत्ती केली होती.

29

सीए भवानी देवी

सीए भवानी देवी

Scan for Story Videos - www.itibook.com

चदलवाडा आनंदा सुंदररामन भवानी देवी, ज्याला फक्त भवानी देवी म्हणून ओळखले जाते, (जन्म 27 ऑगस्ट 1993), एक भारतीय सेबर फेंसर आहे. २०२० उन्हाळी ऑलिंपिकसाठी पात्र ठरल्यानंतर ऑलिम्पिकसाठी पात्रता मिळवणारी ती पहिली भारतीय तलवारबाजी आहे. तिला GoSports फाउंडेशनने राहुल द्रविड अॅथलीट मेंटॉरशिप प्रोग्रामद्वारे पाठिंबा दिला आहे. सीए भवानी देवी ऑलिम्पिकसाठी पात्र ठरणारी पहिली भारतीय तलवारबाजी ठरली. आठ वेळचा राष्ट्रीय विजेता रिओ ऑलिम्पिकसाठी पात्र ठरू शकला नव्हता.

भवानी यांचा जन्म चेन्नई, तामिळनाडू येथे झाला. तिचे वडील आंध्र प्रदेशातील पूर्व गोदावरी जिल्ह्यातील समलकोट शहरातील तेलुगू व्यक्ती होते जे अखेरीस चेन्नईला गेले. तिचे वडील हिंदू धर्मगुरू आणि आई गृहिणी होती. सीए भवानी देवी यांनी 2003 मध्ये तिच्या क्रीडा कारकिर्दीला सुरुवात केली. तिने तिचे शालेय शिक्षण मुरुगा धनुष्कोडी गर्ल्स उच्च माध्यमिक, चेन्नई येथे केले आणि नंतर सेंट जोसेफ कॉलेज ऑफ इंजिनियरिंग, चेन्नई येथे शिक्षण घेतले आणि थलासरी येथील सरकारी ब्रेनेन कॉलेजमधून व्यवसाय प्रशासन पूर्ण केले. , केरळ.

2004 मध्ये, तिची शालेय स्तरावर कुंपण घालण्याची ओळख झाली. दहावी पूर्ण केल्यानंतर ती केरळमधील थलासेरी येथील SAI (स्पोर्ट्स अथॉरिटी ऑफ इंडिया) केंद्रात रुजू झाली. वयाच्या 14 व्या वर्षी ती तुर्कीमधील तिच्या पहिल्या आंतरराष्ट्रीय स्पर्धेत दिसली, जिथे तिला तीन मिनिटे उशीर झाल्यामुळे ब्लॅक कार्ड मिळाले. 2010 मध्ये फिलीपिन्समधील आशियाई चॅम्पियनशिपमध्ये तिने कांस्यपदक मिळवले.

स्पर्धा आणि पदके

मलेशिया येथे झालेल्या 2009 राष्ट्रकुल स्पर्धेत कांस्यपदकापासून सुरुवात करून, भवानीदेवीने 2010 इंटरनॅशनल ओपन, थायलंडमध्ये कांस्यपदक जिंकले आहे; 2010 कॅडेट आशियाई चॅम्पियनशिप, फिलीपिन्स; 2012 कॉमन वेल्थ चॅम्पियनशिप, जर्सी; 2015 अंडर-23 आशियाई चॅम्पियनशिप, उलानबाटार, मंगोलिया आणि 2015 फ्लेमिश ओपन. 2014 मध्ये फिलीपिन्समध्ये 23 वर्षांखालील आशियाई चॅम्पियनशिपमध्ये तिने रौप्य पदक जिंकले आणि असे करणारी पहिली भारतीय ठरली. 2014 च्या यशस्वी आशियाई चॅम्पियनशिपनंतर तामिळनाडूच्या मुख्यमंत्री जयललिता यांनी तिला यूएसमध्ये प्रशिक्षणासाठी तीन लाख रुपयांची आर्थिक मदत दिली. 2015 मध्ये, राहुल द्रविड ॲथलीट मेंटॉरशिप प्रोग्रामसाठी 'गो स्पोर्ट्स फाउंडेशन' निवडलेल्या 15 खेळाडूंपैकी ती एक बनली. भवानी देवीला 2 सुवर्णपदके मिळाली आहेत, 2012 कॉमनवेल्थ चॅम्पियनशिप, जर्सी आणि 2014 टस्कनी कप, इटलीमध्ये प्रत्येकी एक. रेकजाविक येथे झालेल्या वायकिंग कप 2016 आइसलँडिक आंतरराष्ट्रीय सेबर टूर्नामेंटमध्ये तिने पाचवे स्थान पटकावले. अझरबैजानमधील बाश्ता अण्णाकडून पराभूत झाल्यानंतर तिने बेल्जियममधील गेंट येथे 2019 टूर्नोई सॅटेलाइट फेंसिंग स्पर्धेत महिलांच्या सेबर वैयक्तिक प्रकारात रौप्य पदक जिंकले. कॅनबेरा येथील सीनियर कॉमनवेल्थ फेन्सिंग चॅम्पियनशिपमध्ये सेबर इव्हेंटमध्ये सुवर्णपदक जिंकणारी पहिली भारतीय बनून तिने इतिहास रचला. तिने उपांत्य फेरीत स्कॉटलंडच्या कॅट्रिओना थॉमसनचा पराभव केला आणि त्यानंतर इंग्लंडच्या एमिली रौक्सचा पराभव केला. ती इटलीमध्ये तसेच थलासेरी, केरळ येथील स्पोर्ट्स अथॉरिटी ऑफ इंडिया येथे प्रशिक्षण घेते.

2021 मध्ये, तिने टोकियो ऑलिम्पिकमध्ये भाग घेतला.

- अर्जुन पुरस्कार (२०२१)

30

हिमा दास

हिमा दास

Scan for Story Videos - www.itibook.com

हिमा दास (जन्म 9 जानेवारी 2000), टोपणनाव धिंग एक्सप्रेस, आसाम राज्यातील एक भारतीय धावपटू आहे. तिने जकार्ता, इंडोनेशिया येथे 2018 च्या आशियाई खेळांमध्ये 50.79 सेकंदांच्या वेळेसह 400 मीटरमध्ये सध्याचा भारतीय राष्ट्रीय विक्रम केला आहे. IAAF वर्ल्ड U20 चॅम्पियनशिपमध्ये ट्रॅक इव्हेंटमध्ये सुवर्णपदक जिंकणारी ती पहिली भारतीय ॲथलीट आहे. राज्याच्या एकात्मिक क्रीडा धोरणांतर्गत तिची आसाम पोलिस मध्ये पोलीस उप अधीक्षक (DSP) म्हणून नियुक्ती करण्यात आली.

हिमा दासचा जन्म आसाममधील धिंग शहराजवळील कंधुलिमारी गावात रोंजित दास आणि जोनाली दास यांच्या घरी झाला. तिचे आई-वडील व्यवसायाने शेतकरी आहेत. ती पाच भावंडांमध्ये सर्वात लहान आहे. तिने धिंग पब्लिक हायस्कूलमध्ये प्रवेश घेतला आणि नंतर जवाहर नवोदय विद्यालयात 5 व्या वर्गात प्रवेश परीक्षा उत्तीर्ण केल्यानंतर तिला सुरुवातीला फुटबॉल खेळण्यात रस होता. ती तिच्या JNV शाळेतील मुलांसोबत फुटबॉल खेळायची आणि फुटबॉलमध्ये करिअर करण्याची तिला नेहमीच इच्छा होती. तथापि, तिला भारतातील महिला फुटबॉल दृश्यात स्वत: साठी कोणतीही शक्यता दिसली नाही. नंतर, JNV मधील शालेय शारीरिक शिक्षण शिक्षकाच्या सल्ल्यानुसार, तिने स्प्रिंट रनिंगमध्ये बदल केला. उद्धरण आवश्यक

दासने मे 2019 मध्ये तिची 12वी बोर्ड परीक्षा उत्तीर्ण केली. ती सध्या आसामच्या कॉटन युनिव्हर्सिटीमध्ये बीएची पदवी घेत आहे. उद्धरण आवश्यक

करिअर

एप्रिल 2018 मध्ये, दासने 2018 कॉमनवेल्थ गेम्समध्ये गोल्ड कोस्ट, ऑस्ट्रेलिया येथे 400 मीटर आणि 4×400 मीटर रिलेमध्ये भाग घेतला.

12 जुलै 2018 रोजी, दासने टॅम्पेरे, फिनलंड येथे झालेल्या जागतिक अंडर-20 चॅम्पियनशिप 2018 मध्ये 400 मीटरची अंतिम फेरी 51.46 सेकंदात जिंकली आणि आंतरराष्ट्रीय ट्रॅक स्पर्धेत सुवर्णपदक जिंकणारा पहिला भारतीय धावपटू ठरला.

2018 आशियाई खेळांमध्ये, दास 400 मीटर फायनलसाठी पात्र ठरला, हीट 1 मध्ये 51.00 वाजल्यानंतर आणि नवीन भारतीय राष्ट्रीय विक्रम प्रस्थापित केला. 26 ऑगस्ट 2018 रोजी तिने 400 मीटर फायनलमध्ये राष्ट्रीय विक्रम 50.79 सेकंदांपर्यंत सुधारला मात्र तिला फक्त रौप्य पदक जिंकता आले. नंतर 30 ऑगस्ट 2018 रोजी, तिने एमआर पूवम्मा, सरिता गायकवाड आणि व्हीके विस्मया यांच्यासमवेत महिलांची 4 × 400 मीटर रिले 3:28.72 अशी वेळ जिंकली. हिमाने 4×400 मीटर मिश्र रिलेमध्येही रौप्य पदक जिंकले, जे प्रथमच आशियाई खेळांमध्ये आयोजित करण्यात आले होते.

दासने 2019 मध्ये पोलंडमधील पॉझ्नान ग्रांप्रीमध्ये 200 मीटर शर्यतीत 23.65 सेकंदांच्या वेळेसह 200 मीटर सुवर्णपदक जिंकले.

13 जुलै रोजी, तिने झेक प्रजासत्ताकमधील क्लाडनो मीटमध्ये 23.43 सेकंदांच्या वेळेसह 200 मीटर शर्यत जिंकली.

20 जुलै 2019 रोजी, तिने एका महिन्यात तिसरा विजय संपादन केला आणि पाचवा विजय, नोवे मेस्टो, चेक प्रजासत्ताक येथे 400-मीटरमध्ये 52.09 सेकंदांच्या वेळेत मिळवला.

ऑक्टोबर 2019 मध्ये दोहा येथे होणाऱ्या जागतिक चॅम्पियनशिपसाठी तिचे नाव निश्चित करण्यात आले होते. तथापि, एक महिन्यापूर्वी, पाठीच्या समस्येमुळे तिला सहभागी होण्यापासून वगळण्यात आले होते, जे मागील वर्षी आशियाई खेळांमध्ये भाग घेतल्यानंतर लगेचच सुरू झाले होते.

27 फेब्रुवारी 2021 रोजी, दास यांनी आसाम लोकसेवा आयोगाच्या थेट प्रवेशाद्वारे आसाम पोलीस सेवा संवर्गाच्या पोलीस उप अधीक्षक पदावर नागरी सेवक म्हणून नावनोंदणी केली.

पुरस्कार आणि प्रशंसा

25 सप्टेंबर 2018 रोजी भारताच्या राष्ट्रपतींनी अर्जुन पुरस्काराने सन्मानित केले.

31

दीपिका कुमारी

दीपिका कुमारी

Scan for Story Videos - www.itibook.com

दीपिका कुमारी (जन्म 13 जून 1994) एक भारतीय व्यावसायिक तिरंदाज आहे. सध्या जागतिक क्रमवारीत प्रथम क्रमांकावर असलेली, ती तिरंदाजीच्या स्पर्धेत भाग घेते. तिने 2010 च्या राष्ट्रकुल खेळांमध्ये महिलांच्या वैयक्तिक रिकर्व्ह स्पर्धेत सुवर्णपदक जिंकले. तिने याच स्पर्धेत डोला बॅनर्जी आणि बॉम्बयाला देवी यांच्यासमवेत महिला सांघिक रिकर्व्ह स्पर्धेत सुवर्णपदक जिंकले. तिने विश्वचषकाच्या तीनपैकी दोन टप्प्यात वैयक्तिक सुवर्ण जिंकले आहे - एक ग्वाटेमाला आणि दुसरा पॅरिसमध्ये. या प्रक्रियेत तिने पॅरिस विश्वचषक स्पर्धेत नऊ वर्षांनी पहिल्या क्रमांकावर पुन्हा दावा केला. दीपिका कुमारीने तिरंदाजी विश्वचषक स्टेज 1 मध्ये वैयक्तिक सुवर्णपदक जिंकले. दीपिका कुमारीनेही अंतिम फेरीत मेक्सिकोचा 5-1 ने पराभव करून पॅरिसमध्ये सुवर्णपदक जिंकले.

कुमारी लंडनमधील 2012 उन्हाळी ऑलिम्पिकसाठी पात्र ठरली, जिथे तिने महिला वैयक्तिक आणि महिला सांघिक स्पर्धांमध्ये भाग घेतला आणि नंतरच्या काळात आठव्या स्थानावर राहिली.

भारताचे राष्ट्रपती प्रणव मुखर्जी यांच्या हस्ते तिला 2012 मध्ये अर्जुन पुरस्कार, भारतातील दुसरा सर्वोच्च क्रीडा पुरस्कार प्रदान करण्यात आला. फेब्रुवारी 2014 मध्ये, तिला FICCI स्पोर्ट्सपर्सन ऑफ द इयर पुरस्काराने सन्मानित करण्यात आले. भारत सरकारने 2016 मध्ये तिला पद्मश्री या नागरी सन्मानाने सन्मानित केले.

दीपिका कुमारीचा जन्म रांची, बिहार (आता झारखंड) येथे शिवनारायण महतो, एक ऑटो-रिक्षा चालक आणि तिची आई गीता, रांची मेडिकल कॉलेजमध्ये परिचारिका यांच्या पोटी झाला. तिचे आई-वडील झारखंडच्या रांचीपासून १५ किमी अंतरावर असलेल्या रातू चट्टी गावात राहतात. लहानपणी, ती तिरंदाजीचा सराव करत होती आणि दगडांनी आंब्याला लक्ष्य करत होती. सुरुवातीच्या काळात पालकांना दीपिकाच्या स्वप्नाला आर्थिक

मदत करणे कठीण होते, अनेकदा तिच्या प्रशिक्षणासाठी नवीन उपकरणे खरेदी करण्यासाठी कौटुंबिक बजेटशी तडजोड केली; परिणामी, दीपिकाने घरगुती बांबूचे धनुष्य आणि बाण वापरून तिरंदाजीचा सराव केला. दीपिकाची चुलत बहीण विद्या कुमारी, टाटा तिरंदाजी अकादमीमध्ये राहणाऱ्या तिरंदाजाने तिला तिची प्रतिभा विकसित करण्यास मदत केली.

करिअर

झारखंडचे मुख्यमंत्री अर्जुन मुंडा यांच्या पत्नी मीरा मुंडा यांनी स्थापन केलेल्या खरसावन येथील अर्जुन आर्चरी अकादमीमध्ये दीपिकाने 2005 मध्ये प्रवेश केला तेव्हा तिने पहिले यश मिळवले. पण तिचा व्यावसायिक तिरंदाजी प्रवास 2006 मध्ये सुरू झाला जेव्हा ती जमशेदपूरच्या टाटा तिरंदाजी अकादमीमध्ये सामील झाली. येथेच तिने योग्य उपकरणे तसेच गणवेश दोन्हीसह प्रशिक्षण सुरू केले. तिला स्टायपेंड म्हणून 500 रुपयेही मिळाले. नोव्हेंबर 2009 मध्ये कॅडेट वर्ल्ड चॅम्पियनशिपचे विजेतेपद जिंकल्यानंतरच दीपिका तिच्या पहिल्या तीन वर्षांत एकदाच मायदेशी परतली. भारताला तिरंदाजीत पहिले पदक मिळवून देणारी म्हणून कुमारीकडे फार पूर्वीपासून पाहिले जाते.

उपलब्धी

मेरिडा, मेक्सिको येथे 2006 तिरंदाजी विश्वचषक स्पर्धेत पॅल्टन हंसदाने कनिष्ठ कंपाऊंड स्पर्धा जिंकल्यानंतर दीपिका विजेतेपद जिंकणारी दुसरी भारतीय ठरली.

तिने वयाच्या पंधराव्या वर्षी 2009 मध्ये ओग्डेन, उटाह, युनायटेड स्टेट्स येथे आयोजित 11 वी युवा जागतिक तिरंदाजी चॅम्पियनशिप जिंकली. तिने याच स्पर्धेत डोला बॅनर्जी आणि बॉम्बयाला देवी यांच्यासमवेत महिला सांघिक रिकर्व्ह स्पर्धेत सुवर्णपदक जिंकले.

भारताची दीपिका कुमारी (सुवर्ण), इंग्लंडची एलिसन जेन विल्यमसन (रौप्य) आणि भारताची डोला बॅनर्जी (कांस्य) 2010 दिल्ली तिरंदाजी (महिला वैयक्तिक रिकर्व) पदक सादरीकरण समारंभ XIX राष्ट्रकुल खेळांमध्ये.

दिल्ली कॉमनवेल्थ गेम्स 2010 मध्ये, दीपिकाने दोन सुवर्णपदके जिंकली, एक वैयक्तिक स्पर्धेत आणि दुसरे महिला सांघिक रिकर्व्ह स्पर्धेत. यासाठी, तिला 2010 च्या सहारा स्पोर्ट्स अवॉर्ड सोहळ्यात CWG (महिला) पुरस्कारात उत्कृष्ट कामगिरीने सन्मानित करण्यात आले.

नंतर 2010 च्या आशियाई खेळांमध्ये, चीनमधील ग्वांगझू येथे झालेल्या, महिलांच्या वैयक्तिक तिरंदाजी स्पर्धेत कांस्य-पदक प्ले-ऑफमध्ये उत्तर कोरियाच्या क्वोन उन सिलकडून पराभूत झाल्यामुळे दीपिकाचे पदक हुकले. पण भारतीय तिरंदाजी रिकर्व संघाचा एक भाग म्हणून, रिमिल बुरुली आणि डोला बॅनर्जीसह, दीपिकाने कांस्य प्ले-ऑफमध्ये चायनीज तैपेईचा 218-217 असा पराभव करून ओटी तिरंदाजी रेंजमध्ये पोडियम फिनिश सुनिश्चित केले.

मे 2012 मध्ये, दीपिका कुमारीने तिचे पहिले विश्वचषक वैयक्तिक स्टेज रिकर्व्ह सुवर्णपदक अंतल्या, तुर्की येथे जिंकले. तिने फायनलमध्ये कोरियाच्या ली सुंग-जिनचा सहा सेट पॉइंट्सने पराभव केला. नंतर 2012 मध्ये, ती जागतिक क्रमवारीत नं. 1 महिला रिकर्व्ह तिरंदाजीमध्ये. लंडन ऑलिम्पिक 2012 मध्ये, दीपिका कुमारी पहिल्या फेरीत ग्रेट ब्रिटनच्या एमी ऑलिव्हरविरुद्ध पराभूत झाली, ज्याचे श्रेय ताप आणि वाऱ्यामुळे तुलनेने खराब कामगिरी आहे.

22 जुलै 2013 रोजी, मेडेलिन, कोलंबिया येथे झालेल्या तिरंदाजी विश्वचषक स्टेज 3 मध्ये तिने सुवर्णपदक जिंकले जेथे भारत चौथ्या स्थानावर राहिला. 22 सप्टेंबर 2013 रोजी, दीपिकाचा दक्षिण कोरियाच्या युन ओके-हीकडून 4-6 असा पराभव झाला आणि 2013 FITA तिरंदाजी विश्वचषक स्पर्धेत रौप्य पदकावर समाधान मानावे लागले. विश्वचषक फायनलमध्ये अनेक सामने खेळलेले हे तिचे तिसरे रौप्य पदक होते.

2014 मध्ये, दीपिका फोर्ब्स (भारत) ने त्यांच्या '30 अंडर 30' पैकी एक म्हणून वैशिष्ट्यीकृत केली होती. तथापि, राष्ट्रीय पात्रता स्पर्धेत अव्वल 4 च्या बाहेर राहिल्यानंतर ती 2014 साठी भारतीय संघात स्थान मिळवू शकली नाही.

2015 मध्ये, दीपिकाचे पहिले पदक विश्वचषक स्पर्धेच्या दुसऱ्या टप्प्यात आले, जिथे तिने वैयक्तिक स्पर्धेत कांस्यपदक जिंकले. कोपनहेगन येथील जागतिक अजिंक्यपद स्पर्धेत, तिने लक्ष्मीराणी माझी आणि रिमिल बुरीउली यांच्यासमवेत सांघिक रौप्यपदक जिंकले, रशियाविरुद्धच्या सामन्यात सुवर्णपदकावर किंचित पराभव पत्करावा लागला, ज्यात त्यांनी शूट-ऑफमध्ये 4-5 असा पराभव पत्करला. या वर्षाच्या उत्तरार्धात तिने विश्वचषकाच्या अंतिम फेरीत रौप्यपदक जिंकले. नोव्हेंबर 2015 मध्ये, तिने आशियाई चॅम्पियनशिपमध्ये जयंता तालुकदारसह रिकर्व मिश्र सांघिक स्पर्धेत कांस्यपदक जिंकले.

एप्रिल 2016 मध्ये, शांघाय येथे विश्वचषक स्पर्धेच्या पहिल्या टप्प्यात, दीपिकाने महिलांच्या रिकर्व स्पर्धेत (686/720) की बो-बायच्या विश्वविक्रमाची बरोबरी केली.

2016 रिओ ऑलिम्पिकसाठी पात्र ठरलेल्या संघाचा दीपिका कुमारी भाग होता. दीपिका कुमारी, बॉम्बेला देवी लैश्राम आणि लक्ष्मीराणी माझी यांचा समावेश असलेला भारतीय महिला पुनरावृत्ती संघ रँकिंग फेरीत 7 व्या स्थानावर राहिला. संघाने रशियाविरुद्ध उपांत्यपूर्व फेरीतील सामना गमावण्यापूर्वी 16 फेरीत कोलंबियाविरुद्धचा सामना जिंकला.

महिलांच्या वैयक्तिक तिरंदाजीमध्ये, दीपिका कुमारीने जॉर्जियाच्या क्रिस्टीन एसेबुआविरुद्ध 64 च्या फेरीत चमकदार कामगिरी केली. दीपिकाने ही फेरी ६-४ ने जिंकली. पुढच्या फेरीत दीपिकाचा इटलीच्या गुएन्डलिना सर्तोरीविरुद्धचा सामना खूपच सोपा होता. दीपिकाने खराब सुरुवात केली आणि पहिल्या फेरीत पराभव पत्करावा लागला पण पुढच्या तीनही जिंकून शेवटी 6-2 असा सहज विजय मिळवला. 33 तथापि, 16 च्या फेरीत, दीपिका 6 विरुद्ध 0 गुणांसह तैपेईच्या तान या-टिंगवर गेली.

नोव्हेंबर 2019 मध्ये, दीपिका कुमारीने बँकॉकमधील 21व्या आशियाई तिरंदाजी स्पर्धेच्या बाजूला आयोजित कॉन्टिनेंटल पात्रता स्पर्धेत ऑलिम्पिक कोटा मिळवला. दीपिका कुमारी भारताने पॅरिस 2021 मध्ये तिरंदाजी विश्वचषक स्टेज 3 स्पर्धेत 3 सुवर्णपदके जिंकली. ह्युंदाई तिरंदाजी विश्वचषकाच्या 15 वर्षांच्या इतिहासात तिने 13वे तिहेरी सुवर्णपदक नोंदवले आणि ही कामगिरी करणारी ती 11वी तिरंदाज ठरली.

लोकप्रिय संस्कृतीत

लेडीज फर्स्ट नावाचा एक चरित्रात्मक माहितीपट, 2017 मध्ये रिलीज झाला, जो उराज बहल आणि त्याची पत्नी शाना लेवी-बहल यांनी बनवला होता. हा चित्रपट लंडन इंडिपेंडंट फिल्म फेस्टिव्हलमध्ये जिंकला आणि ऑक्टोबर 2017 मध्ये मॅलोर्का फिल्म फेस्टिव्हलमध्ये प्रदर्शित केला जाईल. लेडीज फर्स्टला ऑस्करमध्ये शॉर्ट डॉक्युमेंटरी श्रेणीसाठी देखील सबमिट केले गेले आहे.

भारतातील क्रीडा क्षेत्रातील महिलांबद्दल राष्ट्रीय जागरूकता वाढवण्याच्या उद्देशाने केंद्रीय महिला आणि बाल विकास मंत्री मनेका गांधी यांच्यासोबत हा माहितीपट दाखवण्यात आला.

32

लिएंडर पेस

लिएंडर पेस

Top Sportsmans

Scan for Story Videos - www.itibook.com

लिएंडर एड्रियन पेस जन्म 17 जून 1973) हा भारतातील निवृत्त व्यावसायिक टेनिसपटू आहे. तो दुहेरीतील सर्वोत्तम टेनिसपटूंपैकी एक म्हणून ओळखला जातो. डेव्हिस कपमध्ये सर्वाधिक दुहेरी जिंकण्याचा विक्रम त्याच्या नावावर आहे. पेसने आठ पुरुष दुहेरी आणि दहा मिश्र दुहेरी ग्रँडस्लॅम विजेतेपदे जिंकली. त्याने पुरुष दुहेरी आणि मिश्र दुहेरीमध्ये करिअर ग्रँडस्लॅम मिळवले आणि 1999 विम्बल्डन चॅम्पियनशिपमध्ये दुर्मिळ पुरुष/मिश्र दुहेरी गाठली. 2010 मध्ये त्याच्या मिश्र दुहेरीच्या विम्बल्डन विजेतेपदामुळे तो तीन दशकांत विम्बल्डन विजेतेपद जिंकणारा दुसरा (रॉड लेव्हर नंतर) ठरला.

पेसला 1996-97 मध्ये मेजर ध्यानचंद खेलरत्न पुरस्कार, भारताचा सर्वोच्च क्रीडा सन्मान मिळाला; 1990 मध्ये अर्जुन पुरस्कार; 2001 मध्ये पद्मश्री पुरस्कार; आणि भारताचा तिसरा-सर्वोच्च नागरी पुरस्कार, जानेवारी 2014 मध्ये पद्मभूषण पारितोषिक, त्याच्या उत्कृष्ट योगदानासाठी टेनिस. 1996 च्या अटलांटा ऑलिम्पिक स्पर्धेत त्याने पुरुष एकेरीत भारतासाठी कांस्यपदक जिंकले. त्याने 1992 ते 2016 या कालावधीत सलग ऑलिम्पिकमध्ये भाग घेतला, ज्यामुळे तो सात ऑलिम्पिक खेळांमध्ये भाग घेणारा पहिला भारतीय आणि एकमेव टेनिसपटू बनला.

तो डेव्हिस कप संघाचा माजी कर्णधार आहे आणि 43 विजयांसह सर्वाधिक डेव्हिस कप दुहेरी जिंकण्याचा विक्रम त्याच्याकडे आहे. तो वॉशिंग्टन कॅस्टल्सकडून वर्ल्ड टीम टेनिसमध्ये खेळला. तो 2009, 2011, 2012, 2013, 2014, आणि 2015 चॅम्पियनशिप संघांवर होता आणि 2009 आणि 2011 साठी त्याला पुरुष MVP असे नाव देण्यात आले. ते भारताच्या हरियाणा राज्याचे क्रीडा राजदूत आहेत. टोकियो ऑलिम्पिकच्या पुनर्नियोजनानंतर अंतिम हंगाम २०२१ पर्यंत पुढे ढकलण्यापूर्वी पेसने २०२० मध्ये व्यावसायिक टेनिसमधून निवृत्ती जाहीर केली

पेसचा जन्म 17 जून 1973 रोजी कलकत्ता, भारत येथे गोव्यातील वेस पेस आणि कलकत्ता येथील जेनिफर पेस यांच्या घरी झाला. त्यांनी ला मार्टिनियर कलकत्ता, मद्रास ख्रिश्चन कॉलेज उच्च माध्यमिक विद्यालय आणि सेंट झेवियर्स कॉलेजमध्ये शिक्षण घेतले. त्याचे आई-वडील दोघेही खेळाडू होते. वेस 1972 म्युनिक ऑलिम्पिकमध्ये कांस्यपदक विजेत्या भारतीय फील्ड हॉकी संघातील मिडफिल्ड संघाचा सदस्य होता, जरी त्याला वैयक्तिकरित्या पदक मिळाले नाही कारण तो भारताच्या कोणत्याही सामन्यात मैदानात उतरला नाही. त्याच्या आईने 1980 च्या आशियाई बास्केटबॉल चॅम्पियनशिपमध्ये भारतीय बास्केटबॉल संघाचे नेतृत्व केले. पेस हा बंगाली कवी मायकेल मधुसूदन दत्ता यांचा त्याच्या आईद्वारे थेट वंशज आहे.

पेसने 1985 मध्ये मद्रास (चेन्नई) येथील ब्रिटानिया अमृतराज टेनिस अकादमीमध्ये प्रवेश घेतला, जेथे त्याला डेव्ह ओ"मीरा यांनी प्रशिक्षण दिले. पेसने 1990 चे विम्बल्डन ज्युनियर जेतेपद जिंकल्यानंतर आणि वयाच्या 17 व्या वर्षी ज्युनियर जागतिक क्रमवारीत प्रथम क्रमांकावर पोहोचल्यावर त्याला आंतरराष्ट्रीय कीर्ती मिळाली.

2010 मध्ये, ते ऑलिम्पिक गोल्ड क्वेस्ट 17 च्या संचालक मंडळात सामील झाले, जे प्रतिभावान भारतीय खेळाडूंना समर्थन देण्यासाठी गीत सेठी आणि प्रकाश पदुकोण यांनी सह-स्थापित केले.

करिअर

सुरुवातीची कारकीर्द (1991-1997)

पेसने पहिल्यांदा ज्युनियर यूएस ओपन आणि ज्युनियर विम्बल्डनमध्ये विजेतेपद पटकावले. 1991 मध्ये तो व्यावसायिक झाला. तो जागतिक कनिष्ठ क्रमवारीत प्रथम क्रमांकावर आला. 1992 मध्ये, तो रमेश कृष्णनसह 1992 बार्सिलोना ऑलिम्पिकमध्ये दुहेरी स्पर्धेच्या उपांत्यपूर्व फेरीत पोहोचला.

1996 अटलांटा ऑलिम्पिकमध्ये त्याने फर्नांडो मेलिगेनीला पराभूत करून कांस्यपदक जिंकले, 1952 हेलसिंकी ऑलिंपिकमध्ये केडी जाधवने कांस्यपदक जिंकल्यानंतर वैयक्तिक पदक जिंकणारा पहिला भारतीय होता. पेसने हा सामना त्याच्या सर्वोत्तम कामगिरीपैकी एक म्हणून उद्धृत केला, कारण त्याच्या मनगटाला गंभीर दुखापत झाली होती. 1996 मध्ये त्यांना भारत सरकारने मेजर ध्यानचंद खेलरत्न हा सर्वोच्च क्रीडा सन्मान प्रदान केला.

एटीपी सर्किटमध्ये त्याचे पहिले यशस्वी वर्ष 1993 मध्ये आले, जेव्हा त्याने यूएस ओपन दुहेरीच्या उपांत्य फेरीत पोहोचण्यासाठी सेबॅस्टिन लारेओसोबत भागीदारी केली. 1994 मध्ये मध्यम हंगामानंतर, तो केविन युलिएटसह 1995 ऑस्ट्रेलियन ओपन दुहेरीच्या उपांत्यपूर्व फेरीत पोहोचला. 1996 पासून, त्याने सहकारी भारतीय महेश भूपतीसोबत भागीदारी केली. त्यांचे पहिले वर्ष यशस्वी झाले नाही, विशेषतः ग्रँडस्लॅममध्ये, केवळ विम्बल्डनमध्ये 32 च्या फेरीत पोहोचले. यूएस ओपनच्या उपांत्य फेरीत

पोहोचण्यासाठी 1997 हे वर्ष संघासाठी खूप चांगले वर्ष ठरले. पेस दुहेरी क्रमवारीत पहिल्या क्रमांकावरून वर गेला. वर्षाच्या सुरुवातीला ते क्र. वर्षाच्या शेवटी त्या वर्षी त्याने ग्रँड स्लॅममध्ये एकेरीतील सर्वोत्तम कामगिरी केली, 1997 यूएस ओपनच्या तिसऱ्या फेरीत कार्लोस कोस्टा आणि अरनॉड बोएत्श यांना पराभूत केल्यावर सेड्रिक पिओलिनकडून पराभव पत्करावा लागला.

खेळण्याची शैली

लिएंडरचे वर्णन आंद्रे अगासीने विचित्र खेळण्याची शैली असल्याचे सांगितले आहे. सामना सुरू असताना तो त्याच्या खेळात बदल करतो; तो सर्वोत्कृष्ट व्हॉलीअर्सपैकी एक आहे आणि एक प्रतिभावान ड्रॉप शॉटर आहे. त्याचे व्हॉलींगचे तंत्र माजी भारतीय खेळाडू अख्तर अलीकडून शिकले होते. तो एका हाताने बॅकहँड मारतो, जो तो क्वचितच चालवतो, परत येताना सर्व्ह करताना किंवा बॅकहँडवरून रॅली करताना स्लाइस करणे पसंत करतो.

33

दिपा कर्माकर

दिपा कर्माकर

Scan for Story Videos - www.itibook.com

दीपा कर्माकर (जन्म ९ ऑगस्ट १९९३) १ एक भारतीय कलात्मक जिम्नॅस्ट आहे.

2014 ग्लास्गो येथील राष्ट्रकुल खेळांमध्ये कांस्यपदक जिंकल्यावर कर्माकरने प्रथम लक्ष वेधून घेतले, खेळांच्या इतिहासात असे करणारी पहिली भारतीय महिला जिम्नॅस्ट बनली. तिने आशियाई जिम्नॅस्टिक्स चॅम्पियनशिपमध्ये कांस्यपदक जिंकले आणि 2015 वर्ल्ड आर्टिस्टिक जिम्नॅस्टिक्स चॅम्पियनशिपमध्ये पाचव्या स्थानावर राहिली, दोन्ही तिच्या देशासाठी पहिले.

कर्माकरने रिओ दि जानेरो येथील 2016 उन्हाळी ऑलिंपिकमध्ये भारताचे प्रतिनिधित्व केले, ऑलिम्पिकमध्ये भाग घेणारी पहिली भारतीय महिला जिम्नॅस्ट बनली, आणि 52 वर्षात असे करणारी पहिली भारतीय जिम्नॅस्ट बनली. तिने रिओ येथे महिला व्हॉल्ट जिम्नॅस्टिक्स स्पर्धेत 15.066 च्या एकूण स्कोअरसह चौथ्या क्रमांकावर स्थान मिळविले.

जुलै 2018 मध्ये, कर्माकर जागतिक स्पर्धेत सुवर्णपदक जिंकणारी पहिली भारतीय जिम्नॅस्ट बनली, जेव्हा तिने मर्सिन, तुर्की येथे FIG आर्टिस्टिक जिम्नॅस्टिक्स वर्ल्ड चॅलेंज कपच्या व्हॉल्ट इव्हेंटमध्ये प्रथम स्थान मिळविले.

कर्माकर या केवळ पाच महिलांपैकी एक आहेत ज्यांनी प्रोडुनोव्हा यशस्वीरित्या उतरवले आहे, जी सध्या महिलांच्या जिम्नॅस्टिक्समध्ये सर्वात कठीण वॉल्ट म्हणून ओळखली जाते.

कर्माकर हे भारतीय प्रजासत्ताकातील चौथा सर्वोच्च नागरी पुरस्कार पद्मश्री प्राप्तकर्ते आहेत. रिओ ऑलिम्पिक 2016 मधील तिच्या कामगिरीबद्दल, भारत सरकारने तिला ऑगस्ट 2016 मध्ये मेजर ध्यानचंद खेलरत्न पुरस्काराने सन्मानित केले.

मूळचे त्रिपुरातील आगरतळा येथील, कर्माकर यांनी तिचे शालेय जीवन आणि शिक्षण अभयनगर नझरूल स्मृती विद्यालयात सुरू केले; तिने फक्त 6 वर्षांची असताना

जिम्नॅस्टिक्सचा सराव सुरू केला आणि तेव्हापासून तिला सोमा नंदी आणि बिश्वेश्वर नंदी यांनी प्रशिक्षण दिले.

वरिष्ठ करिअर

सुरुवातीची कारकीर्द (2011-2013)

फेब्रुवारीमध्ये, कर्माकरने 2011 च्या भारताच्या राष्ट्रीय खेळांमध्ये त्रिपुराचे प्रतिनिधित्व करून भाग घेतला. तिने अष्टपैलू आणि चारही स्पर्धांमध्ये सुवर्णपदके जिंकली: फ्लोर, व्हॉल्ट, बॅलन्स बीम आणि असमान बार.

राष्ट्रकुल आणि आशियाई पदके आणि WC फायनल (2014-2015)

जुलैमध्ये, 2014 कॉमनवेल्थ गेम्समध्ये, कर्माकरने महिलांच्या व्हॉल्ट फायनलमध्ये कांस्यपदक जिंकले, मुख्यत्वे तिच्या प्रोडुनोव्हा व्हॉल्टचे आभार, ज्याचे अवघड मूल्य 7.00 आहे. तिला सरासरी 14.366 दोन-वॉल्ट स्कोअर मिळाला. ती कॉमनवेल्थ गेम्स जिम्नॅस्टिक्स मेडल जिंकणारी पहिली भारतीय महिला आणि आशिष कुमार नंतर दुसरी भारतीय महिला बनली.

2014 आशियाई खेळांमध्ये, कर्माकरने व्हॉल्ट फायनलमध्ये 14.200 गुणांसह हॉंग उन-जोंग, ओक्साना चुसोविटीना आणि फान थ? हा थान.

हिरोशिमा येथे 31 जुलै - 2 ऑगस्ट दरम्यान झालेल्या आशियाई चॅम्पियनशिपमध्ये कर्माकरने बॅलन्स बीमवर 8 व्या स्थानावर राहताना महिलांच्या व्हॉल्टमध्ये कांस्यपदक जिंकले.

ऑक्टोबर 2015 मध्ये, कर्माकर जागतिक कलात्मक जिम्नॅस्टिक चॅम्पियनशिपमध्ये अंतिम टप्प्यासाठी पात्र ठरणारे पहिले भारतीय जिम्नॅस्ट बनले. तिने पात्रता फेरीत वॉल्टवर 14.900 गुण मिळवले फायनलसाठी तिची जागा निश्चित केली, जिथे तिने 14.683 च्या टू-वॉल्ट सरासरीसह 5 वे स्थान मिळवले.

रिओ ऑलिम्पिक आणि पुढे (2016-सध्या)

10 ऑगस्ट 2016 रोजी 2016 ऑलिम्पिक चाचणी इव्हेंटमध्ये, कर्माकर 14.833 गुणांसह ऑलिम्पिकमधील अंतिम व्हॉल्ट स्पर्धेसाठी पात्र ठरणारी भारतातील पहिली महिला जिम्नॅस्ट बनली. 14 ऑगस्ट 2016 रोजी ब्राझीलच्या रिओ डी जनेरियो येथील जिम्नॅस्टिक सेंटरमध्ये झालेल्या स्पर्धेच्या अंतिम फेरीत 15.066 गुणांसह चौथ्या स्थानावर राहून ती कांस्यपदकापासून वंचित राहिली.

प्रोडुनोव्हा व्हॉल्ट किंवा हॅंडस्प्रिंग डबल फ्रंटवर उतरणारी कर्माकर जिम्नॅस्टिक्सच्या इतिहासातील केवळ पाचवी महिला आहे. प्रोड्युनोव्हा ही एक कलात्मक जिम्नॅस्टिक व्हॉल्ट आहे ज्यामध्ये वॉल्टिंग घोड्यावर समोरच्या हॅंडस्प्रिंगचा समावेश असतो आणि समोर दोन समरसॉल्ट्स असतात. व्हॉल्टमध्ये सध्या 6.4 डी-स्कोअर आहे, आणि महिलांच्या कलात्मक जिम्नॅस्टिक्समध्ये केले जाणारे सर्वात कठीण वॉल्ट आहे.

2017 च्या उत्तरार्धात कर्माकरने दुखापतीचा सामना केला; 2017 आशियाई आर्टिस्टिक जिम्नॅस्टिक्स चॅम्पियनशिपच्या चाचण्यांसाठी सराव करताना तिच्या गुडघ्याला दुखापत झाली होती. त्याच वर्षी एप्रिलमध्ये तिच्या आधीच्या क्रूसीएट लिगामेंटसाठी सुधारात्मक शस्त्रक्रिया झाली आणि उर्वरित स्पर्धात्मक हंगामात ती कोणत्याही कार्यक्रमात सहभागी होऊ शकली नाही. तिने 2018 च्या कॉमनवेल्थ गेम्ससाठी भारतीय संघाच्या निवड चाचण्यांमधूनही तिची तयारी नसल्याचं कारण देत माघार घेतली. तिच्या प्रशिक्षकाने सांगितले की ती पुन्हा निरोगी असली तरी दीर्घ पुनर्वसन प्रक्रियेमुळे तिचे प्रशिक्षण मर्यादित होते.

पुरस्कार

अर्जुन पुरस्कार (2015)

मेजर ध्यानचंद खेलरत्न पुरस्कार (2016)

पद्मश्री (2017) - चौथा सर्वोच्च भारतीय राष्ट्रीय सन्मान.

2017: फोर्ब्सच्या 30 वर्षाखालील आशियातील सुपर अचिव्हर्सच्या यादीमध्ये.

द्रोणाचार्य पुरस्कार - तिचे प्रशिक्षक बिश्वेश्वर नंदी यांना.

गोल्ड - मर्सिन, तुर्की येथे अंजीर कलात्मक जिम्नॅस्टिक्स वर्ल्ड चॅलेंज कप

कांस्य - कोटबस, जर्मनी येथे अंजीर कलात्मक जिम्नॅस्टिक विश्वचषक

प्रायोजकत्व

2017 पासून, कर्माकरला राहुल द्रविड ॲथलीट मेंटॉरशिप प्रोग्राम अंतर्गत GoSports फाउंडेशनने पाठिंबा दिला आहे.

34

साईखोम मीराबाई चानू

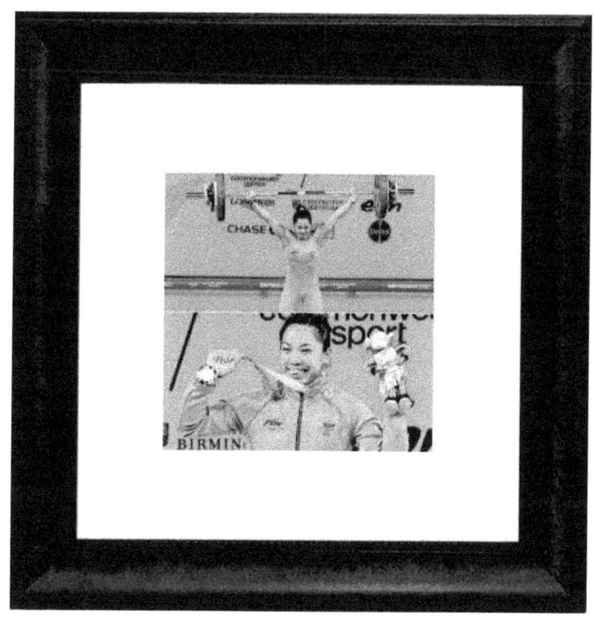

साईखोम मीराबाई चानू

Scan for Story Videos - www.itibook.com

साईखोम मीराबाई चानू (जन्म 8 ऑगस्ट 1994) एक भारतीय वेटलिफ्टर आहे. 27 वर्षीय मीराबाई चानूने एकूण 201 किलो वजन उचलून सुवर्णपदक जिंकले जे चालू CWG 2022 नंतर भारताचे तिसरे पदक देखील होते. तिने 2020 टोकियो ऑलिम्पिकमध्ये महिलांच्या 49 किलो गटात रौप्य पदक जिंकले. मीराबाई चानूने कॉमनवेल्थ गेम्समध्ये वर्ल्ड चॅम्पियनशिप आणि अनेक पदके जिंकली आहेत. या खेळातील योगदानाबद्दल तिला भारत सरकारने पद्मश्री पुरस्काराने सन्मानित केले. तिला भारत सरकारने 2018 मध्ये क्रीडा सन्मान मेजर ध्यानचंद खेलरत्नने सन्मानित केले.

2014 च्या राष्ट्रकुल क्रीडा स्पर्धा, ग्लासगोमध्ये चानूने महिलांच्या 48 किलो वजनी गटात रौप्य पदक जिंकले; गोल्ड कोस्ट येथे झालेल्या स्पर्धेच्या 2018 च्या आवृत्तीत सुवर्णपदकाच्या मार्गावर तिने गेम रेकॉर्ड मोडला. 2020 उन्हाळी ऑलिंपिकपूर्वी, 2017 मध्ये तिची सर्वात मोठी उपलब्धी झाली, जेव्हा तिने कॅलिफोर्नियाच्या अनाहिम येथे झालेल्या जागतिक वेटलिफ्टिंग चॅम्पियनशिपमध्ये सुवर्णपदक जिंकले. ती सध्या क्लीन अँड जर्कमध्ये ४९ किलो वजनी गटात विश्वविक्रम करणारी आहे.

साईखोम मीराबाई चानू यांचा जन्म 8 ऑगस्ट 1994 रोजी नॉन्गपोक काकचिंग इम्फाळ शहर, मणिपूरपासून सुमारे 30 किमी अंतरावर त्या प्रदेशातील एक योद्धा कुळातील मेतेई कुटुंबात झाला. चानूने स्वतःची ओळख सनमाहिझमची अनुयायी म्हणून केली पण ती हिंदू देवतांचीही पूजा करते असे सांगितले. ती फक्त 12 वर्षांची असतानाच तिच्या कुटुंबाने तिची ताकद ओळखली. तिच्या मोठ्या भावाला ते उचलणेही कठीण वाटले तेव्हा ती जळाऊ लाकडाचा मोठा बंडल सहज घरी घेऊन जाऊ शकते.

मीराबाईंनी मणिपूर येथील स्पोर्ट्स अकादमीमध्ये प्रशिक्षण घेतले. तिने वाळू वाहून नेणाऱ्या ट्रक चालकांसोबत प्रवास केला. ऑलिम्पिक पदक जिंकल्यानंतर, तिने ट्रक

चालकांना तिचे आभार मानण्यासाठी आमंत्रित केले आणि आदराचे चिन्ह म्हणून त्यांच्या पायांना स्पर्श केला.

करिअर

केंद्रीय माहिती आणि प्रसारण मंत्री, युवा व्यवहार आणि क्रीडा मंत्री, अनुराग सिंह ठाकूर आणि इतर मंत्री आणि अधिकारी 26 जुलै 2021 रोजी नवी दिल्ली येथे टोकियो ऑलिम्पिक रौप्य पदक विजेता सायखोम मीराबाई चानू आणि तिचे प्रशिक्षक विजय शर्मा यांचा सत्कार करताना.

चानूचे पहिले मोठे यश राष्ट्रकुल स्पर्धेच्या ग्लासगो आवृत्तीत मिळाले; तिने 48 किलो वजनी गटात रौप्य पदक जिंकले.

2016 रिओ ऑलिंपिक

चानू 2016 च्या रिओ ऑलिम्पिकसाठी महिलांच्या 48 किलो गटात पात्र ठरली होती. तथापि, क्लीन अँड जर्क विभागात तिच्या तीनपैकी कोणत्याही प्रयत्नात यशस्वी लिफ्ट न मिळाल्याने ती स्पर्धा पूर्ण करण्यात अयशस्वी ठरली.

2017-2021

2017 मध्ये, तिने अनाहिम, कॅलिफोर्निया, युनायटेड स्टेट्स येथे झालेल्या 2017 जागतिक वेटलिफ्टिंग चॅम्पियनशिपमध्ये एकूण 194 किलो (85 किलो स्नॅच आणि 109 किलो क्लीन अँड जर्क) स्पर्धा विक्रम उचलून महिलांच्या 48 किलो गटात सुवर्णपदक जिंकले.

चानूने एकूण 196 किलो, स्नॅचमध्ये 86 किलो आणि क्लीन अँड जर्कमध्ये 110 किलो वजन उचलून 2018च्या राष्ट्रकुल क्रीडा स्पर्धेत भारतासाठी पहिले सुवर्णपदक जिंकले. पदकाच्या वाटेवर, तिने तिच्या वजन गटातील खेळांचा विक्रम मोडला; या प्रयत्नामुळे तिची वैयक्तिक सर्वोत्तम कामगिरी देखील झाली. 2019 आशियाई वेटलिफ्टिंग चॅम्पियनशिपमध्ये 49 किलो वजनी गटात एकूण 199 किलो वजन उचलून ती कांस्यपदक गमावली, ती तिची वैयक्तिक सर्वोत्तम, कारण तिची स्नॅच वजन तिसऱ्या स्थानावरील खेळाडूपेक्षा कमी होती, या दोघांचीही एकूण बेरीज सारखीच होती.

2019 वर्ल्ड वेटलिफ्टिंग चॅम्पियनशिपमध्ये मीराबाईने एकूण 201 किलो (87 किलो स्नॅच आणि 114 किलो क्लीन अँड जर्क) उचलून चौथ्या स्थानावर पोहोचले. या वैयक्तिक सर्वोत्तम धावसंख्येने 49 किलो गटात नवा राष्ट्रीय विक्रमही रचला. चार महिन्यांनंतर तिने 2020 वरिष्ठ राष्ट्रीय वेटलिफ्टिंग चॅम्पियनशिपमध्ये सुवर्णपदक जिंकण्यासाठी 49 किलो गटात 203 किलो (स्नॅचमध्ये 88 किलो आणि क्लीन अँड जर्कमध्ये 115 किलो) वजन उचलून पुन्हा तिचा वैयक्तिक विक्रम मोडला.

एप्रिल 2021 मध्ये, तिने ताश्कंद येथे 2020 आशियाई वेटलिफ्टिंग चॅम्पियनशिपमध्ये कांस्यपदक जिंकले जेथे तिने स्नॅचमध्ये 86 किलो वजन उचलले आणि त्यानंतर क्लीन अँड जर्कमध्ये एकूण 205 किलो वजन उचलून 119 किलो वजन उचलून जागतिक विक्रम

केला. जून 2021 मध्ये, चानू 2020 उन्हाळी ऑलिंपिकसाठी पात्र ठरणारी एकमेव भारतीय महिला वेटलिफ्टर ठरली आणि 49 किलो वजनी गटासाठी निरपेक्ष क्रमवारीत दुसरे स्थान मिळवले.

२०२० टोकियो ऑलिंपिक

चानूने टोकियो येथील 2020 उन्हाळी ऑलिम्पिकमध्ये 49 किलो गटात एकूण 202 किलो वजन उचलून रौप्य पदक जिंकले, ऑलिम्पिकमध्ये रौप्यपदक जिंकणारी पहिली भारतीय वेटलिफ्टर ठरली, कर्णम मल्लेश्वरीनंतर ऑलिम्पिक जिंकणारी दुसरी भारतीय वेटलिफ्टर ठरली. पदक, आणि ऑलिम्पिक रौप्यपदक जिंकणारी पीव्ही सिंधूनंतरची दुसरी भारतीय महिला. चानूने क्लीन अँड जर्कमध्ये 115 किलो वजन उचलून एक नवीन ऑलिम्पिक विक्रम नोंदवला. तिच्या या विजयामुळे भारताचे टोकियो ऑलिम्पिकमधील पहिले पदक निश्चित झाले.

टोकियो ऑलिम्पिकनंतर मणिपूरचे मुख्यमंत्री एन. बिरेन सिंग यांनी तिच्यासाठी £1 कोटीचा पुरस्कार जाहीर केला. भारतीय रेल्वे मंत्री अश्विनी वैष्णव यांनी तिच्यासाठी £2 कोटीचा पुरस्कार, पदोन्नती आणि बरेच काही जाहीर केले.

2022 बर्मिंगहॅम कॉमनवेल्थ गेम्स

बर्मिंगहॅम, इंग्लंड येथे झालेल्या कॉमनवेल्थ गेम्स 2022 मध्ये चानूने 49 किलो गटात सुवर्णपदक जिंकले. तिने स्नॅच आणि क्लीन अँड जर्कमध्ये एकूण 201 किलो वजन उचलले.

35

नीरज चोपड़ा

नीरज चोपड़ा

Top Sportsmans

Scan for Story Videos - www.itibook.com

नीरज चोप्रा (जन्म 24 डिसेंबर 1997) हा एक भारतीय ट्रॅक आणि फील्ड ऍथलीट आहे जो भालाफेकमध्ये विद्यमान ऑलिम्पिक चॅम्पियन आणि जागतिक चॅम्पियनशिप रौप्य पदक विजेता आहे. पुरुषांच्या भालाफेकमध्ये ऑलिम्पिक सुवर्णपदक जिंकणारा तो पहिला आशियाई खेळाडू आहे. भारतीय लष्करातील एक कनिष्ठ आयोग अधिकारी (JCO), चोप्रा हे ऑलिम्पिकमध्ये भारतासाठी सुवर्णपदक जिंकणारे पहिले ट्रॅक आणि फील्ड अॅथलीट आहेत. IAAF वर्ल्ड U20 चॅम्पियनशिपमध्ये जिंकणारा तो भारतातील पहिला ट्रॅक आणि फील्ड अॅथलीट देखील आहे, जिथे त्याने 2016 मध्ये 86.48 मीटर ची जागतिक अंडर-20 विक्रमी थ्रो गाठली, जागतिक विक्रम करणारा तो पहिला भारतीय अॅथलीट बनला. भारतासाठी ट्रॅक आणि फील्ड इव्हेंटमध्ये ऑलिम्पिकमध्ये सुवर्णपदक जिंकणारा नीरज चोप्रा हा एकमेव भारतीय आहे.

चोप्राने 2018 राष्ट्रकुल खेळ आणि 2018 आशियाई खेळांमध्ये भाग घेतला, नंतरच्या काळात ध्वजवाहक म्हणून काम केले आणि दोन्हीमध्ये सुवर्णपदके जिंकली. 2020 टोकियो ऑलिम्पिकमध्ये पदार्पण करताना, चोप्राने 7 ऑगस्ट 2021 रोजी दुसऱ्या प्रयत्नात 87.58 मीटर फेक करून सुवर्णपदक जिंकले. 2021 पर्यंत, वैयक्तिक ऑलिम्पिक सुवर्णपदक जिंकणाऱ्या दोन भारतीयांपैकी तो एक आहे (दुसरा अभिनव बिंद्रा), तसेच वैयक्तिक स्पर्धेत सर्वात तरुण-भारतीय ऑलिम्पिक सुवर्णपदक जिंकणारा आणि सुवर्ण जिंकणारा एकमेव आहे. त्याच्या ऑलिम्पिक पदार्पणात.

14 जून 2022 रोजी, चोप्राने 89.30 मी.च्या नवीन राष्ट्रीय विक्रमासह परतीचे चिन्हांकित केले जे त्याने तुर्कू, फिनलँड येथे पावो नूरमी गेम्समध्ये स्थापित केले. अवघ्या 15 दिवसांनंतर, त्याने 30 जून 2022 रोजी स्वीडनमधील स्टॉकहोम डायमंड लीग 2022 मध्ये 89.30m चा स्वतःचा राष्ट्रीय विक्रम मोडला आणि 89.94m पूर्ण केला.

23 जुलै 2022 रोजी चोप्राने 2022 च्या जागतिक ॲथलेटिक्स चॅम्पियनशिपमध्ये 88.13 मीटर फेकून रौप्य पदक जिंकले, 2003 च्या जागतिक ॲथलेटिक्स स्पर्धेत महिलांच्या लांब उडीत कांस्यपदक जिंकणारी अंजू बॉबी जॉर्ज नंतर जागतिक ॲथलेटिक्स चॅम्पियनशिपमध्ये पदक जिंकणारा तो दुसरा भारतीय बनला. ॲथलेटिक्स चॅम्पियनशिप

नीरज चोप्रा यांचा जन्म हरियाणातील खंडा पानिपत येथील रोर कुटुंबात झाला. त्याला दोन बहिणी आहेत आणि त्याचे कुटुंब मोठ्या प्रमाणात शेतीमध्ये गुंतलेले आहे. त्यांनी चंदीगड येथील दयानंद अँग्लो-वेदिक महाविद्यालयातून पदवी प्राप्त केली, आणि 2021 पर्यंत, पंजाबमधील जालंधर येथील लव्हली प्रोफेशनल युनिव्हर्सिटीमधून कला शाखेची पदवी घेत आहे.

दक्षिण आशियाई क्रीडा स्पर्धेतील चोप्रा यांच्या कामगिरीने आणि त्यांच्या भविष्यातील संभाव्यतेने प्रभावित होऊन, भारतीय लष्कराने त्यांना राजपुताना रायफल्समध्ये कनिष्ठ आयोग अधिकारी (JCO) म्हणून नायब सुभेदार या पदासह थेट नियुक्तीची ऑफर दिली, ही रँक सामान्यतः खेळाडूंना दिली जात नाही. ज्यांची सहसा नॉन-कमिशन्ड ऑफिसर (NCO) म्हणून भरती केली जाते. त्याने ही ऑफर स्वीकारली आणि क्रीडा कोट्याअंतर्गत सैन्यात भरती झाले.

ॲथलेटिक कारकीर्द

स्थानिक मुलांनी त्याला त्याच्या बालपणातील लठ्ठपणाबद्दल चिडवल्यानंतर चोप्राच्या वडिलांनी त्याला माडलौदा येथील व्यायामशाळेत दाखल केले; नंतर त्यांनी पानिपतमधील जिममध्ये प्रवेश घेतला. पानिपतच्या शिवाजी स्टेडियममध्ये खेळत असताना, त्याला काही भालाफेक करणारे दिसले आणि ते स्वतः सहभागी होऊ लागले.

चोप्रा यांनी जवळच्या पानिपत स्पोर्ट्स अथॉरिटी ऑफ इंडिया (SAI) केंद्राला भेट दिली, जिथे भालाफेकपटू जयवीर चौधरीने 2010 च्या हिवाळ्यात त्याची सुरुवातीची प्रतिभा ओळखली. चोप्राच्या प्रशिक्षणाशिवाय 40-मीटर थ्रो गाठण्याच्या क्षमतेचे निरीक्षण करून आणि त्यांच्या ड्राइव्हने प्रभावित झालेले चौधरी त्यांचे पहिले प्रशिक्षक बनले. चोप्रा यांनी चौधरी आणि जालंधर येथे भालाफेकीच्या प्रशिक्षकाखाली प्रशिक्षण घेतलेल्या काही अनुभवी खेळाडूंकडून खेळाच्या मूलभूत गोष्टी शिकल्या. त्याने लवकरच त्याचे पहिले पदक जिंकले, जिल्हा चॅम्पियनशिपमध्ये कांस्यपदक, आणि नंतर त्याच्या क्षमता विकसित करताना त्याला पानिपतमध्ये राहण्याची परवानगी देण्यासाठी त्याच्या कुटुंबाचे मन वळवले.

चौधरी यांच्या नेतृत्वाखाली एक वर्ष प्रशिक्षण घेतल्यानंतर १३ वर्षीय चोप्राला पंचकुलातील ताऊ देवी लाल क्रीडा संकुलात दाखल करण्यात आले. तेव्हा क्रीडा संकुल हे हरियाणा राज्यातील केवळ दोन सुविधांपैकी एक सिंथेटिक धावपट्टीसह होते. तेथे त्याने नसीम अहमद या धावण्याच्या प्रशिक्षकाच्या हाताखाली प्रशिक्षण घेतले ज्याने त्याला भालाफेकसह लांब पल्ल्याच्या धावण्याचे प्रशिक्षण दिले. पंचकुलामध्ये विशेष भालाफेक

प्रशिक्षक नसल्यामुळे, त्याने आणि सहकारी भालाफेकपटू परमिंदर सिंग यांनी चेक चॅम्पियन जॅन झेलेझनीचे व्हिडिओ डाउनलोड केले आणि त्याची शैली कॉपी करण्याचा प्रयत्न केला. सुरुवातीला ताऊ देवी येथे असताना चोप्राने साधारणतः 55 मीटर फेकणे साध्य केले, परंतु लवकरच त्याची श्रेणी वाढवली आणि 27 ऑक्टोबर 2012 रोजी लखनौ येथे झालेल्या राष्ट्रीय ज्युनियर ॲथलेटिक्स चॅम्पियनशिपमध्ये 68.40 मीटरच्या नवीन राष्ट्रीय विक्रमासह सुवर्णपदक जिंकले.

आंतरराष्ट्रीय सुरुवात

2013 मध्ये, नीरज चोप्राने युक्रेनमधील जागतिक युवा चॅम्पियनशिप या पहिल्या आंतरराष्ट्रीय स्पर्धेत प्रवेश केला. त्याने 2014 मध्ये पहिले आंतरराष्ट्रीय पदक जिंकले, बँकॉक येथील युवा ऑलिम्पिक पात्रता स्पर्धेत रौप्यपदक. त्याने 2014 वरिष्ठ नागरिकांमध्ये 70 मीटरहून अधिकचा पहिला थ्रो गाठला.

2015 मध्ये, चोप्राने 2015 च्या अखिल भारतीय आंतर-विद्यापीठ ॲथलेटिक्स संमेलनात 81.04 मीटर फेक करून कनिष्ठ गटात मागील विश्वविक्रम मोडला; 80 मीटरपेक्षा जास्त अंतराचा हा त्याचा पहिला थ्रो होता.

2018 कॉमनवेल्थ गेम्समध्ये पुरुषांच्या भालाफेकमध्ये, त्याने 86.47 मीटरचा सीझन-सर्वोत्तम प्रयत्न नोंदवला, तो कॉमनवेल्थ गेम्समध्ये भालाफेक जिंकणारा पहिला भारतीय ठरला. 30 मे 2018 मध्ये, त्याने पुन्हा दोहा डायमंड लीगमध्ये 87.43 मीटर फेकून राष्ट्रीय विक्रम मोडला.

ऑगस्ट 2018 मध्ये, चोप्राने भारताचे प्रतिनिधित्व करत आशियाई खेळांमध्ये पदार्पण केले आणि 2018 आशियाई खेळ परेड ऑफ नेशन्समध्ये भारतीय तुकडीचे ध्वजवाहक देखील होते. 27 ऑगस्ट रोजी, त्याने 2018 आशियाई खेळांमध्ये पुरुषांच्या भालाफेकमध्ये सुवर्ण जिंकण्यासाठी 88.06 मीटर अंतर फेकले आणि स्वतःचा भारतीय राष्ट्रीय विक्रम केला. 33 तसेच आशियाई क्रीडा स्पर्धेतील भालाफेकमधील भारताचे हे पहिले सुवर्णपदक होते. त्या वर्षी चोप्रा हे एकमेव ट्रॅक आणि फील्ड ॲथलीट होते ज्यांची ॲथलेटिक्स फेडरेशन ऑफ इंडिया (AFI) ने देशातील सर्वोच्च क्रीडा पुरस्कार मेजर ध्यानचंद खेलरत्नसाठी शिफारस केली होती, परंतु सप्टेंबर 2018 मध्ये त्यांना अर्जुन पुरस्काराने सन्मानित करण्यात आले. त्याला सैन्याने नोव्हेंबरमध्ये सुभेदार म्हणून आउट-ऑफ टर्न बढती देऊन पुरस्कृत केले.

2020 टोकियो ऑलिम्पिकच्या तयारीसाठी, त्यानंतर 2021 पर्यंत पुढे ढकलण्यात आले, चोप्राने त्यांचे जर्मन प्रशिक्षक उवे होन, बायोमेकॅनिक्स तज्ज्ञ क्लाऊस बारटोनिट्झ आणि फिजिओथेरपिस्ट इशान मारवाह यांच्या मार्गदर्शनाने प्रशिक्षण घेतले. 2018 - 2019 दरम्यान, हॉनने चोप्राचे फेकण्याचे तंत्र सुधारले.

4 ऑगस्ट 2021 रोजी, चोप्राने जपान नॅशनल स्टेडियममध्ये भारताचे प्रतिनिधित्व करत ऑलिम्पिकमध्ये पदार्पण केले त्याने 86.65 मीटर फेकून अंतिम फेरीत प्रवेश

करण्यासाठी पात्रता गटात अव्वल स्थान पटकावले.

चोप्राने 7 ऑगस्ट रोजी फायनलमध्ये त्याच्या दुसऱ्या प्रयत्नात 87.58 मीटर फेक करून सुवर्णपदक जिंकले, अॅथलेटिक्समध्ये सुवर्णपदक जिंकणारा पहिला भारतीय ऑलिंपियन बनला आणि स्वातंत्र्यानंतरचा पहिला भारतीय ऑलिम्पिक अॅथलेटिक्समध्ये पदक विजेता ठरला.

चोप्राच्या पदकाने भारताला या खेळातील अंतिम एकूण आठ पदके मिळवून दिली, 2012 लंडन ऑलिम्पिकमध्ये मिळवलेल्या सहा पदकांपैकी देशाच्या मागील सर्वोत्तम कामगिरीला मागे टाकले. टोकियोमधील त्याच्या कामगिरीच्या परिणामी, चोप्रा पुरुषांच्या भालाफेकमध्ये आंतरराष्ट्रीय स्तरावर दुसऱ्या क्रमांकाचा खेळाडू बनला.

2008 उन्हाळी ऑलिम्पिकमध्ये पुरुषांच्या 10 मीटर एअर रायफलमध्ये सुवर्णपदक जिंकणाऱ्या अभिनव बिंद्रानंतर वैयक्तिक ऑलिम्पिक सुवर्णपदक जिंकणारे चोप्रा दुसरे भारतीय ठरले. त्याने आपला विजय धावपटू मिल्खा सिंग आणि पीटी उषा यांना समर्पित केला, हे दोन्ही भारताचे माजी ऑलिंपियन आहेत.

काही इतिहासकारांच्या मते, चोप्रा हे भारतासाठी ट्रॅक आणि फील्डमधील पहिले ऑलिम्पिक पदक विजेते आहेत, परंतु हा दर्जा विवादित आहे. आंतरराष्ट्रीय ऑलिम्पिक समिती आणि भारतीय ऑलिंपिक संघटना या दोन्ही अधिकृतपणे नॉर्मन प्रिचर्ड हे पहिले भारतीय ट्रॅक आणि फील्ड ऑलिम्पिक पदक विजेता म्हणून ओळखतात, त्यांनी 1900 पॅरिस ऑलिम्पिकमध्ये भाग घेतला होता, जरी त्या वेळी भारत ब्रिटीशांच्या अधिपत्याखाली होता.

36

सुनील छेत्री

सुनील छेत्री

सुनील छेत्री (जन्म 3 ऑगस्ट 1984) हा एक भारतीय व्यावसायिक फुटबॉलपटू आहे जो फॉरवर्ड म्हणून खेळतो आणि इंडियन सुपर लीग क्लब बेंगळुरू आणि भारताच्या राष्ट्रीय संघाचा कर्णधार आहे. सर्वकाळातील सर्वोत्कृष्ट भारतीय खेळाडूंपैकी एक म्हणून व्यापकपणे ओळखले जाते, सक्रिय खेळाडूंमध्ये छेत्री हा तिसरा-सर्वाधिक आंतरराष्ट्रीय गोल करणारा खेळाडू आहे, फक्त क्रिस्टियानो रोनाल्डो आणि लिओनेल मेस्सीनंतर, संयुक्त पाचवा सर्वोच्च सर्वकाळातील, तसेच भारतासाठी सर्वाधिक कॅप केलेला खेळाडू

आणि सर्वकालीन सर्वोच्च गोल करणारा खेळाडू.

छेत्रीने 2002 मध्ये मोहन बागान येथे आपल्या व्यावसायिक कारकिर्दीची सुरुवात केली, JCT मध्ये जाऊन त्याने 48 गेममध्ये 21 गोल केले. दिल्ली येथे झालेल्या संतोष ट्रॉफीच्या ५९व्या आवृत्तीत सुनील दिल्ली संघाचा भाग होता. त्या स्पर्धेत त्याने गुजरातविरुद्धच्या हॅट्ट्रिकसह 6 गोल केले. उपांत्यपूर्व फेरीत दिल्लीचा केरळकडून पराभव झाला आणि त्या सामन्यातही त्याने गोल केला. 2010 मध्ये त्याने मेजर लीग सॉकर संघासाठी कॅन्सस सिटी विझार्ड्ससाठी साइन केले, तो परदेशात जाणारा उपखंडातील तिसरा खेळाडू बनला. तो भारताच्या आय-लीगमध्ये परतला जिथे तो परदेशात जाण्यापूर्वी चिराग युनायटेड आणि मोहन बागानसाठी खेळला, प्राइमिरा लीगाच्या स्पोर्टिंग सीपीमध्ये, जिथे तो क्लबच्या राखीव बाजूसाठी खेळला.

छेत्रीने 2007, 2009 आणि 2012 नेहरू चषक तसेच 2011, 2015 आणि 2021 SAFF चॅम्पियनशिप जिंकण्यात भारताला मदत केली. त्याने भारताला 2008 एएफसी चॅलेंज चषक जिंकण्यात मदत केली आहे, जे 27 वर्षातील पहिल्या एएफसी आशियाई कपसाठी पात्र ठरले, 2011 च्या अंतिम स्पर्धेत दोनदा गोल केले. छेत्रीला 2007, 2011, 2013, 2014, 2017, 2018-19 आणि 2021-22 मध्ये सात वेळा एआयएफएफ प्लेयर ऑफ द इयर म्हणून विक्रमी नाव देण्यात आले आहे.

छेत्रीला 2011 मध्ये त्याच्या उत्कृष्ट क्रीडा कामगिरीबद्दल अर्जुन पुरस्कार, 2019 मध्ये पद्मश्री पुरस्कार, भारताचा चौथा सर्वोच्च नागरी पुरस्कार मिळाला. 2021 मध्ये, त्याला खेलरत्न पुरस्कार, भारतातील सर्वोच्च क्रीडा सन्मान प्राप्त झाला आणि हा पुरस्कार प्राप्त करणारा तो पहिला फुटबॉलपटू बनला.

मोहन बागान

नवी दिल्लीच्या सिटी फुटबॉल क्लबकडून खेळल्यानंतर छेत्रीने नॅशनल फुटबॉल लीगच्या मोहन बागानसोबत व्यावसायिक फुटबॉल प्रवासाला सुरुवात केली. क्लबसोबतच्या पहिल्या सत्रानंतर, 2002-03 हंगामात, छेत्रीने चार गोल केले कारण मोहन बागान टेबलमध्ये सातव्या स्थानावर राहिला. पुढच्या सत्रात छेत्रीने फक्त दोनच गोल केले. पहिला स्पोर्टिंग गोवा विरुद्ध आला तर दुसरा इंडियन बँकेविरुद्ध आला कारण मोहन बागान पुन्हा एकदा टेबलच्या तळाच्या अर्ध्यामध्ये, नवव्या स्थानावर राहिला. त्यानंतर छेत्रीने 2004-05 हंगामात पुन्हा एकदा फक्त दोन गोल केले; यावेळी मोहन बागान लीगमध्ये आठव्या स्थानावर राहिला आणि गोल फरकाने राष्ट्रीय फुटबॉल लीगमध्ये राहिला.

जेसीटी

2005 मध्ये, छेत्रीने 2005-06 हंगामासाठी JCT साठी करारबद्ध केले. त्या मोसमात छेत्रीने तीन गोल केले. तिसरा स्पोर्टिंग गोवा विरुद्ध येण्यापूर्वी त्याने साळगावकर विरुद्ध दोनदा गोल केले, कारण JCT ने त्या वर्षीचा हंगाम सहाव्या स्थानावर संपवला. 25

दरम्यान, संतोष ट्रॉफीमध्ये, छेत्रीने 61व्या संतोष ट्रॉफीच्या गट टप्प्यात ओरिसा आणि रेल्वे या दोन्ही संघांविरुद्ध दिल्लीसाठी दोन हॅटट्रिक्स केल्या . तथापि, छेत्रीच्या सर्वोत्कृष्ट प्रयत्नांनंतरही, अतिरिक्त वेळेत तामिळनाडूकडून 1-0 ने पराभूत झाल्यानंतर प्री-क्वार्टर अंतिम फेरीत दिल्ली बाहेर पडली.

त्यानंतर, 2006-07 हंगामात, छेत्रीने JCT साठी लीगमध्ये एकूण बारा गोल केले कारण क्लब डेम्पोच्या मागे दुसऱ्या स्थानावर राहिला. त्या मोसमातील त्याच्या सर्वोत्कृष्ट खेळांपैकी त्याचे माजी क्लब मोहन बागान आणि डेम्पो विरुद्धचे सामने होते ज्यात त्याने दोन्ही सामन्यांमध्ये ब्रेसेस गोल केले कारण जेसीटीने दोन्ही गेम अनुक्रमे 2-0 आणि 3-2 जिंकले.

त्यानंतर, आय-लीगच्या पहिल्या सत्रात, छेत्रीने सात गोल केले कारण जेसीटीने तिसर्‍या क्रमांकावर हंगाम संपवला. त्या मोसमातील त्याचा एकमेव ब्रेस साळगावकर विरुद्ध हंगामाच्या अंतिम सामन्यात आला होता. त्या हंगामाच्या मध्यभागी, डिसेंबर 2007 मध्ये, छेत्रीला त्याच्या उत्कृष्ट फॉर्म आणि क्लब आणि देशासाठी केलेल्या कामगिरीबद्दल 2007 चा एआयएफएफ प्लेयर ऑफ द इयर पुरस्कार देण्यात आला.

परदेशात रस

"नक्कीच, मला डेव्हिड व्हिलाप्रमाणे युरोपमध्ये खेळायला आवडेल आणि मला कुठून ऑफर मिळेल यावर सर्व काही अवलंबून आहे. इंग्लंड नक्कीच ठीक होईल आणि माझ्याशी चर्चा झाली आहे पण अडखळणारी अडचण म्हणजे वर्क परमिट निर्बंध."

स्पॅनिश स्ट्रायकर डेव्हिड व्हिलासोबत खेळण्यासाठी परदेशात जाण्याची इच्छा व्यक्त करताना सुनील छेत्री.

ऑक्टोबर 2008 मध्ये, अशी अफवा पसरली होती की छेत्रीने परदेशी क्लबमध्ये रस निर्माण केला होता. हे क्लब फुटबॉल लीग वनचे लीड्स युनायटेड आणि पोर्तुगालचे दुसरे विभाग लीगा डी होन्रा चे एस्टोरिल प्राया होते. एका मुलाखतीदरम्यान छेत्रीने सांगितले की, "अद्याप कशाचीही पुष्टी झालेली नाही पण हो, मला वाटते की मी तिथे पोहोचण्याच्या जवळ आहे." त्याला इंग्लंडमध्ये साइन करण्याची संधी असल्याचे सूचित करते. तथापि, शेवटी, एक पाऊल प्रत्यक्षात आले नाही.

पूर्व बंगाल

2008-09 हंगाम सुरू होण्यापूर्वी, छेत्रीने सहकारी आय-लीग संघ ईस्ट बंगालसोबत करार केला. त्याने 26 सप्टेंबर 2008 रोजी चिराग युनायटेड विरुद्ध ईस्ट बंगालकडून पदार्पणात गोल केला ज्यामध्ये त्याने 28व्या मिनिटाला गोल केला कारण ईस्ट बंगालने सामना 3-1 ने जिंकला.

त्यानंतर छेत्रीने फेडरेशन कप दरम्यान पूर्व बंगालसाठी महत्त्वपूर्ण गोल केला ज्यामध्ये त्याने त्याच्या माजी क्लब, JCT विरुद्ध एकमेव गोल केला, ज्यामुळे पूर्व बंगालने उपांत्य फेरीत स्थान निश्चित केले. उपांत्य फेरीच्या सामन्यादरम्यान, ईस्ट बंगालने कट्टर

प्रतिस्पर्धी आणि सुनीलच्या आणखी एका माजी क्लब मोहन बागानशी सामना केला, ज्यामध्ये पेनल्टी शूटआउटमध्ये तो निर्णायक पेनल्टी चुकला कारण ईस्ट बंगाल अधिकृतपणे स्पर्धेतून बाद झाला.

सीझनच्या मध्यभागी तरी, छेत्री, त्याचा आंतरराष्ट्रीय सहकारी स्टीव्हन डायससह दोन मेजर लीग सॉकर संघ मनोरंजक असल्याचे अहवाल आले. 39 या दोन एमएलएस बाजू लॉस एंजेलिस गॅलेक्सी आणि डीसी युनायटेड असल्याच्या अफवा होत्या. तथापि, 25 जानेवारी 2009 रोजी, छेत्री फुटबॉल लीग चॅम्पियनशिपच्या कॉव्हेंट्री सिटी येथे चाचणी सुरू करण्यासाठी कॉव्हेंट्री, इंग्लंड येथे पोहोचला, त्यामुळे MLS नाकारला. 40 चार दिवसांनंतर, कॉव्हेंट्री सिटी मॅनेजर ख्रिस कोलमन म्हणाले की ते छेत्रीमधील त्यांच्या आवडीचे पालन करणार नाहीत. 41 चार महिन्यांनंतर, छेत्रीने सांगितले की तो आणखी एका विस्तारित चाचणीसाठी जून 2009 मध्ये कोव्हेंट्री सिटीला परत जाईल. 42 ते मात्र कधीच प्रत्यक्षात आले नाही.

डेम्पो

ईस्ट बंगालने सोडल्यानंतर, छेत्रीने 22 मे 2009 रोजी दुसऱ्या सहकारी आय-लीग संघ डेम्पोसोबत दोन वर्षांचा करार केला. त्याच्या करारामध्ये त्याला हवे असल्यास भविष्यात परदेशात चाचण्यांसाठी जाण्याची परवानगी देणारे एक कलम होते.

अधिक परदेशी स्वारस्य

7 ऑगस्ट 2009 रोजी असे वृत्त आले की स्कॉटिश प्रीमियर लीग संघ सेल्टिकला छेत्रीवर स्वाक्षरी करण्याच्या हालचालीशी जोडले गेले होते. स्कॉटिश क्लबने छेत्रीला पूर्व-हंगामाच्या सामन्यात सेगुंडा डिव्हिजन बी बाजूच्या Santboià सोबत पूर्व-सीझन सामन्यात पाहिले होते. छेत्रीचा एजंट योगेश जोशी म्हणाला, "मी सेल्टिककडून फीडबॅक मिळविण्याची वाट पाहत आहे, ज्याने त्याला सोमवारी हेड स्काउटद्वारे पाहिले आणि त्यानंतर दुसरा स्काऊट खेळ पाहण्यासाठी आला, मला कळल्यावर मी तुम्हाला निकाल सांगेन. ."

त्यानंतर 30 ऑगस्ट 2009 रोजी हिंदुस्तान टाईम्सने जाहीर केले की छेत्रीने इंग्लिश फुटबॉल लीग चॅम्पियनशिप संघ क्वीन्स पार्क रेंजर्ससोबत तीन वर्षांच्या करारावर स्वाक्षरी केली होती परंतु त्याला ब्रिटिश सरकारने वर्क परमिट नाकारले होते. फुटबॉल प्लेयर्स असोसिएशन ऑफ इंडियाच्या अधिकृत वेबसाइटवरील लेखानुसार, छेत्रीला वर्क परमिट नाकारण्यात आले कारण भारत फिफा जागतिक क्रमवारीत पहिल्या 70 मध्ये नव्हता. छेत्री, तथापि, सकारात्मक राहिला: "पण जगाचा अंत नाही. मी अजूनही माझ्या देशासाठी आणि माझ्या क्लब डेम्पोसाठी कठोर परिश्रम करत राहीन, ज्यांनी खूप पाठिंबा दिला आहे."

कॅन्सस सिटी

मार्च 2010 मध्ये असे घोषित करण्यात आले की छेत्री मेजर लीग सॉकरच्या कॅन्सस सिटी विझार्ड्ससोबत चाचणीसाठी होता आणि तो त्यांच्या प्री-सीझन गेममध्ये खेळला होता. त्यानंतर 24 मार्च 2010 रोजी त्याने औपचारिकपणे संघासाठी स्वाक्षरी केली, दक्षिण

आशियाबाहेर खेळणारा तो फक्त तिसरा भारतीय आणि MLS मध्ये खेळणारा पहिला भारतीय बनला. विझार्ड्सचे मुख्य प्रशिक्षक पीटर वर्मेस यांनी म्हटले आहे की, "आम्हाला सुनीलबद्दल एक गोष्ट खरोखर आवडते ती म्हणजे तो एक धूर्त खेळाडू आहे. तांत्रिकदृष्ट्या तो खूप कुशाग्र आहे, आणि तो एक चांगला माणूस आहे ज्यात आक्रमण करण्याची प्रवृत्ती आहे."

14 एप्रिल 2010 रोजी छेत्रीने कोलोरॅडो रॅपिड्स विरुद्ध यूएस ओपन चषक पात्रता प्ले-इन गेममध्ये विझार्ड्ससाठी पदार्पण केले ज्यामध्ये त्याने सुरुवात केली परंतु त्याला पिवळे कार्ड मिळाले आणि हाफ टाईम कॅन्सस सिटी म्हणून खेळातून बाहेर पडला. सामना 1-2 ने गमावला. त्यानंतर, 23 जुलै 2010 रोजी, छेत्री मँचेस्टर युनायटेड विरुद्ध मध्य-हंगामातील मैत्रीपूर्ण सामन्यात खेळणार असल्याची घोषणा करण्यात आली. तथापि यामुळे वाद निर्माण झाला कारण तो अद्याप लीग सामना खेळला नव्हता. 25 जुलै 2010 रोजी, छेत्रीने मँचेस्टर युनायटेड विरुद्ध विझार्ड्ससाठी हजेरी लावली, 69व्या मिनिटाला टील बनबरीचा पर्याय म्हणून कॅन्सस सिटीने सामना 2-1 ने जिंकला.

तथापि, दुसऱ्या दिवशी, 2011 AFC आशियाई चषक संपेपर्यंत छेत्री भारताच्या राष्ट्रीय संघासाठी स्पर्धा करणार असल्याची घोषणा करण्यात आली. त्यानंतर 5 फेब्रुवारी 2011 रोजी, छेत्रीने अधिकृतपणे संघ सोडल्याची घोषणा करण्यात आली.

चिराग युनायटेड

10 फेब्रुवारी 2011 रोजी, चिराग युनायटेडने 2010-11 च्या उर्वरित आय-लीग सीझनसाठी सुनील छेत्रीला करारबद्ध करून युनायटेड सिक्कीमचा पराभव केल्याची घोषणा करण्यात आली. 3 एप्रिल 2011 रोजी, छेत्रीने चिराग युनायटेडसाठी डेम्पोविरुद्ध पहिला गोल केला, तथापि, डेम्पोने हा सामना 4-2 ने जिंकला. त्यानंतर छेत्रीने 29 एप्रिल 2011 रोजी ONGC विरुद्ध दोन गोल करत चिरागसाठी 2-2 अशी बरोबरी साधण्यास मदत केली.

मोहन बागान

22 जुलै 2011 रोजी, आय-लीग क्लब मोहन बागानने जाहीर केले की छेत्रीने क्लबसोबत एक वर्षाचा करार केला आहे.

स्पोर्टिंग सीपी बी

4 जुलै 2012 रोजी, छेत्रीने स्पोर्टिंग सीपीसोबत दोन वर्षांच्या करारावर स्वाक्षरी केली होती आणि ते त्यांच्या राखीव संघात खेळणार असल्याचे वृत्त आहे. त्यानंतर त्याने फ्रीमुंडे विरुद्ध सेगुंडा लीगा सामन्यात संघासाठी पदार्पण केले ज्यामध्ये तो 85 व्या मिनिटाला आला कारण स्पोर्टिंग सीपी बी ने सामना 2-0 ने जिंकला.

वैयक्तिक जीवन

सुनील छेत्री यांचा जन्म 2 ऑगस्ट 1984 रोजी केबी छेत्री, भारतीय लष्कराच्या इलेक्ट्रॉनिक्स आणि मेकॅनिकल इंजिनीअर्सच्या कॉर्प्समधील अधिकारी आणि सुशीला छेत्री

यांच्या सिकंदराबाद, भारत येथे झाला. त्याचे वडील भारतीय लष्कराच्या संघासाठी फुटबॉल खेळले तर आई आणि तिच्या जुळ्या बहिणी नेपाळच्या महिला राष्ट्रीय संघाकडून खेळल्या. छेत्रीने लहानपणापासूनच विविध स्पर्धांमध्ये भाग घेऊन फुटबॉल खेळण्यास सुरुवात केली.

नवी दिल्ली येथे 2017 FIFA U-17 विश्वचषक स्पर्धेच्या सुरुवातीला भारताचे पंतप्रधान नरेंद्र मोदी यांच्या हस्ते छेत्रीचा सत्कार करण्यात आला.

4 डिसेंबर 2017 रोजी, छेत्रीने त्याची दीर्घकाळची मैत्रीण सोनम भट्टाचार्य हिच्याशी विवाह केला जो माजी भारतीय आंतरराष्ट्रीय आणि मोहन बागानचा खेळाडू सुब्रता भट्टाचार्य यांची मुलगी आहे. सुनील छेत्रीला 2018 मध्ये त्याच्या 34 व्या वाढदिवशी AFC ने 'एशियन आयकॉन' म्हणून घोषित केले. त्याने 2020 पासून जागतिक क्रीडा क्षेत्रातील दिग्गज पुमासोबत 3 वर्षांचा करार केला.

खेळण्याची शैली

सुनील, त्याच्या परदेशी केंद्राला मदत करण्यासाठी आणि पुरवण्यासाठी त्याच्या क्लब फुटबॉलमध्ये लेफ्ट विंगर म्हणून खेळतो. परंतु राष्ट्रीय संघासाठी, तो सामान्यतः सेंटर फॉरवर्ड म्हणून खेळतो ज्याने त्याला फिनिशर म्हणून काम करण्यास मदत केली आणि त्याच्या क्लब फुटबॉल कारकीर्दीपेक्षा प्रति गेम गुणोत्तराने त्याच्या राष्ट्रीय संघासाठी 125 सामन्यांमधून 84 गोल केले. छेत्रीच्या खेळण्याच्या शैलीमध्ये कोमच्या ट्रेडमार्क सारखेच घटक वाढत्या प्रमाणात दिसून येतात, वचनबद्धता आणि निखळ धैर्य. जिथे तो एकेकाळी सर्व स्पार्क प्लग होता आणि कोणतेही गीअर्स नव्हते, आता ते दक्ष क्रूझ नियंत्रण आहे, परंतु कोणत्याही स्कोअरिंग संधीवर सवलत न देता. फ्रॉम दिल्ली टू द डेन (ओवेन आमोस सोबत लिहिलेले) त्याच्या मनोरंजक कार्यक्रमात, भारताचे माजी व्यवस्थापक स्टीफन कॉन्स्टंटाइन म्हणतात की हा "उत्तम तंत्रासह कठोर परिश्रम करणारा स्ट्रायकर" सांघिक भावनेसाठी महत्त्वपूर्ण आहे कारण तो निर्भयतेला मूर्त रूप देतो. एकामागून एक त्याने केलेल्या गोलमध्ये तुम्ही हे पाहू शकताः किर्गिझस्तानविरुद्ध गोल करण्यासाठी सात स्वतंत्र बचावपटूंना फिक्सिंग करत 80 यार्डांची आश्चर्यकारक धावसंख्या, केनियाच्या आउटक्लास्ड गोलकीपरवर बाजी मारली, कडा, पॅरी आणि हेडर प्रत्येकाला तोडण्यासाठी अथकपणे जमवले. भारतीय विक्रम.

"छेत्री स्वतःच एका श्रेणीत आहे", मार्कस मेरगुल्हाओ, द टाइम्स ऑफ इंडियाचे गोवा क्रीडा पत्रकार, जे स्वतः भारतीय फुटबॉलच्या सर्वात प्रतिष्ठित संस्थांपैकी एक आहेत म्हणतात. तो मला म्हणाला, "एक खेळाडू म्हणून त्याने तरुणांना खेळाच्या प्रेमात पाडले आहे. एक व्यक्ती म्हणून, त्याने मीडियाला दखल घ्यायला लावली आहे. तो भारतीय फुटबॉलचा चेहरा आणि आवाज आहे, ज्याने एका पिढीला प्रेरणा दिली आणि आम्हाला दिले. आशा आहे. इतकेच काय, तो या क्षणी आपला सर्वोत्तम खेळ करत आहे. गेली तीन वर्षे अभूतपूर्व होती. फुटबॉलपटूंचे सध्याचे पीक त्याला परत देऊ शकणारी अंतिम भेट म्हणजे भारताला आशियातील पहिल्या दहामध्ये घेऊन जाणे आणि अव्वल खेळाडूंविरुद्ध खेळणे.

संघ नियमितपणे. छेत्री याने खूश होईल."

मेरगुल्हाओ म्हणतात की सुपरस्टार "2009 च्या उन्हाळ्यात ज्याच्यासोबत मी पहिल्यांदा कॉफी घेतली होती त्यापेक्षा एक वेगळा खेळाडू आणि अत्यंत वेगळी व्यक्ती आहे. त्याच्या परदेशातील कारकिर्दीमुळे सर्व काही बदलले - युनायटेड स्टेट्समधील स्पोर्टिंग कॅन्सस सिटी येथे आणि नंतर पोर्तुगालमध्ये स्पोर्टिंग सीपी सोबत. त्या अनुभवांनी त्याचे डोळे दुसऱ्या, अधिक व्यावसायिक दृष्टिकोन, प्रशिक्षणाच्या अधिक कार्यक्षम पद्धतींकडे उघडले आणि कदाचित त्याला किती मैदान कव्हर करावे लागेल हे दाखवून दिले. त्याला फारसे खेळायला मिळाले नाही, पण तो परत येईपर्यंत तो स्पष्टपणे बदलला होता आणि तुम्ही मैदानावर पाहू शकता की तो बाकीच्यांपेक्षा स्पष्टपणे एक कट होता." स्पोर्टिंग सीपी सोबत असताना, छेत्रीला गोवा संघ चर्चिल ब्रदर्स एफसी गोवा देण्यात आले आणि मेरगुल्हाओने एक महत्त्वपूर्ण खेळ आठवला जेव्हा "फक्त काही मिनिटे बाकी असताना, छेत्रीने वेग वाढवला आणि फ्री किकवरून इतक्या सहजतेने गोल केला की तुम्ही या माणसाला सांगू शकता. आश्चर्यकारक आत्मविश्वास होता. ब्राझीलचा स्टार रॉबर्टो मेंडेस दा सिल्वा बेटो देखील त्या बाजूने होता आणि नियमित फ्री किक घेणारा, पण छेत्रीला माहित होते की तो काय करत आहे, अविश्वसनीय शांतता आणि आत्मविश्वास दाखवत आहे. तुम्हाला हे लक्षात ठेवावे लागेल की पहिल्या दहा वर्षांत त्याच्या कारकिर्दीत, या खेळाडूने एकही लीग जेतेपद जिंकले नाही, त्यानंतर पुढच्या सात वर्षांत त्याने चार जिंकले. त्यामुळेच छेत्री हा एक फुटबॉलपटू आहे आणि त्याचा भारतीय फुटबॉलवर किती प्रभाव आहे हे तुम्ही समजता." सुनीलला त्याच्या बनावट स्पर्शाने बचावपटूंना ड्रिब्लिंग करून गोल करायला आवडते आणि 2016 AFC कपमध्ये जोहर दारुल ताझिम सारख्या काही संघांविरुद्ध त्याने कसे केले ते देखील लांब रेंजर्सकडून.

37

मिताली राज

मिताली राज

Top Sportsmans

Scan for Story Videos - www.itibook.com

मिताली दोराई राज (जन्म 3 डिसेंबर 1982) ही एक भारतीय क्रिकेटपटू आहे, जी उजव्या हाताने फलंदाज म्हणून खेळते. ती 1999 ते 2022 दरम्यान भारताकडून खेळली आणि 2004 ते 2022 दरम्यान संघाचे नेतृत्व केले. मिताली ही महिला आंतरराष्ट्रीय क्रिकेटमध्ये सर्वाधिक धावा करणारी खेळाडू आहे आणि ती सर्वकाळातील महान क्रिकेटपटूंपैकी एक मानली जाते.

मितालीच्या नावावर आंतरराष्ट्रीय क्रिकेटमध्ये अनेक विक्रम आहेत. महिला एकदिवसीय आंतरराष्ट्रीय सामन्यांमध्ये 7,000 धावांचा टप्पा ओलांडणारी ती एकमेव महिला क्रिकेटपटू आहे. एकदिवसीय सामन्यांमध्ये सलग सात 50 धावा करणारी ती पहिली खेळाडू आहे. WODI मध्ये सर्वाधिक अर्धशतकांचा विक्रमही तिच्या नावावर आहे. जून 2018 मध्ये, 2018 महिला ट्वेंटी 20 आशिया चषकादरम्यान, ती T20I मध्ये 2000 धावा करणारी भारतातील पहिली पुरुष किंवा महिला खेळाडू बनली आणि 2000 WT20I धावा पूर्ण करणारी ती पहिली महिला क्रिकेटर बनली.

2005 मध्ये मिताली भारताची कायम कर्णधार बनली. 2005 आणि 2017 मध्ये दोन वेळा आयसीसी एकदिवसीय विश्वचषक फायनलमध्ये भारताचे नेतृत्व करणारी ती एकमेव महिला खेळाडू आहे. 1 फेब्रुवारी 2019 रोजी, भारताच्या न्यूझीलंड महिलांविरुद्धच्या मालिकेदरम्यान, मिताली 200 एकदिवसीय सामने खेळणारी पहिली महिला ठरली. सप्टेंबर 2019 मध्ये, तिने ODI क्रिकेटवर लक्ष केंद्रित करण्यासाठी T20I मधून निवृत्ती जाहीर केली. 2019 मध्ये, ती आंतरराष्ट्रीय क्रिकेटमध्ये 20 वर्षे पूर्ण करणारी पहिली महिला ठरली.

मितालीला 2017 मध्ये विस्डेन लीडिंग वुमन क्रिकेटर इन द वर्ल्ड, 2003 मध्ये अर्जुन पुरस्कार, 2015 मध्ये पद्मश्री आणि 2021 मध्ये मेजर ध्यानचंद खेलरत्न यासह अनेक

राष्ट्रीय आणि आंतरराष्ट्रीय पुरस्कार मिळाले आहेत.

जुलै 2021 मध्ये, इंग्लंडविरुद्धच्या तिसऱ्या WODI सामन्यात, मिताली महिलांच्या आंतरराष्ट्रीय क्रिकेटमध्ये सर्वाधिक धावा करणारी खेळाडू बनली, तिने शार्लोट एडवर्ड्सच्या 10,273 धावांचा मागील विक्रम मागे टाकला. 8 जून 2022 रोजी मितालीने आंतरराष्ट्रीय क्रिकेटच्या सर्व फॉरमॅटमधून निवृत्ती जाहीर केली.

मिताली राजचा जन्म 3 डिसेंबर 1982 रोजी जोधपूर, राजस्थान येथे झाला. तिचे वडील दोराई राज हे तमिळ आहेत, जे भारतीय हवाई दलात एअरमन (वॉरंट ऑफिसर) होते आणि तिची आई लीला राज आहे. मितालीने वयाच्या 10 व्या वर्षी हा खेळ खेळण्यास सुरुवात केली. ती हैदराबाद, तेलंगणा येथे राहते. तिने हैदराबादमधील कीज हायस्कूल फॉर गर्ल्समध्ये शिक्षण घेतले. तिने तिच्या इंटरमिजिएट अभ्यासासाठी सिकंदराबाद येथील कस्तुरबा गांधी ज्युनियर कॉलेज फॉर वुमनमध्ये प्रवेश घेतला. 21 शालेय दिवसांतच तिला तिच्या मोठ्या भावासोबत क्रिकेटचे प्रशिक्षण मिळू लागले.

कारकीर्द

देशांतर्गत स्पर्धेत रेल्वेकडून खेळताना मितालीने एअर इंडियासाठी पूर्णिमा राऊ, अंजुम चोप्रा आणि अंजू जैन यांसारख्या स्टार्ससोबत खेळून सुरुवात केली. ती महिला टी20 चॅलेंजमध्ये सुपरनोव्हास आणि वेगासाठी खेळली आहे.

आंतरराष्ट्रीय कारकीर्द

मितालीने भारतासाठी कसोटी, एकदिवसीय आणि टी-२० असे तिन्ही क्रिकेट फॉरमॅट खेळले आहे. 1997 च्या महिला क्रिकेट विश्वचषकात ती केवळ 14 वर्षांची असताना तिला संभाव्य खेळाडूंमध्ये स्थान देण्यात आले, परंतु अंतिम संघात स्थान मिळवता आले नाही. तिने 1999 मध्ये मिल्टन केन्स येथे आयर्लंडविरुद्ध एकदिवसीय आंतरराष्ट्रीय पदार्पण केले आणि नाबाद 114 धावा केल्या. तिने 2001-02 च्या मोसमात दक्षिण आफ्रिकेविरुद्ध लखनौ येथे कसोटी पदार्पण केले. 17 ऑगस्ट 2002 रोजी, वयाच्या 19 व्या वर्षी, तिने तिसऱ्या कसोटीत कॅरेन रोल्टनचा जगातील सर्वोच्च वैयक्तिक कसोटी धावसंख्येचा 209* हा विक्रम मोडला आणि काऊंटी येथील दुसऱ्या आणि शेवटच्या कसोटीत इंग्लंडविरुद्ध 214 चा नवा उच्चांक गाठला. ग्राउंड, टॉटन. त्यानंतर हा विक्रम पाकिस्तानच्या किरण बलुचने मागे टाकला ज्याने मार्च 2004 मध्ये वेस्ट इंडिजविरुद्ध 242 धावा केल्या होत्या.

२००२ मध्ये क्रिकइन्फो महिला विश्वचषकादरम्यान मिताली टायफॉइडने आजारी होती, ज्यामुळे भारताला गंभीरपणे अडथळा निर्माण झाला होता.

तथापि, दक्षिण आफ्रिकेतील 2005 महिला क्रिकेट विश्वचषक स्पर्धेत तिने भारताला त्यांच्या पहिल्या फायनलमध्ये नेले, जिथे त्यांचा ऑस्ट्रेलियाकडून पराभव झाला.

ऑगस्ट 2006 मध्ये, तिने इंग्लंडमध्ये पहिल्या कसोटी आणि मालिकेत विजय मिळवला आणि 12 महिन्यांत दुसऱ्यांदा - एकही गेम न सोडता आशिया चषक जिंकून वर्ष पूर्ण केले.

ती अर्धवेळ लेगब्रेक गोलंदाजही आहे. 2003 साठी तिला अर्जुन पुरस्कार मिळाला आहे. ती सध्या 703 रेटिंगसह फलंदाजी टेबलमध्ये अव्वल आहे. क्रीजवर असताना तिची शांतता आणि वेगवान धावा करण्याची क्षमता तिला धोकादायक क्रिकेटर बनवते. बॅटसह तिच्या क्षमतेव्यतिरिक्त, मिताली लेग-स्पिनर गोलंदाजांवर हात फिरवते आणि आक्रमणाला विविधता प्रदान करते.

2013 च्या महिला विश्वचषकात, मिताली महिलांमध्ये एकदिवसीय क्रिकेटमध्ये नंबर 1 क्रिकेटर होती. तिने 100: 1 आणि 50: कसोटी क्रिकेटमध्ये 4, 100: 5 आणि 50: 50 एकदिवसीय क्रिकेटमध्ये 3/4 आणि 50: 10 टी-20 मध्ये सर्वोत्तम गोलंदाजी केली.

फेब्रुवारी 2017 मध्ये, WODI मध्ये 5,500 धावा करणारी ती दुसरी खेळाडू ठरली. ODI आणि T20I मध्ये भारतासाठी सर्वाधिक सामन्यांचे नेतृत्व करणारी मिताली ही पहिली खेळाडू आहे.

जुलै 2017 मध्ये, ती WODI मध्ये 6,000 धावा करणारी पहिली खेळाडू ठरली. तिने भारतीय संघाचे नेतृत्व 2017 महिला क्रिकेट विश्वचषक स्पर्धेच्या अंतिम फेरीत केले जेथे संघ इंग्लंडकडून नऊ धावांनी पराभूत झाला.

डिसेंबर 2017 मध्ये, तिला ICC महिला ODI संघातील एक खेळाडू म्हणून नाव देण्यात आले.

ऑक्टोबर 2018 मध्ये, तिला वेस्ट इंडिजमध्ये 2018 ICC महिला विश्व ट्वेंटी20 स्पर्धेसाठी भारताच्या संघात स्थान देण्यात आले.

सप्टेंबर 2019 मध्ये मितालीने T20I क्रिकेटमधून निवृत्ती घेतली. 2021 पर्यंत तिच्या देशात विश्वचषक आणण्याचे तिचे स्वप्न आहे. "2006 पासून टी-20 आंतरराष्ट्रीय सामन्यांमध्ये भारताचे प्रतिनिधित्व केल्यानंतर, 2021 च्या वन-डे विश्वचषकासाठी स्वतःला तयार करण्यावर माझी शक्ती केंद्रित करण्यासाठी मी T20I मधून निवृत्ती घेऊ इच्छितो," असे ती म्हणाली. बीसीसीआय प्रेस स्टेटमेंट.

नोव्हेंबर 2020 मध्ये, मितालीला आयसीसी महिला क्रिकेटर ऑफ द डिकेडसाठी रॅचेल हेहो-फ्लिंट पुरस्कारासाठी आणि दशकातील महिला एकदिवसीय क्रिकेटपटूच्या पुरस्कारासाठी नामांकित करण्यात आले.

मे 2021 मध्ये, इंग्लंडच्या महिला क्रिकेट संघाविरुद्धच्या त्यांच्या एकहाती सामन्यासाठी भारताच्या कसोटी संघाची कर्णधार म्हणून तिची निवड करण्यात आली. जानेवारी 2022 मध्ये, न्यूझीलंडमध्ये 2022 महिला क्रिकेट विश्वचषकासाठी तिची भारताच्या संघाची कर्णधार म्हणून निवड करण्यात आली.

8 जून 2022 रोजी मितालीने आंतरराष्ट्रीय क्रिकेटच्या सर्व फॉरमॅटमधून निवृत्ती जाहीर केली.

कोचिंग करिअर

मितालीची भारताच्या महिला राष्ट्रीय क्रिकेट संघासाठी फलंदाजी सल्लागार म्हणून नियुक्ती करण्यात आली होती आणि ती खेळाडू-प्रशिक्षक म्हणून खेळली होती.

रेकॉर्ड

मितालीला "भारतीय महिला क्रिकेटची लेडी तेंडुलकर" असे टोपणनाव देण्यात आले आहे, कारण ती सध्या कसोटी, एकदिवसीय आणि T20 आयसह सर्व फॉरमॅटमध्ये भारतासाठी सर्वाधिक धावा करणारी खेळाडू आहे.

2017 महिला क्रिकेट विश्वचषकादरम्यान, मितालीने तिचे सलग सातवे अर्धशतक झळकावले आणि एका खेळाडूने सर्वाधिक सलग अर्धशतक करण्याचा विक्रम केला.

मिताली विश्वचषकात 1,000 पेक्षा जास्त धावा करणारी पहिली भारतीय आणि एकूण 5वी महिला क्रिकेटपटू आहे.

एका संघासाठी (109) सलग महिला एकदिवसीय सामने खेळण्याचा विक्रम तिच्या नावावर आहे.

मिताली राज 2018 च्या ICC महिला विश्व ट्वेंटी20 दरम्यान खेळाकडे पाहण्याच्या तिच्या वृत्तीमुळे क्रिकेट व्यवस्थापनाशी वादात सापडली होती. तिने BCCI ला लिहिलेल्या पत्रात प्रशिक्षक रमेश पोवार आणि BCCI COA सदस्य डायना एडुलजी यांच्यावर पक्षपातीपणाचा आरोप केला आणि T20 विश्वचषक उपांत्य फेरीत तिचा समावेश न केल्याने तिचा अपमान केला. पोवारने मितालीला फलंदाजी क्रम खाली करण्यास सांगितल्यावर क्रिकेटमधून निवृत्ती घेण्याची धमकी दिल्याबद्दल टीका केली. नुकत्याच पार पडलेल्या टी-20 विश्वचषकादरम्यान संघात फूट पाडण्यासोबतच त्याने मितालीवर 'ब्लॅकमेलिंग आणि प्रशिक्षकांवर दबाव आणण्याचा' आरोप केला. तो पुढे म्हणाला, "संघातील वरिष्ठ खेळाडू असूनही ती संघाच्या बैठकींमध्ये कमीत कमी इनपुट देते. तिला संघ योजना समजू शकली नाही आणि त्यांच्याशी जुळवून घेता आले नाही. तिने तिच्या भूमिकेकडे दुर्लक्ष केले आणि स्वतःचे टप्पे गाठण्यासाठी फलंदाजी केली. गती राखण्याची कमतरता जी होती. इतर फलंदाजांवर अतिरिक्त दबाव टाकत आहे." मितालीने त्याच स्पर्धेत आयर्लंडविरुद्ध 50 धावा केल्या होत्या ज्यात तिने 25 डॉट बॉल खेळले होते त्यावरही प्रशिक्षक पोवार यांनी टीका केली होती.

T20 संघाची कर्णधार हरमनप्रीत कौरसोबतचे तिचे संबंधही ताणले गेले असल्याचे सांगितले जाते. 60 तथापि, मे 2021 मध्ये भारतीय महिला क्रिकेट संघाचे मुख्य प्रशिक्षक म्हणून रमेश पोवार यांची पुनर्नियुक्ती झाल्यानंतर, 61 दोघांमध्ये समेट झाला. मिताली आणि हरमनप्रीत यांनीही वेगवेगळ्या मुलाखतींमध्ये पुष्टी केली की त्यांच्यामध्ये कोणतेही वाईट रक्त नाही.